വിലാപം

vilapam
novel

•

p valsala

•

chintha first edition
october 2010

•

second edition
february 2016

•

typesetting
signature computer centre, palayam

•

published
chintha publishers, thiruvananthapuram

•

printed
repro india ltd, mumbai

•

cover
sunil ashokapuram

•

വിതരണം

ദേശാഭിമാനി ബുക്ക് ഹൗസ്
H O തിരുവനന്തപുരം–695 035
phone: 0471-2303026, 6063026
www.chinthapublishers.com
chinthapublishers@gmail.com

ബ്രാഞ്ചുകൾ

ഹെഡ്ഡാഫീസ് ബ്രാഞ്ച് കുന്നുകുഴി • സ്റ്റാച്യു തിരുവനന്തപുരം • കെ എസ് ആർ ടി സി ബസ് സ്റ്റേഷൻ ആലപ്പുഴ • കെ എസ് ആർ ടി സി ബസ് സ്റ്റേഷൻ എറണാകുളം • മച്ചിങ്ങൽ ലെയ്ൻ തൃശൂർ • ഐ ജി റോഡ് കോഴിക്കോട് • മാവൂർ റോഡ് കോഴിക്കോട് • എൻ ജി ഒ യൂണിയൻ ബിൽഡിങ് കണ്ണൂർ • സെൻട്രൽ ബസ് ടെർമിനൽ കോംപ്ലക്സ് താവക്കര കണ്ണൂർ

CR - 1367 / 3440
ISBN - 978-93-85045-72

വിലാപം
(നോവൽ)

പി വത്സല

ചിന്ത പബ്ലിഷേഴ്സ്
തിരുവനന്തപുരം-695 035

പി വത്സല

1938 ആഗസ്ത് 23 ന് കോഴിക്കോട്ട് ജനിച്ചു.

പിതാവ്: കാനങ്ങോട്ട് ചന്തു. മാതാവ്: എലിപ്പറമ്പത്ത് പത്മാവതി.

ഭർത്താവ്: എം അപ്പുക്കുട്ടി.

കോഴിക്കോട് ഗവൺമെന്റ് ട്രെയിനിങ് സ്കൂളിൽ പ്രധാന അധ്യാപികയായിരുന്നു. കേരള സാഹിത്യ അക്കാദമിയുടെ ഉപാധ്യക്ഷ, അധ്യക്ഷ എന്നീ പദവികൾ വഹിച്ചു.

നെല്ല് എന്ന ആദ്യനോവലിന് *കുങ്കുമം* അവാർഡും *നിഴലുറങ്ങുന്ന വഴികൾക്ക്* കേരളസാഹിത്യഅക്കാദമി അവാർഡും ലഭിച്ചു.

ആഗ്നേയം, ഗൗതമൻ, പാളയം, അരക്കില്ലം, തകർച്ച, കൂമൻകൊല്ലി, നമ്പരുകൾ, വിലാപം (നോവലുകൾ), *തിരക്കിൽ അൽപ്പം സ്ഥലം, പഴയ പുതിയ നഗരം, ആനവേട്ടക്കാരൻ, അനുപമയുടെ കാവൽക്കാരൻ, ഉണിക്കോരൻ ചതോപാധ്യായ, ഉച്ചയുടെ നിഴൽ, കറുത്തമഴ പെയ്യുന്ന താഴ്‌വര* (കഥാസമാഹാരങ്ങൾ) തുടങ്ങിയവയാണ് പ്രധാന കൃതികൾ.

വിലാസം : 'അരുൺ', എ ആർ പി ക്യാമ്പ് റോഡ്
പി ഒ മേരിക്കുന്ന്
കോഴിക്കോട്-673 012
e-mail : www.vatsalap.com
Ph : 0495-2371464
04935-210255
9447424954 (Mob)

അവതാരിക

തെക്കേ മലബാറിൽ ഇടയ്ക്കിടെ കലാപങ്ങൾ പൊട്ടിപ്പുറപ്പെടാറുണ്ടായിരുന്നു. സംഘട്ടനങ്ങൾക്ക് പ്രാദേശികസ്വഭാവമാണുണ്ടായിരുന്നത്. ഭൂവുടമ സമ്പ്രദായത്തിന്റെ യാഥാസ്ഥിതികസ്വഭാവമാണ് കലഹത്തിനുള്ള പ്രേരണയായി വന്നതെന്ന പ്രബലവാദമുണ്ട്. ജന്മികൾ ഹിന്ദുക്കളും കുടിയാന്മാർ മാപ്പിളമാരുമായിരുന്നു. അക്കാരണത്താൽ സംഘട്ടനങ്ങൾക്ക് മതഛായയും വന്നു. പതിനെട്ടാം നൂറ്റാണ്ടിലാണിതിന്റെ തുടക്കം. പത്തൊൻപതാം നൂറ്റാണ്ടിൽ മാത്രം 83 ലഹളകളുണ്ടായി. 1921 ലെ ലഹള മുൻകലാപങ്ങളെ അപേക്ഷിച്ചു രൂക്ഷമായിരുന്നു. ഏറനാട്-വള്ളുവനാടു താലൂക്കുകളിലെ മിക്ക ഗ്രാമങ്ങളിലും ലഹള പടർന്നുപിടിക്കുകയും ചെയ്തു. മുൻകാല ലഹളകളിൽനിന്നു വ്യത്യസ്തമായ സവിശേഷതയും 21 ലെ ലഹളയ്ക്കുണ്ടായി. ഒന്നാം ലോകമഹായുദ്ധാനന്തരം വിജയികളായ സഖ്യകക്ഷികൾ തോറ്റകക്ഷിയിൽപ്പെട്ട തുർക്കിയുടെ ഖിലാഫത്തധികാരം ദുർബലമാക്കി. ലോകമുസ്ലിങ്ങൾക്ക് മതപരമായ നേതൃത്വംനൽകുന്ന സംവിധാനമായിരുന്നു ഖിലാഫത്ത്. ലോകമുസ്ലിങ്ങളെ ഈ സംഭവം കോപാകുലരാക്കി. ഏതാണ്ടിതേ സമയത്തുതന്നെയാണ് ഗാന്ധിജിയുടെ നിസ്സഹകരണപ്രസ്ഥാനവും ആരംഭിച്ചത്. ഖിലാഫത്തിനോട് ഗാന്ധിജി അനുകൂലമായ നിലപാടാണെടുത്തത്. ദേശവിമോചന സമരത്തിന് പ്രബലന്യൂനപക്ഷ സമുദായമായ മുസ്ലിങ്ങളുടെ പിന്തുണ നേടലായിരുന്നു ഗാന്ധിജിയുടെ ലക്ഷ്യം. തുടർന്ന് മലബാറിൽ ഉടനീളം ഖിലാഫത്തുപ്രസ്ഥാനം കോൺഗ്രസിനോടൊപ്പം സജീവമായി. ഈ സ്വാധീനം മാപ്പിളലഹളയുടെ നേതാക്കളെയും ബാധിച്ചിരുന്നു. ലഹള യഥാർഥത്തിൽ കേരളത്തിലെ ദേശീയപ്രസ്ഥാനത്തിന്റെ വളർച്ചയെ തളർത്തുകയാണുണ്ടായത്. ലഹള ശക്തമായിരുന്നു. അരക്കൊല്ലത്തോളം

ബ്രിട്ടീഷ്ഭരണം ഏറനാടിന്റെ പല ഭാഗങ്ങളിലും നാമമാത്രമായി നിന്നു. നിഷ്ഠുരമായ മർദനം വൈദേശികഭരണം അഴിച്ചുവിട്ടാണ് ലഹള അമർത്തിയത്.

ലഹളയ്ക്ക് പ്രേരകമായ ഘടകങ്ങളെക്കുറിച്ചുള്ള വിവാദം ഇന്നും അവസാനിച്ചിട്ടില്ല. മതഭ്രാന്തരായ മാപ്പിളമാർ നടത്തിയതാണ് ഈ കലാപമെന്നും അതിനാൽ ഈ കലാപം മാപ്പിളലഹളയാണെന്നും ചിലർ വിശേഷിപ്പിക്കുന്നു. മതാന്ധതയാണ് പ്രേരണയെന്ന അഭിപ്രായത്തെ ചിലർ നിരാകരിക്കുന്നു. ജന്മി-കുടിയാൻ സംഘട്ടനമാണ് ലഹളയ്ക്ക് പ്രേരകം എന്നു ചിലർ. മലബാർകലാപം എന്നാണ് അവർ അതിനെ വിളിക്കുന്നത്. ബ്രിട്ടീഷുകാരാകട്ടെ, നാലഞ്ചു കാരണങ്ങൾ കണ്ടെത്തി. മാപ്പിളമാരുടെ മതഭ്രാന്ത്, അവരുടെ നിരക്ഷരത, സ്വഭാവദൂഷ്യം, വൈദേശികാധിപത്യത്തോടുള്ള വിരോധം, ഭൂപരിഷ്കരണത്തിന്റെ അപര്യാപ്തത ഇതെല്ലാം കൂടിച്ചേർന്നാണ് സംഘർഷാവസ്ഥ സൃഷ്ടിച്ചതെന്ന് ബ്രിട്ടീഷുകാർ വാദിക്കുന്നു. ഹിന്ദുക്കളെയും മുസ്ലിങ്ങളെയും അകറ്റിനിർത്താനുള്ള തന്ത്രങ്ങൾ വെള്ളക്കാരുടെ ഭരണം അനുവർത്തിക്കുകയും ചെയ്തിരുന്നു.

ചരിത്രകാരന്മാരും ലഹളയെക്കുറിച്ച് ഏകാഭിപ്രായം പുലർത്തുന്നില്ല. ദേശീയപ്രസ്ഥാനവും ഖിലാഫത്തും കൂടിക്കുഴഞ്ഞ് തെക്കേ മലബാറിലെ അപക്വമനസുകളായ മുസ്ലിം കർഷകരെ സായുധകലാപകാരികളാക്കി മാറ്റിയെന്നാണ് ശക്തമായ ഒരഭിപ്രായം. ദീർഘകാലം സമൂഹമനസിൽ നീറിപ്പുകഞ്ഞിരുന്ന വഷളായ ജന്മി-കുടിയാൻ സമ്പ്രദായത്തിന്റെ ആകസ്മികമായ പൊട്ടിത്തെറിയായിരുന്നു ലഹളയെന്നു മറ്റൊരഭിപ്രായവും ഉണ്ട്. ദേശീയപ്രസ്ഥാനത്തിന്റെ യഥാർഥമായ ചൈതന്യം ഉൾക്കൊള്ളാതെയുണ്ടായ സാഹസികതയാണ് ലഹളയെ ആളിക്കത്തിച്ചതെന്ന അഭിപ്രായത്തിനും പിൻബലമുണ്ട്. മറ്റൊന്ന്: ഒന്നാംലോകമഹായുദ്ധകാലത്ത് പട്ടാളത്തിൽ ചേർന്ന മാപ്പിളമാരെ മെസൊപ്പൊട്ടേമിയയിൽ യുദ്ധം ചെയ്യാൻ അയച്ചുവെന്നും അവർ മുമ്പ് മുസ്ലിങ്ങളായ തുർക്കി പട്ടാളത്തിനെതിരായി യുദ്ധംചെയ്യാൻ വിസമ്മതിച്ചുവെന്നും പറയപ്പെടുന്നു. നയതന്ത്രപരമായ കാരണങ്ങളാൽ ഇവരെ 'കോർട്ട് മാർഷൽ' ചെയ്യാതെ നാട്ടിലേക്ക് തിരിച്ചയച്ചു. പിന്നീട് സൈനികസേവനത്തിനവരെ വിളിച്ചില്ല. ഇവരുടെ അസംതൃപ്തി കലാപരൂപം പൂണ്ടുവെന്നൊരു വാദം ലഹളയെക്കുറിച്ചെഴുതിയ അപ്രകാശിതനോവലിൽ ഉന്നയിക്കുന്നുണ്ട്. ഇതത്ര കഴമ്പുള്ള വാദമാണെന്ന് തോന്നിയിട്ടില്ല.

ലഹളയുടെ കാരണങ്ങൾ എന്തൊക്കെയായാലും അതു വ്യക്തികളുടെയും സമൂഹങ്ങളുടെയും ജീവിതത്തിൽ ഉണ്ടാക്കുന്ന പരിവർത്തനങ്ങളാണ് പ്രധാനം. അതൊരു ഭൂതകാലബാധയായി പരിമിതപ്പെടുത്താനാവില്ല. അതൊരുതരം മുൻവിധിയായി സമൂഹമനസിൽ പൊറ്റകെട്ടിക്കിടക്കുന്നു. ഗോത്രസ്മൃതിയുടെ ഭാഗമാകാമത്; ഭാവിജീവിതത്തിലെ വിശ്വാസവീക്ഷണാദികളെയും അതു സ്വാധീനിക്കുന്നു. എഴുത്തുകാരന്റെ

നോട്ടം ചരിത്രപരമായ കാരണങ്ങളെ തേടിപ്പോകലല്ല. മനുഷ്യബന്ധ ങ്ങളെ മതവിലാസങ്ങളിൽ മുദ്രണം ചെയ്യുന്നതു മാനുഷികതയുടെ വികാ സത്തിനു വിഘാതം സൃഷ്ടിക്കുന്നു. ലഹള സർഗധനനായ ഒരെഴുത്തു കാരന്റെ മുമ്പിൽ ഗംഭീരവും സങ്കീർണവുമായ സാഹിത്യപ്രശ്നങ്ങൾ ഉയർത്തുന്നു.

രണ്ട്

ലഹള തീർച്ചയായും കഥാതാൽപ്പര്യമുള്ളവരുടെ മനസിനെ ഉണർത്തും. അതിന്റെ ആകർഷണവലയം അത്രമാത്രം സുശക്തമാണ്. ജീവിതവും മരണവും അനിശ്ചിതവും ഭീഷണവുമായ ഒരു നിമിഷത്തിൽ സന്ധിക്കുന്നു. ഇത് ഏതു ബാഹ്യസംഘട്ടനങ്ങളുടെയും സ്വഭാവമാണല്ലോ. കഥാകാരനും അതൊരു അക്ഷയഖനി. അസ്തിത്വപരമായ ഭാവനയുടെ(Existential Imagination) ഐതിഹാസികമായ വിതാനം യുദ്ധകഥകളുടെ സവിശേഷതയാണ്. ഇത് എഴുത്തുകാരന് ഉത്സാഹം നൽകുന്നു. ഒപ്പം വെല്ലുവിളികളും. ഈ വെല്ലുവിളി എഴുത്തുകാരന് എങ്ങനെ നേരിടാൻ കഴിയുമെന്നതിനെ ആശ്രയിച്ചുനിൽക്കുന്നു കൃതിയുടെ സാഹിത്യമൂല്യം.

മനുഷ്യൻ അനുഭവിച്ച ഈ ശപ്തമായ അവസ്ഥ ഇന്ത്യയുടെ ഗതകാല ചരിത്രത്തിൽ കാണാം. ഇന്ത്യയെ ഇന്ത്യയും പാകിസ്ഥാനുമായി വെട്ടിമുറിച്ചു. വിഭജനത്തെത്തുടർന്നുണ്ടായ ഭീകരമായ സാമുദായിക സംഘട്ടനങ്ങൾ അക്കാലത്തെ പ്രശസ്തരായ എല്ലാ സാഹിത്യകാരന്മാർക്കും പ്രചോദനം നൽകിയിരുന്നുവല്ലോ. ഹിന്ദിവലയത്തിൽനിന്നുള്ള എഴുത്തുകാരായിരുന്നു സാമുദായിക കലാപങ്ങളുടെ രൂക്ഷത പ്രത്യക്ഷത്തിൽ കണ്ടത്. മനുഷ്യൻ മൃഗമായി മാറുന്നതവർ കണ്ടു. മനുഷ്യൻ ലഹളകളിൽ സമൂഹമൃഗമായിരുന്നു. അന്യോന്യം സംഘടിതമായി കഴുത്തറുക്കുന്ന ആൾക്കൂട്ടത്തിന്റെ ബാഹ്യപ്രവർത്തനങ്ങൾ മൃഗത്തിൽ കാണാനില്ലായിരിക്കാം. ഈ നിഷ്ഠൂരതയുടെ പ്രകാശനമായിരുന്നു അന്നെഴുതിയ കൃതികളിൽ ഭൂരിപക്ഷവും.

ഏറെക്കഴിഞ്ഞാണ് ഈ കാലഘട്ടത്തിലെ എഴുത്തുകാർ-അവരുടെ ഉദ്ദേശ്യശുദ്ധി എത്രമാത്രം പ്രകീർത്തിക്കപ്പെടേണ്ടതാണെങ്കിലും-സുന്ദരമായ കലാവിഷ്കാരങ്ങളാണോ സാഹിത്യത്തിനു സംഭാവന ചെയ്തിട്ടുള്ളതെന്നു സംശയമുണർന്നത്.

ഈ നവ നിരൂപണത്തിന്റെ പോസ്റ്റ്മാർട്ടം റിപ്പോർട്ട് ചില വസ്തുതകൾ വെളിവാക്കുന്നു. ഹിന്ദു-മുസ്ലിം കലാപങ്ങളെക്കുറിച്ചുള്ള മിക്ക രചനകളും ഉപരിപ്ലവങ്ങളായ പ്രസംഗസ്വഭാവമുൾക്കൊണ്ടവയായിരുന്നു. അപരിമേയമായ ദുരന്തത്തിനവർ പരിമിതി സൃഷ്ടിച്ചു. ലഹളകളുടെ അർഥവ്യാപ്തികൾ അവർ മതസംഘർഷങ്ങളായി ചുരുക്കിക്കെട്ടി. ഹിന്ദുക്കൾ മുസ്ലിങ്ങളെ കൊല്ലുന്നതും മുസ്ലിങ്ങൾ ഹിന്ദുക്കളെ കൊല്ലുന്ന

തുമായ രംഗാവിഷ്കാരങ്ങളാണവ. കൃതികൾക്ക് ക്ലിപ്തമായ സ്വഭാവം വാർന്നുവീഴുകയും ചെയ്തു.

ലഹളകൾ അപഹാസ്യങ്ങളാണ്; യുദ്ധങ്ങൾപോലെ. അത് ഇന്ത്യയിൽ മാത്രം ഉണ്ടാകുന്ന ഒരു പ്രതിഭാസമല്ല. അതിന്റെ ദുരന്തം ആഗോള വിസ്തൃതവും കാലാതീതവുമാണ്. ദുഷ്ടമായ കൊലപാതകങ്ങളുടെ അർഥാന്വേഷണം ചെന്നുതറയ്ക്കേണ്ടത് ഘോരമായ ദുരന്തത്തിലാണ്. അതു കാലികമല്ല; സ്ഥലപരിമിതവും അല്ല. എക്കാലത്തെയും മനുഷ്യാവസ്ഥയെക്കുറിച്ചുള്ള ഒരു പരിച്ഛേദമായിരിക്കണമത്. ഈ ഒരു നിലപാടുണ്ടാക്കാൻ പ്രധാനമായും സഹായിച്ചത്, സാമുദായിക കലാപങ്ങളെക്കുറിച്ചുള്ള രണ്ടു കഥകളായിരുന്നു. രാജേന്ദ്രസിങ് ബേദിയുടെ 'ലജ്വന്തി'യും സാദത്ത് ഹസ്സമൺഭോവിന്റെ 'ടോബ് ടെക് സിങ്ങു'മാണ് ആ കഥകൾ. പിന്നീടവർക്ക് പിന്തുടർച്ചക്കാരുണ്ടായി.

വത്സലയുടെ നോവലും ഈ മാർഗമാണ് പിന്തുടർന്നിട്ടുള്ളത്. താൽക്കാലികമായ വിക്ഷോഭങ്ങളുടെ നാടകീയാവിഷ്കാരം എന്നതിൽ ശ്രദ്ധയൂന്നാതെ ദുരന്തബോധത്തിന് ആഴം നൽകിയെന്നതാണ് *വിലാപ*ത്തിന്റെ അപൂർവത.

മൂന്ന്

സമൂഹസ്പർശിയായ ഒരു സക്രിയനാടകമാണ് ഇവിടെ ആവിഷ്കരിക്കുന്നത്. അതുകൊണ്ടുതന്നെ കഥാപാത്രങ്ങൾ ടൈപ്പുകളായി മാറാനുള്ള അപായക്കുഴികൾ പ്രമേയത്തിലുണ്ട്. അതേസമയം ചരിത്രമുഹൂർത്തത്തിന്റെ നിർണായകമായ ബിന്ദുവിനെത്തേടിയുള്ള അന്വേഷണം സമൂഹസ്വഭാവം ഉൾക്കൊള്ളുകയും വേണം. കഥാപാത്രവിചാരത്തിൽ നോവൽകാരി പ്രശംസനീയമായ ഔചിത്യദീക്ഷ പാലിക്കുന്നു. ലഹളയോട് മുസ്ലിംമനസ്സ് ഏകസ്വഭാവമായിട്ടാണോ പ്രതികരിച്ചത്? അല്ലെന്നുമാത്രമല്ല; വീക്ഷണ വ്യതിയാനങ്ങളെ സസൂക്ഷ്മം കണ്ടെത്തുകയും ചെയ്തിരിക്കുന്നു.

ഇസ്ലാമികമായ ഒരു നവോത്ഥാനത്തിന്റെ സങ്കൽപ്പകാന്തിയിൽ അഭിരമിക്കുന്ന കഥാപാത്രമാണ് മുഹമ്മദ് മുസ്ല്യാർ. ലഹള സൃഷ്ടിക്കുന്ന പരുക്കൻ യാഥാർഥ്യങ്ങൾ അയാളെ അലട്ടുന്നില്ല. ഒരിക്കലും ഗ്രാമീണമായ പ്രശാന്തതയ്ക്ക് ഭംഗം വരുത്തുവാൻ അയാൾ ആഗ്രഹിച്ചിരുന്നില്ല. കറുത്തകോട്ടുകാരന്റെ വാചാലതയിൽ അയാൾ കുടുങ്ങിപ്പോയി.

അയാളുടെ മകൾ ആമിനക്കുട്ടി നിഷ്കളങ്കമായ ലോകത്തിന്റെ സാങ്കൽപ്പികതയിൽ വിരാജിക്കുന്നു. അവളുടെ ആട്ടിൻകുട്ടി മുസ്ലിമോ ഹിന്ദുവോ എന്ന ചോദ്യം ശൈശവസഹജമായ നിഷ്കളങ്കതയിൽ നിന്നു രൂപപ്പെടുന്ന കാവ്യം തന്നെ. പക്ഷേ, അവളുടെ ജീവിതം ദുരന്തമായി മാറുന്നു. മാളുണ്ണിയാണ് അവളുടെ കൂട്ടുകാരി. മതവികാരങ്ങളിൽ അസ്

പൃശ്യതയുടെ കണികകൾപോലും കാണാത്ത ജീവികൾ. ഗ്രാമത്തിലെ ഹിന്ദു-മുസ്ലിം ബന്ധങ്ങളുടെ ആരോഗ്യകരമായ വശം അവരിലൂടെയാണ് നമുക്ക് കിട്ടുക. കാദരുണ്ണിയാകട്ടെ നിർവചനാതീതമായ മനുഷ്യത്വത്തിന്റെ പ്രതിനിധിയാണ്. നദീപ്രവാഹത്തിൽനിന്ന് കോവിലമ്മയെ സ്വജീവിതം പണയപ്പെടുത്തി രക്ഷിക്കുന്ന മനുഷ്യൻ ആപൽസന്ദർഭത്തിൽ ജാതിയോ മതമോ അന്വേഷിക്കുന്നില്ല. നൂറ്റാണ്ടുകളായി നാം പണിതിട്ട ചങ്ങലകൾ അയാളുടെ മനുഷ്യസ്നേഹത്തെ ബന്ധിക്കുന്നില്ല. അധികാരത്തിനുഴറിനടന്ന അദ്രുമാൻഹാജി സ്വാർഥതാൽപ്പര്യനിർവഹണത്തിന് മതത്തെയും മനുഷ്യരെയും ദുരുപയോഗപ്പെടുത്തുന്നു. മുസ്ലിം സഹോദരങ്ങളെ വൈകാരിക സന്നിപാതത്തിലേക്കയാൾ വീഴ്ത്തുന്നു. ഈ മുസ്ലിം പാത്രങ്ങളുടെ വിശദാംശങ്ങളിലുള്ള ഭിന്നത സ്പഷ്ടമാണല്ലോ.

ഈ വീക്ഷണങ്ങൾ അവരുടെ സ്വകാര്യതയിൽനിന്നു കരുപ്പിടിച്ചതാണ്. അതാകട്ടെ സാമൂഹികമായ പ്രതിസന്ധിയിൽപ്പോലും സ്വകീയമായ അസ്തിത്വത്തിനുവേണ്ടി പാടുപെടുന്നു. ധർമസങ്കടത്തിൽപ്പെട്ടുഴലുന്ന ഈ ചെറിയ മനുഷ്യരുടെ വലിയലോകം തന്നെയാണ് ഹൈന്ദവ പാത്രങ്ങളുടെ സൃഷ്ടിയിലും കാണുന്നത്. നാട്ടിൻപുറത്തെ ലളിതമായ ജീവിതം അയൽപക്കബന്ധങ്ങളിൽ രൂഢമൂലമാണ്. അത് ഭംഗപ്പെടുത്തുവാൻ ആരും ഇഷ്ടപ്പെടുന്നില്ല. നാലകത്തുവൈദ്യർ ജാതിയും മതവും നോക്കിയല്ല മനുഷ്യരെ ചികിത്സിക്കുന്നത്. അദ്ദേഹത്തിനവർ രോഗികളായിരുന്നു. ഈ പൊതുധാരയിൽനിന്നു തെറിച്ചുനിൽക്കുന്നു മാളുണ്ണിയുടെ വലിയമ്മാമൻ. ബ്രിട്ടീഷ് പക്ഷപാതിയായ അയാൾ ഒരു ബ്രിട്ടീഷ് കമ്പനിയിലെ ഉയർന്ന ഉദ്യോഗസ്ഥനാണ്. വിദേശശക്തികളുടെ അഭിപ്രായമാണ് ദേശീയതയെക്കുറിച്ച് ഈ നഗരവാസിക്കുള്ളത്. മറിച്ചാണ് ചെറിയമ്മാമൻ. അയാൾ ഉറച്ച ദേശീയവാദിയാണ്. അയാളെക്കുറിച്ച് ഗ്ലാഡിസ് മദാമ്മയുടെ നിരീക്ഷണം ശ്രദ്ധേയമാകുന്നു. 'മദർലാൻഡ്' എന്നതിന്റെ അർഥം 'ദാറ്റ് യങ് മേനി'നു മാത്രമേ അറിയൂ.

ലൈംഗികകാര്യങ്ങളിൽ ഉദാരവീക്ഷണം പുലർത്തുന്ന മദാമ്മ ഒരസാധാരണ പാത്രമാണ്. ദേശീയതയെക്കുറിച്ചവർക്കൊരു സങ്കൽപ്പമുണ്ട്. ഇന്ത്യയിൽ ബ്രിട്ടീഷ്ഭരണം ശാശ്വതമായി നിലനിൽക്കണമെന്ന സാമ്രാജ്യവാദത്തിന്റെ വക്താവല്ല മദാമ്മ. കുറച്ചു കാശുസമ്പാദിച്ച് ജന്മനാട്ടിൽപോയി സുഖമായി ജീവിക്കണമെന്നേ അവർ കൊതിച്ചുള്ളൂ. അത് ആകസ്മികമായ ക്ഷോഭത്തിന്റെ ഘനാന്ധകാരത്തിലേക്ക് അവരെ നയിക്കുന്നു. മരണം അവരിൽ വന്നത് യാദൃച്ഛികമായാണ്. പക്ഷേ, അവരുടെ ജീവിതദുരന്തത്തിന് അറുതികുറിക്കുന്നില്ല മരണം. ഇതിലും വലിയ ദുരന്തമാണ് ഗംഗാധരമ്മാമന്റേത്. നാട്ടിൻപുറത്തുള്ള മതാനുയായികൾ തമ്മിലുള്ള ബന്ധങ്ങളിലെ വിള്ളലുകൾ ദേശീയതയുടെ വികാസത്തിന് വിഘ്നമാണെന്നുകണ്ട ചെറിയമ്മാവൻ മുസ്ലിങ്ങളുമായി ഇടപഴകി ജീവിക്കുന്നു. അവരുടെ പിന്തുണ പൂർണസ്വരാജിന് ആവശ്യമാണെന്ന അചഞ്ചലവിശ്വാസം അയാൾക്കുണ്ട്. ആ വസ്തുതയാണ് അദ്രുമാൻ ഹാജി

യുടെ വാചാലതയിൽ, മുഹമ്മദ് മുസല്യാരെപ്പോലെ അയാളെയും വീഴ്ത്തിയത്. തനിക്ക് പറ്റിയ ചതി പിന്നീടയാൾ മനസിലാക്കുന്നു. ജീവകാലംവരെ വേട്ടയാടപ്പെടുന്ന ഒരു വൈകാരികാനുഭവത്തിന്റെ ഭാരം അയാൾ പേറി നടക്കുന്നു.

പ്രധാനമായും ദുരന്തബോധത്തിൽനിന്നാണ് വത്സല കഥ മെനഞ്ഞെടുക്കുന്നത്. മൂന്നു പ്രധാന കഥാപാത്രങ്ങളുടെ ദുരന്തം സൂചിപ്പിച്ചുവല്ലോ. നോവലിന്റെ കേന്ദ്രബിന്ദു ദുരന്താവബോധമാണ്. അതിനെ രണ്ടു രീതിയിൽ നോവൽകാരി സമീപിക്കുന്നു.

നാല്

സംഭവപ്രതിസംഭവങ്ങളുടെ അനുസ്യൂതമായ പ്രവാഹമെന്ന നിലയ്ക്കല്ല നോവലിന്റെ ആവിഷ്കാരം. വ്യക്തികളുടെ മനസിൽ സംഭവങ്ങൾ സൃഷ്ടിക്കുന്ന പ്രതികരണങ്ങളാണ് ആവിഷ്കാരരീതിയിൽ നീളെ സ്വീകരിച്ചിട്ടുള്ള രചനാസൂത്രം. വിശദമായ ആഖ്യാനം ഇവിടെ ഉദ്ദേശിക്കുന്നില്ല. തനിക്കിഷ്ടപ്പെട്ട മാധ്യമം ചെറുകഥയാണെന്നും വത്സല പറഞ്ഞിട്ടുണ്ട്. ദുരന്തത്തിന്റെ കേന്ദ്രബിന്ദു പ്രകാശമാനമാക്കാനാണിവിടെ ശ്രമം. നോവലെറ്റിനെക്കുറിച്ചൊരു സിദ്ധാന്തമുണ്ടല്ലോ—ഫാൾക്കൻ തിയറി. പരിശീലിപ്പിച്ച പ്രാപ്പിടിയൻപക്ഷിക്ക് ശത്രുവെ ചൂണ്ടിക്കാണിച്ചുകൊടുത്താൽ മതി. അതു നേരെ ചെന്ന് ശത്രുവിന്റെ കണ്ണ് കൊത്തിപ്പറിച്ചെടുക്കുന്നു. ശത്രുവിന്റെ മറ്റൊരവയവങ്ങളിലും നോട്ടമില്ല. ഇതേപോലുള്ള ആവിഷ്കാരസങ്കേതമാണ് വത്സല അവലംബിക്കുന്നത്. ദുരന്തമാണ് കേന്ദ്രബിന്ദു. അതു കാണിച്ചുതരാൻ മാത്രമാണ് സംഭവാഖ്യാനങ്ങൾ.

ദുരന്തത്തെക്കുറിച്ചുള്ള പഠനമാണ് *വിലാപം.*

ഉപരിതലത്തിൽ ഇത് മാപ്പിളലഹളയെക്കുറിച്ചുള്ള ഒരു നോവലാകാം. *വിലാപ*ത്തെ മനുഷ്യദുരന്തത്തിന്റെ സമഗ്രദർശനം എന്ന് വിശേഷിപ്പിക്കാനാണ് എന്റെ താൽപ്പര്യം. നോവലിന്റെ ശീർഷകത്തിലൂടെ ഗ്രന്ഥകാരിയും സമാനാശയം സൂചിപ്പിക്കുന്നു. സാധാരണഗതിയിൽ ഏതു നോവലെഴുത്തുകാരനും ഇത്തരമൊരു കൃതിക്ക് 'കലാപം' എന്നു പേരിട്ടുപോകും. ആ പ്രലോഭനം ഗ്രന്ഥകാരിയെ തീണ്ടിയിട്ടില്ല. തന്റെ കൃതിക്ക് *വിലാപം* എന്നു നാമകരണം ചെയ്തപ്പോൾ മനുഷ്യാസ്തിത്വത്തിന്റെ വേദന ശോകഗാനമായി, വിലാപമായി മാറുന്നുവെന്ന് ഉത്തമബോധ്യം അവർക്കുണ്ട്.

സ്വാഭാവികമായും *വിലാപം* ചരിത്രത്തിന്റെ കൃത്രിമമായ ഭിത്തികൾ പൊളിക്കുകയും മനുഷ്യന്റെ എക്കാലവുമുള്ള പ്രഹേളികയായ അസ്തിത്വവ്യഥയെക്കുറിച്ചു സർഗാന്വേഷണം നടത്തുകയും ചെയ്യുന്നു.

എൻ പി മുഹമ്മദ്

ഒന്ന്

മെല്ലെ, നന്നെ ചെറുതായി, ഭയാതുരമായ മിഴിപോലെ ഒരു ജനൽപ്പൊളി. ശശി പറഞ്ഞിരിക്കുന്നത് ഒറ്റപ്പൊളിയും തുറക്കരുതെന്നാണ്. അപ്പുറം ഒന്നുമില്ല. അമ്മയ്ക്കു കാണാൻ പറ്റിയ ഒന്നും....

ഇതൊരു എലിക്കെണിയോ? എലിക്കൂടിനുപോലും അഴികളുണ്ടല്ലോ. പുലരാൻകാലത്ത് അടഞ്ഞ എലിക്കൂട് കുത്തനെ തൂക്കിയെടുത്ത് പറമ്പിലേക്കു പോകുന്ന അയ്യപ്പൻ പറഞ്ഞിരുന്നു.

"കണ്ടില്ലെ? അവന്റെയൊരു കോമാളിക്കണ്ണ്! മീശ വിറപ്പിച്ചുപേടിപ്പിക്കുകയാണ്, മാളുണ്ണീ. ഈ അയ്യപ്പൻ പേടിക്ക്യോ?"

അയ്യപ്പൻ നടന്നുപോകുന്നു. എലിക്കൂട് അറ്റക്കഴയിൽ മുക്കി അയാൾ എലിയെ....... മാളുണ്ണി കണ്ണും കാതും ഇറുക്കിയടച്ചു......

ഇന്ന് അടഞ്ഞ കണ്ണും കാതും തുറക്കാൻ ശ്രമിക്കുകയണ്.....

താഴെ അലയാഴി. മനുഷ്യരുടെ, വാഹനങ്ങളുടെ....അതിനപ്പുറം കാക്കക്കൂട്ടം കരയുന്നു........ ഇത് ഭൂമിയാണ്, മനുഷ്യരും ജന്തുക്കളും അലയാഴിയും അടങ്ങുന്ന ഒരിടം എന്ന് ഓർമിപ്പിക്കുംപോലെ.

ശശി വരുംമുമ്പ് ഒരു ജാലകത്തിന്റെ ഒരു കീറെങ്കിലും തുറന്നേ തീരൂ. കണ്ണിനും മനസിനും കാഴ്ച കുറഞ്ഞിട്ടില്ലല്ലൊ.

താഴെ നിരന്തരം മാറുന്ന ചിത്രക്കളങ്ങൾ. ഇപ്പോൾ ഏതു ചിത്രമാണ് ചുരുളഴിയുക?

ജനൽപ്പൊളികളെ തള്ളിമാറ്റി ഒരു കുറ്റിയിൽനിന്നു കെട്ടഴിച്ചു കുതറി. അത് പറന്നുവരുന്നത് മേഘങ്ങൾക്കൊപ്പം കഴിയുന്ന തന്റെ സവിധത്തിലേക്കാണോ? മാളുണ്ണി, ജനലിൽനിന്ന് പിടി വിടാൻ വയ്യാതെ അന്തിച്ചു നിന്നു.

ശശിയുടെ അമ്മ ധൈര്യം സംഭരിച്ചു. ജാലകം കുറെക്കൂടി തുറന്നു.

ചിറകടിച്ചു പറന്നുവരുന്ന വിലാപത്തിന് ഒരഭയം നൽകാൻ വെമ്പി.

കടൽച്ചെളിയുടെ നാറ്റമോ, നഗരത്തെ മുഴുവൻ ചൂഴ്ന്നുനിൽക്കുന്ന പൂതിഗന്ധമോ ഇപ്പോൾ അനുഭവപ്പെടുന്നില്ല. പ്രപഞ്ചം നിറഞ്ഞു നിൽക്കുന്ന ഒരു കരച്ചിൽ മാത്രം. കണ്ണോ കാതോ അടയ്ക്കേണ്ടത്?

ഇവിടെ മകനൊപ്പം കുടിയേറിയ ദിവസം ദുർഗന്ധമേറ്റു ഛർദിച്ചു.

"ഇതാണമ്മേ, ഈ സ്വർഗത്തിന്റെ സുഗന്ധം!"

കൈതപ്പൂവിന്റെ മണം വീശുന്ന തോട്ടുകര ഭൂതത്തിലാണ്ടുപോയി. ഈ ദുർഗന്ധത്തിൽനിന്നു മോചനം നേടാൻ ജനലുകളും കതകുകളും ഇന്ദ്രിയങ്ങളുമെല്ലാം ഓരോന്നായടച്ചു. രക്ഷയില്ല. എ സി റൂമിന്റെ മരവിപ്പിലിരുന്നു. ജീവിതത്തിന്റെ ശൈത്യത്തെ മാറ്റുരയ്ക്കാം. തണുത്തു തുടങ്ങിയ ചോരക്കുഴലുകളിലേക്ക്, വൈകിയ വേളയിൽ ഉൽക്കണ്ഠയുടെ കുമിളകൾ കടത്തിവിടാം.

കൂട്ടിൽ കുടുങ്ങിയ എലിക്ക് പ്രകാശം പരക്കുമ്പോൾ അഴികളിൽ പിടിച്ചു പുറത്തേക്കു നോക്കി നിൽക്കുകയെങ്കിലും ചെയ്യാമായിരുന്നു.

പുറമെ പ്രകാശമില്ല. പുക, പുക മാത്രം.

പുകയുയരുന്നത് കടൽപ്പരപ്പിൽനിന്നോ, തെരുവുകളിൽനിന്നോ? ദുഃഖവേളകളിൽ കരയും തീരവും ഒന്നാകുന്നു.

പൊടുന്നനെ പുകമറ ഉരുകിത്തീരുന്നു.

അഗ്നികൊണ്ടൊരു നരകം. ആളിപ്പടരുന്ന തീച്ചിറകുകൾ ചുമന്ന് ഒരു പെൺകുട്ടി പറക്കുന്നു. പെൺകുട്ടി ഒരു ജ്വലിക്കുന്ന പന്തമാകുന്നു. ഉടയാടകളുരുകി തീയിൽ ലയിക്കുന്നു. തെരുവിൽ തടഞ്ഞുവീഴുന്ന ഒരു തകരപ്പാട്ടയുടെ കരച്ചിൽ. ചക്രങ്ങളുടെ തേങ്ങൽ. മാംസം വെന്തുരുകുന്ന ഗന്ധം.

ദൈവമേ!

ശശിയുടെ അമ്മ പലവുരു കണ്ണു ചിമ്മിത്തുറന്നു. പുറകോട്ടുരുളുന്ന രഥചക്രം നെഞ്ച് തകർത്ത്, മാംസം വേവുന്ന തെരുവിൽനിന്ന് ആർത്തലച്ചു പാഞ്ഞുപോകുന്ന ജീവികൾ.

ഭഗവാനേ, ഇത്രയും വർഷങ്ങൾക്കുശേഷം—

ശശി, കാലത്ത് പോകുമ്പോൾ പറഞ്ഞിരുന്നു:

"അമ്മേ, കാലം നന്നല്ല; തെരുവിൽ കലാപമാണ്. വൈകിട്ട് ഞങ്ങളൽപ്പം വൈകിയാലും പേടിക്കേണ്ട."

"ഉം"

"ഇപ്പോൾ അമ്മയ്ക്കു ബോധ്യമായല്ലോ, മക്കളെ ഹോസ്റ്റലിൽ പാർപ്പിച്ചിരിക്കുന്നതെന്തിനെന്ന്!"

"ഉം"

"തെരുവിൽ വ്യാപാരം നടക്കുന്നത് മനുഷ്യജീവിതങ്ങളുടെയാണ്."

"എന്തിന്?"

ഇതൊരു പുതിയ ചോദ്യമല്ല. ആയിരം തവണ ചോദിക്കപ്പെട്ട ചോദ്യങ്ങൾ. ആവർത്തനങ്ങൾ. ഉത്തരംകിട്ടാത്ത ചോദ്യങ്ങൾ. ചോദ്യം ചോദി

ക്കുന്നത് മനസിന്റെ ഒരു സ്വഭാവം; മരിച്ചിട്ടില്ലാത്തതുകൊണ്ട്.

അന്നു കാളിയാറിന്റെ ഹൃദയംപൊട്ടി പ്രവാഹജലം ചുവന്നുപോയി.

മലവെള്ളത്തിൽ വാഴത്തടകളെന്നപോലെ കബന്ധങ്ങൾ. ഓളങ്ങളിൽ തെന്നിത്തെന്നി അവ ഓർമകളുടെ തീരത്തടിഞ്ഞു. ഇപ്പോൾ വീണ്ടും.... ഭഗവാനേ ഒന്നും മരണമടയുന്നില്ലെ? അഴുകി രൂപംമാറുന്നില്ലെ? ജീവിതം മുഴുവനും നിരുപയോഗമായ പ്ലാസ്റ്റിക് കൂടുകളാവുകയാണോ? എവിടെയിട്ടു കത്തിച്ചുകളയും?

ദുർഗന്ധത്തെ മായ്ക്കാൻ, പിന്നീട് മറ്റൊന്നിനും കഴിഞ്ഞില്ലല്ലോ! തോട്ടുകരയിൽ പിന്നീട് കൈതപൂത്തില്ല. ജരബാധിച്ച കൈവിരലുകളിൽ നഖങ്ങൾ ശേഷിച്ചു.

ശശിയുടെ അമ്മയ്ക്കു മതിയായി. വിറയാർന്ന കൈനീട്ടി ജനലടയ്ക്കാൻ ശ്രമിച്ചു. കൊളുത്തുകൾ ചങ്ങലപോലെ കിലുങ്ങി. കർമബന്ധത്തിനു പിഴവേറ്റിരിക്കുന്നു.

താഴെ തെരുവിൽ ക്രമം തെറ്റിയ പൊട്ടലുകൾ, ചീറ്റലുകൾ. ഉത്സവം പൊടുന്നനെ ചിതറിപ്പോയ നഗരം. തരിച്ചുനിൽക്കുന്ന ഇരുൾപൊന്തകൾ.

ഭൂമിയിൽനിന്നും ഉയരത്തിലുയരത്തിൽ ആകാശപ്പടവുകളിലിരുന്നു കാഴ്ച കാണുന്നവർ പലരുണ്ടാകാം, സാക്ഷികൾ. കാലത്തിന്റെ സാക്ഷികൾക്ക് കണ്ണും കാതും ഹൃദയവും അരുത്. ഏതു വിപര്യയത്തിനുമുണ്ടാവും കുറെ സാക്ഷികൾ. എല്ലാ അനുഭവങ്ങളും കാളിയാറിന്റെ നെഞ്ചിലുയരുന്ന തിരമാലകൾപോലെ താഴുകയും വീണ്ടും ഉയരുകയും...

വേലിയിറക്കം. കരയ്ക്കടിയുന്ന കുറെ മൃതശരീരങ്ങൾ. കക്കകളുടെയും മനുഷ്യജഡങ്ങളുടെയും സഹവർത്തിത്വത്തിന്റെ സൈകതങ്ങൾ....

ശശിയുടെ അമ്മ കൈ പിൻവലിച്ചു. ഈ ജനൽ അടച്ചുകളയുന്നത് മഹാപാപമാണ്. പരന്ന് അറ്റമില്ലാതെ കിടക്കുന്ന ഈ ദീനഭൂമിയിൽ, തനിക്കു മാത്രമായി സുരക്ഷയുടെ ഒരു ബാൽക്കണി വേണ്ടാ. തെരുവിൽ ഇപ്പോൾ വെന്തു തീർന്നിട്ടുണ്ടാകാവുന്ന പെൺകുട്ടിയുടെ ജീവപത്രങ്ങൾ മറ്റൊരു വിസ്മൃതിയിലേക്കുള്ള പാതയിൽ—

എണ്ണമറ്റ കെട്ടിടസമുച്ചയങ്ങളിലൊന്നിന്റെ പാതി തുറന്ന ബാൽക്കണിക്കതകിൽ ചേർത്തുവച്ച കൈ തളരുന്നു. പാതിവഴിക്കു നിന്ന ഒറ്റ ശ്വാസത്താൽ ക്രൂശിക്കപ്പെട്ട് മാളുണ്ണി നിന്നു. ചുമർ അവരെ താങ്ങി. നെറ്റിയിൽനിന്ന്, ശിരസിൽനിന്ന്, വാർന്നൊഴുകുന്ന വിയർപ്പിന്റെ ഉറവകൾ ഊഷ്മളമോ ശീതളമോ? കണ്ണുകളടച്ചു ശൈത്യം കുടഞ്ഞുകളഞ്ഞ് അവർ ചുമരിൽ തറഞ്ഞുനിന്നു. ഗ്രാമജീവിതത്തിന്റെ മേൽപ്പറമ്പുകളിലൂടെ പലായനം ചെയ്യുന്ന നിസ്സഹായരായ മനുഷ്യർ തലയും മറ്റവയവങ്ങളും പറിച്ചെറിഞ്ഞ് ചതുപ്പിലും വയൽവരമ്പിലും കുളക്കടവിലും കാവുകളിലും മൺതിട്ടകളിലും കയങ്ങളിലും തടഞ്ഞുവീണു. കാളിയാർ അവരുടെ മീതെ ഒരു ചിരന്തനസമാശ്വാസംപോലെ ഒഴുകി.

നിലവറക്കുണ്ടിൽ നിറുകയിൽ കൈ പിണച്ചു മുത്തശ്ശി പറഞ്ഞു:

“മാളുണ്ണി, ശ്വാസംകഴിക്കണ ശബ്ദം പുറത്തു കേൾക്കേണ്ട. അവർ

ഏതു നിമിഷത്തിലാണ് പടിപ്പുര പൊളിച്ചുമാറ്റി അകത്തേക്കുവരിക എന്നറിഞ്ഞുകൂട."

മാനു പറഞ്ഞു:

"വരട്ടെ, മുത്തശ്ശീ."

പറഞ്ഞുതീരുംമുമ്പ് പടിപ്പുരവാതിൽ തകർന്നു വീണു. നിലവറക്കതക് കിടുങ്ങിവിറച്ചു. പുറത്തേക്കു കുതിച്ച മാനുവിനെ പിന്നീട് കണ്ടതേയില്ല.

മാനു 'അവരുടെ' കൂടെക്കൂടി. ഏതോ വിദൂരനഗരത്തിൽ നിന്ന് ഒരിക്കൽ അവന്റെ കാർഡ് വന്നു. അതൊരു മരണക്കുറിയാണെന്ന മട്ടിലാണ് പിന്നീട് വീട്ടുകാർ പെരുമാറിയത്. മാനുവിന് എന്താണ് സംഭവിച്ചതെന്ന് ആരോടെങ്കിലും ആരായാൻ മാളുണ്ണി ഭയന്നു. ചോദിക്കാനുണ്ടായിരുന്ന ഏക വ്യക്തി അയ്യപ്പനായിരുന്നു. പട്ടാളക്യാമ്പുകളുടെ അടുക്കളത്തടങ്ങളിൽ അയ്യപ്പൻ ഒരു നീണ്ട നിലവിളിയായി അപ്പോഴേക്കും അസ്തമിച്ചു കഴിഞ്ഞിരുന്നു. ഇന്ന്, ഈ നഗരത്തിന്റെ ചിതയിൽനിന്ന് മാനുവിനെ ഓർക്കാനെന്ത്?.......

മാളുണ്ണി വിറങ്ങലിച്ച മാർബിൾത്തറയിലേക്ക് ഉരസി വീണു. വീഴ്ചയിൽ തന്റെ ശരീരം ഉളവാക്കിയ പതുപതുത്ത ശബ്ദം അവരെ നടുക്കി.

നീണ്ട ശൂന്യമായ ഇടനാഴി ഏതോ നരകത്തിലേക്ക് തല നീട്ടുന്നു.

ശശി എത്താൻ ഇനിയും എത്രനേരം?

ഗ്രൗണ്ട്ഫ്ളോറിൽ ഒരു കാലൊച്ച കേട്ടുവോ? ശബ്ദങ്ങളെ കീഴടക്കുന്ന ശ്മശാനനിശ്ശബ്ദത........

ഇപ്പോൾ, തെരുവിൽ കരിഞ്ഞുകിടക്കുന്ന പെൺകുട്ടി ഒരു ഭയങ്കര ശബ്ദത്തോടെ മനസിന്റെ പതുപതുപ്പിലേക്ക് എടുത്തെറിയപ്പെടുന്നു.

ജനലഴി തപ്പിപ്പിടിച്ച് മാളുണ്ണി വീണ്ടും എണീറ്റുനിന്നു. രണ്ടുമൂന്നു ജീപ്പുകൾ തെരുവിരുട്ടിനെ തുളച്ചു പാഞ്ഞുപോകുന്നു. ആറിത്തണുത്തു കൊണ്ടിരിക്കുന്ന ഒരു ചിതയായി രാത്തെരുവ് രൂപാന്തരപ്പെടുന്നു.

താഴെ ഏതെങ്കിലുമൊരു കതക് തുറന്നുകിടന്നിരുന്നുവെങ്കിൽ ആ പെൺകുട്ടിക്ക് ഓടി രക്ഷപ്പെടാമായിരുന്നു. അവളുടെ ആർത്തനാദം ആകാശചില്ലയിൽ മരിച്ചുതൂങ്ങിക്കിടക്കുന്നു.

അനിയത്തീ.....

മകളേ....

അരനൂറ്റാണ്ടിനപ്പുറം ഒരു നിലവിളി.

വിരലുകൾ ഇരുമ്പഴികളെ കടന്നുപിടിക്കുന്നു. ഒരിക്കൽക്കൂടി വീഴാനുള്ള കരുത്തില്ല.

ശശി വരുംവരെ ഈ നിൽപ്പിൽ നിൽക്കാം.

എന്തിനാണമ്മെ ജനലിന്റെ കൊളുത്തൂരിയതെന്ന് അവൻ ചോദിക്കും.

മകനേ, ഈയൊരു ജനൽ മാത്രമല്ലേ, തുറന്നിട്ടുള്ളു!

മെല്ലെ മെല്ലെ തെരുവ് ഒരു പുഴുവിനെപ്പോലെ പിടയ്ക്കുന്നു.

ലിഫ്റ്റ് തുറന്ന് ഒരു നിശ്ശബ്ദരൂപം ഇടനാഴിയിൽ അങ്ങേയറ്റത്ത്.

അനേകം കാതങ്ങൾക്കക്കരെ, ഒരു ജന്മവീഥിയുടെ അറ്റത്ത്.

നടന്നു നടന്ന്.....മുഴുക്കെ നരച്ച ഒരു ശിരസ്സ്. അസ്തമയസൂര്യന്റെ മുഖം. കഴുത്തിൽ പരിഭ്രമിച്ചുകിടക്കുന്ന സ്വർണംകെട്ടിയ രുദ്രാക്ഷമാല.

ശശിയുടെ അമ്മ, തന്റെ തണുത്തുപോയ വിരലുകളെ ഓരോന്നായി അടർത്തെടുത്തു. അവരുടെ കൈത്തലം ഉയർന്നു. നിഷേധാർഥത്തിൽ പതുക്കെച്ചലിച്ചു.

"വയ്യ, വേണ്ട, വേണ്ട അടുത്തു വരരുത്. ഒന്നുംപറയേണ്ട. ഞാൻ ശശിയെ കാത്തുനിൽക്കുകയാണ്. എന്റെ മകൻ ശശിയെ. അവന്റെ ആപ്പീസ് വിട്ടിട്ട് ഇപ്പോൾ മണിക്കൂറുകൾ കഴിഞ്ഞിരിക്കും."

"മാളുണ്ണീ, ഇതു ഞാനാണ്! കാളിയാറിന്റെ കരയിൽ കുഴികുത്തി ഉറവ കണ്ടെടുത്തിരുന്നില്ലെ നമ്മൾ? മറന്നുപോയൊ?"

"നാമെല്ലാം അന്നേ മരിച്ചുപോയി, മാനൂ."

"ഇല്ല, ഞാൻ മരിച്ചിരുന്നില്ല. ഇപ്പോഴും മരിച്ചിട്ടില്ല. ഒന്നിനും എന്നെ കൊല്ലാൻ കഴിയില്ലെന്ന് മാളുണ്ണി കാണുന്നില്ലെ? ഞാൻ മരിക്കാൻ കൂട്ടാക്കിയില്ല."

മാനു പൊടുന്നനെ ജനലടച്ചു കുറ്റിയിട്ടു. നഗരത്തെ ഒറ്റപ്പെടുത്തി.

"സഹിക്കാൻ പറ്റണ്ല്യ മാളുണ്ണീ. ഇന്നാണ് ഞാൻ മരിക്കേണ്ടിയിരുന്നത്."

"ഇന്ന്?"

"അതെ, ഇന്ന്" ജനൽ തള്ളിത്തുറന്ന് മാനു പറഞ്ഞു. "നോക്കൂ തെരുവിലേക്ക് നോക്കൂ. ഇവിടെ നിന്നാൽ എല്ലാം ശരിക്കു കാണാമായിരുന്നു. എന്റെ അയിഷയെ അവർ ചുട്ടുകരിച്ചത് ഇതാ ഈ വാതിലിനു നേർക്കു താഴെ മാളുണ്ണി കണ്ടില്ലെ....."

അയാൾക്ക് പെട്ടെന്നു വാർധക്യം ബാധിച്ചു.

ഒരു കീഴടങ്ങലിന്റെ സ്വരത്തിൽ മാനു പറഞ്ഞു:

"മാളുണ്ണി ഇവിടെ ഏതോ ഒരു ഫ്ളാറ്റിലുണ്ടെന്ന് എനിക്കറിയാമായിരുന്നു. ഈ ഭൂമി എത്ര ചെറുതാണെന്ന് അപ്പോൾ ഞാനോർത്തു. എന്റെ അയിഷ വന്നു പറഞ്ഞു. ശശിയുടെ ഫ്ളാറ്റ് ഇതാണെന്ന്."

"ഭഗവാനേ...."

"അവളുടെ കല്യാണത്തിനു ക്ഷണിക്കാൻ ഞങ്ങൾ നാളെ വരാനിരുന്നതാണ്."

മാനു പൊട്ടിച്ചിരിച്ചു.

മാളുണ്ണിയുടെ മിഴികൾ പരിഭ്രാന്തിയിൽ തുറിച്ചു: ചേക്കേറാൻ വയ്യാതെ അവ പാറി നടന്നു.

മാനു മന്ത്രിച്ചു:

"മാനു മാഹിനായിട്ടും ഒരു പ്രയോജനവും ഉണ്ടായില്ല. അന്നവർക്ക് മാനുവിനെയാണ് വേണ്ടിയിരുന്നത്. ഇന്ന് മാഹിനെ. നാളെ വീണ്ടും മാനുവിനെയോ മാഹിനെയോ ആവാം."

മാളുണ്ണി ഒരക്ഷരം ഉരിയാടാതെ മാനുവിനെ അകത്തെ കുളിർമയിലേക്കു നയിച്ചു.

"ഈ ഇടനാഴി നരകത്തിലേക്കു തുറക്കുന്നതാണ്. നമുക്ക് അകത്തിരിക്കാം. വാതിലും ജനലും അടച്ചു കൊളുത്തിട്ട് ശൈത്യത്തിൽ നിശ്ചേതനരായി നമുക്ക് എന്തെല്ലാം സംസാരിച്ചുതീർക്കാനുണ്ട്!"

"ഇല്ല, ഇനി എന്തു സംസാരിക്കാനാണ്! ഞാൻ മരിച്ചു. അയിഷ മരിച്ചു. മാളുണ്ണിയും എന്റെ മനസിൽ എന്നോ മരിച്ചു."

ഇടനാഴിയുടെ നെഞ്ചിൽ മിടിപ്പുളവാക്കി മാനുവിന്റെ പാദങ്ങൾ അസ്വസ്ഥമായി നടന്നകലുന്നത് മാളുണ്ണി നോക്കിനിന്നു. അവരുടെ മിഴികൾ വെള്ളാരംകല്ലുപോലെ കനത്തു. തണുത്തു.....

ഷർട്ടൂരി കൊളുത്തിൽ തൂക്കി ശശി ചോദിച്ചു: "എന്നിട്ട് മാമ്പേട്ടൻ എങ്ങട്ടാ പോയത്?"

"അറിഞ്ഞൂടാ."

"എവിടെയാ താമസം എന്ന് അന്വേഷിക്ക്യാർന്നില്ലെ?"

ശശിയുടെ പാതി മനസ്സ് ലിഫ്റ്റിന്റെ മുഖത്താണ്.

നഗരം ഇരുട്ടിലേക്ക് കൂപ്പുകുത്തുന്നു. വൈദ്യുതി ദീപങ്ങളെല്ലാം മരിച്ചു.

മുട്ടിൽ മുഖം പൂഴ്ത്തിയിരുന്നു ശശി മന്ത്രിച്ചു - "അമ്മേ നന്ദിനിയുടെ വണ്ടി ഇനിയും എത്തിയില്ല. റെയിലുകളെല്ലാം തകർന്നിരിക്ക്ണ്."

മാളുണ്ണി അകത്തും പുറത്തും കുമിയുന്ന ഇരുട്ടിലേക്കു തുറിച്ചു നോക്കി.

വീണ്ടും ഷൂ ധരിച്ച് ശശി ലിഫ്റ്റിനുനേർക്കു നടന്നുപോയി.

"അമ്മ കതകടച്ചോളു."

രണ്ട്

പോക്കുവെയിൽ. അതിന്റെ ചാരുതയിൽ മാളുണ്ണി മുങ്ങിപ്പോയി. മാനുവിന്റെ ജ്വലിക്കുന്ന തലമുടി അപൂർവമായ ഒരു പരിവേഷം നൽകുന്നു.

അരനൂറ്റാണ്ടിനപ്പുറത്തുനിന്ന് സ്മൃതിതുരങ്കത്തിലൂടെ ഒരു വെളിച്ചം ഓടിവരുന്നു.

കൃത്യമായിപ്പറഞ്ഞാൽ ആറു ദശകങ്ങൾക്കു മുമ്പ് മറുനാട്ടിലൊരു കച്ചവടക്കാരൻഭർത്താവിന്റെ പുറകെ ഇറങ്ങിത്തിരിച്ച മാളുണ്ണിയുടെ കഴുത്തിലെ കയർ അവളെ പിറന്ന വീട്ടിൽനിന്നും മണ്ണിൽനിന്നും എന്നേക്കും വലിച്ചുകൊണ്ട് പോവുകയായിരുന്നു. നാലകത്ത് തറവാട്. ഒരു മുജ്ജന്മ സ്മരണയായി. ജീവന്റെ അനന്തയാത്രയിൽ ഏതാനും വിനാഴികകൾ അഭയം നൽകിയ ഒരു താവളം. പിറന്നവീട് പെണ്ണിന് ഒരു ഹ്രസ്വതാവളം മാത്രമാണെന്ന അറിവിന്റെ ദുഃഖങ്ങളിലേക്ക് അവൾ പതുക്കെ ഉണരുകയായിരുന്നു.

ഇന്നു വീണ്ടും!

അവൾ ഒരു കാലഘട്ടത്തെ കൂടെക്കൊണ്ടുപോയി. താറുമാറായിക്കിടന്ന, കലാപം കുലുക്കിക്കുത്തി നാശമാക്കിയ ഗ്രാമത്തിൽനിന്ന്

അവളെ രക്ഷപ്പെടുത്താൻ അമ്മാവൻ കണ്ടെത്തിയ വഴി ഒരു വിവാഹത്തിന്റേതായിരുന്നു. ശൈശവം തുടങ്ങി അവൾ അനാഥയായിരുന്നല്ലോ; അച്ഛനില്ലാത്തവൾ.

പ്രായത്തിന് മാളുണ്ണിയെ തോൽപ്പിക്കാൻ കഴിഞ്ഞിട്ടില്ല. ഒരു ചെറിയ തളർച്ച - നിറത്തിന് ഒരു വെയിൽവാട്ടം. മേൽച്ചുണ്ടിൽ സ്വർണപരാഗം. മൂർച്ചയുള്ള പഴയ നോട്ടത്തിന്റെ മുന, കാലം രാകി മിനിക്കീട്ടുണ്ട്. വീതികുറഞ്ഞ കസവുകരയുള്ള പട്ടുസാരിയിൽ ഒരു വീട്ടമ്മയുടേതിലേറെ, ഒരുദ്യോഗസ്ഥയുടെ പ്രൗഢി. പക്ഷേ, മാളുണ്ണി എന്നും വീട്ടമ്മ മാത്രമായിരുന്നു. അവളുടെ ആഗ്രഹം മറിച്ചായിരുന്നെങ്കിലും.

ചുളി ലേശവുമില്ലാത്ത കവിൾക്കണ്ണാടിയിൽ പഴയ കൗമാരകൗതുകങ്ങൾ മിന്നിമറയുന്നത് മാനു കൗതുകത്തോടെ നോക്കിനിന്നു. കാലത്തിന്റെ അഴക്കോലിൽനിന്ന് ഊർന്നുവീണുപോയ ശബളാഭമായ ഒരു വസ്ത്രത്തിന്റെ സമൃദ്ധി മാനുവിന്റെ സങ്കൽപ്പത്തിൽ ഒരിട വിടർന്നു. യൗവനത്തിലെ മാളുണ്ണി. ഒരിക്കലും കണ്ടിട്ടില്ലാത്ത ഒരു യുവതി. അവൾ നാലകത്തെ വീട്ടുപറമ്പിലെ വാഴക്കൂട്ടത്തിലെങ്ങോ മാഞ്ഞുപോയി.

മാനു കീശയിലെ കൈലേസെടുത്തു മുഖം അമർത്തിത്തുടച്ചു. എല്ലാം തുടച്ചുമാറ്റാൻ കഴിയില്ലെന്ന് മാനുവിനറിയാം. ജീവിതത്തിന്റെ അടരുകൾ പൊളിച്ചുനോക്കാൻ ഒട്ടും ആഗ്രഹമില്ല. മാളുണ്ണിയുടെ നിർബന്ധമില്ലായിരുന്നെങ്കിൽ, ഈ ഗ്രാമത്തിലേക്ക് ഇജ്ജന്മത്ത് വരേണമെന്ന് ആഗ്രഹിച്ചിട്ടില്ല. രാവും പകലുമായി പകുക്കപ്പെട്ട അനേകം ദിനങ്ങളുടെ ഒരു സമുച്ചയം മാത്രമായിരുന്നു മാനുവിനു ബാല്യകാലം. ആജ്ഞകളെയെതിർത്തും അവഗണിച്ചും സ്നേഹത്തെ നിർമമമായി സ്വീകരിച്ചും കഴിഞ്ഞനാളുകൾ. എന്നിട്ടും കലാപകാലം മാനുവിനെ വാരിക്കുടഞ്ഞു. ഇടംകെട്ടുകൾ അറ്റുപോയ ഒരു പഞ്ഞിമെത്തപോലെ ബാല്യവും കൗമാരവും കൂടിക്കുഴഞ്ഞ് ഒരു പരുവത്തിലായി. ശൈശവം ഉണ്ടായിരുന്നില്ല. അമ്മയുടെ മരണം ശൈശവത്തിനുമേൽ ചരമാവരണമിട്ടു. മുത്തശ്ശി രാപ്പകലില്ലാതെ അടുക്കളയിൽ. പിറന്ന നാട് ഏതെന്നു ചിന്തിക്കാനിടകിട്ടാതിരുന്ന കാലം. ഗ്രാമത്തിൽനിന്നു നഗരത്തിലേക്കും വീണ്ടും ഗ്രാമത്തിലേക്കും കാളിയാറിന്റെ മാറിലൂടെ നിരന്തരം കോർത്തെടുത്ത ഒരു കാലം.

നാലകത്ത്തറവാട്ടിൽ അമ്മയില്ലാതെ രണ്ടു കുട്ടികൾ വളർന്നു. അവർക്ക് ഒരിക്കലും അനാഥത്വം അനുഭവപ്പെട്ടില്ല. തറവാട്, അമ്മ. ഭൂതകാലത്ത് അവരിരുവർക്കും അമ്മമാരുണ്ടായിരുന്നു. അമ്മയില്ലാതെ ഈ ഭൂമിയിൽ ഒരു ശിശുവും ജനിക്കുന്നില്ലല്ലോ.

മാളുണ്ണിക്ക് അച്ഛന്റെ മുഖം ചേർത്തുവയ്ക്കാൻ മനോഭിത്തിയിലൊരിടം ഇല്ല. ഒരു മുഖച്ഛായ ഓർത്തുവയ്ക്കാൻ പിന്നീട് ശ്രമിച്ചപ്പോഴേക്കും വളരെ വൈകിപ്പോയിരുന്നു. തിരക്കുപിടിച്ച നഗരത്തിൽ ഭൗതികതയുടെ മതിൽക്കെട്ടിനകത്ത് അച്ഛനില്ല, അമ്മയില്ല. ബില്ലുകളും ചരക്കുകളും മാത്രം. വല്ലപ്പോഴും വീണുകിട്ടുന്ന ഇടവേളകളിൽ നഗരവീഥിയിലൂടെ ഒരുത്സവഘോഷയാത്ര നീങ്ങിപ്പോവുമ്പോൾ ടെറസിലിരുന്ന് അവൾ

പിറന്ന ഗ്രാമത്തിലേക്കു പറന്നു. ഘോഷയാത്ര നീങ്ങി. കുട്ടികൾ ആകാശത്തിനു കീഴിലിരുന്നു ശൂന്യതയെ നോക്കി കോട്ടുവായിടുമ്പോൾ മാളുണ്ണി മക്കൾക്ക് കഥകൾ പറഞ്ഞുകൊടുക്കും. പക്ഷേ ഗ്രാമവിസ്മയങ്ങൾ അവർക്കു തീർത്തും അന്യമാണെന്ന യാഥാർഥ്യം അവളെ നടുക്കി, നിരാശയാക്കി. പുതിയ സിനിമയും കാർട്ടൂൺ മാസികകളും മക്കളുടെ മിഴികളിൽ പ്ലാസ്റ്റിക് പൂവുകളുടെ വർണാഭ വിടർത്തുന്നതു കണ്ട് അവൾ സംതൃപ്തിയടഞ്ഞു എന്നു ഭാവിച്ചു. സെക്സ് ഒരു തമാശയായി അവരുടെ കുട്ടിക്കാലകുസൃതികളിൽ കൂമ്പൻതൊപ്പി ധരിച്ചു നടക്കുന്നത് കണ്ടു. മാറിവരുന്ന ചുറ്റുപാടുകളുമായി ഭംഗിയായി പൊരുത്തപ്പെടുവാൻ തനിക്കുള്ള സിദ്ധിയിൽ മാളുണ്ണി അഭിമാനിച്ചു. കരച്ചിൽ, ടാപ്പിലൂടെ വരുന്ന ഓരോ തുള്ളി വെള്ളം മാത്രമായി.

ആഹ്ളാദത്തിന്റെ കിളിർപ്പുകൾ ഏത് വരണ്ട കെണിപ്പിലും കണ്ടെത്താൻ മാളുണ്ണിക്ക് കഴിയും. അതുകൊണ്ടാണ് ബോംബെയിലെ വീഥികൾ കത്തിക്കാളി, മനുഷ്യരുടെ തലയോടുകൾ പൊട്ടിത്തെറിച്ചദിവസം മാനുവിനെ നിമിഷനേരംകൊണ്ടു തിരിച്ചറിയാൻ അവർക്കു കഴിഞ്ഞത്. തായ്ത്തടിയിലെ, എതിർദിശയിലേക്കു വളർന്നു നീണ്ട രണ്ടു ശിഖരങ്ങളുടെ തിരിച്ചറിവ്.

മാളുണ്ണി നടത്തം നിർത്തി. മാനു നാലടി പുറകിലാണ്. അവരുടെ നിഴലിലേക്ക് നടന്നുനീങ്ങിയ മാനുവിനെതിരെ തിരിഞ്ഞുനിന്നു.

"ഓർത്തുനോക്കു, എന്നാണവസാനം ഈ കൽപ്പള്ളിക്കടവിനോട് യാത്ര പറഞ്ഞതെന്ന്?"

"ഓർക്കാനൊന്നുമില്ല. ഇന്നലെ!"

"ഒരു ദിവസം ഒരുയുഗമായിരുന്നു."

"അതാണ് എന്നും നമ്മൾക്കിടയിലുണ്ടായിരുന്ന വിടവ്!"

തറവാട്ടുവക തോണിയും കടത്തുകാരൻ കണ്ടനച്ചന്റെ തോണിയും തോളോടു തോളുരുമ്മി, നവദമ്പതികളെപ്പോലെ ഈ കടവിനോടു യാത്ര പറഞ്ഞ ദിവസം. കടവിൽ നിന്നു കടവിലേക്ക് മുറിച്ചു കടക്കാൻ മാത്രം ശീലിച്ച കണ്ടനച്ചന്റെ കടത്തുതോണി ഇടയ്ക്കു കുതറിമാറാൻ തുനിഞ്ഞു.

"നെല്ല്, തേങ്ങ, കാച്ചിയഎണ്ണ, വെന്ത വെളിച്ചെണ്ണ...."

"മാങ്ങാത്തെര, ഉപ്പുമാങ്ങ, ഈന്തിൻപൊടി......."

"രാമച്ചം, രാസ്നാദിചൂർണം, ചുക്ക്, അടയ്ക്ക, ഏലക്കാ."

"കരിമ്പടങ്ങൾ, പഴയ പട്ടുകുപ്പായങ്ങൾ, രാമായണം കൊത്തിയ കാപ്പ്, നാഗപടത്താലി....പൊൻവെള്ളരിക്ക-"

മാനു പൊട്ടിച്ചിരിച്ചു.

"പൊൻവെള്ളരിക്ക തിരയുകയല്ലാതെ അതൊരിക്കലും നമ്മൾ കണ്ടെത്തിയിരുന്നില്ല!"

മാളുണ്ണിയുടെ മുഖത്ത് ചെമ്പരത്തി വിടർന്നു.

ഒരു ഗ്രാമത്തെ മുഴുവനും നാടുകടത്തുകയായിരുന്നു. എങ്ങനെയും

രക്ഷപ്പെടുത്താനുള്ള വെമ്പൽ. വെള്ളക്കാരന്റെ ആപ്പീസിലെ രണ്ടാം ഉദ്യോഗസ്ഥനായ അമ്മാവൻ തോക്കുധാരികളായ രണ്ടു കാവൽഭടന്മാരെ അയച്ചിരുന്നു. കലാപകാലത്തിന്റെ ഒരു കുലുക്കവും കൂടാതെ, വിഷാദിച്ചുകിടക്കുന്ന നദിയുടെ മാറിലൂടെ കെട്ടുവഞ്ചികൾ നീങ്ങി.

"എന്റെ മനസു മാത്രം ആരും കണ്ടില്ല-" മാളുണ്ണി പിറുപിറുത്തു.

മാളുണ്ണിയിപ്പോൾ കരയുമോ എന്ന് മാനു ഭയപ്പെട്ടു. ഇല്ല മാളുണ്ണി കരച്ചിലിനെ അടുപ്പിക്കാത്തവളാണ്. മാളുണ്ണി കരയും എന്നു സംശയിച്ച വേളകളിലെല്ലാം, അവൾ ചിരിക്കുകയും തന്നെ കരച്ചിലിന്റെ വക്കത്തു പിടിച്ചുനിർത്തുകയും ചെയ്തു, മാനു വിചാരിച്ചു.

"മണ്ടച്ചാരെ" മാളുണ്ണികൈകൊട്ടും. "ഒരാണായിട്ടു നിനക്കു നാണമില്ലെ?"

"മാളുണ്ണി, അവനെ നീയെന്നു പറയരുത്! പ്രായംകൊണ്ട് അവൻ നിന്റെ ഏട്ടന്റെ സ്ഥാനത്തല്ലെ? അവൻ നിന്റെ മച്ചുനനല്ലെ?"

മുത്തശ്ശി ഇടയ്ക്ക് ഓർമിപ്പിച്ചു.

"മാനു പഠിക്കുന്നത്, എന്റെ താഴെ ക്ലാസിലല്ലെ? പിന്നെങ്ങനാ ഏട്ടനാവുന്നത്, നാണമാവ്ല്യെ?"

മാളുണ്ണിയുടെ മന്ദസ്മിതത്തിൽ മാനു പഴയകാലം കണ്ടു.

"മാമ്പഴം പഴുത്തുവീഴുന്നത് ഗോത്രവൃക്ഷത്തിന്റെ വേരുകളിൽ തന്നെ! അതാണു നമ്മുടെ അവസ്ഥ!" മാനു പറഞ്ഞു.

"ഈ തിരിച്ചുവരവ് ഞാനൊരിക്കലും പ്രതീക്ഷിച്ചതല്ല!"

മാളുണ്ണിയുടെ നിശ്വാസം തിളയ്ക്കുന്ന കാളിയാറിന്റെ മാറിടം ഇളക്കിമറിച്ചു. വെള്ളംവേലിയുടെ കയറ്റത്തിൽ നദി ഞരങ്ങി.

ലഹള കഴിഞ്ഞാലുടനെ ഗ്രാമത്തിൽനിന്ന് പട്ടണത്തിന്റെ വിദ്യാഭ്യാസത്തിലേക്ക് തിരിച്ചുവരാമെന്ന് മാളുണ്ണി കണക്കുകൂട്ടി. മുതിർന്നവർ, കണക്ക് മാറ്റിയെഴുതി. കലാപകാലത്ത് നഗരമാണ് സുരക്ഷിതം. വെള്ളക്കാരന്റെ കമ്പനിയിൽ ഉദ്യോഗമുള്ള അമ്മാവന്റെ വീടാണ് കവചം.

അങ്ങനെ ഇരട്ടത്തോണി ഭാരക്കൂടുതലാൽ ശ്വാസംമുട്ടി അഴിമുഖത്തിനു നേർക്കു സഞ്ചരിച്ചു. നിലാവിൽ വിഷം കലർന്നിരുന്നു.

വഞ്ചിപ്പുരയുടെ വക്കിൽ പിടിച്ചു കുനിഞ്ഞുനിന്ന് അവൾ തെങ്ങിൻതോപ്പുകളുടെ രഹസ്യത്തിൽ മാഞ്ഞുപോവുന്ന നാലകത്തെ വീടിനെ ഉറ്റുനോക്കി. അതൊരു വിടവാങ്ങലാണെന്ന് അപ്പോൾ അവളറിഞ്ഞില്ല. അഞ്ചാംപുരയുടെ ഇറയത്തെ കളിവീട്ടിലുറങ്ങുന്ന 'ആശ'യെന്ന പാവക്കുട്ടിയെ ഓർത്ത് അവൾക്ക് കരച്ചിൽ വന്നു. ഇംഗ്ലീഷ് പാട്ടിൽ ക്ലാസിൽ ഒന്നാമതായപ്പോൾ അമ്മാവൻ സമ്മാനിച്ചതായിരുന്നു, പാട്ടുപാടുന്ന മദാമ്മക്കുട്ടിയെ. സ്വർണത്തലമുടി, നീലമുത്തുകണ്ണുകൾ, പുള്ളിഫ്രോക്ക് അമ്മാവൻ പറഞ്ഞു:

"ബേബി ഗ്ലാഡിസ്!"

"അല്ല ആഷ."

തൊട്ടിലിൽനിന്ന് ആശയെ എടുത്തു മാളുണ്ണി പറഞ്ഞു:

"നമുക്ക് ഒന്നിച്ച് പാട്ടുപാടാം."

"ബാ.....ബാ....ബ്ലാക്ക് ഷീപ്പ്.."

"നമുക്ക് ഒന്നിച്ച് ഇംഗ്ലീഷു പഠിക്കാം. എന്നിട്ട് നാടു ചുറ്റാം. ലണ്ടനിൽ പോയി വക്കീൽഭാഗം പഠിക്കാം." ആശ അത്ഭുതത്തോടെ നീലമിഴികൾ പൊളിച്ച് അവളെ നോക്കി....

"എന്നിട്ട് നമ്മൾ മാഡം ഗ്ലാഡിസ് മിസ്സിയെപ്പോലെ ഹീൽച്ചെരുപ്പിട്ട്, ലേസ് പിടിപ്പിച്ച ഫ്രോക്ക് ധരിച്ച്, ഹാന്റ്ബാഗ് തൂക്കി തെരുവുകളിലൂടെ സായാഹ്നസവാരിക്കിറങ്ങാം. നമുക്കൊരു നായ്ക്കുട്ടിയും അതിന്റെ കഴുത്തിൽ ചങ്ങലയും വേണം, ഇല്ലേ ആഷേ?"

"പപ്പിക്ക് ചങ്ങല വേണ്ട. ആഷ ശഠിച്ചു."

"വേണ്ടെങ്കിൽ വേണ്ട. അത് കണ്ടവരുടെ പുറകെ ഓടുകയൊന്നും ഇല്ലല്ലൊ......"

മാനു അടുത്തുവന്ന് ഒരീച്ചയെ ഓടിക്കുംമട്ടിൽ, മാളുണ്ണിയുടെ കവിളുകൾ ഒപ്പി.

"ഒരു രാപ്രാണി! മാനു പറഞ്ഞു."

മാഡം ഗ്ലാഡിസിന്റെ മദ്യപാനവും പുകവലിയും മാളുണ്ണിക്ക് രസിച്ചു. പെണ്ണായാൽ മിസ്സിയെപ്പോലിരിക്കണം. സംസാരിക്കുന്നതിനിടയ്ക്ക് അവരുടെ മിഴികളിൽനിന്ന് കാക്കപ്പൂവുകൾ പറന്നു. കാക്കപ്പൂക്കളിൽ ചിലപ്പോൾ മിന്നാമിനുങ്ങുകൾ പറന്നിറങ്ങി. അവരുടെ സ്വരം ഞാണൊലി പോലെ മധുരതരമായിരുന്നു. മിന്നാമിനുങ്ങുകളും കാക്കപ്പൂവുകളും ചിറകുവിരുത്തിയാൽ അമ്മാവനെപ്പോലൊരു ബലവാനെ എയ്തു വീഴ്ത്താനൊക്കുമോ?

നീണ്ടുപോയ സർപ്പസന്ധ്യകളിൽ പട്ടണത്തിലെ വീട്ടിൽ സൽക്കാരമൊരുങ്ങി. പരന്ന പുൽത്തകിടിയിൽ മേശ, കസേരകൾ നിരന്നു. എംബ്രോയിഡറി ചെയ്ത തൂവെള്ള വിരികൾ, നീലച്ചില്ലിന്റെ പൂപ്പാത്രങ്ങൾ, പൂച്ചെണ്ടുകൾ, സ്വർണത്താലി കെട്ടി ഒരുങ്ങിയ മനോഹരമായ മദ്യക്കുപ്പികൾ. അമ്മായി സ്വന്തം കിടപ്പറയിൽ കയറി കതകുകൾ അകത്തുനിന്നു കുറ്റിയും കൊളുത്തും ഇട്ട് ഉറപ്പിക്കുന്ന രാവുകൾ.

അലങ്കാരപ്പനകൾ കുടപിടിച്ച മേശകളുടെ നേർക്ക് വാഗ്വാദങ്ങളോടെ നടന്നടുക്കുന്ന കറുത്ത സായിപ്പന്മാർ. വീടിനും പുൽത്തകിടിക്കും ഇടയിൽ വിവിധ വർണാഞ്ചിതമായ ക്രോട്ടൺ ചെടികൾ കാവൽ നിന്നു. രണ്ടു ലോകത്തിനിടയ്ക്ക് ഒരു കാവൽ നിര.

ഏട് മുറിഞ്ഞു കൊഴിഞ്ഞുപോയൊരു കാലപുസ്തകം.

കാളിയാറിനു കുറുകെപാലം! മാളുണ്ണി സ്വപ്നവൃക്ഷത്തിൽനിന്നു ഒരു കരിയിലകണക്കെ അടർന്നുവീണു.

പാലത്തിനു മുകളിൽവെച്ചു ടാക്സിക്കാരനെ പിരിച്ചുവിട്ട് മാനു പറഞ്ഞു:

"ഇവിടന്നങ്ങോട്ട് നടക്കാം."

"മുതലാളിയുടെ വീട്ടുമുറ്റംവരെ മണ്ണ് തൊടാതെ പോകാം." ടാക്സിക്കാരൻ.

"വേണ്ട പഴയ പാതയുടെ സുഖം ഒന്നറിയാമല്ലോ!"

"അതിനിപ്പഴ് ഇടവഴീണ്ടോ? പാടവരമ്പുണ്ടോ? അറ്റക്കഴ ഉണ്ടോ?"

കല്ലള്ളിക്കടവിന്റെ നെഞ്ച് കീറി ഒരു പാലം! ഒരു വാളുകൊണ്ട് ഈർന്നുമുറിച്ചതുപോലെ നീലയും ചുവപ്പും കൊഴുത്ത നദീജലം. പാലത്തിന്റെ അകിട് ചേർന്ന് പൾപ്പ് ഫാക്ടറിയുടെ മലിനജല നിർഗമനക്കുഴൽ. നീലധമനി മുറിഞ്ഞ് ജലം പിന്നെയും കൊഴുക്കുന്നു. കാലത്തിന്റെ ഒരു കടവിൽനിന്ന് മറുകടവിലേക്ക് ചരിത്രാതീതകാലത്തെ ഒരു കൂറ്റൻ ഇഴജന്തുപോലെ പാലം അവളെ ഭയപ്പെടുത്തി.

"ഇതാ ഇവിടെയാണ് രുഗ്മിണിക്കോവിലമ്മ കുടിൽകെട്ടി പാർത്തിരുന്നത്! ഓർക്കുന്നില്ലെ?"

മാനു ചോദിച്ചു.

മാനു, തന്റെ ജീവിതത്തിൽ കണ്ടുമുട്ടിയ ആദ്യസുന്ദരിയായിരുന്നു കോവിലമ്മ.

ഓർക്കാതിരിക്കുന്നതെങ്ങനെ? ചേമ്പിൻപൂപോലെ മെലിഞ്ഞു നീണ്ടു സുന്ദരനായ കാദരുണ്ണിയുടെ നേർക്ക് ഒരു സൂര്യനെപ്പോലെ ജ്വലിച്ചുനിന്ന രുഗ്മിണിക്കോവിലമ്മയുടെ മുഖം. നദിക്കക്കരെയും ഇക്കരെയും മണ്ണിനോട് മല്ലടിച്ചു കഴിഞ്ഞുപോന്ന പാവം ഗ്രാമീണർക്കിടയിൽ രുഗ്മിണിക്കോവിലമ്മ ഒരു ഇടിമിന്നലായി അവതരിച്ചു. പിന്നെ ഒരു പ്രേതമായി, യക്ഷിയായി, കടങ്കഥയായി നിലനിന്നു. രുഗ്മിണിക്കോവിലമ്മയില്ലാത്തൊരു ബാല്യം മാളുണ്ണിക്കില്ല. മാനുവിനില്ല.

ദൈവത്തിനു മതവ്യത്യാസം ഉണ്ടായാലുളവാകുന്ന വിപത്തിനെക്കുറിച്ചു ചിന്തിക്കാനോ പ്രസംഗിക്കാനോ എഴുതാനോ അറിഞ്ഞുകൂടാത്ത ഒരു പാവം ഗ്രാമം. നിനച്ചിരിക്കാതൊരു ദിവസം അവരുടെ കുടിമാടങ്ങൾ അഗ്നിഗോളങ്ങളായി ആകാശത്തേക്കു പറക്കുന്നു. മേൽച്ചാർത്തിന്റെ കുതിരപ്പുറമേറിവന്ന നാടുവാഴിയുടെ കാര്യസ്ഥൻ കുളമ്പടിച്ച് ആജ്ഞാപിക്കുന്നു, ഓടെടാ-അവശേഷിച്ച കുടിലുകൾ പുറ്റുകളായി പുനർജ്ജനിച്ചു. കാളിയാർ കരഞ്ഞൊഴുകി. മൃതമെന്നു കരുതപ്പെട്ട വിഷബീജങ്ങൾ തലമുറകളെ അതിജീവിച്ചു നഗരച്ചതുപ്പുകളിൽ പൊട്ടിമുളച്ചു. വീണ്ടും വീണ്ടും.

ദൈവമേ, എന്തൊരു കാഴ്ച!

കണ്ണ് കത്തിപ്പോയി. മഹാനഗരത്തിന്റെ തെരുവീഥികളിൽ പെരുംകെട്ടിടസമുച്ചയങ്ങളിലൊരു അറയിൽ തടവിലാക്കപ്പെട്ടിരുന്നത് കഴിഞ്ഞാഴ്ചയായിരുന്നു. വായുവിൽ ഡീസലും പെട്രോളും ജഡങ്ങളും കത്തുന്ന മണം.

മാളുണ്ണി ഹാന്റ്ബാഗ്തുറന്നു കൈലേസെടുത്തു.

"നമ്മുടെ ചെരിപ്പടികളിലൂടെയാണോ കലാപത്തിന്റെ വിത്തുകൾ നഗരത്തിലെത്തിയത്?"

"അല്ല അല്ല!" മാനു പറഞ്ഞു: "ശ്വാസത്തിലൂടെ! എല്ലാരുടെ മനസിലും ഓരോ കുപ്പയുണ്ട്. അടിച്ചുകൂട്ടി തീയിട്ടു ദഹിപ്പിക്കാൻ നോക്കു

ന്നവരുണ്ട്. അടുത്തിരുന്നു തീ കായുന്നവരും അതിൽനിന്ന് അപ്പം ചുട്ടെടുക്കുന്നവരുമുണ്ട്!"

നടന്നുപോകുന്നവരുടെ എണ്ണം നന്നേകുറവ്. തങ്ങളെ വാഹനങ്ങൾക്കർപ്പിച്ച് വണ്ടികളിൽ ഞെരുങ്ങിയിരിക്കുന്നവർ തല വെളിയിലേക്കിട്ടു നോക്കുന്നു.

"ആരെങ്കിലും നമ്മെ തിരിച്ചറിയുമൊ?"

"ഇല്ല."

വരണ്ട വേലിയോരങ്ങളിൽ ഒരു കാച്ചിത്തുമ്പ് പുളഞ്ഞുമറയുന്നതു കാണാൻ മാളുണ്ണി ആഗ്രഹിച്ചു. ഒരു പരിചിതനോട്ടം, ഒരു ചെറുപുഞ്ചിരി, കൊടുവണ്ണിമരത്തിന്റെ കടയിൽ കയറ്റുതുമ്പത്തൊരു ആടിന്റെ നിലവിളി, ഇടവഴിയിലൊരു കാൽത്തളക്കിലുക്കം, രുഗ്മിണിക്കോവിലമ്മയുടെ ചുണ്ടുകളുതിർത്ത ഒരു സങ്കീർത്തനത്തിന്റെ അല, തലപ്പാവ് ധരിച്ച ഒരു മുസ്ല്യാർചുണ്ടത്തെ മന്ത്രം. ഒരു മനുഷ്യശിശുവിന്റെ രോദനമെങ്കിലും.

ആരും കരയുന്നില്ല, ചിരിക്കുന്നുമില്ല.

ആരും നടക്കുകയോ ഓടുകയോ മുമ്പേ പോകുന്നവനെ കൈകൊട്ടി വിളിക്കുകയോ ചെയ്യുന്നില്ല.

പൊടുന്നനെ തെങ്ങിൻതോപ്പുകളെ പിളർന്ന് മലമടക്കുകളുടെ ഹൃദയത്തിൽനിന്ന് ഒരു ബാങ്കുവിളി ഉയരുന്നു. സന്ധ്യാനമസ്കാരത്തിന്റെ ഉൾവിളി......

അതുകേട്ട് മാളുണ്ണി വാചാലയായി-ഓർമകളുടെ ഇണർപ്പുകളിൽ പൂക്കൾ പൊട്ടിവിരിയുന്നു.

"തലയിൽ മോർക്കുടം ചുമന്ന്, ഒരു കൈയാൽ ചന്തി ചൊറിഞ്ഞു നടക്കുന്ന ഗോപാലൻനായരുടെ പക്കൽനിന്ന് മോര് മേടിക്കരുത് ആമിനേ."

"ആർക്കുവേണം അയാടെ മോര്? വേണെങ്കില് തണ്ണീർപ്പന്തലില് വച്ചോട്ടെ-"

"ഇല്ലെന്നു തോന്നുന്നു. നാടെങ്ങും ചന്തയായില്ലെ? ഇനിയെന്തിനാ ചെറുവായൂർചന്ത?"

മഞ്ഞുകാലം വർണചിറകുള്ള തിരിപ്പണ്ടങ്ങൾ ഉയർത്തിപ്പിടിച്ചു. സൂര്യൻ മലമുടി കയറിനിന്നു ചിരിക്കുന്നു. വരൂ, വരൂ. കാദരുണ്ണി അവൾക്കു തിരിപ്പണ്ടങ്ങൾ മേടിച്ചുകൊടുക്കും. ആമിനയ്ക്ക് കുപ്പിവളകളും........

താറിട്ട പുതിയ റോഡ് ഒച്ചവെച്ചു. മുളങ്കാടുകളുടെ ശവപ്പറമ്പിൽ മലിനജലം നുരയിടുന്നു. വേലിയേറ്റത്തിൽ കൊച്ചുകൊച്ച് അഴുക്കുഗോപുരങ്ങൾ നുരകുത്തി ഉയരുന്നു.

കാളിയാർ ഗതിമുട്ടി സർവംസഹയായി.

പായൽ ചീയുന്ന ഗന്ധം. ഓളങ്ങളിൽ ചുവന്നാമ്പൽപൂക്കൾ കരിയുന്നു. അന്തിവെളിച്ചം കറുത്ത പർദ ധരിക്കുന്നു.

"ഒന്നു വേഗം നടക്കാം."

"ഇനി ഏറെ ദൂരമുണ്ടൊ?"

"മുഹമ്മദ് മുസ്ല്യാരുടെ കുടി നിന്ന പറമ്പ് ഓർമയില്ലെ?"

ഇടവഴിയിലൊരു കാഞ്ഞിരമരം കായ്ച്ചുനിൽക്കാറുണ്ടായിരുന്നു. മുസ്ല്യാരോടു പറഞ്ഞു മുറിച്ചുകളയണം. കായ് പഴുത്താൽ നാറീട്ടു നടന്നുകൂടാ.

മുസല്യാർ പറഞ്ഞു. "കാഞ്ഞിരമരവും ഭൂമിയുടെ സന്തതിയാണ്. കൊന്നുകൂടാ."

"അവിടെയാണ് ഇബ്രാഹിമിന്റെ ബംഗ്ലാവ്."

"നമുക്ക് ഒരു ബംഗ്ലാവിലും അന്തിയുറങ്ങേണ്ട. നമ്മുടെ പടിപ്പുര യിൽ കിടന്നാ മതി!"

"ഹ! ഹ! ഹ! പടിപ്പുരയോ? അതെവിടെയായിരുന്നു എന്നുപോലും പറയാൻ പറ്റ്ല്യ, ഇപ്പോൾ."

മൂന്ന്

"ഒരു കണക്കിന് സന്ധ്യയായതു നന്നായി." മാനു പോക്കറ്റിൽ നിന്ന് പെൻടോർച്ചെടുത്തു.

ഇഷ്ടികക്കുടീരങ്ങൾ. വിരിപ്പുപാടത്തിന്റെ ശ്മശാനത്തിൽ വെള്ള ക്കുഴികൾ. സന്ധ്യകളെ സംഗീതമയമാക്കിയിരുന്ന തവളകളും ചീവീടു കളും എങ്ങു പോയൊളിച്ചു? ബോംബെയിലെ കലാപത്തിന് ഏറിയാൽ പത്തു ദിവസത്തെ ആയുസ്സ്. പതിനൊന്നാം ദിവസം നഗരം പുളച്ചാർത്തു ചിരിക്കുന്നു.

കാലം അരിച്ചുനീങ്ങുന്ന ഗ്രാമറോഡിലൂടെ ഒരു കാളവണ്ടി കുട മണി കിലുക്കി ഓടിവരുന്നതു കാണാൻ മാളുണ്ണി ഉഴറി.

പഴയ ഗന്ധങ്ങൾ മറന്ന കാറ്റ്. വെന്ത കളിമണ്ണിന്റെ ആവി. ശബ്ദ ങ്ങളെ കുഴിയടക്കിയ സന്ധ്യ. രാക്കിളികൾ മിണ്ടുന്നില്ല. രാപ്രാണികൾ പറക്കുന്നില്ല.

മാളുണ്ണിയുടെ മനസിൽ ആര്യൻനെല്ല് കാറ്റാടാൻ മടിക്കുന്നു. അന്തി മുല്ലയും പാരിജാതവും വീർപ്പുമുട്ടി നിൽക്കുന്നു.

ഒരു പ്രതികാരംപോലെ പിറന്ന ഭൂമി മുമ്പിൽ മരവിച്ച്, ശീതസന്ധ്യ മൗനം മുറിക്കുന്നില്ല.

പൊടുന്നനെ ഒരത്ഭുതക്കൊട്ടാരം കാഴ്ചയിൽ അവതരിക്കുന്നു. ഒരാ യിരം പ്രകാശമുനകളുമായി ഗ്രാമത്തിനു കാവൽ നിൽക്കുന്ന ഇരുണ്ട ഭൂമി യെയും കലങ്ങിയ മാനത്തെയും മറച്ചുനിൽക്കുന്ന ഒരു വിസ്തൃത മണിമാ ളിക. ഇരുട്ടിൽ നങ്കൂരം താഴ്ത്തിയ ഒരു കപ്പൽ. ഇത് ബോംബെ കടൽത്തീ രമോ ചെറുവായൂരംശമോ? കാളിയാറിന്റെ അലകൾ കിതപ്പോടെ-

"ഇതാ ഇതാണ്!"

"ഇബ്രാഹിമിന്റെ കൊട്ടാരം?"

വെല്ലുവിളിപോലെ ഒരു മണിമാളിക. ഗ്രാമത്തരിശിൽ, ഇരുട്ടിൽ,

കാലത്തിന്റെ ചതുപ്പിൽ, വാശിയോടെ വളർന്നുനിൽക്കുന്ന ഒരു വെൺമാളിക. എങ്ങും പ്രകാശം മാത്രം. മാറിനിന്നാശ്വസിക്കാൻ ഇത്തിരി ഇരുട്ടോ ദുഃഖമോ അവശേഷിപ്പിക്കാത്ത പ്രകാശഗോപുരം.

കാവൽക്കാരന്റെ കുളമ്പൊച്ച കോൺക്രീറ്റിൽ ഉരസി: "ആരാ?" കഠാരയലകുപോലെ ടോർച്ച്‌ലൈറ്റ് വയലുകളുടെ ശൂന്യതയെ കുത്തിക്കീറി.

"ഞാൻ മാനു. ബോംബെയിൽ നിന്ന്! ഇന്നു വരുമെന്നു പറഞ്ഞിരുന്നു. വണ്ടി വൈകി."

ഓട്ടുമണികൾ ഘടിപ്പിച്ച കവാടത്തിന്റെ പാതി തുറക്കുന്നു.

"എത്തീറ്റ്ല്യ. മുതലാളി എത്തീറ്റ്ല്യ. നിങ്ങൾ ബരുമെന്നു വിളിച്ചു പറഞ്ഞീനു."

"എപ്പഴാ എത്തുക? ഇന്നു വര്ല്യെ?"

"ബരും. പട്ടണത്തിൽ ആർക്കോ സ്വീകരണമാണ്. ബല്യെ സമ്മേളനവും. ബടക്കേടയോ പള്ളി പൊളിച്ചേനുശേഷം ഒരു സൊയിരേം ഉണ്ടായിറ്റ്ല്യ, നാട്ടിൽ-"

"ഇവിടെയോ? നമ്മുടെ നാട്ടിലോ?"

"നമ്മുടെ നാടൊക്കെ പോയില്ലെ മൂപ്പരെ!"

മഞ്ഞവെളിച്ചം നിറഞ്ഞൊഴുകുന്ന പാതയിലൂടെ അവർ വെണ്മാടത്തിനു നേർക്കു നടന്നു.

"ഇദ്ദേഹത്തെ എങ്ങനയാ പരിചയം?"

"ഞാൻ ഇബ്രാഹിമിന്റെ കമ്പനി ക്ലാർക്കായിരുന്നു."

"എന്നിട്ട്?"

"നിനക്കറിയില്ലെ മാളുണ്ണീ എന്റെ കണക്കിന്റെ കഥ"

"എടാ നിന്റെ തലയിൽ എന്താണ്" ട്യൂഷൻമാസ്റ്ററുടെ മുമ്പിൽ മുഖം കുനിച്ചിരിക്കുന്ന മകനോട് അമ്മാവന്റെ ചോദ്യം.

"കളിമണ്ണല്ല. ഈന്തിൻനുരി ആയിരിക്കും."

ട്യൂഷൻമാസ്റ്റർ പൊട്ടിവന്ന ചിരി മുഖമടച്ചു മറച്ചു.

"വേണ്ട മാഷെ! വേണംന്ന് ഇവനില്ലെങ്കിൽ നമ്മൾ എത്ര ശ്രമിച്ചിട്ടെന്ത്? തറവാട്ടിലേക്ക് പൊയ്ക്കോട്ടെ. കാലികളെ നോക്കാം. മൂരിയെ കുളിപ്പിക്കാം. അച്ഛന് ഒരു സഹായമാകട്ടെ!"

"അങ്ങനെ പറയരുത്! തറവാട്ടിലെ ഒരേയൊരു ആൺതരിയാണ്!" ട്യൂഷൻമാസ്റ്ററെ വിട്ട് അമ്മാവൻ അകത്തേക്കും മാനു പുറത്തേക്കും കടന്നു. മാളുണ്ണി കൊണ്ടുവന്ന പരിമളം പരത്തുന്ന ചായ കുടിച്ച് മാഷ് പറഞ്ഞു.

"നല്ല ചായ കുട്ടി ഉണ്ടാക്കിയതാണോ?"

"അല്ല ബട്ലർ."

"വെള്ളക്കാരന്റെ കമ്പനിച്ചായതന്നെ. ഇത്തിരി എടുക്കാനുണ്ടോന്ന് അമ്മായിയോടു ചോദിക്കണെ!"

"ഓ ഉണ്ടാവും. ഒരു കടലാസുകൂട് നിറയെ ഉണ്ട്. ഇന്നലെ നാട്ടിലേക്കും കൊണ്ടുപോയിരുന്നു."

ബംഗ്ലാവിന്റെ സ്വീകരണമുറിയിൽ ചില്ലുമേശയുടെ ഇരുപുറവും മുഖത്തോടുമുഖം നോക്കി ചായക്കപ്പ് കയ്യിലേന്തുമ്പോൾ മാളുണ്ണി ചോദിച്ചു:

"കോമുനായര് മാഷ്ടെ കണക്ക്ക്ലാസ് മറന്നുവോ?"

"കോമുമാഷ് മരിക്കുമ്പഴ് എന്നെ വിളിച്ചൂത്രെ. ചായ വേണംന്ന് പറഞ്ഞൂത്രെ!"

"ചായക്കമ്പനി പൂട്ടി വെള്ളക്കാര് നാടുവിട്ടതൊന്നും മാഷ് അറിഞ്ഞിട്ട്ണ്ടാവ്ല്യ."

പട്ടുവസ്ത്രം ധരിച്ച ഒരു സുന്ദരാംഗി ഉൾവാതിലിൽ പ്രത്യക്ഷപ്പെട്ടു.

"ഇങ്ങക്ക് വേണെങ്കില് അകത്ത് വന്നിരിക്കാം. ഉപ്പ വരാൻ വൈകേയിരിക്കും."

മാളുണ്ണി പെൺകുട്ടിയുടെ മുഖത്തു നോക്കി ചിരിച്ചു. ഇവിടെ പുറത്തേക്കു നോക്കിയിരിക്കുകയാണ് സുഖം. പെൺകുട്ടിയും പരിമളവും നിഷ്ക്രമിച്ചു.

മാളുണ്ണിയുടെ ഇമകളെ സ്പർശിച്ച് ഒരു രാപ്പാറ്റ പറന്നുപോയി. അത് ചായംതേച്ച വെണ്ണപോലെ മിനുങ്ങുന്ന ഭിത്തിയിൽ ഒരലങ്കാരമായി സ്വയം അടിപ്പെട്ടു. ജനൽവിരികളുടെ ഞൊറികൾ പാറ്റയുമായി സല്ലപിച്ചു. തവിട്ടുനിറത്തിലുള്ള ഒരു വലിയ അയ്യപ്പൻപാറ്റ. അത് വലിയ മിഴികൾ നിശ്ചലമാക്കി ധ്യാനത്തിലമർന്നു.

"അയ്യപ്പൻപാറ്റയെ തൊടരുത്," മുത്തശ്ശി പറഞ്ഞു.

മഴപ്പാറ്റകൾ പൂക്കുറ്റികളായി ഭൂമിയിലേക്കു ചിതറിത്തെറിക്കുന്ന ഒരു മേടമാസസന്ധ്യയിൽ മുത്തശ്ശൻ മുത്തശ്ശിയോടു പറഞ്ഞു:

"നാരായണീ കാലം മോശാവ്വാണ്. കുട്ടികളെ പട്ടണത്തിലേക്ക് അയയ്ക്കുന്നതാ നല്ലത്."

"അപ്പോ ഇവിട്യാരാ?"

"നമുക്ക് വയസായില്ലെ? കലാപക്കാര് കഴുത്തറുത്താത്തന്നെ ഭൂമിദേവി പൊറുക്കും. ദൈവം ക്ഷമിക്കും."

"പട്ടണത്തിൽ ചെന്നാൽ ഞാൻ ചൊല്ലിപ്പഠിപ്പിച്ച ശ്ലോകങ്ങള് മറക്കരുത്, മാളുണ്ണീ."

"ഇല്ല."

"ഇവിടെ നിന്നിരുന്നെങ്കിൽ എന്റെ ചികിത്സാരീതിയെല്ലാം നിനക്കു കണ്ടു പഠിക്കാമായിരുന്നു."

അതൊരു തടവാണെന്ന് മാളുണ്ണിക്കറിയാം. ആഹാരമില്ലാത്ത, വിശ്രമമറിയാത്ത, ഒരു ജീവിതം.

"വൈശ്യരേ എളക്കം. വയറ്റിലൊന്നും നിൽക്കണ്ല്യ. ചെന്നപടിപുറത്തക്ക്."

"അകത്ത് ആരോ നിൽക്ക്ണ്ണ്ടാവും, ശാഠ്യം വിടാണ്ടെ. അങ്ങനെ പറ്റ്ല്യ. നമുക്ക്വനെ പുറത്തു ചാടിക്കണം. ഇതാ, ഈ ഒറ്റഗുളിക രാത്രിയില് കെടക്കുമ്പഴ് ഇഞ്ചിനീരിൽ കഴിയ്ക്ക്യാ. ഇന്നലെയോ മിനിഞ്ഞാന്നോ ബാപ്പു സുന്നത്ത്കല്യാണത്തിനു പോയത്?"

വയറമർത്തിപ്പിടിച്ച് ചിരിയും കരച്ചിലും കൂട്ടിക്കുഴച്ച്, മറുകയ്യാൽ ഗുളികയും കഷായവും മേടിച്ച് ബാപ്പുമാപ്പിള പടികടന്നു പോകുന്നു......

"മാളുണ്ണീ ഉറക്കം വര്ണെങ്കിൽ, ആ പെൺകുട്ടി പറഞ്ഞതുപോലെ അകത്തുചെന്നു വിശ്രമിക്കാം. ഇവർ നമുക്ക് അന്യരല്ലല്ലൊ-"

കണ്ണിവെറ്റിലക്കൊടികളിൽനിന്ന് മഞ്ഞപ്പാറ്റകൾ പറന്നകലുന്നു. ഗുളിക പൊതിയാനുള്ള കുഞ്ഞുവെറ്റിലകൾ തുടച്ചു വൃത്തിയാക്കിയിരുന്ന തന്റെ കൈകളെ നോക്കി മാളുണ്ണി നെടുവീർപ്പിട്ടു. മലർത്തിയും കമഴ്ത്തിയും മടിയിൽവെച്ച ഈ കയ്യുകൾ തന്റേതല്ലെന്ന് അവൾക്കു തോന്നി.

കപ്പൽപോലൊരു കാറ് പോർച്ചിൽ നീന്തിയണഞ്ഞു. നിമിഷപ്രഭയിൽ തെളിഞ്ഞു പ്രകാശിച്ച പൂന്തോട്ടത്തിൽ ഓർക്കിഡുകളും അന്തൂറിയവും നിരത്തിയ ചട്ടികൾ കണ്ട് മാളുണ്ണി വിസ്മയിക്കുന്നു.

"ഉസ്മാനെ, അവർ വന്നു ഇല്ലേ?" മുഴക്കമേറിയ ഒരു ശബ്ദം.

അത്തറിന്റെയും സിഗരറ്റ്ഗന്ധത്തിന്റെയും സമ്മിശ്രഗന്ധവുമായി വെളുത്തുനീണ്ട ഒരു ചെറുപ്പക്കാരൻ അവരുടെ മുമ്പിൽ അവതരിച്ചു. കാലത്തിന്റെ വെളിയട മാറ്റി, അദ്രുമാൻഹാജി വീണ്ടും! അദ്രുമാൻഹാജിക്കു മരണമില്ല.

വിശ്വാസം വരാതെ മാളുണ്ണി വീണ്ടും വീണ്ടും നോക്കി.

ഗൃഹനാഥൻ വിളിക്കുന്നു:

"നബീസാ.......!"

നബീസ പട്ടുടയാട ചലിപ്പിച്ച് ഒരു പളുങ്കുട്രേയിൽ സ്വർണവരകളുള്ള മൂന്ന് നീണ്ട പാനപാത്രങ്ങളുമായി വരുന്നു.

"ഇവരെ നിനക്ക് മനസിലായൊ?"

"ഊം.....ഊം....."

"നാലകത്തുതറവാട്ടിലെ അവകാശികളാ. ഇവരുടെ തറവാടാ നമ്മള് വിലയ്ക്കു വാങ്ങാൻ പോണ്. ഇവരങ്ങു ബോംബെയില് സ്വന്തം ഫ്ളാറ്റും മറ്റുമായി.....ഇല്ലെ മാനുച്ചേട്ടാ?"

മാനു നിശ്ശബ്ദം ചിരിക്കുന്നു.

ഹൃദയത്തിൽ കൊളുത്തിയ ഒരു ചൂണ്ട പറിച്ചെടുക്കാനാകാതെ മാളുണ്ണി വിങ്ങുന്നു.

നാല്

അസ്തമയതീരങ്ങളിൽ വീർപ്പടക്കുന്ന ഒരു സൂര്യൻ.

"മാനുവിന് ഓർമയുണ്ടോ, ഇവിടെയായിരന്നു കാദരുണ്ണിയുടെ ജിഹാദ്‌വിളി ആദ്യം ഉയർന്നത്. അതുകേട്ടു ഗ്രാമം നടുങ്ങി. അനേകം പതിറ്റാണ്ടുകൾക്കുമുൻപ് കലാപം കുലുക്കിക്കുത്തിയ ഗ്രാമത്തിലേക്ക് വെള്ളപ്പട്ടാളം വന്നിരുന്നു. കുറേയേറേ കറുത്ത മനുഷ്യരെ അവർ പിടി

ച്ചുകെട്ടി, അക്കരെ അവരുടേതെന്നു സങ്കൽപ്പിക്കപ്പെട്ട മണലാരണ്യത്തിലേക്കു കയറ്റിയയച്ചു."

മുഹമ്മദ് മുസ്ല്യാർ അവരിലൊരാളുടെ വേരിന്റെ പച്ചവിടാതെ കാത്തുസൂക്ഷിച്ചു. കാദരുണ്ണി! കാദരുണ്ണിയെ ഗ്രസിച്ച വേദന ജന്മാന്തരങ്ങളിൽ നിന്ന് പടർന്നു കയറുന്നതുകണ്ട് മുഹമ്മദ് മുസ്ല്യാർ നിശ്ശബ്ദതയിൽ കണ്ണുതുടച്ചു. അള്ളാഹുവിനോട് കേണപേക്ഷിച്ചു. എന്റെ ഉണ്ണിയെ നേർവഴിക്കു നയിക്കുക!

കാദരുണ്ണി കാളിയാറിന്റെ കരയിലേക്കു നടന്നു. ആരുടേതുമല്ലാത്ത, എല്ലാവരുടേതുമായ മണൽപ്പരപ്പിന്റെ ചെറുചൂടുള്ള മാറിൽ അമർന്നു. പിന്നെ എണീറ്റിരുന്നു. വേലിയേറ്റത്തിന്റെ അലയൊലി വളരെ ദൂരെ. അത് ക്രമംതെറ്റാതെ താളംവെച്ച് അടുത്തടുത്തു വരുന്നു. ഏകാന്തരാവിൽ നിശ്ശബ്ദം ആഞ്ഞടുക്കുന്ന ഒരു പടയണിപോലെ.

കൽപ്പള്ളിക്കടവിലെ ഓളങ്ങൾ സൈകതഭൂമിയുടെ മാറിനെ അള്ളിപ്പിടിക്കാൻ ശ്രമിക്കുന്നു.

അസ്വസ്ഥമായി ചാഞ്ചാടുന്ന കടത്തുതോണിയുടെ കൊമ്പത്ത് ചോര പുരണ്ടിരിക്കുന്നു.

കാദരുണ്ണിയുടെ ഉൾക്കളം കോളുകൊണ്ടു.

മണൽപ്പരപ്പിന്റെ മാറിൽ, കാദരുണ്ണി പെറ്റുമ്മയുടെ മുലകളുടെ ചൂടറിഞ്ഞു. അസ്വസ്ഥതയോടെ എണീറ്റു താഴോട്ടു നടന്നു. വേലിയേറ്റത്തിന്റെ പരകോടിയിൽ പരുങ്ങിനിൽക്കുന്ന ഒഴുക്കിനോട് അവൻ ചോദിച്ചു:

"മേപ്പട്ടോ കീഴ്പ്പട്ടോ?"

കാളിയാർ അവന്റെ മുഴക്കമേറിയ സ്വരംകേട്ടു നെഞ്ചിടിപ്പോടെ ഒന്നു പുളഞ്ഞു.

മുന്നിരുട്ടുള്ള രാവ്, നിർജ്ജനമായ മണൽതിട്ടയിലേക്ക് ധൃതിയിൽ നടന്നുവന്നു.

കാദരുണ്ണി തന്നത്താൻ ചോദിച്ചു:

'എന്തിനിങ്ങനെ ജീവിച്ചിരിക്കുന്നു?' ജീവിതം അവനറിയാതെ ഒഴുകിക്കൊണ്ടേയിരിക്കുന്നു. നിമിഷനേരത്തെ ഈ സന്ദിഗ്ധാവസ്ഥ അടുത്ത നിമിഷം ഒഴുക്കിൽ ലയിക്കുന്നു.

കുറ്റിയിൽ തടഞ്ഞിട്ട കടത്തുതോണി ബന്ധനം പറിച്ചെറിഞ്ഞ് അഴിമുഖത്തേക്കു കുതിക്കാൻ വെമ്പുന്നു.

ഇരുണ്ടുവരുന്ന ദിക്കുകളെ നോക്കി, കാദരുണ്ണി പൂഴിപ്പരപ്പിന്റെ സ്നേഹത്തിൽ ലയിച്ചു. പിന്നെ തലപ്പാവഴിച്ചു വിരിച്ച് ആകാശത്തിനു നേർക്ക് മലർന്നുകിടന്നു. എല്ലാവരുടേതുമായ ആകാശത്തിൽ അപ്പോൾ അനാഥനും ദുഃഖിതനുമായ കാദരുണ്ണി മാത്രം!

നാടുവാഴിയുടെ കാര്യസ്ഥൻ കോന്തൻനായർ എറിഞ്ഞുകൊടുത്ത അരയുറുപ്പിക ഉടുമുണ്ടിന്റെ കോന്തലയിൽ തടഞ്ഞു. ഒരു വണ്ടി കായ്കറികൾ എത്തിച്ചുകൊടുത്തതിന്റെ കൂലിയോ, പ്രതിഫലമോ അല്ല, ഭിക്ഷ!

കായ്കറികൾ കാദരുണ്ണിയുടെ വിയർപ്പിൽ വിളഞ്ഞതായിരുന്നു. കാളിയാർ കനിഞ്ഞരുളിയ എക്കൽമണ്ണിന്റെ വരദാനം.

അരയുറുപ്പിക വീണ്ടും അലോസരമാകുന്നു.

കാദരുണ്ണി നാണ്യം അഴിച്ചെടുത്തു നദിയുടെ അന്തരാളത്തിലേക്കു വലിച്ചെറിഞ്ഞു.

മാറിടത്തിൽ അടർന്നുവീഴുന്ന ഒരു കണ്ണീർക്കണത്തിന്റെ നനുത്ത ശബ്ദം.

ഇരുണ്ട ആകാശം മുഴുവനും കുറുകിക്കുറുകി ഒരു കോപ്പയിലൊഴിച്ച കട്ടൻകാപ്പി ആയി. ചക്കരയുടെ മണമുയരുന്നത് അക്കരെ തീയപ്പുരകളിൽനിന്ന്.

രാവിലെ ഒരു കോപ്പ ചക്കരക്കാപ്പി കുടിച്ചു കറിസാമാനങ്ങൾ വണ്ടിയിലേറ്റാൻ പോയതാണ്. മുറ്റത്തുനിന്ന് കോന്തൻനായർ പറഞ്ഞു:

"നാളെ ഭൂമി ഒഴിഞ്ഞള."

നന്നായി. കാദരുണ്ണി രോഷത്തോടെ ചിന്തിച്ചു. 'കഞ്ഞിക്കാര്യത്തിൽ ദീനിന്റെ കാര്യം മറന്നവനു കിട്ടേണ്ട ശിക്ഷതന്നെ. പാഠങ്ങൾ പകുത്തു തന്നത് ആരായിരുന്നു? മുസ്ല്യാരൊ, അദ്രുമാനാജിയൊ, പടച്ചവനോ?'

നാളെത്തുടങ്ങി ഈ കാദരുണ്ണി ദീനിന്റെ ഒറ്റവഴിത്താരയിലൂടെ സഞ്ചരിക്കുന്നു. ഇടംവലമില്ല. മുൻപിമ്പില്ല. സ്വർഗത്തിലേക്കു നീളുന്ന ഒറ്റ നേർവഴിത്താര.

നാണക്കേടുളവാക്കിയ നാണ്യം. നദീഗർഭത്തിലേക്കു തിരിച്ചെറിഞ്ഞതോടെ താൻ സർവസ്വതന്ത്രനായെന്ന തോന്നൽ കാദരുണ്ണിയെ കുളുർപ്പിച്ചു. വിശപ്പ് വല്ലാത്തൊരു നാണക്കേടുതന്നെ! ഇപ്പോൾ വിശക്കുന്നേയില്ല. വയർ എന്ന ഒരവയവമില്ല. കുടൽ സുഷുപ്തിയിലാണ്ട ശീതകാല വൃക്ഷവേരുകൾപോലെ അടങ്ങിക്കിടക്കുന്നു. ഇതാണവസരം.

പക്ഷേ, കാദരുണ്ണി കിടപ്പ് തുടർന്നു.

മുളങ്കൂട്ടത്തിന്റെ ആവലാതികൾ കേട്ട് പുഴ സമാശ്വാസമോതുന്നു. ഇരവിന്റെ ആഴങ്ങളിലേക്ക് കരിയിലകൾ ഞെട്ടറ്റു നിലംപതിക്കുന്നു. വിരിപ്പുപാടത്തൂടെ ഓടിപ്പോകുന്ന കുറുക്കന്മാർ ഓലിയിടാനും കൂട്ടായ്മയ്ക്കും ഇടംതേടുന്നു. വെള്ളരിക്കണ്ടങ്ങളിൽ നിന്ന് ഉയരുന്ന പുകപടലം നനഞ്ഞ ഇരുട്ടിനോട് ചേരുന്നു.

പാടത്തിനക്കരെ അവശേഷിച്ചിരുന്ന മൺചെരാതുകൾ അണഞ്ഞു. കാസർട്ട് കിട്ടാനില്ല. ഒരു വിളക്കുമാത്രം കെടുന്നില്ല. നാലകത്തുതറവാടിന്റെ ഉമ്മറത്തു തൂക്കിയ ഹരിക്കെയ്ൻലാമ്പ്. അത് ഇരുൾമൂടിയ ഗ്രാമത്തിന് പ്രകാശരേഖകൾ അരുളുന്നു. എല്ലാം ഇരുട്ടിലാണ്ടുപോയിട്ടില്ല എന്ന് ഓർമിപ്പിക്കുന്നു. വൈദ്യൻ ചാരുകസേരയിലിരുന്നു പടിമേൽ ഗ്രന്ഥം പകുത്തുവച്ചു വായിക്കുകയായിരിക്കും.

ആമിനയ്ക്കു വയറുവേദനയാണെന്നകാര്യം അപ്പോഴാണ് കാദരുണ്ണിയിലുദിച്ചത്. ആമിന നേരത്തേ വിളക്കൂതി കിടന്നുവല്ലൊ. തോട്ടുകരയിലെ കൂര ഒരിരുണ്ട കൂണുപോലെ മുഖംകുത്തിനിൽപ്പുണ്ട്. നാളെ

വയറുവേദന ശമിച്ചിരുന്നില്ലെങ്കിൽ അവൾ നിലവിളിച്ചുകൊണ്ടു തന്നെ തേടിവന്നേനെ. ഇന്ന് വല്യുപ്പ അക്കരെയാണ്. ആരോ വന്ന് വിളിച്ചിട്ട് കെട്ടിയിട്ട തോണിയഴിച്ചു കണ്ടൻ കടത്തിറക്കുമ്പോൾ ചോദിച്ചു:

"മടക്കംണ്ടൊ?"

"ല്യ. പള്ളിക്കാര്യാണ്!" മരുന്നു മേടിച്ച് ആമിനയ്ക്കു കൊടുക്കണമെന്നു കടത്തുപുരയുടെ നിഴലിൽ നിന്ന കാദരുണ്ണിയെ ഓർമിപ്പിക്കുകയും ചെയ്തിരുന്നു.

കുടപ്പനയോലകളുടെ ചങ്കിടിപ്പിച്ച് മകരക്കാറ്റുവന്നു.

കാദരുണ്ണി ആകാശത്തിലുദിക്കേണ്ട വഴിവെളിച്ചം കാത്തുകിടന്നു-

ഒരു കാലൊച്ച!

പൂഴിയെ ഉമ്മവച്ച് ഉമ്മവച്ച് നടന്നടുക്കുന്ന ചുവടുകൾ അടുക്കുന്നില്ല. ഇടംതിരിഞ്ഞു പുഴയുടെ നേർക്ക് മണ്ണാത്തിപ്പാറയുടെ മുഴുത്ത നിഴലിനു നേർക്ക് നിഴൽ ഉയരുന്നു. പാറയുടെ ഒത്തമുകളിൽ ചെങ്കുത്തായ മുനമ്പിനുമേൽ ഒരു ഹൂറി!

അല്ലാഹുവേ! എനിക്കു വഴികാട്ടാൻ വന്ന ഹൂറി. നീ എന്റെ വിളി കേട്ടു, ഇല്ലെ!

കാദരുണ്ണി ചാടിയെണീറ്റു. ആഴമേറിയ പൂഴിത്തിട്ടയിൽ കാൽതെന്നി. ഇതാ ഞാൻ വന്നു, വന്നു കാത്തിരിക്കുകയായിരുന്നു. ഈ നരകത്തിൽ നിന്നു രക്ഷിക്കാൻ നീ വരുമെന്ന് എനിക്കറിയാമായിരുന്നു. അവിശ്വാസിയുടെ ചോര വീഴ്ത്താതെതന്നെ അള്ളാഹു എന്റെ പ്രാർഥന കേട്ടിരിക്കുന്നു.

നിലാവുടുത്തു നിലാപ്പൂചൂടി, നിലാവിനാൽ കണ്ണെഴുതി, നിലാത്തട്ടമിട്ടു പാറമുനമ്പിൽ പടിഞ്ഞാറുതിരിഞ്ഞു നിൽപ്പുള്ള ഹൂറിയുടെ നേർക്ക് ഒരു നീരൊഴുക്കുപോലെ, ഒരു മഴക്കാറ്റുപോലെ, ഉരുകിയ ലാവാപ്രവാഹംപോലെ കാദരുണ്ണി നീണ്ട കയ്യുകളുയർത്തി കുതിച്ചു.

കാളിയാറിനൊരു കൈപ്പുഴപോലൊഴുകുന്ന നീണ്ട തലമുടി ച്ചാർത്തിൽ തൊട്ടു-തൊട്ടില്ല-

നദി പിടഞ്ഞുചാടി. നിലാവ് ഞെട്ടിത്തെറിച്ചു. കാദരുണ്ണിയുടെ ഉടലിൽ രോമാഞ്ചമുണർന്നു.

കാദരുണ്ണിയുടെ കയ്യുകൾ വാടിയ വാഴക്കയ്യുകളായി. കിനാവുകൾ ചതിക്കുന്നതെന്തുകൊണ്ടാണ്.

മണ്ണാത്തിപ്പാറയിലേക്കും കുതിർന്ന തീരങ്ങളിലേക്കും തിരകൾ പാഞ്ഞടുത്തു.

അവനു നിരാശത. എന്നും അങ്ങനെയായിരുന്നു. കിനാവുകൾ സ്വർഗവാതിൽക്കലെത്തുമ്പോൾ ഉണർന്നുപോകും. അല്ലെങ്കിൽത്തന്നെ ഭൂമിയിലേക്ക് തള്ളിവീഴ്ത്തി വാതിലുകൾ കൊട്ടിയടച്ചനിമിഷം പെറ്റുമ്മ തിരിഞ്ഞുനോക്കാതെ പോയതെന്തിന്?

ഒരു കരച്ചിൽ ആകാശച്ചില്ലകളിലേക്ക് ചിറകടിച്ചുയരുന്നു. കയത്തിൽനിന്നോ മാനത്തുനിന്നോ നിലവിളി ഉയരുന്നതെന്ന് ഒരുനിമിഷം

കാദരുണ്ണിക്ക് മനസിലായില്ല.

അടുത്ത നിമിഷം. പ്രജ്ഞയുടെ കതകിൽ ആഞ്ഞടിക്കുന്ന ഒരാർത്തനാദം. കൽപ്പള്ളിയുടെ നൂലിട്ടാലെത്താത്ത കയത്തിലേക്ക് കാദരുണ്ണിയുടെ ചിറകുകൾ കുതിച്ചു.

നീരാളിക്കയ്യുകൾ അവന്റെ ഉടലിനെ വരിഞ്ഞുമുറുക്കി. ശരീരം ഒഴുക്കിന്റെ ഗുഹാമുഖത്തേക്ക് വലിഞ്ഞുപോകുന്നു. ജലപിണ്ഡങ്ങളെ ചവിട്ടിത്തള്ളി കാദരുണ്ണി പടവുകൾ കയറി. മരണത്തിൽനിന്ന് ജീവിതത്തിലേക്ക് എത്രയെത്ര കാണാപ്പടവുകൾ!

കാദരുണ്ണിയുടെ അകത്തുനിന്ന് ഒരു രോദനം ഉയർന്നു, 'ബദരീങ്ങളെ!'

ആർത്തിപൂണ്ട നീർക്കയ്യുകളെ പകുത്തെറിഞ്ഞ് ആഴങ്ങളിൽ നിന്നു മുങ്ങിയെടുത്ത നിധിയുമായി അവസാനമായൊരു കുതിപ്പ്. പിറവിയുടെ കൊടുംവേദന. അളവറ്റ തളർച്ച കുതിർന്നുതിരുന്ന മണൽത്തിട്ടയിലേക്ക് മറിഞ്ഞ് കരയ്ക്കടിഞ്ഞ രണ്ടു മീനുകളെപ്പോലെ അവർ ശ്വാസത്തിനു വേണ്ടി പൊരുതി.

കാദരുണ്ണി പാതി കൺമിഴിച്ച് ഇടംകണ്ണിട്ടുനോക്കി. മണപ്പുറത്ത് കാളസർപ്പംപോലെ മയങ്ങിവീണ കാർകൂന്തൽ. കാദരുണ്ണി നടുങ്ങിത്തെറിച്ചു. കൈകാലുകൾ നീട്ടിക്കുടഞ്ഞ് ചാടിയെണീറ്റു. ഒരു വൻ മത്സ്യമോ കന്യകയോ? മുഖംകുനിച്ച് അവൻ വീണ്ടും വീണ്ടും നോക്കി. ജലകണങ്ങൾ ഉടലിൽനിന്നും തൂത്തെറിഞ്ഞു. അവൻ പൂഴിയിൽ മുട്ടുകുത്തി. തൊടാനാഞ്ഞ വലിയ കൈത്തലം തീകോരിയതുപോലെ പിൻവാങ്ങി.

ഒരു മനുഷ്യസ്ത്രീ! പരസ്ത്രീ.

"എന്തിനെന്നെ ഈ നരകത്തിലേക്കു വലിച്ചിഴച്ചു?" പതഞ്ഞുയരുന്ന കോപം തുളുമ്പിമറിഞ്ഞു. പിന്നെ അവൾ വിമ്മിവിമ്മിക്കരഞ്ഞു. മണപ്പുറത്തിന്റെ മാറ് മാന്തിപ്പൊളിച്ച് അവൾ അലമുറയിട്ടു.

"എന്നെ ഒന്നു കൊന്നുതരൂ."

കരഞ്ഞുതീരുംവരെ കാദരുണ്ണി കാത്തുനിന്നു. പിന്നെ അവൻ സാവധാനം വാക്കുകൾ നിരത്തി.

"ചാവാനൊരുങ്ങിയെങ്കിൽ പിന്നെ നിങ്ങളെന്തിനാ നെലോളിച്ചത്? പടച്ചോനെ നെനച്ചിട്ടല്ലെ?"

തേങ്ങലിന്റെ തിരമാലകളിലേക്ക് അവൾ സ്വയം വിട്ടുകൊടുത്തു. എല്ലാം മറന്നൊരു ആക്രന്ദനം.

"മരണവും എന്നെ വെടിഞ്ഞല്ലോ ഭഗവാനെ!"

അവളുടെ മിഴികൾ കൂർപ്പിച്ച അഞ്ജനക്കല്ലുകളായി. ആ നോട്ടത്താൽ അവൻ ഭസ്മമായില്ല. ഒന്നു ചിരിക്കാൻ കഴിയുന്നുമില്ല. അവന്റെ നനഞ്ഞ മൊട്ടത്തല ഒരു ചന്ദ്രനെപ്പോലെ തിളങ്ങി.

അവൾ മുഖം തിരിച്ചു. കരച്ചിൽ പൂർവാധികം ശക്തിയാർജിച്ചു തിരിച്ചു വീശുന്നു.... നനഞ്ഞപുടവ ചുറ്റിപ്പുണർന്ന കാൽമുട്ടുകളുയർത്തി, അവൾ മുഖം താങ്ങി.

കാദരുണ്ണി വിഷണ്ണനായി. ജീവിതത്തിൽ ഇന്നുവരെ ഇങ്ങനെയൊരു കീറാമുട്ടി കണ്ടിട്ടില്ല. നിലാവെളിച്ചം ചോർന്നുപോയ രാവുകളുടെ ഒരു നീണ്ട നിര. എന്നും അമാവാസികൾ.

എന്നെങ്കിലുമൊരിക്കൽ ജലരാശി പകുത്തോ, മലമുടികൾ കയറി മറിഞ്ഞോ, മേഘപ്പടവുകൾ ഇറങ്ങിയോ ഒരു ഹൂറി വന്നു കഷ്ടപ്പാടുകൾ നിറഞ്ഞ ഈ ലോകത്തുനിന്നു തന്നെ രക്ഷിക്കുമെന്ന് അവൻ വ്യാമോഹിച്ചിരുന്നു. ജീവിതത്തിന്റെ മുട്ടുകുത്തിനിന്ന മുകുളത്തിന് ഈർപ്പവും വെളിച്ചവും നൽകുന്നൊരു മോഹം. വെറുമൊരു മോഹം. അതിങ്ങനെ പരിണമിക്കുമൊ? ഇപ്പോൾ ആര് ആർക്കാണഭയമായിത്തീരുക? മറുപുറം ചിന്തിച്ചപ്പോൾ അവൻ നടുങ്ങി.

വരണ്ട മലമ്പുറങ്ങളിൽ തെച്ചിപ്പൂക്കാടുകളിൽ മൊട്ടിട്ട മോഹത്തിന് ഇടിവെട്ടേറ്റിരിക്കുന്നു.

അവൾ കരച്ചിൽ നിർത്തി. ഉടയാട ഉടലോടെ പിഴിഞ്ഞു തോർത്തി. ശീതക്കാറ്റിൽ വിറച്ചുകൊണ്ട് കിഴക്കോട്ട് നടക്കാൻ തുടങ്ങി. പൂഴിയുടെ നീൾപ്പരപ്പിൽ ഒരു നനഞ്ഞ തൂവൽ തെന്നി നീങ്ങുന്നു.

കാദരുണ്ണി സ്വപ്നവിമുക്തനായി. തന്റെ പരുക്കൻ സ്വരത്തിൽ അവൻ ചോദിച്ചു:

"എങ്ങട്ടാണ്ണീ ഈ നട്ടപ്പാതിരായ്ക്ക്?"

"മരിക്കാൻ ഒരു കയംതന്നെ കൂടിയേതീരൂ എന്നില്ല." ഇപ്പോൾ അവൾ കരയുന്നില്ല. മൂർച്ച കൂട്ടി ലക്ഷ്യവേധിയായി ഒരുങ്ങിനിൽക്കുന്നൊരമ്പുപോലെ-

"അന്റെ പൂതി തീർന്നില്ല, അല്ലെ? അള്ളാ തന്ന ഉയിരെടുക്കാൻ മനിസന് അവകാസം ഇല്ല!"

"എന്റെ ശരീരത്തിന്മേൽ എനിക്കവകാശം ഉണ്ടെങ്കിൽ ആത്മാവിലും ഉണ്ട്. മിണ്ടാണ്ടെ മാറിപ്പോ വഴിമുമ്പീന്ന്-"

അതൊരാജ്ഞയായിരുന്നു.

"ജ്ജ് അങ്ങനെ പൊഗ്ഗാണെങ്കില് ഞമ്മളും ബരാ. ഈ ലാത്തിരീല് പെണ്ണുങ്ങളങ്ങനെ ഒറ്റയ്ക്ക് നടന്നൂടാ. നെന്റെ പൊരേല് കൊണ്ടാക്കിത്തര്ാ."

"ഉപകാരം മതി! ചെയ്തതുതന്നെ ധാരാളം!"

അവൾ പൂഴിയിലൂടെ മുമ്പോട്ട് കുതിച്ചു. അവൻ പിന്തുടർന്നു. ഒരു പെണ്ണിന് ഇത്രവേഗം നടക്കാനൊക്കുമോ? മുളങ്കാട് പിറുപിറുപ്പ് മാറ്റി മുരൾച്ചയിലേക്കു കടന്നു.

വേലിയിറക്കം. കക്കകൾ തെളിഞ്ഞ നനവാർന്ന പൂഴിത്തിട്ടയിൽ പെട്ടുപോയ മരിക്കാത്ത ജലജീവികൾ അംഗങ്ങൾ കുടഞ്ഞു ചടുലഗമനം തുടങ്ങി. ജീവിതത്തിനും മരണത്തിനുമിടയ്ക്ക് വെളിച്ചം കുറഞ്ഞ താഴ്വരയിലൂടെ രണ്ടനാഥാത്മാക്കളെപ്പോലെ ലക്ഷ്യമില്ലാതെ അവർ നടന്നു. നാടുറങ്ങിക്കിടന്നു. ഇടത് ജലരാശി വലത് വിരിപ്പുപാടം. പോയ ജന്മത്തിനു നനഞ്ഞ ഉടയാടകൾ തർപ്പണം ചെയ്തു. കറുക ഇമനീർ

വീഴ്ത്തി പുൽപ്പരപ്പിലൂടെ നടന്ന് കടത്തുതോണിയുടെ പുരയിലെത്തിയപ്പോൾ കാദരുണ്ണി പറഞ്ഞു:

"തണുക്ക്ണുണ്ടെങ്കിൽ അടുപ്പിൽ തീപൂട്ടാം. വെള്ളം ചൂടാക്കി കുടിക്കാൻ കലവും കോപ്പയും ഉണ്ട്. നേരം വെളുക്കുമ്പഴ് എങ്ങട്ടാന്നച്ചാ പൊഗ്ഗാം."

അവൾ മറുപടി പറഞ്ഞില്ല. കാദരുണ്ണിയെ കൺമുനകൊണ്ടൊന്നു കുത്തി. കടത്തുപുരയുടെ ചായ്പ്പിൽ അഭയം തേടിയിരുന്ന തെണ്ടിപ്പട്ടി പതുക്കെ എണീറ്റുപോയി.

"ച്ചിരിമ്പാടെ നടന്നാ ആമിനാടെ കുടീലെത്ത്ാ. ഓള് ങ്ങളെ പൊന്നുമ്പൊടിപോലെ പരിപാലിക്കും."

"മാപ്ലാര്ടെ കുടീലിക്കൊ? ഞാനിപ്പൊ ചത്തിട്ടൊന്നും ഇല്ലല്ലൊ!"

"ന്നാ ങ്ങളെ പൊരേലിക്ക് പൊഗ്ഗാ. അതെവിടെയാ?"

"നിയ്യ് എന്നെ തൊട്ടു ശുദ്ധം മാറ്റിയില്ലെ? ഇനിയെനിക്ക് വീടെവിടെ! അല്ലെങ്കിലും തിരിച്ചു ചെല്ലാനല്ലല്ലൊ, ഞാൻ കോലോത്തുംന്നെറങ്ങിയത്!"

കാദരുണ്ണി കനലിൽ ചവിട്ടിയതുപോലായി. മിഴികൾ ചിമ്മിത്തുറന്നു. കോവിലമ്മയെ നോക്കി അവൻ വീർപ്പടക്കി. കുഴിയിലേക്കു കാലുനീട്ടിയിരിക്കുന്ന തമ്പുരാന്റെ കെട്ടിലമ്മ. എഴുപതാം പിറന്നാളാഘോഷിക്കാൻ കോന്തൻനായർ കൊണ്ടുപോയ കായ്കറികളുടെ ഓർമകയ്ക്കുന്നു.

"നാളെയല്ലെ പെറന്നാള്, തമ്പുരാന്റെ?"

അവരുടെ ചുണ്ടിൽ ദീനമായ ഒരു ചിരി മിന്നിമറഞ്ഞു.

"സഹധർമിണിയില്ലാണ്ടൊരു പിറന്നാളുണ്ണട്ടെ!"

കാദരുണ്ണിക്കു വിശ്വാസം വരുന്നില്ല. ഇവരെ ഒരു നോക്കു കാണാനല്ലൊ പല്ലക്കിന്റെ മൂളൽ കാത്ത് തണ്ണീർപന്തലിലും കടവത്തും അത്താണിയ്ക്കലുമൊക്കെ ഗ്രാമീണർ മണിക്കൂറുകളോളം കാത്തുനിൽക്കാറുള്ളത്! കാദരുണ്ണി കൈകളുയർത്തി, സമ്പർക്കസൗഖ്യം അനുഭവിച്ച തന്റെ ഭാഗ്യത്തെ പരിശോധിച്ചു. പിന്നെ ഒരു നടുക്കത്തോടെ നാലടി പുറകോട്ടു മാറിനിന്നു. അപരാധത്തിന്റെ മുൾമുനകൾ അവനെ പിച്ചിച്ചീന്തി. ചിരപുരാതനമായ പാപകർമത്തിന്റെ മുൾക്കൂട്ടിൽ ഒരു കിളികൂടി പതിച്ചു. കോവിലമ്മയുടെ സ്പർശനം തങ്ങിനിൽക്കുന്ന തന്റെ ഉടലിനെയും ഉൾക്കാമ്പിനെയും ഓർത്ത് കാദരുണ്ണി പ്രാർഥിച്ചു:

"പടച്ചവനേ വേണമെന്നുവച്ച് ഒരു തെറ്റും ചെയ്തിട്ടില്ലേ!"

നിലാവ് അവന്റെ പരുത്ത കൈത്തലങ്ങളിൽ വെണ്ണപൂശി.

മരണത്തേക്കാൾ അസ്പൃശ്യമോ എന്റെ ഈ കൈകൾ!

"ദുഷ്ടാ എന്റെ മുന്നീന്ന് പോവൂ."

കാദരുണ്ണിക്ക് കരച്ചിൽ വന്നു. അടുത്തനിമിഷം അവളുടെ ചെവിക്കുറ്റി നോക്കി ഒന്നുകൊടുക്കാൻ അവന്റെ കൈ തരിച്ചു. നന്ദികേടിന്റെ പര്യായമായ അവളുടെ മുഖത്ത് വീണ്ടുമൊരിക്കൽ നോക്കാനിടം നൽകാതെ അവൻ തിരിഞ്ഞുനടന്നു. ഒടിയൻ ചാമി തന്നെ കബളിപ്പിക്കുന്നൊ?

അടുത്തനിമിഷം ഇവളൊരു പേപ്പട്ടിയായി മാറുമൊ? ചാമിയുടെ വേലകളെപ്പറ്റി അവൻ കേട്ടിട്ടുണ്ട്. വഴിവരമ്പിലൂടെ നടന്നുപോയ കാളിയെന്ന സുന്ദരിയെ ഒരു പട്ടിയാക്കി, പുറകെ നടത്തിച്ച് അവന്റെ കുടിലിലേക്ക് കൊണ്ടുപോയ കഥ. അവൾ കന്നിഗർഭിണിയായിരുന്നു. അവളുടെ ഭ്രൂണം തുരന്നെടുത്ത് അവൻ ഒടിമരുന്നുണ്ടാക്കി. പണമുണ്ടാക്കി. നാട്ടുകാരുടെ ഇടിയേറ്റ് ഒരു ദിവസം ചത്തുവീണു.

കാദരുണ്ണി നേരിയ ഭയത്തോടെ തിരിഞ്ഞുനോക്കി. അവൾ ആറിത്തുടങ്ങിയ ഉടുപുടവ ചുളി നീർത്തുകയാണ്. മഴയേറ്റു നിൽക്കുന്ന പനങ്കുലപോലെ തലമുടി.

എന്നും ഇതായിരുന്നു കാദരുണ്ണിയുടെ വിധി. നല്ലതൊന്നു ചെയ്യുന്നതെല്ലാം അവതാളത്തിൽ. ഈ പാതിരനേരത്ത് ഇവളെ ഇവിടെ ഉപേക്ഷിച്ചു പോകാമൊ? അടുത്തിങ്ങനെ ശാപവാക്കുകൾ കേട്ടു നിൽക്കണൊ? നൂൽപ്പാലത്തിന്റെ പാതിയെത്തിയവന്റെ അവസ്ഥ. ചന്ദ്രൻ മുളങ്കൂട്ടത്തിന്റെ മറുവശത്തേക്കു കടന്നപ്പോൾ കാദരുണ്ണി നാലകത്തുതറവാടിന്റെ മുമ്പിലൂടെ നടന്നു. കുറെക്കൂടി നടന്നാൽ ആമിനയെ വിളിച്ചുണർത്താം.

അല്ല ആമിനയെയല്ല കാണേണ്ടത്. അവൻ നാലകത്തെ പടിപ്പുരയിലേക്കു നടന്നു. ഉമ്മറത്തു വിളക്കുണ്ട്. അയ്യപ്പൻ പടിപ്പുരത്തിണ്ണയിൽ കൂർക്കം വലിക്കുന്നു. വിപരീതചിന്തകളാൽ വലഞ്ഞു. കഴുതപ്പുലി മലയിറങ്ങിവരുന്ന സമയം. തോണിപ്പുരയിൽ കോവിലമ്മയും അവരുടെ അഹങ്കാരവും തനിച്ച്.......

"അയ്യപ്പാ-"

അനക്കമില്ല.

"അയ്യപ്പാ.....ഒന്നകത്തു കേറണല്ലൊ!"

അകത്തൊരു വാതിൽ ആരവത്തോടെ തുറക്കുന്നു.

"എന്താ? ആരാ? അവിടെ? അയ്യപ്പാ നീ കേൾക്കുന്നില്ലെ?"

"ഞാനാണ് കാദരുണ്ണി!"

"ഉണ്ണിമാപ്ളയോ? ഈ പാതിരായ്ക്ക്-വല്യുപ്പയ്ക്ക്-"

"ഇല്ല. ഒന്നുമില്ല. മരുന്നിനല്ല."

"എന്തേ ഈ അസമയത്ത്?"

"പെണ്ണുങ്ങൾ പൊഴേൽച്ചാടി ചാകാനൊരുമ്പെടുന്നത് പകൽവെളിച്ചത്തിലല്ലല്ലൊ!"

"ഹെന്ത്?"

"കോലമ്മ കൽപ്പള്ളിയുടെ കയത്തിലേക്ക്!"

"കോലേത്തെയോ?"

"തന്നെ!"

"എന്നിട്ട്?"

"പാവം നിന്ന് വെറയ്ക്കാണ്. തോണിപ്പൊരേലുണ്ട്."

"ഇങ്ങോട്ടു കൂട്ടിക്കൂടായ്ര്ന്നൊ?"

"ഇപ്പടീമ്മലും അയിത്തംണ്ട്ന്ന് പറഞ്ഞാ കുടുങ്ങീല്ലെ? ഒരുണങ്ങിയ

തുണി ഉടുക്കാൻ കൊടുത്താ കാദരുണ്ണീടെ വഴിക്കു കാദരുണ്ണിക്കു പോഗ്ഗോ-"

"ഭഗ-വാ-നേ-" നാലകത്തെ അമ്മ അറപ്പുരയിലേക്കു കുതിച്ചു. എരഞ്ഞിപ്പൂവിന്റെ മണവും മട്ടിപ്പശയുടെ ഗന്ധവുമുള്ള മുണ്ടും രണ്ടാമുണ്ടും ചുരുട്ടിപ്പിടിച്ച് അവർ പ്രത്യക്ഷപ്പെട്ടു. ഒരു കിഴി പൊടിയരിയും. തണുപ്പാറ്റാൻ എന്തെങ്കിലും അകത്തു ചെല്ലേണ്ടെ!

"ഭഗവാന്റെ ഓരോ ലീല. ഇന്നലെയാണ് കോലോത്ത് പാട്ടം വടിച്ചത്. ഇന്ന് കോവിലമ്മയ്ക്ക് നാലകത്തെ പൊടിയരിക്കഞ്ഞി!"

ഏതോ ഒരു പെണ്ണിന് ഉടുപുടവയും കഞ്ഞിക്കരിയുമായി, മഞ്ഞു വീണ പുഞ്ചവരമ്പിലൂടെ നടക്കുമ്പോൾ കാദരുണ്ണിയുടെ ചുണ്ടുകൾ വക്രിച്ചു. ജീവിതത്തിന്റെ ഒരു കുട്ടിക്കരണംമറിച്ചിൽ..... ഒരു കൊല്ലത്തെ അധ്വാനഫലം മുഴുവനും കോന്തൻനായർ എടുപ്പിച്ചു കൊണ്ടുപോയപ്പോൾ ഇന്നലെ വിചാരിച്ചിരുന്നു. ഇനി തൂമ്പ കൈകൊണ്ടു തൊടില്ല. കോലോത്തുകാരുടെ ഭൂമി ശാപംവീണ ഭൂമിയാണ്. അനേകം പെണ്ണുങ്ങളുടെ, കുടിയാന്മാരുടെ ശാപം......

തണുത്തുവിറച്ച് തോണിപ്പുരയുടെ ചുവടുചാരി നിൽക്കുന്ന കോവിലമ്മയുടെ ആർത്തിപൂണ്ട കൈകളിലേക്ക് അലക്കിയ പുടവകൊടുക്കുമ്പോൾ അവർ പറഞ്ഞു: "എന്നെ തോൽപ്പിക്കാനാണ് ഭാവംച്ചാൽ കരുതിക്കോളു, ഈ രുഗ്മിണിക്കോവിലമ്മയുടെ ഹൃദയം ഇരുമ്പാണ്, കാച്ചിയ ഇരുമ്പ്."

അഞ്ച്

വിരിപ്പിന്റെ മാറിലേക്ക് വെള്ളക്കൊക്കുകൾ പാറി വീഴുന്നേരം, മാളുണ്ണി പാവാടത്തുമ്പ് പൊക്കിപ്പിടിച്ച് ആമിനയുടെ വീട്ടുമുറ്റത്തേക്ക് ഓടിപ്പോയി.

"ആമിനേ-"

"ഓ"

"മൊയ്ല്യാര് പോയോ?"

"ബാങ്കുവിളിക്കുന്നേരം പോയി."

"നീയറിഞ്ഞോ?"

"ദെത്താണ്ണീ?" ആട്ടിൻകൂട്ടിൽ നിന്ന് ആമിന ഇറങ്ങിവന്നു. ആടിന്റെ ചൂര് പ്രഭാതവായുവിൽ പരന്നു.

"തോണിപ്പുരേല് ഒരു തമ്പുരാട്ടി!"

"ഹെന്ത്? തമ്പ്രാട്ടിയോ? ക്നാക്കാണ്ാണോ?"

"അല്ല. നേര്! ഉണ്ണിമാപ്ള പറഞ്ഞതാ! മുത്തശ്ശീടെ മുണ്ടും വേഷ്ടീം മേടിച്ചുകൊണ്ടുപോയത് ഉണ്ണിമാപ്ളയല്ലേ!"

"തമ്പ്രാട്ടിക്ക് ഉടുക്കാനോ?"

"മുങ്ങിച്ചാവാമ്പോയ തമ്പ്രാട്ടിയെ രക്ഷിച്ചത് ഉണ്ണിമാപ്ളയാ!"

"എന്റെ റബ്ബേ! ഇപ്പ ഏടണ്ട്?"

"ഓ! തോണിപ്പുരേല്! പോയിനോക്കാം."

"ബാതിലടച്ചിറ്റ് പൊഗ്ഗാം."

മാളുണ്ണിയും ആമിനയും കാഴ്ച കാണാൻ പറന്നു.

ദൂരെ പട്ടണത്തിൽ നിന്ന് തോണിയേറി വരുന്നൊരു പൊലീസുകാരനോ നികുതിയടവിനു നേരമായെന്നുണർത്താനൊരു ചെണ്ടകൊട്ടുകാരനോ ഉത്സവച്ചന്തയിലേക്ക് വളക്കുട്ടകളേന്തിയ ചെട്ടികളോ ഗ്രാമത്തിന്റെ വൈരസ്യം മായ്ച്ചുകളയാൻ വരാറുണ്ട്. പക്ഷേ, ഒരു തമ്പുരാട്ടി! നേർക്കുനേരെ കാണാൻ പാകത്തിന്, വേണമെങ്കിലൊന്നു തൊടാൻ പാകത്തിന് ഒരു തമ്പുരാട്ടി! നെടുവരമ്പിലൂടെ അമാലന്മാർ ചുമക്കുന്ന പല്ലക്ക് പാഞ്ഞുപോവുമ്പോൾ, കാറ്റിനോട് പറയുന്നു, വെളിയട ഒന്നുയർത്തിത്തായോ? അകത്തൊരു നിലവിളക്ക് കത്തിച്ചുവച്ചിരിക്കുന്നു. അമാലന്മാർ ഹുങ്കാരത്തോടെ പാഞ്ഞുപോവും. മനുഷ്യകീടങ്ങൾ ചിതറിമാറും. വയസൻ നാടുവാഴി ഭരണമേറ്റിട്ട് ഒരു കൊല്ലമായിട്ടില്ല. നാടുനീളെ കുളിച്ചുതൊഴുത്, അമ്പലങ്ങളെ അനുഗ്രഹിച്ച് നടക്കുന്ന വൃദ്ധരാജാവിന്റെ തലയിൽ ആകാശം ഇടിഞ്ഞുവീണതുപോലെ രാജ്യഭാരം. ഭാരമേറ്റി തളരുന്നേരം താങ്ങാനൊരു തരുണി. ഒരു പുതുവേളി. എത്രാമത്തെയാണ്. പലരും ഗവേഷണത്തിലേർപ്പെട്ടു.

കടത്തുപുരയ്ക്കലെ കാഴ്ച കാണാൻ നിൽക്കുന്നൊരു ജനക്കൂട്ടം. ഭൂമിയിലിറങ്ങി നിൽക്കുന്നൊരു മഴവില്ല്.

കാദരുണ്ണി ഒരു കുറ്റവാളിയുടെ ഒതുക്കത്തോടെ മാറിനിന്നു. ഇനി എന്ത് എങ്ങനെ എന്ന ചോദ്യം അവനെ വിരട്ടി. തൊണ്ടയിൽ മുള്ളുതറഞ്ഞ ജനം.

കോവിലമ്മ മിണ്ടുന്നില്ല. അനങ്ങുന്നില്ല. തോണിപ്പുരയുടെ പിഞ്ഞിക്കീറിയ കീറ്റോലകൾ അവർക്ക് അന്തഃപുരം തീർത്തിരിക്കുന്നു. നടുത്തൂൺ ചാരിനിൽക്കുന്ന സുന്ദരിയുടെ അരയ്ക്കുമേൽ ഇറയം മറച്ചിരിക്കുന്നു. കീഴ്പ്പാതി കാണാം. മുണ്ടും വേഷ്ടിയും പിന്നെ മഞ്ഞൾവിത്തുപോലെ മനോഹരമായ കാൽവിരലുകൾ. ജനം ആശ്ചര്യപരതന്ത്രരായി. തമ്പുരാട്ടിയുടെ സാന്നിധ്യം സാധാരണക്കാരുടെ ഈ കടവിൽ അശ്ലീലമായി.

"എന്തു കാഴ്ചയാ കാണണ്ടത്?" മുളഞ്ചീന്തിന്റെ മൂർച്ച.

ആരും മറുപടി പറഞ്ഞില്ല. കാഴ്ചവസ്തുവിന് ഒരു ചലനം വേണ്ടേ! ആളുകൾ മെല്ലെ മെല്ലെ കൊഴിഞ്ഞുതീർന്നു.

കടവ് പകലിന്റെ നൈരന്തര്യത്തിൽ വിലയിക്കുന്നു. അക്കരെ അടയ്ക്കാപ്പണിക്കുപോകുന്ന പെണ്ണുങ്ങൾ പലകുറിതിരിഞ്ഞുനോക്കി. മേഘച്ചീന്തുകൾക്കിടയിൽ പുതിയൊരു സൂര്യനെക്കണ്ടു. അവരുടെ ശബ്ദം ഗോപ്യമായി.

മാളുണ്ണി ആമിനയുടെ കൈപിടിച്ചുവലിച്ചു.

"പോവാ. നമ്മൾക്കൊന്ന് നല്ലോണം കാണാലോ!"

അവർ മണൽത്തിട്ടതാണ്ടി. കോവിലമ്മ, തന്റെ പുതിയ കോവിലിൽ നിന്നിറങ്ങി കാളിയാർ തീർത്ത മണിമുറ്റത്തു നിന്നു. പുതിയവെയിലിനു പുറംതിരിഞ്ഞു ഇരുണ്ടുചുവന്ന പ്രകാശത്തിൽ അവർ ഒരു ക്ഷേത്രവിഗ്രഹംപോലെ രഹസ്യനിർഭരയായി.

തോരുന്ന തലമുടിയിൽ വിരലോടിച്ച് കോവിലമ്മ ചോദിച്ചു:

"എന്താ കുട്ടീടെ പേര്?"

"മാളുണ്ണി. ഇവൾ ആമിന. ഉണ്ണിമാപ്ലടെ വീട്ടിലെയാ. മൊയ്ല്യാര്ടെ മകള്."

"ആരാ ഉണ്ണിമാപ്ല?"

"അറിയില്ല്യ ഉണ്ണിമാപ്ലയെ! പിന്നാരാ നിങ്ങളെ പുഴയിൽനിന്ന് രക്ഷിച്ചത്! ഇന്നാട്ടില് കൽപ്പള്ളിക്കടവില് മുങ്ങാംകുഴിയിടാൻ മറ്റാർക്കുമില്ല ധൈര്യം!"

കോവിലമ്മയുടെ അധരങ്ങൾ ഒരൽപ്പം വിടർന്നു. അന്ന് കാളിയാറിൽനിന്നു വീശിയ കാറ്റിന് അസാധാരണ ശൈത്യം ഉണ്ടായിരുന്നെന്ന് മാളുണ്ണി ഓർക്കുന്നു.

"ഞാനന്ന് പട്ടണത്തിലായിരുന്നു, അച്ഛന്റെകൂടെ. കോവിലമ്മയെ ഞാൻ കണ്ടത് അടുത്തവേനലിലെ അവധിക്കാലത്താ. അന്നവർ ഒരു പ്രാന്തിയെപ്പോലെ ആയിരുന്നു." മാനു പറഞ്ഞു.

"അവർ ഈ പുഴക്കരയിലൂടെ മുഷിഞ്ഞ പുടവയും കയ്യിലൊരു കൊടുവാളുമായി നടക്കുന്നകാലം!"

"കഷ്ടം! തോണിപ്പുരയിൽ ഒരു കെടാവിളക്കു കത്തിച്ചതുപോലെയായിരുന്നു അവർ. കടത്തു കാത്തുനിൽക്കുന്നവരാരും പിന്നെ പുരയ്ക്കകത്ത് കയറാതായി. മാനുവിന്നറിയ്യോ ഇത്ര സുന്ദരിയായ ഒരു സ്ത്രീ ഭൂമുഖത്ത് ജീവിച്ചിരിക്കുന്നവളാണെന്ന് എനിക്കു വിശ്വസിക്കാൻ കഴിഞ്ഞിരുന്നില്ല. ഒരു ദിവസം കയ്യിലെ കാപ്പൂരി അവർ കയത്തിലേക്കെറിഞ്ഞു. അപ്പോൾ അവരുടെ കൈക്ക് ചന്തമേറി. ആമിന പറഞ്ഞു അവൾ ജിന്നാണെന്ന്. ആളുകൾ പറഞ്ഞു, ഒടിമറഞ്ഞുവന്ന ഏതോ യക്ഷിയാണെന്ന്. പൂശാരി പറഞ്ഞു, കാവിലമ്മ നാടുകാണാനിറങ്ങിയതാണെന്ന്! മുത്തശ്ശി പറഞ്ഞു, പാവം! മുജ്ജന്മപാപം!

"നിനക്കെന്താണ് തോന്നിയത് മാളുണ്ണീ?"

"മറ്റാരെങ്കിലും തമ്പുരാട്ട്യേ ഏതെങ്കിലുമൊരു വീട്ടിൽ കൊണ്ടുപോയി കുടിയിരുത്തുമെന്ന് ഞാൻ ഭയന്നു. അവരെ നാലകത്തേക്ക് കൊണ്ടുപോകാൻ ഞാൻ കൊതിച്ചു. നമ്മുടെ മണ്ടകത്തിന്റെ തെക്കേ അറയിൽ, ആരും കിടക്കാത്ത ആ മുറിയിൽ, കൊത്തുവേലകളുള്ള ആ കട്ടിലും, ചിത്രപ്പണിയുള്ള നിലക്കണ്ണാടിയുമുള്ള അറയിൽ-അവരെ താമസിപ്പിക്കുക!"

"എന്നിട്ടോ?"

"ഞാമ്പറഞ്ഞു, വീട്ടിലേക്കു പോവ്വാ, അവിടെ മുത്തശ്ശിയുണ്ട്, ഒഴിഞ്ഞുകിടക്കുന്ന തെക്കെ മുറിയുണ്ട്, വേണമെങ്കിൽ മാളികമുറിയുമുണ്ട്."

"എനിക്കിനി വീടും കിടപ്പുമില്ല!" അവർ പറഞ്ഞു.

"വീടില്ലാതെങ്ങനെ കഴിയും?"

"ഈ പാടവും പറമ്പും കാവും കോട്ടയുമെല്ലാം എന്റെ വീടാണ്."

"ഇനീം പൊഴേൽ ചാടോ?"

"ഇല്ല എനിക്കതിനു വിധിയില്ല. ചാവാനും വേണം ഒരു യോഗം! എന്റെ ഒരാഗ്രഹവും ഇതുവരെ നടന്നിട്ടില്ല!"

അവരെ ഒന്നു തൊട്ടുനോക്കണമല്ലോ! കാട്ടുകുളംപോലെ ഇരുണ്ടു കിടന്ന അവരുടെ മിഴികൾ കുട്ടികളിൽ നേരിയ ഭയം ഉളവാക്കി. അവയുടെ ആഴങ്ങൾ കാണാൻ ചിലപ്പോൾ നട്ടുച്ചനേരത്തു കുട്ടികൾ തോണിപ്പുരയിലേക്ക് ഓടിപ്പോയി. അവർ ഇപ്പോഴും കാളിയാറിന്റെ കയങ്ങളിൽത്തന്നെ!

കാദരുണ്ണി അന്നു പുരയിലേക്കു പോയില്ല. ആമിന വിളമ്പിവച്ച കഞ്ഞിയും ഉണക്കമീൻ ചുട്ടതും ചമ്മന്തിയും നിരാശരായി തണുത്തു. കണ്ണുതെറ്റിയാൽ കോവിലമ്മ കാണാക്കയങ്ങൾ തേടുമെന്ന് കാദരുണ്ണി ഭയന്നു. എന്തിന് ഭയം? കോവിലമ്മ തന്റെ ആരുമല്ല. നിലത്തുവീണു പോയ ഒരു ജീവനെടുത്ത് അവരുടെ കയ്യിൽ അരുമയോടെ കൊടുത്തിരിക്കുന്നു. ഇനിയും തൂവിപ്പോകുമോ?

നാലകത്തെ വൈദ്യരുടെ പടിപ്പുരയ്ക്ക് ഒരു പുറംതിണ്ണ ഉണ്ടായിരുന്നു. വഴിപോക്കർക്ക് നടുനീർത്താനൊരിടം. കാദരുണ്ണി തലപ്പാവ് കുടഞ്ഞ് അവിടെ വിരിച്ചു.

ആലയിലെ പശുക്കൾക്ക് വെള്ളംകാട്ടാനെത്തിയ അയ്യപ്പൻ ചോദിച്ചു:

"കാദരുണ്ണിമാപ്ല മൊയ്ല്യാരോടു പെണങ്ങിപ്പോന്നോ?"

"ഇല്ല. പുരയ്ക്കകത്ത് വല്ലാത്ത ആവിയെട്ക്ക്ണു. ഇവിടെ, നല്ല കാറ്റ്."

അന്നു രാത്രി അയ്യപ്പൻ മുത്തച്ഛനോടു പറഞ്ഞു: "ഉണ്ണിമാപ്ല കോവിലമ്മയ്ക്ക് കാവ്ലാ."

"ആവട്ടെ. ആയമ്മ അവിടെത്തന്നെ കുടിപാർക്കുകയാണെങ്കില് നാളെ കുറെ മെടഞ്ഞോല കൊണ്ടുപോയി കടത്തുപുര കെട്ടിക്കൊടുക്കണം, അയ്യപ്പാ."

"പെണ്ണൊരുത്തി കടത്തുപുരയിലോ? ഒറ്റയ്ക്കോ?"

"കോലോം വിട്ടിറങ്ങിയാപ്പിന്നെ നാടെല്ലാം വീട്. മഞ്ഞും മഴേം വെയിലും ഏൽക്കർത്. അത്രതന്നെ! ആകാശത്തിന്റെ കീഴില് കെടക്കണത്ാ മോശം!"

കോവിലമ്മ കടത്തുപുരയെ ഒറ്റമുറിക്കോവിലകമാക്കി. അരിയും കായും പഴവും കറിസാമാനങ്ങളും അവരറിയാതെ വാതിൽക്കൽ വന്നു നിരന്നു. ഗ്രാമത്തിലേക്കു വിരുന്നുവന്ന സമ്പന്നയായൊരു വധുവെന്ന വണ്ണം അവർ കോവിലമ്മയെ ഉള്ളഴിഞ്ഞു സൽക്കരിച്ചു. കിട്ടിയതിൽ മുക്കാലും കടത്തുകടക്കാനെത്തുന്ന അഗതികൾക്ക് അവർ ദാനം

ചെയ്തു.

കുറുപ്പത്തി അമ്മാളു മുത്തശ്ശിയോടു പറഞ്ഞു:

"തമ്പ്രാട്ടീടെ മനസിന് ത്തിരി കടുപ്പം കൂടുതലാ."

"അവസരം വരുമ്പഴ് ദൈവം ഏതു പെണ്ണിനും മനക്കരുത്ത് കൊടുക്കും കുറുപ്പത്ത്യാരെ."

പടിപ്പുരതിണ്ണയിൽ കിടന്ന് കാദരുണ്ണി കാതോർത്തു. കാളിയാറിന്റെ പുളപ്പ്. മുൾക്കാട്ടിൽ ചിറകുകുരുങ്ങിയ കാറ്റിന്റെ കരച്ചിൽ. കടത്തുപുരയിൽ തീയണഞ്ഞു. ഒരു കറുത്ത നാഗം ആകാശങ്ങളിലേക്കിഴഞ്ഞു കയറി അപ്രത്യക്ഷമായി.

രാവിന്റെ അനന്തതയിൽ ഒരു സമുദ്രം അലയടിക്കുന്നു. അലകൾക്കു മീതെ, നങ്കൂരം നഷ്ടമായ ഒരു കപ്പലിന്റെ അലച്ചിൽ. കര കണ്ടു കണ്ടില്ല എന്നാവുമ്പോൾ തെന്നിപ്പോവുന്നു. കപ്പലിനു ദിശാബോധം നൽകുന്ന രണ്ടു നീലവിളക്കുകൾ കടത്തുപുരയിൽ.

കാദരുണ്ണി ചുരുണ്ടുകിടന്നു. നീർന്നുകിടന്നു. കൈകാൽ നീട്ടിക്കുടഞ്ഞു. കമഴ്ന്നും മലർന്നുംകിടന്നു. എണീറ്റു. രണ്ടടി മുമ്പോട്ടും മൂന്നടി പുറകോട്ടും നടന്നു.

പുലരട്ടെ. ചെന്നു ചോദിക്കണം എന്താണ് രുഗ്മിണിക്കോവിലമ്മയുടെ ഭാവം? എന്നും കടത്തുപുരയിൽ കഴിയാനൊക്കുമോ? കഴിഞ്ഞ പകലിലേക്കു വിഹ്വലതയോടെ തിരിഞ്ഞുനോക്കി. മഗ്രിബ് നിസ്കാരത്തിനും അസറ് നമസ്കാരത്തിനും പോയില്ല. കൊപ്രപ്പണിക്കു പോയില്ല. ആമിനയുടെ ആടിന് പ്ലാവില ഒടിച്ചുകൊടുത്തില്ല. ആമിനയ്ക്കൊപ്പം ജനിച്ച് അവളെ മറികടന്ന് ആകാശത്തോളം വളർന്നുനിൽക്കുന്ന പ്ലാഞ്ചോട്ടിൽ പഴുത്ത ഇലകൾ തിന്നുതീർന്നു കരയുന്ന ആടുകളുടെ ദീനസ്വരം രാവേറെച്ചെല്ലുംവരെ കേട്ടിരുന്നു. ആമിന വല്യുപ്പായോടു പറയും, ഉണ്ണിക്ക വന്നില്ല. കുടീക്കേറീറ്റേ ഇല്ല ബാപ്പാ.

കോവിലമ്മ കുടിയിരുന്നതിനുശേഷം കുളി, ആഹാരം, വസ്ത്രം, വേല എന്നിവയെല്ലാം അത്യന്തം ക്ഷുദ്രമായ കാര്യങ്ങളെന്ന് കാദരുണ്ണിക്കു തോന്നി. നൂറ്റാണ്ടുകളുടെ വൈരസ്യം അയവിറക്കിക്കിടക്കുന്ന ഈ ഗ്രാമം ഉണക്കപ്പുല്ലുമാത്രം തിന്നാൻ വിധിക്കപ്പെട്ട ഒരു പാവം കന്നുകാലിയെപ്പോലാണെന്ന് കാദരുണ്ണിക്കു തോന്നി. വിളയുന്നതും കൊയ്യുന്നതുമെല്ലാം, ഉറക്കം നഷ്ടമായ ഒരു രാവിന്റെ ശൂന്യതയിലേക്കു പറന്നുപോവുന്ന കിനാവുകൾ. വരട്ടുപുല്ല് ചവച്ച് ചവച്ച് നേരം വെളുപ്പിച്ചു. വീണ്ടും വിളഭൂമിയിൽ പച്ചയ്ക്കുന്നത് കാണാൻ കൊതിച്ച്, വീണ്ടുമൊരു നിശാശൂന്യതയിലേക്ക്-പക്ഷേ ഇപ്പോൾ കിനാവുകൾക്ക് കട്ടികൂടി, ദൈർഘ്യം കൈവന്നു. ആമിനയുടെ ആട് നേരമല്ലാനേരത്ത് കരയുന്നതെന്തിനാണെന്ന് മനസിലാവുന്നില്ല. അതിന്റെ ചിന്തകളിൽ ഒരക്കരപ്പച്ചപോലും ഇല്ല. അതിനു ചിന്തകളേ ഇല്ലല്ലോ.

കോവിലമ്മയുടെ സാന്നിധ്യത്തിൽ ഗ്രാമസ്ത്രീകൾ വെറും നിഴലുകളും പേക്കോലങ്ങളുമാണെന്ന് കാദരുണ്ണിക്കു തോന്നി. ആമിനയുടെ

വെളുത്ത തൊലിയും ഇളക്കം കൊള്ളുന്ന കണ്ണുകളും ഒരു മനുഷ്യസ്ത്രീയുടെതല്ല. വല്യുപ്പ എന്നു താൻ വിളിക്കുന്ന രക്ഷകന്റെ മകൾ ആമിനക്കുട്ടി പുഴയോരത്തെ മുളങ്കൂട്ടത്തിൽ തോരണം ചാർത്തുന്നൊരു കുരുത്തോലവാലൻകിളിയാണ്. അവളൊരു കൂട്ടുകാരിയോ പെങ്ങളോ ആണെന്ന ചിന്ത കാദരുണ്ണിയെ ഒരിക്കലും സ്പർശിച്ചിട്ടില്ല. കാദരുണ്ണിയുടെ ലോകത്തിൽ പെണ്ണുങ്ങളേ ഉണ്ടായിരുന്നില്ല. ശൈശവത്തിൽ ഉറക്കം വിട്ട് മൂത്രം മണക്കുന്ന പായിൽ എണീറ്റിരുന്ന് കണ്ണു തിരുമ്മുമ്പോൾ കാദരുണ്ണി കേൾക്കും. മോൻകെടന്നോ മൂത്രമൊഴിക്കണോ, വെള്ളം കുടിക്കണോ അനക്ക് തണുക്കണുണ്ടോ? പുതപ്പിച്ചു തരാ, വല്യുപ്പ.

"വേണ്ട"

"പിന്നെന്തിനാ നിജ്ജ് എന്നീറ്റിരിയ്ക്ക്ണ്?"

മൺമൂലയിലെ മണ്ണെണ്ണവിളക്ക് കിടന്നയുടനെ കെടുത്തീട്ടുണ്ടാവും. ചുമരിന്റെ വായുസൂത്രത്തിലൂടെ ഒരു രാക്കാറ്റ് ആരേയോ വിളിച്ചു കേഴുന്നു. ഇരുണ്ട മൂലയിൽ നനഞ്ഞകണ്ണുകളും എല്ലും തൊലിയുമായ അസ്ഥിക്കയ്യുകളുമായി മുഖമില്ലാത്ത ഒരു രൂപം വിളിക്കുന്നു,

"ഉണ്ണീ, പൊന്നുണ്ണീ-ീ-ീ........"

ചുരന്നൊഴുകുന്ന മുലകളും പതുപതുത്ത മടിത്തട്ടും ഇളംചൂടുള്ള ഒരു മേനിയുടെ സാന്നിധ്യവും അവന്റെ ശൈവമനസ്സ് കിനാവ് കണ്ടിരുന്നു. പിന്നെയൊരു നരച്ച പുലർവേളയിൽ, അനാഥമായ ശൈശവത്തിന്റെ തുടർച്ചയായി ആവിപറക്കുന്ന ഒരു കോപ്പ കഞ്ഞിയും, വല്യുപ്പയുടെ ദീനമായ മുഖവും, വിറകൊള്ളുന്ന താടിയും അവന്റെ മുമ്പിൽ അവതരിച്ചു. വല്യുപ്പ ഓതിക്കാൻ പോണു. ഗ്രാമജീവിതത്തിന്റെ പരുക്കൻ സ്വരങ്ങളും നീണ്ട കോട്ടുവായും. കെട്ടുപോയ തിരി അവശേഷിപ്പിച്ച വിളക്കെണ്ണയുടെ ദുരിതഗന്ധത്തിലേക്ക് ഒരുനാൾ കാളിയാറിന്റെ കരകളിലെ ആർദ്രത പടർന്നുകയറി. കുടിലിൽ ആരുമില്ല. കാദരുണ്ണി ഇറങ്ങി ഓടി. മുള്ളും മുരടും മുറിഞ്ഞുകിടന്ന ഇടവഴിയിൽ ദുർഗന്ധം വമിക്കുന്ന കാഞ്ഞിരപ്പഴങ്ങൾ ചവിട്ടി വഴുതിവീഴാതെ, പൊട്ടാതെ, അവൻ കാളിയാറിന്റെ തീരത്തെ ചിരിക്കുന്ന മണൽത്തിട്ടയിലേക്കു കുതിച്ചു. അവിടെ പായ്മറയ്ക്കുള്ളിൽ പെണ്ണുങ്ങൾ മുങ്ങുന്നുണ്ടായിരുന്നു. ഓളമിളകി ഓടിയെത്തി മണൽതുമ്പിനെ ഉമ്മവയ്ക്കുന്നു. കുട്ടികളെ കുളിപ്പിക്കുന്ന അമ്മമാരുടെ പുറകുവശം. കണ്ണീർവാർക്കുന്ന കക്കക്കുട്ടകൾ തലയിലേറ്റി വേച്ചു വേച്ചു നടന്നുപോകുന്നവർ. വെള്ളരിക്കണ്ടങ്ങൾ നനച്ച് ഒഴിഞ്ഞ കുടം കമഴ്ത്തി ധൃതിയിൽ പാഞ്ഞുപോകുന്നവർ. ആരെങ്കിലുമൊരാൾ തന്റടുത്തുവരുമെന്നും വാരിയെടുത്ത് ഒരുമ്മ തരുമെന്നും അവൻ വിചാരിച്ചു. സ്വന്തം വേവലാതികളുമായി നടന്നുപോകുന്നവർ മങ്ങിയ പകൽവെളിച്ചത്തിൽ അവനെ കണ്ടതേയില്ല. കനിവിനെക്കുറിച്ചുള്ള എല്ലാ കിനാവുകളും ഊർന്നൊഴുകി വരിവെള്ളമായി കാളിയാറിന്റെ കുത്തൊഴുക്കിൽ മാഞ്ഞുപോയി. അഗാധതയിൽക്കിടന്നു വിളഞ്ഞൊരു മുത്തിനെയാണ് താനിന്നലെ മുങ്ങിയെടുത്തതെന്ന അറിവ്

അവനെ പുളകംകൊള്ളിച്ചു. കാദരുണ്ണി ചാടിയെണ്ണീറ്റു. അരുണിമയാർന്ന കിഴക്കൻ മലമുടികളെ നോക്കി അവൻ ധൃതിയിൽ നടന്നു. അത് പുലർവെയിലിന്റെ ആഗമമായിരുന്നില്ല. വെയിലുദിക്കുന്നത് അവന്റെ മനസിലായിരുന്നു.

കറുകവിരിച്ച ദുഃഖത്തിൽ കാലൂന്നിയപ്പോൾ കാദരുണ്ണിക്ക് പൊടുന്നനെ അരിശംവന്നു. വയൽവരമ്പിൽനിന്നു പോക്കാച്ചികൾ ഓടിയൊളിച്ചു. എന്റെ ഉറക്കംകെടുത്താൻ എന്തിനാ ഈ കൽപ്പള്ളിക്കടവിലേക്കേഴുന്നള്ളിയത്? ഭാഗ്യംകെട്ട ഈ ഗ്രാമത്തിൽ വന്നുനിന്ന് മേനി നടിക്കാനോ? ഞങ്ങളെ അപമാനിക്കാനോ? ഇല്ലായ്മകളെക്കുറിച്ചു കുത്തിനോവിക്കാനോ? ഒരു കിണ്ണം കഞ്ഞിയും, ഒരു തുണ്ട് തുണിയും, കിടക്കാനൊരു പായും, കിളയ്ക്കാനൊരു തുണ്ട് മണ്ണുംകൊണ്ട് തൃപ്തിയടഞ്ഞു കഴിഞ്ഞുകൂടിയിരുന്ന ഈ കാദരുണ്ണിയെ ചവിട്ടിയുണർത്താൻ നിങ്ങൾക്കാര് അനുവാദം തന്നു?

പിന്നെയവൻ രാവെളിച്ചത്തിനു നേർക്കു കയ്യുയർത്തി. സ്പർശന സൗഭാഗ്യത്തിന്റെ ഒരു കണിക. അവന്റെ മേനി കോരിത്തരിച്ചു.

ഒരു പഴയ പാട്ടിന്റെ തൂവലിൽ അവന്റെ മനസ്സ് തൂങ്ങിപ്പിടിച്ചുനിന്നു.

"പാലാറും തേനാറും
        നീനാറും പോലൊ
പാട്ടിൽ ഒശുകുന്ന
        കള്ളാറുപോലൊ
ബാലത്തിമാർവന്നു
        നീരാടുംപോലൊ
വക നല്ല കട്ടിൽ
        വിരിപ്പുണ്ട് പോലൊ
കോലം അശകുള്ള......"

പാഞ്ഞുവന്ന മകരക്കാറ്റ് പാട്ടിന്റെ തുമ്പ് കോരിയെടുത്തു കടന്നുപോയി. കാദരുണ്ണിക്ക് ഉറക്കമില്ല. അവൻ വയൽവരമ്പുകളിലൂടെ ചുറ്റിനടന്നു.

വയലിറമ്പിലെ കുടിലുകൾ പുകയാൻ തുടങ്ങിയപ്പോൾ അവൻ ആലോചിച്ചു. കോവിലമ്മ പട്ടിണികിടക്കുകയാണോ? കടത്തുപുരയിൽ നിന്ന് പുക ഉയരുന്നില്ല.

പുഴക്കരയിലെ മേട്ടിൽ ഉയർന്നുനിൽക്കുന്ന പള്ളി. വല്യുപ്പ ബാങ്ക് കൊടുക്കുന്നു. ഉണരുവിൻ, ഏവരും അല്ലാഹുവെ വന്ദിപ്പിൻ......

ആമിന മുറ്റമടിക്കാൻ തുടങ്ങീട്ടുണ്ടാവും.

മഞ്ഞുവീണ മുറ്റത്ത്, ആമിനയെ അരിശം പിടിപ്പിക്കുന്ന മാന്തളിരുകൾ ചറുപിറാ വീണുകൊണ്ടിരുന്നു. മേനിയിൽ ജലകണങ്ങളുമായി, കുളുർന്നു വിറയ്ക്കുന്ന പൈതങ്ങളുടെ ഇളംമേനിയിൽ തൊടാതെ കാദരുണ്ണി കോലായിലേക്കു നടന്നുകയറി. തണ്ണീർക്കിണ്ടിയുമായി കിണറ്റുകരയിൽ ആമിന,

"ന്റള്ളോ, ഉണ്ണിക്കാക്ക് ലാത്ത്രീം പകലും ല്യാണ്ടായോ! ഉണക്കു മേടിക്കാൻ ഇന്നലെ വെളുക്കുമ്പം ചന്തക്കുപോയ പോക്കാ! ഞാമ്പറഞ്ഞുകൊടുക്കും ബാപ്പാനോട്. ഇന്നലെ ലാത്തിരി ബാപ്പ ശോദിച്ചു, മീനെ ബടെ ആമിനാ? ഞാമ്പറഞ്ഞതു മീമ്പൊതി കാക്ക കൊത്തിക്കൊണ്ടോയി. അന്നപ്പം ബാപ്പ പറഞ്ഞ് കാക്ക ഒരീസം നന്നായി അത്തായം കയിച്ചോട്ടെ........"

കോവിലമ്മയുടെ നീൾമുടിത്തുമ്പിനെവിട്ടു വഴിക്കുവഴി ചാടിയിറങ്ങുന്ന നീർമുത്തുകളെ നോക്കി കാദരുണ്ണി ദൂരെ മാറിനിന്നു.

"കോലോത്ത് ചെന്ന് സങ്കടം പറഞ്ഞൂടെ."

"എന്ത്?"

മുടിച്ചാർത്ത് ചുഴറ്റി വീശി അവൾ കാദരുടെ കണ്ണിൽ നോക്കിനിന്നു. കനലുകൾ വീണ്ടും ഉറക്കമുണരുകയാണോ?

"ഈടെ ങ്ങനെ എത്ര അന്തികൾ കഴിയും? കോലോത്തുള്ളവർ മനിസന്മാരല്ലെ?"

"അതിനു മറ്റൊരു രുഗ്മിണി ജനിക്കണം. രുഗ്മിണിക്കിനി കോലോം ഇല്ല, കിരീടോം വേണ്ട."

"പിന്നെ?"

"ഈ കടത്തുപുര മതി."

"ഈ കടവത്തൊ?"

"എന്താ കടത്തുകാരൻ മനുഷ്യനല്ലേ? എന്റെ തുണക്ക് ഈ ഉമ്മറത്ത് കുറ്റിയിൽ കിടക്കുന്ന തോണി മതിയാവും. ഒരു ദിവസം ഞാനതഴിച്ചുവിടും. തനിച്ചാവില്ല തോണി. ഞാനുണ്ടാവും അതിൽ."

കാദരുണ്ണിയുടെ കണ്ണുകൾ തുറിച്ചു.

"നാലകത്തെകുട്ടി മാളുണ്ണി, കുത്തരിയും ഉപ്പും മുളകുംകൊണ്ട ത്തന്നു. ഇങ്ങനെ ഭിക്ഷയുണ്ണാനും വേണം ഒരു യോഗം! ധർമംകൊടുക്കുന്നതിലുള്ള പുണ്യം അവർക്കിരിക്കട്ടെ!"

'ഈ കീറച്ചാളയിൽ പാർക്കുന്നതിനുപകരം ഈ പൂവുടൽ കാളിയാറിന്റെ ഗർഭത്തിലേക്കു പോവുകയായിരുന്നു നല്ലത്.'

കടത്തുപുരയുടെ കതകില്ലാത്ത അകത്തേക്ക് സൂര്യൻ കടന്നുവന്നു.

"എന്നെക്കൊണ്ടെന്തെങ്കിലും ചെയ്യാൻ കഴിയൊ?"

"ഉണ്ണിമാപ്ല ഒരാണല്ലേ? കൂരയിലെ ഓലക്കീറുകൾ പറന്നുപോണു! അയ്യപ്പൻ കൊണ്ടന്ന മെടഞ്ഞോല കെടക്ക്ണ്. പുരപ്പുറത്തുകയറി ഒന്നു കെട്ടിത്തരൂ." സ്വർഗവാതിൽ തുറന്നാലുള്ള ആനന്ദത്തോടെ കാദരുണ്ണി പണിയാൻ തുടങ്ങി.

സന്ധ്യയ്ക്ക് കാദരുണ്ണി മുഖം കാണിച്ചു. നനഞ്ഞ മൺകുടം താഴെ വച്ചു. അതിൽനിന്നു വെള്ളരിക്കാപ്പൂവൽ പുറത്തെടുത്ത് കാദരുണ്ണി പറഞ്ഞു:

"അത്തായത്തിനുകൂട്ടാൻ...."

"ഉണ്ണിമാപ്ല ഇപ്പൊ പോക്കോളു. വെള്ളരിക്കയും എടുത്തോളു.

എനിക്കു വേണ്ട. വേണ്ടുമ്പഴ് പറയും. ഞാനിവിടെ സദ്യയുണ്ണാൻ കുടി പാർക്കുകയല്ല!"

വെള്ളരിക്ക കുടത്തിലൊളിച്ചു. ജാള്യതയോടെ കാദരുണ്ണി ഇരുട്ടി ലേക്കു തിരിഞ്ഞു. പൂവലുകൾ മുൾപ്പൊന്തയിൽവീണു ഞരങ്ങി. അവൻ തന്നത്താൻ പിറുപിറുത്തു: 'ഉളുപ്പില്ലാത്തോൻ, ഉശിറ്ല്യാത്തോൻ.'

കാദരുണ്ണി പൂഴിത്തിട്ടിൽ കാവലിരുന്നു. വേനൽക്കാറ്റ് ഉപ്പ് മണത്തു. കുളിച്ചുമുങ്ങി നൂർന്ന ഒരാൾ ഇരുട്ടിൽ പിറുപിറുത്തു:

"ഇക്കുറി ഓര് നേർത്തെ വന്നു. ഇനി എന്താ കൊതം?"

വെറുംപൂഴിയിൽ മലർന്നുകിടന്ന് കാദരുണ്ണി ആകാശങ്ങളോടു ചോദിച്ചു. വെള്ളംവേലിയുടെ കൊച്ചുകയ്യുകൾ അവന്റെ കണങ്കാലിൽ പൊത്തിപ്പിടിച്ചു. പിടിവിട്ടുമാറി പൊട്ടിച്ചിരിച്ചു. കാദരുണ്ണിയുടെ സിരക ളിൽ അരിശം നുരഞ്ഞു.

"പ്ഫ!" ചവിട്ടിക്കുടഞ്ഞ് അവൻ കുടിലിലേക്കു നടന്നു. കോലായി ലിരുന്നു നന്നെ നേർത്ത വെളിച്ചത്തിൽ കല്ലാക്കുരുകോർക്കുന്ന ആമിന ചോദിച്ചു: "ഇക്കാ ഞങ്ങള് നാളെ കക്ക പെറുക്കാമ്പോട്ടെ? ബാപ്പോട് ഇക്ക ഒന്നു പറയ്യോ?"

കക്കയിറച്ചി അവന്റെ രസനയിലേക്കു കടന്നു വന്നില്ല. കണ്ണുകൾ തിരിയുളിയായി ഇരുട്ടിനെ തുളയ്ക്കുകയാണ്.

"ക്കാ, തവളെ മുയ്ങ്ങ്യാ?"

"ഉം."

"കൊറ വല്യ തവളേണ്?"

"ഉം."

"മേപ്പട്ടുംല്യ കീപ്പട്ടുംല്യ എന്ന ചേലിക്ക് ചങ്കില് കെടക്ക്ാണൊ?"

മൂളൽ നിന്നു. "ഇക്ക കുളിച്ചിറ്റ്ല്യെ?" ഇല്ലെന്ന വസ്തുത അവനെ അസ്വസ്ഥനാക്കി.

"ഇക്ക നിസ്കരിക്കാമ്പോയില്ലേ?"

അവൻ ആക്രോശിച്ചു: "പോടീ ചെലയ്ക്കാണ്ട്!"

ആമിനയുടെ കണ്ണുനിറഞ്ഞു.

ഇരുട്ടുനിറഞ്ഞ കിണറ്റിന്റെ അന്തമില്ലാത്ത ആഴങ്ങളിലേക്ക് പാളയും കയറും മുങ്ങാംകുഴിയിട്ടു. പാള സഹികെട്ട് കുതിർന്നു പൊട്ടി. കുത്തു കോൽ ഊരി കിണറ്റുകരയിലിട്ട് അവൻ ഊക്കോടെ ചീയാതെ തകർന്ന പാളയെടുത്ത് ആട്ടിൻകൂട്ടിന്നപ്പുറത്തേക്കെറിഞ്ഞു.

ആറ്

നിദ്രാലസ്യത്തിന്റെ താഴ്വരയിലെ, പ്രാചീനമായ ഗ്രാമസന്ധ്യയി ലേക്ക് കടവാതിലുകൾ കൂട്ടംകൂട്ടമായി ചിറകടിച്ചുവന്നു. കൽപ്പള്ളിക്കട വിൽനിന്ന് കുടിയിടങ്ങളിലേക്കു നീളുന്ന ചെത്തുവഴിയുടെ ഓരങ്ങളിൽ നിരന്നു നിൽക്കുന്ന വടവൃക്ഷങ്ങൾ വാവലുകൾക്ക് അഭയമരുളി. അവ

ശിഖരങ്ങൾതോറും കീഴ്ക്കാംതൂക്കായി ഞാന്നുകിടന്നു. കടവാതിലുകൾ പകൽവേളകളിൽ ഉറക്കപ്പിച്ചിനാൽ വഴിപോക്കരെ അസ്വസ്ഥരാക്കി.

കടത്തുതോണിയിൽ കരപറ്റിയവർ മുത്തച്ഛനോട് കുശലം ചോദിക്കുന്നു:

"പട്ടണത്തില് കിലാപ്പത്ത് എത്തീക്കിന്ന് കേട്ടു, നേരോ?"

മുത്തച്ഛൻ പറഞ്ഞു:

"പകർച്ചവ്യാധികളേതും പട്ടണവാസികളെയാണല്ലോ ആദ്യം പിടികൂടുക!"

കക്ഷത്ത് കാലിച്ചാക്ക് മടക്കിയതും വിരൽത്തുമ്പിൽ മീൻകോമ്പയുമായി പുറകെനിന്നു നടന്നെത്തിയ കാദരുണ്ണി ചോദിക്കുന്നു:

"ഖിലാഫത്ത് ഇങ്ങട്ട് വര്വൊ?"

"വരാനാണ് ന്യായം. കാളിയാറിലൂടെ തോണിയിൽക്കേറി ഇങ്ങെത്താൻ ഒരു ദിവസമല്ലെ വേണ്ടു. നീ പണിക്കു പോയിത്തുടങ്ങി, അല്ലേ?"

മുത്തച്ഛന്റെ വാക്കുകളെ ഗ്രാമീണർക്കു വിശ്വാസമായിരുന്നു. മുത്തച്ഛന്റെ മൂത്തമകന് പട്ടണത്തിൽ വെള്ളക്കാരുടെ കമ്പനിയിലാണ് ജോലിയെന്ന് എല്ലാർക്കും അറിയാം. മാളുണ്ണിയെ മുമ്പിൽ നടക്കാൻവിട്ട് മുത്തച്ഛൻ ചിന്താമഗ്നനായി.

"തുർക്കിയിലെ സുൽത്താനെ വെള്ളക്കാരൻ പുറത്താക്കീന്ന് പറഞ്ഞാ ഇസ്ലാമിനെ അവർ പുറത്താക്കീന്ന് വിജാരിക്കണം." കാദരുണ്ണി പറഞ്ഞു. അവന്റെ സ്വരത്തിൽ ഭയത്തെക്കാളും അരിശത്തേക്കാളും ഏറെ പ്രാകൃതമായ ഒരു ഭാവം നുരയുന്നത് തെല്ല് ആശങ്കയോടെ മുത്തച്ഛൻ നോക്കിക്കണ്ടു.

"കുട്ടി വേഗം നടന്നോളൂ. കാലുയർത്തി വയ്ക്കണം. വഴിക്ക് കല്ലുണ്ടാവും. വെളിച്ചം കുറഞ്ഞിരിക്ക്ണു. മുന്നിരുട്ടുള്ള രാത്രിയാണ്."

മുത്തച്ഛനും നടത്തത്തിനു വേഗതകൂട്ടി.

കാദരുണ്ണി പുറകിലായി. വഴിത്തിരിവിൽ അയാൾ പറഞ്ഞു:

"വല്യുപ്പാക്ക് കൊരയ്ക്ക്ള്ള മര്ന്നിന് ഞമ്മള് നാളെ ബരാ."

"വന്നോളൂ."

കാളിയാർ രാക്കാറ്റുമായി രഹസ്യസല്ലാപം നടത്തി. മാളുണ്ണിയുടെ മൂർധാവിൽ എല്ലിച്ച വിരലുകൾകൊണ്ട് തഴുകി മുത്തച്ഛൻ പറഞ്ഞു:

"മഞ്ഞ് വീഴാൻ തുടങ്ങി." ചുമലിലെ വേഷ്ടിയെടുത്തു തലയിൽ ചുറ്റി, പോക്കറ്റിൽനിന്ന് ഒരു വലിയ കൈലേസെടുത്ത് മാളുണ്ണിയുടെ തലയിൽ ചേർത്ത് മുത്തച്ഛൻ പറഞ്ഞു: "താടിക്കു കീഴെ ഒരു കെട്ട് കെട്ടിക്കള." കൈലേസിന് ഗോരോചനാദിഗുളികയുടെ ഗന്ധം. നനഞ്ഞ കറുകനാമ്പുകൾ പാദങ്ങളെ വാത്സല്യത്തോടെ നക്കിത്തുവർത്തി. മാനത്തിന്റെ വടക്കു കിഴക്കേക്കോണിൽനിന്ന് അവിചാരിതമായി മിന്നലുകൾ പിണഞ്ഞുയർന്നു. നാലകത്തുവീടിന്റെ പടിപ്പുരയിറങ്ങി ഒരു ചൂട്ടുകറ്റ വന്നു.

"തോണി പൊറപ്പെടാൻ വൈകി ഇല്ലേ വല്യൂപ്പരേ!" അയ്യപ്പൻ വിനയത്തോടെ ചോദിച്ചു.

"പുറപ്പെടാൻ വൈകിയില്ല. വഴിക്കു നിർത്തി, ഒരു നല്ല ചായയുണ്ടാക്കിക്കുടിച്ചു. മകൻ കുറെ ഇലച്ചായ പൊതിഞ്ഞുകെട്ടിത്തന്നു." ഇപ്പോൾ അയ്യപ്പന്റെ വായിൽ വെള്ളമൂറി വരമ്പിൽ വീഴുന്നുണ്ടാവും, മാളുണ്ണി വിചാരിച്ചു. പട്ടണത്തിലേക്ക് അരിയും എണ്ണയും കൊണ്ടുപോകാൻ അയ്യപ്പൻ തിരക്കുകൂട്ടുന്നത് അമ്മായിയുടെ ചായ കുടിക്കാനാണ്. തിരിച്ചുവന്നു മുത്തശ്ശിയോടു പറയും:

"ചായാന്നുവച്ചാലൊ നല്ല സൊറണ്ണം കലക്കിയതുപോലെ. അതിന്റൊരുമണം കേട്ടാലൊ, രണ്ടീസം പിന്നെ കഞ്ഞീം വേണ്ട, കറീംവേണ്ട."

"നിയ്യവിടെത്തന്നെ കൂടിക്കോ അയ്യപ്പാ." മുത്തശ്ശി നീരസത്തോടെ പറയും: "തിന്നാൻ കണ്ടടം സ്വർഗം. ഇങ്ങനൊരു തീറ്റപ്പണ്ടം."

"അയ്യയ്യേ. തിന്നാനൊന്നും വേണ്ട അയ്യപ്പന്. നിത്യോം അരക്കോപ്പ ചായ കിട്ട്വാണെങ്കില്."

ഇന്ന് മുത്തശ്ശി അയ്യപ്പന് ഒരു കോപ്പ നിറയെ ഇലച്ചായ തിളപ്പിച്ചു ചായയുണ്ടാക്കിക്കൊടുക്കും. എന്നിട്ടു പറയും, പേരയില അരച്ച് ദീനം വന്ന പശുവിന് കൊടുക്കു. അല്ലെങ്കിൽ, മൂരിക്ക് നെല്ലിടിച്ചു പൊതി കൊടുക്ക്. അതുമല്ലെങ്കിൽ, ഉന്നം കടഞ്ഞ് കുരുകളയ് - ഇതെല്ലാം എക്സ്റ്ററാ പണികളായിരുന്നു. അയ്യപ്പന്റെ നിയോഗമല്ല. പക്ഷേ, ചായയുടെയൊരു ശക്തി!

"മുസ്ല്യാർക്ക് ചുമയ്ക്ക് മരുന്നു വേണംന്ന്! ഇന്നുണ്ട് അങ്ങാടീന്നു വരുന്നു. പിന്നെങ്ങനാ ചുമ ഭേദാവുന്നത്!" മുത്തച്ഛൻ രാത്രിയുടെ മുഖത്തുനോക്കി മെല്ലെപ്പറഞ്ഞു:

"മുഹമ്മദ് മുസ്ല്യാരും പെട്ടൊ കിലാപ്പത്തില്! ചക്കവിളഞ്ഞീ കുടുങ്ങ്യന്ത്യാ. പെട്ടോൻ കുടുങ്ങി. രക്ഷപ്പെടാൻ കഴിയൂലാന്നാ......."

"നമ്മുടെ ഗംഗൻ വിളിച്ചുകൂട്ടിയ യോഗാണെന്ന് ഉണ്ണികൃഷ്ണൻ പറഞ്ഞാ ഞാനറിയണത്!"

പടിപ്പുരയിൽനിന്നു വിളക്കുകാണിക്കുന്ന മുത്തശ്ശിയുടെ മുഖത്ത് ജിജ്ഞാസ.

"ഗംഗൻ സഭ ചേരുകയോ!"

"അവനു മറ്റെന്തു ജോലിയാണുള്ളത്!"

മുത്തശ്ശിയുടെ പൊൻതോടകൾ ആട്ടം നിർത്തി ശ്രദ്ധിക്കുന്നു.

"ചെറ്യ മൂപ്പർക്കെന്താ മാപ്ളാർടെ കാര്യത്തില്ത്ര താൽപ്പര്യം?"

അയ്യപ്പൻ ആരോടെന്നില്ലാതെ ഒരു ചോദ്യം പുറത്തുവിട്ടു. മുത്തച്ഛനോ മുത്തശ്ശിയോ സമാധാനം പറഞ്ഞില്ല. നിലവിളക്ക് ചാരുപടിമേൽ വച്ചു. മുത്തശ്ശി കെട്ടിനകത്തേക്കു പോയി. അകത്തുനിന്ന് ഓർമിപ്പിച്ചു:

"കുളിപ്പുരേല് ചൂടുവെള്ളമുണ്ട്. മാളുണ്യേ കുളിച്ചു കുപ്പായം മാറ്റ്! എങ്ങനെണ്ട് നിന്റ്യമ്മായീടെ സൽക്കാരം! എറച്ചീം റൊട്ടീം വയറ് നിറയെ തിന്നിട്ടു ദെണ്ണം വരുത്തി വച്ചിട്ടില്ലല്ലൊ!"

"റൊട്ടി അത്ര ചീത്ത സാധനനൊന്നും അല്ല. മുത്തശ്ശി ഉണ്ടാക്കുന്ന പത്തിരിയേക്കാളും മയമുണ്ട്. പഞ്ഞിപഞ്ഞിപോലെ. പിന്നെ എറച്ചിക്കറി

അത്ര എരിവുള്ളതല്ല. ഇഷ്ഠുവാണ്. ഇഷ്ഠു."

"അതെന്തോന്നാ?"

"അതോ, അത്! മഞ്ഞളും മസാലേം ചേർക്കാത്ത നല്ല വെളുവെളുത്ത ഇറച്ചിക്കറി."

"ഓക്കാനിക്കാൻ വരണ്ു. മിണ്ടാണ്ടെ പോയി കുളിച്ചു വാ. എല്ലാ കുഷ്ഠുന്റേം മണംപോട്ടെ."

മുത്തച്ഛൻ കുപ്പായം ഊരി അഴയിലിട്ടു. മുത്തച്ഛന് വല്യമ്മാവന്റെ വകയാണ് വെള്ളക്കുപ്പായം. ചങ്ങലയിൽ ഘടിപ്പിച്ച രണ്ടു പൊൻകുടുക്കുകളും. പട്ടണത്തിൽ പോകുമ്പോഴേ മുത്തച്ഛൻ കുപ്പായമിടൂ. അല്ലാണ്ടെ അങ്ങട്ട് കടക്കേണ്ടന്ന് വല്യമ്മാവൻ. കുപ്പായം ഇല്ലാതെ നടക്കുന്നവർ പ്രാകൃതരാണത്രെ! ഇക്കണക്കിന് മുത്തശ്ശി ഒരു കാലത്തും വല്യമ്മാവന്റെ വീട്ടിൽ പോവുകയുണ്ടാവില്ല. ഒരു രണ്ടാംമുണ്ട് ചുമലിലൂടെ കക്ഷത്തിലൂടെ വലിച്ചുചുറ്റി, മുത്തശ്ശി വീട്ടിലെ എല്ലാ ജോലികളും ചെയ്യും. ഒരു മന്ത്രവിദ്യകൊണ്ട് മുണ്ട് ചുമലിൽ അനക്കമില്ലാതെ കിടക്കും. മാളുണ്ണി പിടിച്ചു തൂങ്ങിനോക്കി. ങ്ഹേ! അനക്കമില്ല. ഊർന്നു വീഴില്ല.

"ന്റെ മാളുണ്ണി ഒരിക്കൽ നീ എന്റടുത്തൂന്ന് മേടിക്കും."

"ചക്കരയപ്പമാണോ?"

"അല്ല ചൂരൽപ്പഴം."

ചെറിയമ്മാവന്റെ പേരിൽ എന്തോ പിശകുണ്ടെന്ന് മാളുണ്ണിക്ക് തോന്നി. മുത്തച്ഛൻ മിണ്ടാതെ ചാരുകസേരയിൽ കിടപ്പാണ്. രണ്ടു കൈകൾക്കിടയിൽ കിടന്ന് ഒരു കണ്ണിവെറ്റില ചുരുണ്ടു തെരഞ്ഞ് ഇല്ലാതാവുകയാണ്. മുസ്ല്യാർക്കുള്ള ഗുളികബ്ഭരണി മുമ്പിലുണ്ട്. മാളുണ്ണി ഇരുപത്തൊന്നെണ്ണം എണ്ണിവെച്ചിട്ടുണ്ട്. മുത്തച്ഛൻ അത് പൊതിയാനുള്ള വെറ്റിലയാണിങ്ങനെ അരച്ചരച്ച് മറ്റൊരു ഗുളികയാക്കുന്നത്.

ചെറിയമ്മാവൻ മുത്തച്ഛന്റെ സ്നേഹമാണ്. വല്യമ്മാവൻ അഭിമാനവും. ചെറിയമ്മാവന്റെ ഖദർക്കുപ്പായം, ചെറിയമ്മാവന്റെ ഹിന്ദി പഠനം, ചെറിയമ്മാവന്റെ ഇംഗ്ലീഷ് വായന, നാടകാഭിനയം, പ്രസംഗം, പകർച്ചവ്യാധികൾക്കെതിരെയുള്ള നാട്ടുയുദ്ധം- ഇവയൊക്കെ മുത്തച്ഛൻ രഹസ്യമായി ഇഷ്ടപ്പെട്ടിരുന്നുവെന്ന് മാളുണ്ണിക്കറിയാം. എഴുത്തുപെട്ടിയുടെ ഉള്ളറയിലുള്ള പഴയൊരു പൊൻനാണ്യം രഹസ്യമായി തുറന്നു പരിശോധിക്കുമ്പോലെ ആയിരുന്നു ആ സ്നേഹപ്രകടനം. ആരും അറിയാതെ, അറിയിക്കാതെ.

തെക്കിനിമാളികയുടെ ചെറുമുറിയിൽ ഈയിടെ ഗംഗമ്മാവൻ നന്നേ വിരളമായേ കയറുന്നുള്ളൂ. മുറി സദാ അടഞ്ഞുകിടക്കുന്നു. വേലക്കാരി അടിക്കാനും മെഴുകാനും പോകും. ഇരുളടഞ്ഞ മുറിയിൽ ഒരു ഭിത്തിയിൽ കയറിയിരുന്നു മഹാത്മാവ് തൊണ്ണുകാട്ടിച്ചിരിക്കുന്നത് വാതിൽ തുറക്കുമ്പോൾ കാണാം. ഉമ്മറത്തെ ചുമരിൽ ഈ പടം തൂക്കാത്തതെന്തുകൊണ്ടെന്ന് മാളുണ്ണി ഒരുനാൾ ചോദിച്ചു.

ജീവിച്ചിരിക്കുന്ന മഹാത്മാവിന്റെ പടം അങ്ങനെ വെളിച്ചത്തിൽ

തൂക്കിയിടരുത്. ഇവിടെ ഇതിനകത്ത് അതൊരു വെറും പടമ ല്ല, മഹാത്മാവിന്റെ സജീവസാന്നിധ്യമാണ്. ചെറിയമ്മാവൻ കണ്ടിട്ടുണ്ടോ? ഉണ്ട്. ഒരിക്കൽ. നുണ. അല്ല സത്യം. അദ്ദേഹം തീവണ്ടിയിലിരിക്കുന്നു. ഞാൻ പ്ലാറ്റ്ഫോമിൽ ജനക്കൂട്ടത്തിനിടയിൽ. പക്ഷേ, എന്താ? ഞാനൊരു ഖദർ മാല കരുതിയിരുന്നു. അതദ്ദേഹത്തിന്റെ കഴുത്തിലിടുംമുമ്പ് വണ്ടിയിളകി. ഗാന്ധിജിയുടെ നിറമെന്താണ്? നല്ല ചുമന്നു, പഴുത്ത പറങ്കിമാങ്ങയുടെ നിറം. അമ്മാവൻ ഒന്നു തൊട്ടുനോക്കിയോ? ഇല്ല. ജനത്തിരക്കുകാരണം അടുക്കാൻ കഴിഞ്ഞില്ല. തൊട്ടവനെ തൊട്ടു. അമ്മാവൻ മേശവലിപ്പിൽ അടച്ചുപൂട്ടി സൂക്ഷിച്ച ഒരു പത്രക്കടലാസ് എടുത്തുകാണിച്ചു. ഇതെന്താണെന്നറിയ്യോ? ഒരു പഴയ പത്രം. അല്ല. ഈ തുണ്ടു കടലാസ് അദ്ദേഹത്തിന് ഓറഞ്ചു പൊതിഞ്ഞു കൊടുത്ത കടലാസാണ്. തീവണ്ടിയിൽനിന്ന് ആരോ അത് താഴെയിട്ടു. വണ്ടിപോയപ്പഴ് ഞാനെടുത്തു. ചെറിയമ്മാവന്റെ ആരാധനാപാത്രങ്ങൾ ആരെല്ലാമെന്ന് ഇപ്പോൾ മാളുണ്ണിക്കു സംശയമായി. ടാഗോർ, വള്ളത്തോൾ, ഗാന്ധിജി, വലിയ ഇംഗ്ലീഷ് പുസ്തകങ്ങൾ എഴുതുന്ന, തനിക്ക് പേരോർമിക്കാൻ കഴിയാത്ത ഏതോ വലിയ ആളുകൾ?

ചെറിയമ്മാവൻ ഇപ്പോഴും മനസിന്റെ ഇരുണ്ടമൂലയിൽ, കത്തിച്ചുവച്ച ഒരു ഹരിക്കെയ്ൻ ലാമ്പിന്റെ മുമ്പിലിരുന്ന് എഴുതുകയാണ്, വായിക്കുകയാണ് - വെളുത്തു ചടച്ച് ദീർഘകായനായ ചെറിയമ്മാവൻ, ശരീരം നോവിക്കുന്ന പരുക്കൻ ഖാദി. കൊറ്റിയുടേതുപോലെ ചിറകുള്ള നീണ്ട കുപ്പായം. വയലറ്റുകരയുള്ള മുണ്ട്. അത് നിറയെ പറ്റിപ്പിടിച്ച ഊരത്തിൻകായ്, അസ്ത്രപ്പുല്ല്-യോഗസ്ഥലത്തുനിന്ന് കിട്ടുന്ന സമ്മാനങ്ങൾ. ഇപ്പോൾ ചെറിയമ്മാവൻ നാലകത്തു വരുന്നത് വിരളം. തളത്തിലെ മേശപ്പുറത്തിരുന്ന് ഒരു കിണ്ണം ചോറ് എല്ലാ രാത്രിയിലും നിശ്ശബ്ദം കരഞ്ഞു. നിത്യേന രാവിലെ നെല്ലുകുത്തുകാരി ഉണ്ണൂലിയമ്മ അതിന്റെ കരച്ചിലാറ്റി.

പാൽക്കഞ്ഞി കുടിച്ചു കസേരയിൽ കിടന്നു വിശ്രമിക്കുന്ന മുത്തച്ഛനോട് മുത്തശ്ശി ചോദിച്ചു: “ഗംഗനെ കണ്ടുവോ?”

“കണ്ടു.”

“അവന് ഇവിടെ വന്നു തേച്ചുകുളിച്ചു നല്ലോണം ഒന്നുറങ്ങീട്ട് പോയ്ക്കൂടേ!”

“പട്ടണത്തില് എണ്ണയ്ക്കും ചോറിനും മുട്ടില്ല.” കുറച്ചുനേരത്തിനു ശേഷം മുത്തച്ഛൻ പറഞ്ഞു: “ഞാനാലോചിക്കുകയാണ് മാളുണ്യെ, പട്ടണത്തിന്റെ പെൺപള്ളിക്കൂടത്തിൽ ചേർത്തു പഠിപ്പിക്കണംന്ന്.”

“അത്ര വലിയ പഠിപ്പൊന്നും അവൾക്ക് വേണ്ട.”

“കാലത്തിനൊത്ത കോലം കെട്ടേണ്ടേ നാരായണീ.......”

മാളുണ്ണി കാതോർത്തു. മനം കുളിർത്തു. ഒരു പുതിയ ലോകത്തിലേക്കുള്ള വാതിൽ തുറക്കുന്നു. വലിയ വീട്. നിറയെ വെളിച്ചം. വലിയ പുൽത്തകിടി. അരികിൽ പൂത്തടങ്ങൾ. തോട്ടപ്പനകൾ, കുളം, നീലത്താമര. മുമ്പിലൂടെ ഒഴുകുന്ന പട്ടണം. തീവണ്ടിയുടെ ഗർജനം. കമ്പനിക്കുഴ

ലുകളുടെ തർക്കിച്ച നിലവിളികൾ. നങ്കൂരമിടുന്ന കപ്പലുകളുടെ രാപ്പാട്ടുകൾ. മണികിലുക്കി ഓടുന്ന കുതിരവണ്ടികൾ. വെളുത്തതൊലിയുള്ള സായിപ്പന്മാരും മദാമ്മമാരും. വണ്ടികളിൽ ഉറുമാമ്പഴമുഖമുള്ള ഉരുണ്ട കുട്ടികൾ, അവരെ ഉന്തിക്കൊണ്ടുപോകുന്ന ആയമാർ, മനുഷ്യരെക്കാൾ വിലകൂടിയ പട്ടികൾ. ഒരു മായാലോകം. അതിലേക്ക് പ്രവേശനം തേടുന്ന മാളുണ്ണി. ഇരിക്കട്ടെ, നാളെ രാവിലെ ആമിനയോടു പറയണം, ഇനി നമുക്ക് കൊത്തങ്കല്ല് കളിക്കാൻ വേനലവധിവരെ കാത്തിരിക്കേണ്ടിവരും. മാമ്പഴം കൊഴിഞ്ഞു വീഴുമ്പഴയ്ക്കും ഞാൻ വരും. കശുവണ്ടി കരുതി വയ്ക്കണേ.... മാളുണ്ണി ഉറക്കത്തിലേക്കു വഴുതുന്നു. തലമുടിയിലൂടെ ഇഴഞ്ഞുനീങ്ങുന്ന വിരലുകൾക്ക് ചലനം കുറയുന്നു.

"മാളുണ്ണീ, നീയ്യവിടെ ഉള്ളപ്പോൾ ഗംഗമ്മാവൻ അവിടെ വന്നിരുന്നോ?"

"ഇല്ല. ഗംഗമ്മാവനെ അവിടെ കാലുകുത്താൻ സമ്മതിക്കില്ലെന്നു വല്യമ്മാവൻ പറഞ്ഞു."

"ഉണ്ണിക്കൃഷ്ണമ്മാവനോ?"

"അതെ."

"എല്ലാം അവളൊരുത്തീടെ തലയണമന്ത്രമാവും."

"അമ്മാവന്റെ ഖദറും പ്രസംഗോം നിർത്തീട്ട് അവിടെ കയറിയാൽ മതിയെന്നാ വല്യമ്മാവൻ പറയണത്. അല്ലാതെ അമ്മായി ഒന്നും പറഞ്ഞിട്ടല്ല. ചെറ്യമ്മാവൻ അടുക്കളവാതിലിലൂടെ കയറിവരുമ്പോൾ ചോറു കരുതിവയ്ക്കണമെന്ന് അമ്മായി ബട്ളറോട് പറയ്ണത് ഞാൻ കേട്ടു, മുത്തശ്ശീ."

"ആ ബട്ളർക്ക് അവിടെ എന്താ പണി?"

"വിരുന്നൊരുക്കൽ."

"എന്നും വിരുന്നാ?"

"അല്ല. ശനിയാഴ്ച രാത്രി."

"ചോറും കൂട്ടാനും വയ്ക്കാൻ നിന്റമ്മായിക്കറിഞ്ഞുകൂടെ? അവളൊരു പെണ്ണല്ലേ?"

മാളുണ്ണിക്കരിശം വന്നു. എന്താ പെണ്ണുങ്ങൾ വച്ചാലേ ചോറും കറിയും ഉണ്ടാവൂ? മുത്തശ്ശിയുടെ കൈ തലയിൽനിന്നു തട്ടി മാറ്റി അവൾ ചുമരിനഭിമുഖം തിരിഞ്ഞു കിടന്നു. ചുമരിൽ വർണസ്വപ്നങ്ങൾ വിടർന്നു. മുത്തശ്ശി പല പ്രാവശ്യം എണീറ്റുപോയി. ഉമ്മറവാതിൽക്കൽ ചെന്നു ചെവിടോർത്തു. പുറമേ ഗ്രാമം ഗാഢനിദ്രയിലാണ്ടു കിടന്നു.

"എന്തിനാ നാരായണീ, നീ വാതിൽക്കൽ ചെവിയോർത്തു നിൽക്കണ്? അവൻ ചിലപ്പോ കുറെ ദിവസങ്ങൾ കഴിഞ്ഞിട്ടേ വരൂ."

"അപ്പോ ഗംഗന്റച്ഛനും ഉറക്കംവരാണ്ടെ കിടക്കാണോ?"

"ബോധംകെട്ട് ഉറങ്ങണ്ട കാലം കഴിഞ്ഞു."

കാലത്തിന് എന്തോ പറ്റിയിരിക്കുന്നെന്ന് മാളുണ്ണിക്ക് മനസിലായി. അതുകൊണ്ടാണ് വേനലവധി മുഴുവനും പട്ടണത്തിൽ ചെലവഴിക്കാൻ

പോയ തന്നെ, ഒരാഴ്ച കഴിഞ്ഞ് മുത്തച്ഛൻ തിരികെ കൊണ്ടുവന്നത്! പട്ടണത്തിൽ ഗ്ലാഡിസ് മദാമ്മ അവളെ ഇംഗ്ലീഷ് പഠിപ്പിക്കാൻ തുടങ്ങിയിരുന്നു. വലിയച്ഛൻ പറഞ്ഞു: "അടുത്തകൊല്ലം മുഴുവനായിട്ട് പഠിക്കാം. ഇപ്പോ തൊടങ്ങിവെച്ചിട്ടെന്താ?"

മാളുണ്ണി ഭിത്തിയിൽ മുഖംചേർത്തുവച്ചു കരഞ്ഞു. എനിക്കമ്മയില്ല; അച്ഛനില്ല. ആർക്കും എന്നോടു സ്നേഹമില്ല. ചെറ്യമ്മാവനെങ്കിലും എന്നോടു സ്നേഹമുണ്ടെന്നു കരുതിയിരുന്നു. ഇപ്പോൾ ചെറ്യമ്മാവനും നേരമില്ലാതായി. അവൾ മുത്തശ്ശിയുടെ ആലിംഗനത്തിൽനിന്നകന്നു മാറി, കുമ്മായച്ചുമരിന്റെ തണുപ്പിൽ ചേർന്നുകിടന്നു.

ഏഴ്

"മനുഷ്യന്റെ കണ്ണിനു ചിലപ്പോ നെറം മാറുന്നത് എന്തുകൊണ്ടാണാമിനേ?"

"അറിഞ്ഞൂട. കടത്തുപുരയിലേക്കു നോക്കുമ്പോ ഉണ്ണിക്കയുടെ കണ്ണിനു കറുപ്പ് കൂടണത് ഞാങ്കണ്ടിട്ട്ണ്ട്."

"ഞാനും."

"എന്താണ്?"

ഗ്ലാഡിസ് മിസ്സിയെപ്പറ്റി ആരോടെങ്കിലും പറയാതെ വയ്യ. കുളക്കോഴിയുടെ നടത്തമുള്ള മദാമ്മ. കുന്തക്കാലിൽ തെന്നിത്തെന്നി നടക്കുമ്പോൾ, ഇപ്പോ വീഴും എന്നു തോന്നും. വീഴാൻ പ്രാർഥിച്ചു. നല്ലോണം ഒന്നു കൈകൊട്ടിച്ചിരിക്കണം. അപ്പു ബട്ളർക്കും ആഹ്ലാദം. അവർ നഗരത്തിലെ വീട്ടിൽ സൽക്കാരത്തിനുവരുന്ന ദിവസങ്ങളിലെല്ലാം അപ്പു ബട്ളർ പലകുറി ആവർത്തിക്കും: "ചേട്ട."

അവളെ മാളുണ്ണിയുടെ ഇംഗ്ലീഷ്ടീച്ചറായി നിയമിക്കുമെന്നുകേട്ട് അപ്പുഅച്ചൻ ചോദിച്ചു:

"ഓളെ എന്നും ഇവിടെ വരുത്താനാ നെന്റെ വല്യമ്മാവന്റെ മോഹം?"

"എന്നെ പഠിപ്പിക്കാനാണ്."

"കുട്ട്യെ മാത്രമല്ല, ഇവിടെള്ള എല്ലാവരേം ഒരു പാഠം പഠിപ്പിച്ചിട്ടേ ഓളടങ്ങൂ."

"അപ്പുഅച്ചന് അസൂയയാണ്."

"ഞാനായിട്ടൊന്നും പറയണില്ല. എന്റെ കഞ്ഞീ കാട്ടം ഇട്ണ ഒരു പണീം ഞാഞ്ചെയ്യ്ണ്ല്ല."

"ഗ്ലാഡിസ് മദാമ്മ ശരിക്കും ഒരു മദാമ്മയാണോ?" ആമിന ചോദിച്ചു.

"പിന്നല്ലാതെ! നീലക്കണ്ണ്, പൊൻനൂലുകൊണ്ടു തീർത്ത തലമുടി. തൊലിപ്പുറത്തുനോക്കിയാൽ അകത്തേക്കു പ്രകാശമടിക്കുമ്പോലെ റോസാപ്പൂവിന്റെ കവിളുകൾ. ചോരച്ച ചുണ്ടുകൾ."

"ഓളക്ക് വാലുണ്ടോ? വെള്ളക്കാർക്കെല്ലാം വാലുണ്ടെന്നാ ഒരിക്കല് ഉണ്ണിക്ക പറഞ്ഞത്."

"മണ്ടത്തീ." മാളുണ്ണി ധൈര്യസമേതം വിളിച്ചു.

"ഞാൻ മിസ്സിയെ നല്ലോണം കണ്ടതാണ്. വല്യമ്മാവന്റെ തോട്ടത്തില്. സദിര് കഴിഞ്ഞ രാത്രിയില്, നിലാവില്. ആയമ്മയുടെ കണ്ണുകൾ പൂച്ചക്കണ്ണുകളല്ല, നല്ല നീല നക്ഷത്രങ്ങൾ." നക്ഷത്രങ്ങളെ ചുണ്ടുകൊണ്ടു മായ്ച്ചുകളയുന്ന അമ്മാവൻ. അവളുടെ ശരീരം വിറച്ചു. നിറുകയിൽനിന്ന്, ശരീരത്തിലെ കരുത്ത് മുഴുവനും താഴോട്ട് താഴോട്ട്. പുൽത്തകിടിയിൽ തളർന്നു വീഴുമെന്ന് മാളുണ്ണി ഭയന്നു.

"എന്നിട്ടോ? എന്നിട്ടോ? ആയമ്മടെ വാല്."

"ഞാങ്കണ്ട്ല്യ."

"യ്യെന്തിനാ രാത്രീല് തോട്ടത്തിൽ പോയത്?"

സൽക്കാരം നടക്കുന്ന ശനിയാഴ്ച രാവുകളിലൊന്നിൽ മാളുണ്ണി പട്ടണത്തിലെ വീട്ടിലുണ്ടായിരുന്നു. മദാമ്മ അവൾക്ക് പരിഷ്കാരത്തിന്റെ ബാലപാഠങ്ങൾ പഠിപ്പിക്കാനുറച്ചു. ഒരു പ്ലേറ്റ് പുഴുങ്ങിയ ഇറച്ചിയും ഒരു പ്ലേറ്റ് ഉള്ളിയും കക്കിരിക്ക പൂളിയതും അവളുടെ മുമ്പിൽ വിജനമായ അകത്തെ തീൻമുറിയിൽ വച്ചിട്ട് മദാമ്മ പറഞ്ഞു:

"നീ ആദ്യം ടേബ്ൾ മാനേഴ്സ് പഠിക്കുക." കത്തി, മുള്ള്, സ്പൂൺ, വെള്ളംകുടിക്കുന്ന ഗ്ലാസ്, പ്ലേറ്റ് എന്നിവ തൊടുന്നവിധം, എടുക്കുന്ന മട്ട്, തിരിച്ചുവയ്ക്കുന്ന ഇടം, അങ്ങനെ തീറ്റയുടെ ഗ്രഹനിലകളെല്ലാം മുമ്പൊരു കുറി അവർ മാളുണ്ണിയെ പഠിപ്പിച്ചിരുന്നു.

"ദിസ് ഈസ് ഹെവൻലി മീറ്റ്. യു വിൽ എൻജോയ് ഇറ്റ്. ദിസ് ഈസ് യുവർ ഫസ്റ്റ് പ്രാക്ടിക്കൽ ലെസ്സൺ ഇൻ ടേബ്ൾ മാനേഴ്സ്."

ഇറച്ചിയുടെ പുഴുക്ക്മണം കേട്ട് അവൾക്ക് ഓക്കാനം വന്നു. മദാമ്മ പാഠം പഠിച്ചു പ്രയോഗിക്കാൻ വിട്ട് അവളെ തനിച്ചാക്കി പൂന്തോപ്പിലേക്കുപോയി. പുൽത്തകിടിയിൽ നാലു ടേബിളുകൾ മാത്രം ഒരുക്കിയിരുന്ന ഒരു രാത്രിയായിരുന്നു. വിരുന്നുകാരെല്ലാം പോയ്ക്കഴിഞ്ഞു. അപ്പു അച്ചൻ അടുക്കളയിൽ അവസാനത്തെ മിനുക്കുപണികൾ കഴിഞ്ഞ് തളത്തിലെ ബെഞ്ചിൽ കിടന്നു മയങ്ങിയിരുന്നു.

അപസ്വരങ്ങളുണ്ടാക്കുന്ന കത്തിയും മുള്ളും വാരിയെടുത്തു പുറത്തെ സിങ്കിൽ കൊണ്ടുചെന്നിട്ട് അവൾ ഛർദിക്കാൻ പിൻമുറ്റത്തിറങ്ങി. വിശാലമായ ഈ ലോകത്തിൽ താൻ ഏകയാണെന്നു തോന്നിയ ദിവസം. അമ്മായി നേരത്തേ അകത്തുകയറി വാതിലടച്ചിരുന്നതിനാൽ അവൾ ഉണ്ടോ എന്നു ചോദിക്കാൻ ആരുമുണ്ടായിരുന്നില്ല.

പുൽത്തകിടിയിലൂടെ നടന്നു നടന്നു തൈമാവിന്റെ അടുത്തെത്തിയപ്പോഴാണ് മദാമ്മയുടെ നനുത്ത ചിരി.

തന്റെ ഉടൽ ഇപ്പോഴും കിലുകിലാ വിറയ്ക്കുന്നുണ്ടെന്ന് മാളുണ്ണിക്കു തോന്നി.

"എന്നിട്ടോ?" ആമിന വിടുന്നില്ല.

തിരിച്ചോടി അടുക്കളവാതിൽക്കൽ ചെന്നുവീണു. കൊട്ടുകൾ കുപ്പക്കുഴിയിലിടാൻ ചാരിയ കതക് തുറന്നു വെളിയിലേക്കു വന്ന അപ്പുഅച്ചൻ ആരാഞ്ഞു, "കുട്ടി എവിടെപ്പോയീന്?"

അവൾക്കു വാ തുറക്കാൻ വയ്യ. തുറന്നാലും പറയാനരുതാത്ത കാര്യം.

"രാത്രി തോട്ടത്തിലിറങ്ങരുതെന്ന് ഞാമ്പറഞ്ഞിട്ടില്ലേ? ശനിയാഴ്ച രാത്രി ഒട്ടും വയ്യ. ഒറ്റമുലച്ചിയല്ല, ഇരുമുലച്ചിതന്നെ ഉണ്ടാവും. ഒടിയനുണ്ടാവും."

"ഞാൻ കണ്ടത് ഒറ്റമുലച്ചിയെയും ഒടിയനെയുമല്ല." പൊടുന്നനെ അവൾക്കു കരച്ചിൽ വന്നു. തിക്കിത്തിക്കി ചങ്കു നോവിക്കുന്ന നിലവിളി. കണ്ണീരിനെ അകത്തേക്കു വലിച്ചുകുടിച്ചു.

വേലക്കാരി ജാനുവിനോട് അവൾ പറഞ്ഞു:

"എനിക്ക് നാളെത്തന്നെ വീട്ടിൽ പോകണം!"

"കരയേണ്ട. കെടന്നുറങ്ങിക്കൊ. കുട്ടിക്ക് മുത്തച്ഛീന്റടുത്ത് തന്നെയാ സുകം. ചോരേന്റെ ബന്തം ഒരു വല്ലാത്ത ബന്തം തന്ന്യാണേയ്."

വേനലവധിയിൽ നിന്ന് നാലകത്തേക്ക് തിരിച്ചുവന്നത് മറ്റൊരു മാളുണ്ണിയായിരുന്നു. കാളിയാറിന്റെ കുളിരണിഞ്ഞ വിശാലതയിൽ അവളുടെ വീർപ്പിന്റെ കെട്ടുകൾ അഴിഞ്ഞു.

പിറ്റേന്നു കൊടുവണ്ണിയില പൊട്ടിക്കാൻ മൺമതിലിലെ വേലിക്കൽ വന്ന ആമിനയോട് അവൾ പറഞ്ഞു: "ഞാനിനി പട്ടണത്തിൽ പോണ്ല്യ. എനിക്കിവിടെത്തന്നെ കഴിഞ്ഞാമതി."

"അഞ്ചാംക്ലാസ് കഴിഞ്ഞാ നീ മറ്റെവിടെ പഠിക്കും?"

മറുപടിയില്ല. മദാമ്മയുടെ അടുത്ത് ഇംഗ്ലീഷ് പഠിക്കുന്നതിനോട് മുത്തശ്ശിക്കു യോജിപ്പില്ല. മുത്തശ്ശിയെ വെല്ലുവിളിക്കാൻതന്നെ അവസാനം തീരുമാനിച്ചു. പഠിക്കണം. അടുപ്പിൻചോട്ടിലിരിക്കാതെ ഉദ്യോഗത്തിനു പോകണം. ആമിനയ്ക്കാണെങ്കിൽ പുയ്യാപ്ലയെക്കുറിച്ച് ചിന്തയേ ഉള്ളൂ. അതിനപ്പുറം ആഗ്രഹിച്ചിട്ടു കാര്യമൊന്നുമില്ല. ആഗ്രഹിക്കാനെന്താണുള്ളതെന്നും അറിയില്ല. കാരക്കല്ലു കോർത്ത മണിസഞ്ചി അരയിലെ വെള്ളയരഞ്ഞാണിൽ തൂക്കി, വെള്ളക്കച്ചിയുടെമേൽ പ്രദർശിപ്പിച്ച്, കസവുപുള്ളിയുള്ള പട്ടുതട്ടനിട്ട്, കൈ നിറയെ കുപ്പിവളകളും മൈലാഞ്ചിയുമണിഞ്ഞ് ഒരു കെസ്സുപാട്ടിന്റെ പുറകെ ഒഴുകുന്ന ഒരു ജീവിതമാണ്ആമിന സ്വപ്നം കാണുന്നത്. പോര. മാളുണ്ണി ആമിനയുടെ കളിക്കൂട്ടുകാരിയാണെങ്കിലും ആമിനയല്ലല്ലോ. ഒരേ ഊഞ്ഞാലിലാടി മാഞ്ചില്ലകളെ ഉമ്മവയ്ക്കാനുയരത്തിൽ അവൾ പറപറക്കുമ്പോൾ, മാളുണ്ണി ഭയപ്പെട്ട് ഉയരങ്ങളുടെ സങ്കൽപ്പങ്ങൾക്ക് മറ്റൊരു വിതാനം കണ്ടെത്തി.

"തൂര്യാ കഴ്കാത്ത മദാമ്മേന്റടുത്താ നീയ് പട്ടണപരിഷ്കാരം പഠിക്കുമ്പോണ്! ഇംഗ്ലീഷ് പഠിക്യാമ്പോണ്! നാണമില്ലേ, കുട്ടിക്ക്."

ആര്യെഴ്ത്ത് ഹറാമാണെന്ന് അവളുടെ ബാപ്പ അവളെ ബോധ്യപ്പെടുത്തിയിട്ടുണ്ട്. ബാപ്പയാണ് ശരി. ബാപ്പ മാത്രം! എന്നാലും മാളു

ണ്ണിയോടുള്ള അസൂയ ഒരു മയിൽപ്പീലിയിഴപോലെ അവളുടെ മനസിന്റെ അടരുകൾക്കിടയിൽ വീർപ്പുമുട്ടിക്കിടന്നു......

വേനൽപൂഴിയിൽ കാളിയാർ ഒരു കുരുടിപ്പാമ്പിനെപ്പോലെ കിടന്നു വിറച്ചു. കൊള്ളുകളിൽനിന്ന് പൂഴിയിലേക്ക് കൊക്കുകളും കുളക്കോഴികളും ഇറങ്ങി വരുന്നതു ചൂണ്ടി ആമിന പറഞ്ഞു:

"ഇതിലേതാണ് നിന്റെ മദാമ്മ?"

"മിണ്ടണ്ട."

"ഉണ്ണിക്ക ക്നാവ് കാണ്ണ ഹൂറി ആ മദാമ്മയാവ്ല്യ."

"ഉണ്ണിമാപ്ല എന്തിനാ പെണ്ണുങ്ങളെ കിനാവ് കാണ്ണത്?" പെട്ടെന്ന് മാളുണ്ണി തന്റെ ചോദ്യത്തിന്റെ തലകടിച്ചു.

"എന്തേ നീ ശോദിച്ചത്?"

"ഒന്നൂല്യ."

അപ്പോൾ, ഇരുണ്ട തകരത്തകിട്പോലെ കിടന്ന പുഴയുടെ മാറ് മുറിച്ച് കടത്തുതോണി കരയ്ക്കടുത്തു.

അങ്ങാടിയിൽ കച്ചവടം കഴിഞ്ഞു കൈതവട്ടികളിൽ അങ്ങാടി സാമാനങ്ങളുമായി തിരിച്ചുവരുന്നവരുടെ ഇടയിൽ രണ്ടു തൂവെള്ള ഖദർധാരികളുമുണ്ട്. ഒരാൾ ഗംഗമ്മാവൻ. മാളുണ്ണി മുളങ്കൂട്ടത്തിൽ മാഞ്ഞു. അമ്മാവനും കൂട്ടുകാരനും നേരെ പള്ളിക്കുന്ന് കയറുകയാണ്. താഴെക്കവലയിലെ ആലിൻചോട്ടിൽ അങ്ങാടി പൊരുന്നിരിക്കുന്നു. കടകളിലുള്ളവർ എണീറ്റ് കണ്ണുകളെ കുന്നുകയറാൻ വിട്ടു. പ്രാചീനമായ തണൽമരങ്ങളെ വകഞ്ഞ് ചരിത്രത്തിലേക്ക് നൂണുകടന്നുപോകുന്ന വഴിയിൽ നിന്ന് കണ്ണുകൾ ആശങ്കയോടെ പിൻവാങ്ങുന്നു.

ആമിന പറഞ്ഞു:"പള്ളീം കഴിഞ്ഞു പിന്നേം പോയാ എന്റുമ്മാടെ തറവാട്ടിലെത്തും. മുത്തുനബീന്റെ തറവാട്ടിലെ അവസാനത്തെ കണ്ണിയായിരുന്നു ന്റുമ്മുമ്മാന്റെ ഉമ്മുമ്മ."

"പൊള്ള്!"

"അള്ളാഹു ആണേ നേര്!"

"ഞാൻ മുഹമ്മദ് മുസ്ല്യാരോടു ചോദിച്ചുനോക്കട്ടെ."

"ഉമ്മുമ്മാന്റെ ഉമ്മുമ്മ ഹജ്ജ് കയ്ച്ചിറ്റാ ഇങ്ങുവന്നത്. നാട്ടിലെ ആദ്യത്തെ ഹജ്ജുമ്മ!"

"എന്നിട്ട് നിനക്ക് അറബ്യോൾടെ പൊൻനിറം കിട്ടീട്ടില്ലാലൊ! എന്റെ നിറംകൂടി ഇല്ല്യാലോ!"

ആമിന കുപ്പായക്കയ്യ് തെറുത്തുകയറ്റി വെള്ളിവാളുപോലെ വിളർത്തു മെലിഞ്ഞ കൈത്തണ്ട ഉയർത്തിക്കാണിച്ചു:

"ഈ നെറം പോരെ! ഇദെവ്ട്ന്ന് ബന്നതാന്നാ ബിജാരം? മക്കാറാക്കണ്ട മാളുണ്ണീ. മക്കത്ത് പോണംന്നാ ഉണ്ണിക്ക പറയ്ണത്. ന്റെ നിക്കാഹ് കഴിഞ്ഞാ ബാപ്പയും പോഗും."

അതു പറയുമ്പോൾ ആമിനയുടെ കവിളിണകളിൽ നുണക്കുഴി തെളിഞ്ഞു. തൈരുകലത്തിൽ കടകോലുണ്ടാക്കുന്ന ചുഴിയിൽ വെണ്ണ

യൂറുമ്പോലെ ഒരു ചിരി.

വേലിയേറ്റത്തിന്റെ ഘോഷയാത്ര. നിശ്ശബ്ദമായൊരു പടയണിയുടെ മുന്നേറ്റം. ജലം കൽപ്പള്ളിക്കടവിന്റെ വരണ്ട തിട്ടകളെ ആക്രമിക്കുന്നു. ചെളിയുടെയും ഉപ്പിന്റെയും ഗന്ധം ഗ്രാമത്തിന്റെ നിശ്വാസങ്ങൾക്ക് കനമേറ്റുന്നു. വൈകി ഉദിച്ച നിറംകെട്ടൊരു ചന്ദ്രൻ ഗ്രാമത്തിലേക്കു പാളി നോക്കുന്നു. മേഘങ്ങളുടെ പർദ കാറ്റിലിളകി മുഖം മായ്ച്ചും തെളിയിച്ചും.

തൊട്ടാവാടിപ്പൊന്തകളിൽനിന്നു തന്റെ പ്രിയപ്പെട്ട വെള്ളാട്ടിൻ കുട്ടിയെ കോരിയെടുത്ത് ആമിന കുടിലിനു നേർക്കു പാഞ്ഞു. മാളുണ്ണി വരമ്പുകളേറി പടിപ്പുരയിൽ വന്നിരുന്നു. കുന്നത്തുപള്ളിയുടെ മിനാരത്തിൽ നോട്ടമുറപ്പിച്ചു. മിനാരത്തിൽ പകലിന്റെ ചോര പുരണ്ടിരിക്കുന്നു.

അവൾ അകത്തുകയറി. അപ്പോൾ പള്ളിയിൽനിന്ന് പടപ്പുറപ്പാടിന്റെ കാഹളം. നഗാര ഒറ്റയ്ക്കല്ല ശബ്ദിക്കുന്നത്. അക്കരെയും ഇക്കരെയും കാതോർത്ത് കൈകോർത്തുനിൽപ്പുള്ള കുന്നുകൾ പെരുമ്പറ പെരുപ്പിക്കുന്നു. കാഹളത്തിനു ചിറകുമുളയ്ക്കുന്നു. കൽപ്പള്ളിയുടെ ആഴമേറിയ ഹൃദയം നിറഞ്ഞ് നഗാരയുടെ ഓളങ്ങൾ കൈത്തോടുകളിൽ പ്രവേശിക്കുന്നു. ഗ്രാമത്തിലേക്ക് പടരുന്നു. അനങ്ങാൻ വയ്യാതെ നിൽക്കുന്ന സന്ധ്യ. ചന്ദ്രൻ കുറെക്കൂടി ഉയരത്തിൽ കയറിനിന്ന് ഉറ്റുനോക്കുന്നു. അപ്പോൾ കുന്നിൻപുറത്തെ മടകൾ വിട്ടിറങ്ങിയ രാത്രിഞ്ചരന്മാർ അവരുടെ സ്വാതന്ത്ര്യപ്രഖ്യാപനം നടത്തി.

അകത്തുനിന്നു കൊളുത്തിയ വിളക്കുമായി വരുന്നു, മുത്തശ്ശി. ചങ്ങലവട്ട ഉത്തരക്കൊളുത്തിൽ തൂക്കി, ഒരു തിരിയുമായി തുളസിത്തറയെ സമീപിക്കുന്ന മുത്തശ്ശി മാളുണ്ണിയോടു ചോദിക്കുന്നു:

"എന്താണ്ണീ, നേരോം കാലോം മറന്ന്വോ നീയ്യ്? എവിടാർന്നു ഇതുവരെ? ആ ഉമ്മക്കുട്ടി നെന്നേക്കാൾ മൂത്തതല്ലേ? അവളും നടക്ക്വാനിന്റന്തി?"

കിളി തിന്നു നാശമാക്കിയ ഒരു വാഴക്കുലയേന്തി അയ്യപ്പൻ പടികടന്നു വരുന്നു. മാളുണ്ണി മുത്തശ്ശിയുടെ വാക്കുകളെ അയ്യപ്പനാൽ മറച്ചു. അകത്തേക്കു നടന്നു.

"എവിടാർന്നു നീയ്യ്? മേൽ കഴുകിയോ? ഉടുപ്പുമാറി നാമം ചൊല്ലണ്ടേ?"

"കുട്ടി, ദാ പടിപ്പൊരേല് ഇരിക്ക്യാർന്നു."

"എന്താ ഒരു ശബ്ദം അയ്യപ്പാ?"

"കലികാലത്തിന്റെ വിളി! മാപ്ലാർക്ക് ഹാലിളകീന്നാ തോന്ന്ണ്!" നടുവകത്ത് കൊളുത്താൻ വിരൽത്തുമ്പിലെടുത്ത എണ്ണത്തിരി ഭൂമിയുടെ മാറിൽ പിടഞ്ഞുവീണു. മുറ്റത്തെ മുക്കുറ്റി കരിഞ്ഞു. ബോധത്തിന്റെ അതിരിൽ പറ്റിപ്പിടിച്ചുനിന്ന് മുത്തശ്ശി വിറച്ചു. അവർ ഹാലിളക്കത്തിന്റെ കലിദിനങ്ങളെക്കുറിച്ചോർത്തു. ശീപോതിയെ തടഞ്ഞുനിർത്തിയ നാളുകൾ. ഹാലിളകിയവരുടെ കയ്യിൽ ചോരകുടിച്ചുപുളയുന്ന വാളുകൾ. പുൽപ്പുരകൾക്ക് തീപിടിച്ച ദിനങ്ങൾ. കാളിയാറിന്റെ ജലത്തെ അഗ്നി

ഗ്രസിച്ചു. ദിങ്മുഖങ്ങൾക്ക് ചോരവാർന്നു. ഇരുട്ടിനുപോലും പരിക്കുപറ്റി. ചോരചോർന്നു മരിക്കുന്ന മനുഷ്യന്റെ ആർത്തനാദംകൊണ്ട് ഇരുണ്ട ഇട വഴികളും താഴ്‌വരകളും വിങ്ങിവിറച്ചു. സർപ്പക്കാവിലെ പ്രാചീനവൃക്ഷ ശിഖരങ്ങളിലിരുന്നു നത്തുകൾ മൂളി. എങ്ങുനിന്നോ പറന്നെത്തിയ കുത്തി ച്ചൂളാൻ തൊണ്ട വിറപ്പിച്ച് അട്ടഹസിച്ചു. ഇരുട്ടിന്റെ ചതുപ്പുകളിൽ മഹാ മാരിയുടെ ബീജങ്ങൾക്ക് മുളപൊട്ടുകയായിരുന്നു.

വാതിൽക്കട്ടിള പിടിച്ചു മുത്തശ്ശി മെല്ലെ അകത്തേക്കു നടന്നു. അണഞ്ഞ തിരി വീണ്ടും തെളിയിക്കാനായി അവർ ചങ്ങലവട്ടയുടെ പ്രകാ ശത്തോടു യാചിച്ചു. ഇടംകൈ മാളുണ്ണിയെ ചുറ്റി. മുത്തശ്ശിയൊരു കൽപ്ര തിമയായെന്ന് മാളുണ്ണിക്കുതോന്നി. നെഞ്ചകത്തെ കിളി വല്ലാതെ ചിറ കടിക്കുന്നു.

"അത്രയ്ക്കൊന്നും ആയിട്ടില്യ. വെള്ളക്കാരന്റെ പൊലീസും പട്ടാ ളവും ഉണ്ടാവുമ്പൊ മാപ്ലാർക്ക് പണ്ടത്തന്തി ഉശിരെടുക്കാമ്പറ്റ്വൊ?"

"ബോധം നശിച്ചാലെന്തു പട്ടാളം? എന്ത് പൊലീസ്?"

പതിവിനു വിപരീതമായി ഉമ്മറത്തെ കതക് അമർത്തിയടച്ചു തഴുതിട്ടു.

"പെരുങ്കൊല്ലൻ പാക്കൻ മാർഗം മുറിച്ചപ്പഴാ പണ്ട് ഒരു ലഹള ഉണ്ടാ യത്. അന്ന് ഞാൻ തെരണ്ട്ട്ട്ല്യ. കൊത്തങ്കല്ല് കളിച്ച് അഞ്ചാംപുരയുടെ മുറ്റത്ത് ഇരിക്കായ്ര്ന്നു. കൊത്തങ്കല്ലുകളി വിനാശകാരിയെന്ന് അമ്മ. നെല്ലുകുത്തുകാരി ഉണ്ണിപ്പെരിയുടെ മകൾ മാതുവും ഞാനും കുളിപ്പുര യുടെ മറവിൽ. അപ്പോഴുണ്ട് കുന്നത്തൊരു അഗ്നിപർവതം ജ്വലിക്കുന്നു. മാർക്കം പൊളിച്ചു രഹസ്യമായി കുടിയിലെത്തി, തള്ള വിളമ്പിക്കൊ ടുത്ത കഞ്ഞികുടിക്ക്ണ പാക്കനെ അവർ ഉയിരോടെ ചുട്ടു. തള്ളേം വലിച്ചു പുറത്തിട്ടിരുന്നു. എന്നിട്ടു നാടു മുഴുവനും പാഞ്ഞുനടന്നു. വയൽ വരമ്പുകളിൽ ചോര കിനിഞ്ഞു. അന്ന് ലഹളയ്ക്ക് നേതൃത്വം നൽകിയ മാപ്ല ഉടലോടെ സ്വർഗം പൂകീന്നാ രണ്ടുകൊല്ലം കഴിഞ്ഞപ്പഴ് പുഴക്കട വിൽവച്ച് കതിയുമ്മ പറഞ്ഞത്. പുഴനീര് കതിയുമ്മയുടെയും കൂട്ടുകാ രിയുടെയും ഇടയ്ക്കുള്ള മതവിദ്വേഷത്തെ കഴുകിക്കളഞ്ഞിരുന്നു. സർവവും ശുദ്ധമാക്കുന്ന കാളിയാറിന്റെ കാരുണ്യം. അന്ന് നദിയുടെ നെഞ്ചകം കണ്ണാടിപോലെ തെളിഞ്ഞതായിരുന്നു. കാണാക്കയങ്ങളിൽ അവൾ രഹസ്യങ്ങൾ സൂക്ഷിച്ചിരുന്നില്ല. അരുതായ്കകളുടെ ഉപ്പ് കുടി യേറിയിരുന്നില്ല. പുഴയോരത്ത് കുടിപാർക്കുന്ന ഗ്രാമീണരുടെ തീരാദു രിതങ്ങൾ കാളിയാറിന്റെ ഹൃദയം കഠിനമാക്കി.

"ആളോൾടെ ദുഷ്ട് പെരുകുകയാണ് കുട്ട്യേ!"

മോരൊഴിച്ച ചേമ്പുകറി കൂട്ടി തവിടുകഞ്ഞി കഴിച്ച് അയ്യപ്പൻ ഏമ്പക്കം വിട്ടു.

"ഇതങ്ങ് അകത്ത് ചെന്നാല് അയ്യപ്പനിനീം അമ്പതുകൊല്ലം നീർന്നു നടക്കാം. മൂര്യോളെ പൂട്ടാം. മരം കേറാം. തെങ്ങിലോ പനമ്മലോ കേറാം!"

"നെന്റെ കള്ളുകുടി ഒന്നു കുറയ്ക്ക്യേം വേണം," മുത്തശ്ശി കൂട്ടി ച്ചേർത്തു. അപ്പോഴും അവരുടെ മുഖത്ത് പ്രസാദമില്ല.

ഗ്രാമത്തിന് എന്തോ കെടുതി സംഭവിക്കാൻ പോണുണ്ട്.

വിഷംതീണ്ടിയ ഒരു ചെറുപ്പക്കാരനെ ശുശ്രൂഷിച്ചുകൊണ്ട് മുത്തച്ഛൻ പൂമുഖത്തായിരുന്നു. വറുത്ത തവിടുകിഴിയുടെ ഗന്ധം കെട്ടിനകത്ത് ചുറ്റിപ്പറ്റിനിന്നു.

പിന്നെ, കുന്നിൻചെരുവിൽ നഗാറയുടെ ആരവം ഒഴുകിയിറങ്ങി ശമിച്ചു. പ്രശാന്തമായ രാവ് ഒരിക്കൽക്കൂടി ഗ്രാമത്തെ തഴുകിയുറക്കി.

അത്താഴം കഴിക്കുമ്പോൾ അവൾ മുത്തച്ഛനോടു പറഞ്ഞു:

"ചെറ്യമ്മാമൻ വന്നിട്ടുണ്ട്."

"കുട്ടി കണ്ടോ?"

"കുന്നത്തുപള്ളീലേക്കുള്ള വഴിയേ പോണു!"

മുത്തച്ഛൻ പ്ലാവില പുറത്തിട്ട് പാൽക്കഞ്ഞിയുടെ മുമ്പിൽനിന്ന് എണീറ്റു. ചെറ്യമ്മാവൻ എന്തോ അപകടവും കൊണ്ടാണ് വന്നിട്ടുള്ളത്. ഉറക്കത്തിലേക്ക് വഴുതിവീഴുമ്പോഴും അവൾക്കൊരു തുമ്പ് കിട്ടുന്നില്ല.

ശീതക്കാറ്റ് പുലർകാലവാതിലിലൂടെ കടന്നുവന്നു. അറയിലേക്ക് അരിച്ചുകയറി. മുത്തശ്ശി അടുത്തില്ല. അഞ്ചാംപുരയിൽ അടുപ്പ് കത്തുന്നത് ചേർത്തടച്ച ജനലിന്റെ നേരിയ പഴുതിലൂടെ കാണാം. പുലർന്നിട്ടില്ല. കുടപ്പനകൾ കൂനിപ്പിടിച്ചു നിൽപ്പാണ്. തൊണ്ട കാറാൻ തുടങ്ങിയില്ല. മുത്തശ്ശി ആരോടാണ് സംസാരിക്കുന്നത്!

പുതപ്പ് വാരിച്ചുറ്റി ഇളംചൂടുള്ള മെത്ത വിട്ടു. ചെറിയമ്മാവൻ അടുക്കളക്കോലായിൽ, കുളിപ്പുരയുടെ മുമ്പിൽ നിന്ന് പല്ലു തേക്കുകയാണ്.

"അമ്മേ, ഞാൻ കണക്കുകൂട്ടിയതൊന്നും പെഴച്ചിട്ടില്ല."

"ഒരിക്കലും പെഴയ്ക്കാറില്ലല്ലോ." മുത്തശ്ശിയുടെ പതിവു പരിഹാസം: "ഇന്ററിന്നു പഠിക്കാൻ ചേർന്നു, മുഴുമിക്കാതെ ഇറങ്ങിപ്പോന്നു. കമ്പനിയിൽ ഗുമസ്തപ്പണിക്കു ചേർന്നു; അവിടന്നും പോന്നു. ഇനിയിപ്പോ കുന്നുമ്മലെന്താണ്? എറങ്ങാൻ എളുപ്പമാണല്ലൊ!"

"അമ്മയ്ക്കറിയ്യോ? ഇന്നത്തെ ഖിലാഫത്ത് യോഗത്തിന് എത്ര പേരായിരുന്നു!"

"ലഹള വരാന്ന് ഞാമ്പേടിച്ചു. സഭ കൂടാനെന്തിനാ നഗാറ കൊട്ട്ണ്?"

"മാപ്ലാരെ പള്ളീലേക്ക് വരുത്താൻ പിന്നെന്താ വഴി? നിസ്കാരം കഴിഞ്ഞു പിരിഞ്ഞു പോയവരല്ലേ?"

"ഖിലാഫത്തില്ലാണ്ടന്നെ പാവങ്ങൾക്ക് കഞ്ഞികുടിക്കാനില്യ. അന്തീം പകലും പട്ടിണി. പട്ടിണിക്കൊട്ടു കൊറവുംല്യ. പാവങ്ങള് എവിടെയെങ്കിലും വീണുറങ്ങ്ണ നേരത്താ നെന്റൊരു യോഗം ചേരല്! ഖിലാഫത്ത്ല് കൂട്യാ നെന്റെ കോങ്ക്റസ് കിരീടം വയ്ക്ക്യോ?"

"രാജ്യം എല്ലാർടേം അല്ലേ? ഒരൂട്ടര് ഏതുനേരത്തും മണ്ണും പണിയുമായി കഴിഞ്ഞാ, എന്നെപ്പോലെ ഖദറിട്ട നാലു കോൺഗ്രസുകാര് ചേർന്നാൽ വെള്ളക്കാരെ തുരത്താനൊക്ക്വൊ? അവരുടെ സുൽത്താനെയല്ലേ വെള്ളക്കാര് കുടിയെറക്കീത്?"

"അതെങ്ങനെ ഗംഗാ അവരുടെ സുൽത്താനാവ്ണത്? അവരും നമ്മളും ഈ രാജ്യക്കാരല്ലേ. എവിടന്നു വന്നു ഇപ്പഴൊരു സുൽത്താൻ?"

"അമ്മേ"

"ഒന്നും പറയണ്ടാ. അവരെ പറഞ്ഞിളക്കാൻ എളുപ്പാ. അടക്കാൻ നീ വിചാരിച്ചാലൊക്കൊ? പട്ടിണി കെടന്ന് ഈറ പിടിച്ചവരാണ്. ഹാലിളകിയാ അവര് നാട് കുട്ടിച്ചോറാക്കും. അവരെന്നല്ല, ഞാനും നീയും നാലുനാൾ നരകിച്ചു പണിയെടുത്തിട്ടും പട്ടിണി കിടന്നാൽ, ഇതിനപ്പുറം ചെയ്യും! ഒരു ദിവസം മുഴുവനും പട്ടിണി കിടക്കാൻ നിനക്കു കഴിയുമായിരിക്കും! അതിനടുത്ത ദിവസമോ? നീ ഓടി ഏട്ടന്റടുത്തു ചെല്ലും. വെള്ളക്കാരന്റെ കമ്പനീലെ പണിനിർത്തി ഇവിടെ വന്നു നെലം നടത്താൻ ഞാനെത്ര കാലമായി അവനോടു പറയ്ണു. നിനക്ക് അവനേക്കാൾ മുന്തിയ പണി! പഠിച്ചത് നാനാവിധാക്കണ്ട എന്നു വയ്ക്കാം. നീയോ?"

"അമ്മ ഇതെത്രാമത്തെ തവണയാ? പത്താളുകളോട് അമ്മ എന്നെപ്പറ്റീം ഏട്ടനെപ്പറ്റീം ചോദിച്ചുനോക്കൂ."

"പത്താളോടല്ല, ഒരാളോടും ചോദിക്കേണ്ട. എന്റെ വയറ്റീന്നു വന്നവരല്ലേ രണ്ടാളും?"

പല്ലുതേപ്പും ചൂടുവെള്ളത്തിൽ കുളിയും കഴിഞ്ഞു ചെറിയമ്മാവൻ അടുക്കളച്ചുമരു ചേർത്തിട്ട പലകയിൽ വന്നിരുന്നു: "മാൾണ്യെ നിന്റെ ഇംഗ്ലീഷ്പഠിപ്പ് എവിടംവരെ ആയി?"

മുത്തശ്ശി, പുന്നെല്ലരിയുടെ, ആവി പറക്കുന്ന പുട്ട് നാക്കിലയിൽ കൊട്ടി. ചിരട്ടപ്പുട്ട്. മുലയുടെ ആകൃതിയിൽ മനോഹരമായ പുട്ട്. പപ്പടം കാച്ചുന്ന മണം ഉയർന്നപ്പോൾ മുത്തച്ഛൻ വാതിൽക്കൽ പ്രത്യക്ഷപ്പെട്ടു. അശ്രദ്ധനായി പുട്ടിൽ വിരലൂന്നി അമ്മാവൻ പറഞ്ഞു:

"ഞാനിന്നലെ രാത്രി വന്നു, അച്ഛാ."

"അറിഞ്ഞു."

"പള്ളിയിൽ ഖിലാഫത്ത് യോഗം ഉണ്ടായിരുന്നു."

"അതും അറിഞ്ഞു. അറിയാത്തതൊന്നുണ്ടായിരുന്നു. മുഹമ്മദ് മുസ്ല്യാരെന്തു പറഞ്ഞു?"

"അദ്ദേഹം ഖിലാഫത്തിൽ ചേർന്നു."

"നേരോ?"

"കുറെ നിർബന്ധിക്കേണ്ടിവന്നു."

അമ്മാവൻ പൂവൻപഴവും പപ്പടവും കുഴച്ചുചേർത്ത് പുട്ടു തിന്നുന്നതുനോക്കി മുത്തച്ഛൻ കുറച്ചുനേരം നിന്നു. പിന്നെ തിരിഞ്ഞു നടക്കുമ്പോൾ ഒരു ദീർഘനിശ്വാസം.

"മാളുണ്ണി വായോ." നടുമുറ്റത്തോടു ചേർന്ന തളത്തിലെ പുൽപ്പായ ചുരുൾ നീർത്തി മുത്തച്ഛൻ അഷ്ടാംഗഹൃദയം പകുത്തു.

"കേൾക്കട്ടെ, ഇന്നലെ പഠിപ്പിച്ച ശ്ലോകം. നിന്റെ അലച്ചിൽ കുറെ കൂടുന്നുണ്ട്!"

മാളുണ്ണി അനുസരണയോടെ ശ്ലോകം ഉരുവിടാൻ ശ്രമിച്ചു. ഹാലിളകിയ ഒരു കൂട്ടം മാപ്പിളമാർ അവളുടെ തലച്ചോറിലൂടെ മാർച്ചുചെയ്യുകയാണ്. ശ്ലോകപദങ്ങൾ ഞെരിഞ്ഞമർന്നുപോകുന്നു.

എട്ട്

കറുത്തവാവ് കാളിയാറിലിറങ്ങി കുളിക്കുന്നു. പുഴക്കരയിൽ രാവിന്റെ കരിമ്പുടവ നീട്ടിവിരിച്ചിട്ടുണ്ട്. ആട്ടിൻകുട്ടിയെ അടക്കിപ്പിടിച്ച് ആമിന ധൃതിയിൽ നടകയറി. കുന്നത്തുപള്ളിയിൽ നഗാറയുടെ ശബ്ദം വീണ്ടും. സന്ധ്യയുടെ താളംതെറ്റിയ ഹൃദയമിടിപ്പുപോലൊരു ശബ്ദം. നഗാറ നിലവിളിക്കുന്നതെന്തിന്? മുഹമ്മദ് മുസ്ല്യാരുടെ നെറ്റിയിൽ ചുളിവ് വീണു. കാദരുണ്ണിയുണ്ട് ധൃതിയിൽ കുന്നുകയറിപ്പോകുന്നു.

കണ്ടത്തിൽ ഉണക്കാനിട്ട കൊപ്ര വാരിക്കൂട്ടി, മാലിൽ നിറച്ച് തേങ്ങാക്കൂടിനു നേർക്ക് വേഗം വേഗം നടന്നു പോകുന്നു അയ്യപ്പൻ. പുറകെ രണ്ടു ചുമട്ടുകാർ. അയ്യപ്പൻ ഭാരം തേങ്ങാക്കൂടിനു കീഴെ ഇറക്കിവച്ചു തിരിച്ചുവരുമ്പോഴും മുസ്ല്യാർ ഇളകീട്ടില്ല.

മുസ്ല്യാരെ സൂക്ഷിച്ചുനോക്കി അയ്യപ്പൻ തെല്ലിട നിന്നു.

"ഈ കിലാപത്ത് എളുപ്പമങ്ങ് എറങ്ങിപ്പോവ്ല്യാന്ന് കേൾക്ക്ണു. ഇവിടത്തെ ചെറ്യമൂപ്പരാ മുമ്പിൽ."

മുസ്ല്യാർ മറുപടി പറയുന്നില്ല. ഇരുട്ടിന്റെ മുഖത്തുനോക്കി മന്ദഹസിക്കാൻ ഒരു ശ്രമം നടത്തി പരാജയപ്പെട്ടു. ചുണ്ടുകൾ ഒരു പ്രാർഥനയിൽ വിറച്ചു.

നോമ്പു നോക്കണം. മുസ്ല്യാർ വീട്ടിലേക്കു നടന്നു. വൈകിയിരിക്കുന്നു. തെങ്ങിൻചോട്ടിൽ വലിയകുടത്തിൽ വെള്ളം നിറച്ചുവച്ചിട്ടുണ്ട്.

മെതിയടി അടുത്തുവെച്ച് മുസ്ല്യാർ മുറ്റത്തെ കരിങ്കൽപ്പാളിയിൽ കയറിനിന്നു.

"അള്ളാഹുവേ........."

അകത്തെ മുറിയിൽ നിസ്കാരപ്പായിലിരിക്കുന്ന ആമിനയുടെ ശിരോവസ്ത്രത്തിൽ അന്തിക്ക് അനുഗ്രഹം ചൊരിയുന്നു. പ്രാർഥനയിൽ നിന്ന് വഴിമാറിപ്പോകുന്ന മനസിനെ ശാസിച്ചടക്കി പടാപ്പുറത്തെ പായിൽ മുട്ടുകുത്തി. തലപ്പാവിന്റെ തുമ്പ് വിറകൊണ്ടു.

നോമ്പു തുറന്ന് മുഹമ്മദ് മുസ്ല്യാർ മുറ്റത്തിറങ്ങി.

വരണ്ട കാരയ്ക്ക വായിലിട്ടു ചവച്ച് ബാപ്പ മകളോട്: "ആമിനാ വാതിലടച്ചുകള. ബാപ്പ പള്ളിക്കലേക്ക് പോണു......"

നഗാറ വിളിക്കുന്നു. ഇരുട്ടിലൂടെ, വയൽവരമ്പുകൾ താണ്ടി നിരവധി നിഴലുകൾ കുന്നത്തേക്ക്.

പാനീസിന്റെ ചില്ലുകതക് തുറന്ന് ആമിന മണ്ണെണ്ണ ഒഴിച്ചു. തകരവിളക്കു പുകഞ്ഞു കത്തി. വിളക്ക് ഇറയത്തെ കമ്പിയിൽ തൂക്കി. ഇപ്പോൾ

വയലിലിറങ്ങിയ ബാപ്പയുടെ വെള്ളക്കുപ്പായവും തലപ്പാവും തെളിഞ്ഞു കാണാം. ബാപ്പ തിരിഞ്ഞുനോക്കുന്നില്ല.

"പടച്ചോനേ, ബാപ്പായ്ക്കും പിടിച്ചോ കിലാപത്ത് പ്‌രാന്ത്!"

പുറത്ത് മഞ്ഞ് മന്തിച്ചു. ആമിന മെല്ലെ ഉറക്കത്തിന്റെ തൊട്ടിലിൽ ചുരുണ്ടു. കുടിലിന്റെ സുരക്ഷിതത്വത്തിൽ അവൾ ഒരു ശിശുവായി. ചെറു ചെറു മോഹങ്ങളുടെ നിറവ് അവളുടെ ഉള്ളിൽ പ്രകാശിച്ചു. പെറ്റുമ്മയെപ്പോലെ തടവിയുറക്കുന്ന അന്തിക്കാറ്റ്. മുസ്ല്യാരുടെ പുന്നാരമോൾക്ക് പുഴക്കാറ്റ് എന്നും താരാട്ട് പാടാനുണ്ടായിരുന്നു. പുഴ ഉമ്മയായിരുന്നു.

പുര ഉറക്കമായി. ആമിനയുടെ ആട് കൂട്ടിൽ ഇടയ്ക്കിടെ കുളമ്പടിച്ചു. ആട്ടിൻകുട്ടി ആമിന അറിയാതെ വളർന്നു. അതിനു ചെനപിടിച്ചിരുന്നു. അതിങ്ങനെ മനുഷ്യനെ ഉണർത്തുന്നതെന്തിന്? ഉറക്കം കൺപോളകളുടെമേലുള്ള പിടിവിട്ടു. ഒരു ചെകുത്താൻപൂച്ച പറമ്പിലിരുന്നു കരയുന്നു. ആമിനയ്ക്ക് ചെറുതായി ഭയം തോന്നി. പൂച്ച ആടിനെ പിടിക്കുമോ? എണീറ്റിരുന്നു. കൈനീട്ടി പാനീസിന്റെ തിരി നീട്ടി. ഇപ്പോൾ കരയുന്നത് കണ്ടനല്ല, ആടാണ്.

പൊടുന്നനെ അവളോർത്തു, ഉണ്ണിപ്പെരി പറഞ്ഞിരുന്നു.

"ആമിനാന്റെ ആട് പെറാറായി. ഉരിപ്പാല് ഇനിക്കും തരണേ മോളെ. ന്റെ മോന് പാൽക്കഷായം വച്ചുകൊടുക്കാനാ. ഓന്റെ ദെണ്ണത്തിന് ഒരു കൊറവൂല്യ. പാൽക്കഷായം മുടക്കേണ്ടന്നു വൈശ്യ്യര്."

ആമിന തട്ടിപ്പിടഞ്ഞെണീറ്റു. ആട് പെറ്റാലെന്ത്ന്നാ ബേണ്ടത് പടശ്ശോനെ- ആരോ എപ്പോഴോ പറഞ്ഞുതന്ന ഒരു ബുദ്ധി മനസിലുദിച്ച്, അവൾ അടുപ്പിൽനിന്ന് അത്താഴക്കലം മാറ്റി, കഞ്ഞി ചൂടാക്കി. ഓലക്കണ്ണി കിളുകിളെപൊട്ടിച്ചിരിച്ചു. വിരലിട്ട് ചൂട് പരിശോധിച്ചു. വല്ലാത്ത കൊഴുപ്പ്. കുറെ വെള്ളം ചേർത്തു. വയറ് നിറയട്ടെ. അപ്പഴ് കുട്ടിക്ക് ചുരുണ്ടു കിടക്കാനിടം ഉണ്ടാവില്ല, അതിനകത്ത്.

അടച്ച വാതിൽ മെല്ലെത്തുറന്നു. നേരമെന്തായിക്കാണും? ബാപ്പ എത്തീട്ടില്ല. കതകിനു പുറത്താണ് ബാപ്പയും ഗ്രാമം മുഴുവനും. ഇപ്പോൾ അകത്താണ് വിജനത. അവൾ തനിച്ച്. ധൃതിയിൽ അരമ നീക്കി കതക് മലർക്കെ തുറന്നുവച്ചു. കഞ്ഞിക്കലം താങ്ങി പുറത്തേക്കു നടന്നു. ആടിന്റെ നിലവിളി വീണ്ടും. മുണ്ടണ്ട. അനക്കെന്തൊത്ര ക്ഷെമകേട്?

കലത്തിലെ ചൂടുകഞ്ഞി മരത്തൊട്ടിയിലൊഴിച്ചു. കൂട്ടിനകത്ത് ഒരു പെരുംകരച്ചിൽ. പുറകെ പിറവിയുടെ രോദനം. പുറകെ ഒന്നുകൂടി. "ന്റള്ളോ ആട് പെറ്റു. ഉണ്ണിപ്പെരി പറഞ്ഞപോലെതന്നെ, ഇന്നോ നാളയോ എന്ന്. കഞ്ഞി കുടിച്ചിറ്റ് പെറ്റാപ്പോരായിനൊ? അനക്ക് എല്ലാത്തിനും തെരക്കാണ്." ആട് ആർത്തിയോടെ കഞ്ഞി കുടിക്കുന്നതിനിടയിൽ അവൾ ആട്ടിൻകുട്ടികളെ കൗതുകത്തോടെ നോക്കിനിന്നു. ഒന്ന് കറുപ്പ് ഒന്നു വെളുപ്പ്. കറുപ്പിന്റെ വാൽ കൊടിപോലെ ഉയർന്നു നിൽക്കുന്നു. മുറിഞ്ഞുപോയ ഒരു കുറ്റി. ആടിനു പശുവിന്റേതുപോലെ നീണ്ടു ചന്തമേറിയ വാലും ഉണ്ടായിരുന്നെങ്കിൽ എന്തു ചന്തമായിരുന്നു!

കഞ്ഞികുടി കഴിഞ്ഞ ആട് ആമിനയെ നോക്കി നന്ദിയോടെ ചിരിച്ചു. കുട്ടികൾ തൊണ്ടയിടറിക്കരഞ്ഞു.

"കുടിച്ചോ. നെറച്ച് പാലുണ്ട്. ഉണ്ണിപ്പെരിയുടെ ചെക്കനും മറ്റും കുടിക്കുന്നതിനുമുമ്പ് വേഗം വേഗം കുടിച്ചു നെറച്ചോ!" ആടിന്റെ അകിട് താണു താണു താഴെ തറപ്പലക തൊടാറായിരിക്കുന്നു.

"ആമിനാ-ാ-ാ!"

"ആടു പെറ്റു ബാപ്പ."

പിന്തിരിഞ്ഞപ്പോൾ ബാപ്പ മാത്രമല്ല, പെറ്റുവീണതുപോലെ ഒരാൾ. ബാപ്പയുടെ അത്ര ഉയരമില്ലാത്ത, ലേശം തടിച്ച ഒരാൾ. ഒരു കറുത്ത കോട്ടുകാരൻ. നാട്ടുകാരനല്ലെന്ന് ഒറ്റ നിമിഷത്തിൽ അവൾ അറിഞ്ഞു. വെള്ളക്കുപ്പായമോ വരയൻകുപ്പായമോ ധരിച്ചവരല്ലാതെ ഒരു കറുത്ത കോട്ടുകാരൻ ഗ്രാമത്തിലില്ലല്ലൊ! കറുത്ത കോട്ടിലെ രണ്ടു വലിയ ബട്ടണുകൾ അവളുടെ പാനീസിനെ ഉറ്റുനോക്കുന്നു. ഇടയ്ക്കൊരു വെള്ളിച്ചങ്ങല ഇഴഞ്ഞ് കീശയിൽ മറയുന്നു. അവൾ വിളക്കു പൊക്കിയപ്പോൾ രണ്ടുകണ്ണുകളുണ്ട്, തിളങ്ങുന്നു. ആമിന ധൃതിയിൽ അകത്തേക്കു നടന്നു. പായിൽ ചുരുണ്ടുകിടന്ന തട്ടം തലയിലിട്ടു. അയാൾക്ക് രണ്ടു കണ്ണുകളല്ല ഉള്ളത്. കറുത്ത കോട്ടിനു നെടുകെ പല കണ്ണുകൾ.

അവൾ തട്ടത്തിന്റെ തുമ്പുകൾ വലിച്ചു മാറിൽ നന്നായി ചുറ്റി.

പിന്നാലെ അകത്തുകയറിയ ബാപ്പ ചോദിക്കുന്നു;

"ആമിന ചോറുണ്ടോ?"

"ഉണ്ടു ബാപ്പ."

"ബന്ന ആൾക്കുകൂടി കൊടുക്കാനുണ്ടോ?"

"ഉണ്ട്, ബാപ്പ."

"മീൻ ണ്ടൊ?"

"ഉണ്ണിക്ക ബന്ന്റ്റല്യ. ഒണക്കല്ണ്ട്." അവൾ പറഞ്ഞു: "ശുട്ടതാണ്."

"ബറുക്കാൻ എണ്ണയില്ലെ?"

"കാസർട്ടല്ലാതെ, മറ്റൊരെണ്ണയും ബ്ടെല്ല."

"ഉം."

"ഞാനൊരു ചമ്മന്ത്യരയ്ക്കാ."

ബാപ്പയുടെ കണ്ണുകൾ അവളെ അഭിനന്ദിച്ചു.

ഒരു ഭാഗം കുഴിഞ്ഞ അമ്മിക്കല്ലിൽ, കുട്ടി ചാടിച്ചാടി ഒച്ചവയ്ക്കുമ്പോഴും അവൾ ഉമ്മറത്തെ വാക്കുകൾക്ക് ചെവിയോർത്തു. ആഴമേറിയൊരു കിണറ്റിലിറങ്ങിനിന്നാണ് മൂപ്പര് സംസാരിക്കുന്നത്. ഇടയ്ക്ക് ചില അമിട്ടുകൾ പൊട്ടിച്ചിതറുന്നു. ഓരോ വാക്കിന്റെയും വിളുമ്പിൽ വെളിച്ചം. ബാപ്പ പതിവില്ലാതെ ചിരിക്കുന്നു. അയാൾ മക്കത്തെ വിശേഷങ്ങളാണ് പറയുന്നത്. ഒട്ടകപ്പുറത്തേറി തണുത്തുവിറയ്ക്കുന്ന രാവിലൂടെ യാത്ര തുടരുമ്പോൾ വാക്കുകളിലെ വെളിച്ചം കെടുന്നു. വാക്ക് നനയുന്നു. ഇരുളുന്നു.

"ഇജ്ജ് ആറുവയസുകാരനായിര്ന്നു അന്ന്. മദ്രസേലിരിക്കുമ്പഴാ

നെന്റെ ബാപ്പാനെ പോലീസ് പിടിച്ച വാർത്ത കേൾക്ക്ണത്. വിവരം പറഞ്ഞുവന്ന ആള് നെന്നെ ചൊമലിക്കേറ്റി കൊണ്ടുപോയി. ഓതാൻ ജ്ജ് പോന്നതാർന്ന്. പിന്നെ അന്നപ്പോലൊരു കുഞ്ഞനെ എനക്ക് കിട്ട്ണത് കുറെ വരിഷങ്ങള് കഴിഞ്ഞിറ്റാണ്! കാദരുണ്ണി. പറഞ്ഞിറ്റെന്താ ഓന്റെ തല തിരിഞ്ഞുപോയി. ഒന്നിനൂംല്യ ഒരു ചിട്ട. ബേണ്ടുകയില്ലാത്തോൻ. കുറ്റം പറയ്വല്ല. തലേലെഴുത്ത്. നിശീബ്ല്യാന്ന് ബച്ചൊ!"

ചമ്മന്തിയുരുളയിൽ ഒരു പുതിയ ലോകം രൂപംകൊള്ളുന്നു.

ആമിന പഴയ തുണിപ്പെട്ടി തുറന്നു. പഴയ കാച്ചിത്തുണിയിൽ പൊതിഞ്ഞുവച്ച രണ്ടു ബസികൾ പുറത്തെടുത്തു. തൂവെള്ള പിഞ്ഞാണപ്പാത്രങ്ങൾ. ചീനക്കളിമണ്ണിൽ തീർത്ത വിരുന്നുപാത്രങ്ങൾ. ഇത് ഉമ്മയുടെ വക സമ്പാദ്യമാണ്. അത് കൈകൊണ്ടു തൊടുമ്പോഴെല്ലാം ഉമ്മയുടെ കവിളിൽ തൊട്ട അനുഭവം. പിന്നെ രണ്ടു കുണ്ടൻപിഞ്ഞാണം. ഓട്ടുകിണ്ണം ഒരിക്കൽകൂടി ചാരംതേച്ചു തിളക്കി.

ബാപ്പ വാതിൽക്കൽ പ്രത്യക്ഷപ്പെടുന്നു.

നിസ്കരിക്കാറായി. ഇരുണ്ട താഴ്വരകൾ ബാങ്കുവിളിയാൽ മുഖരിതമാവുന്നു.

കിണ്ണത്തിൽ തുടുത്ത പുന്നെല്ലരിച്ചോറ് നിറച്ചു. നാലകത്തെ അമ്മയുടെ വക. വേവുന്തോറും പൊലിഞ്ഞുവന്ന ചോറ് മൂന്നു പേർക്കല്ല, അതിലധികം. ആമിനാ നൊയമ്പല്ലേ, വിരുന്നുകാരുണ്ടെങ്കിലൊ എന്ന് ആ അമ്മ. പറഞ്ഞതുപോലെതന്നെ!

വാതിൽ മറഞ്ഞുനിന്നു: "ബാപ്പാ."

"ജ്ജ്ങ്ങട്ടെടുത്താണ്ണീ. ഇത് മറ്റാരും അല്ല. എന്റെ ചങ്ങായി ആയിര്ന്ന അബൂന്റെ മോനാ....."

ഇടംകയ്യാൽ തട്ടം കുറെക്കൂടി വലിച്ചുതാഴ്ത്തി.

പലകപ്പുറത്തിരിക്കുന്ന വിരുന്നുകാരൻ ചോദിക്കുന്നു:

"ബമ്പത്തീ ജ്ജ്ത്ര ബളന്നോ! ന്റുമ്മാ! മടീക്കിടന്നു ബെരലൂമ്പിക്കുടിക്കുമ്പഴാ ഞാനീടെനിന്നു പോയത്!"

"ഓക്ക് ഒന്നര വയസുള്ളപ്പോ നബീസു പോയി." ബാപ്പ പുറത്തെ ഇരുട്ടിലേക്കു കണ്ണയച്ചു നെടുവീർപ്പിട്ടു:

"പിന്നെ മൊല കൊടുത്തത് ഞാനാ"

വിരുന്നുകാരൻ പൊൻപല്ലു കാട്ടി മെല്ലെ ചിരിച്ചു:

"ങ്ങള് രണ്ടാങ്കെട്ട് കെട്ടീല്ല?"

"ഇല്ല."

വിരുന്നുകാരൻ പരിപ്പൊഴിച്ചു ഭംഗിയായി കുഴച്ചുരുട്ടിയ ഉരുളകൾ ചമ്മന്തിയിൽ തൊട്ടു വഴിക്കുവഴി തിന്നുതീർത്തു.

ആമിന വിചാരിച്ചു, ന്റെ ള്ളോ ഇമ്മനിശനു ചോറും കൂട്ടാനും ബച്ചു കൊടുക്കാൻ കുടീലാളില്ലാന്നാ തോന്ന്ണ്!

അവസാനത്തെ ഉരുളകൊണ്ട് തളിക തുടച്ചുമിനുക്കിയെടുത്തു വായിലിടുമ്പോൾ, ബാപ്പ ചോദിക്കുന്നു:

"ഇത്തിരീംകൂടി ചോറ്?"

"ബേണ്ട. ആമിനക്കുട്ട്യേ പട്ടിണിക്കിടണ്ട."

ആമിന വാതിൽവിടവിലൂടെ നോക്കിനിന്നു. കീശയിൽ ഒളിഞ്ഞു പാർക്കുന്ന ആ വെള്ളിച്ചങ്ങലയുടെ തുമ്പിലെന്താണ്? ഒരു ലോകം മുഴുവനും തന്റെ കീശയിലെന്ന മട്ടിലാണല്ലോ ഇച്ചങ്ങായീന്റെ ഇരുപ്പ്.

എഴുന്നേൽക്കുമ്പോൾ വീതിയേറിയ പച്ച ബെൽറ്റും തോലുറയിലെ കടാരക്കത്തിയും. ആമിന ഭയത്തോടെ പിന്മാറി. കൈ കഴുകി കഴുത്തിൽ ചുറ്റിയ ഉറുമാലെടുത്തു തുടച്ചുകൊണ്ട് അയാൾ മുറ്റത്തിറങ്ങി:

"നാളെ കാണാ."

ഒൻപത്

അപ്പോൾ കടഞ്ഞെടുത്ത മോരുമായി മാളുണ്ണി പുഴക്കരയിലേക്കു നടന്നു. അരയിലെ വെള്ളിത്തുടരിന്റെ തട്ടകൾ കൂട്ടിമുട്ടുന്ന താളത്തിനൊത്ത് ഓളങ്ങളിളകി. വേലിപ്പുറത്ത് കൊടുവണ്ണിയില പറിക്കുന്ന ആമിന ചോദിച്ചു:

"എന്താണ്ണീ?"

"കോവിലമ്മയ്ക്ക് മോരു തന്നയച്ചു മുത്തശ്ശി."

"ഉണ്ണിക്ക അങ്ങാടിക്കു പൊഗ്വാ. പത്തിരി ചുട്ടു കൊടുക്കണം. അല്ലെങ്കില് ഞാനും വര്ായിരുന്നു കടത്തുപുരയിലേക്ക്."

"അങ്ങാടീലെന്താ?"

"കിലാപ്പത്ത് വാണിഭം!" അവർ കിലുകിലാ ചിരിച്ചു.

"ഞാൻ കാത്തുനിൽക്കാ. വേഗം വന്നോളു."

"വരണ്ല്ല. പുറത്തിറങ്ങി നടക്കാമ്പാടില്ലെന്നു ബാപ്പ ഇന്നോടു പറഞ്ഞിറ്റ്ണ്ട്. ഞാൻ വെറുക്കനെ പറഞ്ഞതാ വര്ണ്ന്ന്!"

"എന്താ പുറത്തിറങ്ങി നടന്നാല്?"

"ഞാൻ ബല്യ പെങ്കുട്ട്യായീന്ന്."

"പുറത്തിറങ്ങാതെ ജ്ജെങ്ങനെയാ ആടിനെ തീറ്റ്വ? പൊഴേലെറങ്ങി കുളിക്ക്യാ?"

"അതിനൊക്കെ ബാപ്പ സമ്മതിക്കും. അതുപോലല്ലല്ലൊ."

താൻ ഒറ്റപ്പെടുകയാണെന്ന് അന്നാദ്യമായി മാളുണ്ണിക്കു തോന്നി. ആമിന പാതി വഴിക്കു പിരിഞ്ഞുപോയി. ഞാൻ പട്ടണത്തിലെ സ്കൂളിൽ പഠിക്കാമ്പോവും. പുതിയ പരിഷ്കാരി കുട്ടികളെ കൂട്ടുകാരാക്കും.

അവൾ ആമിനയെ ഉറ്റുനോക്കി. ആമിനയ്ക്ക് ഉയരം കൂടി. കവിളുകൾ തടിച്ചു. കണ്ണിലെ കാക്കപ്പൂവുകൾക്ക് തിളക്കം. വെയിലുദിച്ച മിഴികൾ. അവൾ വെള്ളക്കാച്ചിയും പുള്ളിത്തട്ടവും ധരിച്ചിട്ടുണ്ട്. ആമിനയുടെ പരിഷ്കാരങ്ങൾ മാളുണ്ണിയെ വിഷാദിപ്പിച്ചു. ഇങ്ങനെ രണ്ടു ദിവസം കൊണ്ട് ഒരാൾ മാറിപ്പോവുമോ? മുറ്റത്ത് അരുമയോടെ നട്ടുവളർത്തിയ മല്ലികപ്പൂക്കൾ ഏറെനാൾ മൊട്ടിട്ടു കാത്തിരുന്നു. ഒരു പ്രഭാതത്തിൽ അവിചാരിതമായി

സ്വർണദലങ്ങൾ വിടർത്തി നാണിച്ചു നിൽക്കുന്നത് അവൾ കണ്ടിട്ടുണ്ട്.

"ആമിനേ, ഇനി നീ എന്റൂടെ പേരയ്ക്ക പറിക്കാൻ പുഴക്കരയില് വര്ല്യെ?"

"ഇല്ല."

"ഊഞ്ഞാലാടാൻ നാലകത്തു മേലെപ്പറമ്പിലെ മാഞ്ചോട്ടിൽ വരില്ലെ?"

"ബാപ്പ സമ്മതിക്കൂല."

"മാമ്പഴം പെറുക്കാനോ?" നനഞ്ഞ മിഴികൾ വേലിക്കലേക്കു യർത്തി മാളുണ്ണി ചോദിച്ചു.

ആമിനയ്ക്കു മിണ്ടാൻ കഴിയുന്നില്ല. അവൾ വിലങ്ങനെ തലയാട്ടി. തിരിഞ്ഞുനിന്നു.

മാളുണ്ണി അരിശത്തോടെ കടത്തുപുരയുടെ നേർക്ക് ഓടിപ്പോയി. മോര് തുളുമ്പിത്തൂവുന്നത് അവൾ കണ്ടില്ല. വെള്ളോട്ടുമുരുടയുടെ മുഖം തുടച്ചുമിനുക്കി മാളുണ്ണി നടത്തത്തിലേക്കു തിരിച്ചുവന്നു. പുഴക്കരയിൽ മുട്ടുകുത്തി നിൽക്കുന്ന തോണിപ്പുര കണ്ട് അവൾ ചിറകൊടിഞ്ഞ ജടായുവിനെ ഓർത്തു. രാമന്റെയും സീതയുടെയും കഥ മുഴുവനും തനിക്കും ആമിനയ്ക്കും വിസ്തരിച്ചു പറഞ്ഞുകേൾപ്പിക്കാമെന്ന് കോവി ലമ്മ പറഞ്ഞിട്ടുണ്ട്. സീത ഒരു പാവമായിരുന്നെന്ന് ആമിന. അല്ലെങ്കിൽ ഒരു പുരുഷന്റെ വാക്കു വിശ്വസിച്ച് ആരാ തീയിൽ ചാടുക? വെന്തു കരി ക്കൊള്ളിയായിപ്പോവില്ലായിരുന്നോ? ആമിനയുടെ സംശയം. അതു തീർക്കാനാണ് കഥ വിസ്തരിക്കാമെന്നേറ്റത്. ഇനി ആമിന കടത്തുപുര യിലേക്കു വരില്ല. കഥ ഒരിക്കലും പറഞ്ഞുതീരുകയുമില്ല.

"കുട്ടി എന്തിനാ മോര് കൊണ്ടു വന്നത്? ഇന്നെനിക്ക് ഏകാദശിവ്ര തമാണ്."

"മുത്തശ്ശി പറഞ്ഞു, കോവിലമ്മ ഏകാദശി നോൽക്കില്ലാന്ന്. ജാതി പോയാ വ്രതം എടുക്കുന്നത് പാപമാണത്രെ."

"ആര്ടെ ജാതി?"

മാളുണ്ണി പരുങ്ങി.

"ജാതിയൊന്നും പോയിട്ടില്ല, കുട്ടീ. അങ്ങനെ തുമ്മിയാൽ പറന്നു പോണ ഒരു മതമുണ്ടോ?"

ഓലപ്പഴുതിലൂടെ ഒരു പ്രകാശം കോവിലമ്മയുടെ കണ്ണിൽ തറച്ചു. മാളുണ്ണി തിരിഞ്ഞുനോക്കി. ഉണ്ണിമാപ്ള. ഉണ്ണിമാപ്ലയോട് അരിശം തോന്നി. കൊട്ടാരത്തിൽ പാർക്ക്ണ കോവിലമ്മയെ ചെറ്റപ്പുരയിലാക്കിയത് ഇയാ ളാണ്. പഴയമുണ്ടുടുത്ത്, കണ്ണെഴുതാതെ, പൊട്ടുതൊടാതെ, മുടിചീകാ തെ, ഉണ്ണാതെ, ഉറങ്ങാതൊരു കോവിലമ്മ. രുഗ്മിണിത്തമ്പുരാട്ടിയുടെ മറ്റൊരു ചിത്രം അവൾ മനക്കണ്ണാടിയിൽ കണ്ടു. നാടുവാഴുന്ന തമ്പു രാന്റെ ഭാര്യ. കൊത്തുപണികളുള്ള മഞ്ചത്തിൽ, ദാസിയുടെ പരിചരണ ത്തിൽ, സർവാഭരണവിഭൂഷിതയായി, സുന്ദരിയായി- അത്തരത്തിലൊരു കോവിലമ്മയെ പക്ഷേ, നേർക്കുനേരെ ഒന്നു കാണാനോ തൊടാനോ

ഇജ്ജന്മത്തിൽ തനിക്കു സാധ്യമാവില്ലായിരുന്നു. ഓട്ടുമുരുടബെഞ്ചിൽവച്ച് മാളുണ്ണി പിന്തിരിഞ്ഞു. ഉണ്ണിമാപ്ലയുടെ ചുവന്നുതുടുത്ത കവിളുകളിൽ പച്ചരാശി കലർന്ന താടിരോമം വളർന്നുമുറ്റിയിരുന്നു. പഴയ ഉണ്ണിമാപ്ള യല്ലിത്. ഒന്നു തിരിഞ്ഞുനോക്കണം. വേണ്ട. ഉണ്ണിപ്പെരിയമ്മ പറയണത് ഇരുമ്പും കാന്തവുംപോലെയാ ഇവർ രണ്ടുപേരും എന്നാണ്. പുറകിൽ കോവിലമ്മയുടെ നനുനനുത്തചിരി. പൂജാമണിയുടെ കിലുക്കംപോലെ. തിരിഞ്ഞുനോക്കാനുള്ള കഠിനപ്രേരണയെ അവൾ ബന്ധിച്ചു. തനിക്കു പിന്നിൽ, തന്റെ കാഴ്ചപ്പുറമെ എപ്പോഴും മറ്റൊരു രഹസ്യലോകം ഉണ്ടെന്ന ചിന്ത മാളുണ്ണിയെ വ്യാകുലപ്പെടുത്തി. എപ്പോഴും എല്ലാവ രിൽനിന്നും ഒറ്റപ്പെടുന്നത് അവളാണ്. അവൾക്കും ഇതരർക്കും ഇടയി ലൊരു വേലി. ഓരോരുത്തരായി കവച്ചുചാടി അപ്പുറം കടക്കുന്നു. അവൾക്ക് കഴിയുന്നില്ല. അവളുടെ ഉടൽ ചെറുതാണ്. അരയിലുള്ളത് ഒരു പാവാട. അതിനെപ്പോഴും നീളക്കൂടുതൽ. ഞാനെന്നാണ് ഒരു വലിയ പെൺകുട്ടി ആവുക, ആമിനയെപ്പോലെ? ഒരു യുവതിയാവുക, ഗ്ലാഡിസ് മിസ്സിയെപ്പോലെ? എന്നും സ്കൂളിൽതന്നെ കഴിഞ്ഞുകൂടിയാൽ താനൊ രിക്കലും ഒരു വലിയ പെണ്ണാവുകയില്ലെന്ന നൂതനവിചാരം അവളെ അസ്വസ്ഥയാക്കി.

വേലിപ്പുറത്ത് അപ്പോഴും കാത്തുനിൽക്കുന്ന ആമിനയെ അവൾ കണ്ടില്ല. വെയിലിനു ചൂടുപിടിച്ചു.

"മാളുണ്ണീ!" അവൾ ഞെട്ടി തിരിഞ്ഞുനോക്കി.

"എന്നോടാരും മിണ്ടണ്ട."

"നിനക്ക് ഞാൻ കല്ലാക്കുരുകോർത്തു മടിശ്ശീല ഉണ്ടാക്കിവച്ചിട്ടുണ്ട്. ദാ, കൈ നീട്ടു. ബളക്കാരൻ ബന്നപ്പം കല്ലാക്കുരുമേടിച്ചു. എല്ലാനിറങ്ങളും ഉണ്ട്."

മാളുണ്ണി വിസ്മയത്താൽ വിടർന്നു. എനിക്കൊ? പലവർണരത്ന ക്കല്ലുകൾ മിന്നുന്ന കല്ലാക്കുരുസഞ്ചി. കടുകുമണിയുടെ വലിപ്പം മാത്ര മുള്ള മുത്തുകളിൽനിന്ന് ആമിന അതിമനോഹരമായൊരു സഞ്ചി ഉണ്ടാ ക്കിയിരിക്കുന്നു. അതിന് മാളുണ്ണിയുടെ വലിയ മൂക്കിന്റെ വലിപ്പമേ ഉള്ളു.

"ഞാനതിൽ എന്താണിടുക?"

"നെന്റെ മൂക്കുമുറിച്ച് ഇതിലിട്ടു തരട്ടെ ഞാൻ?" നേർത്ത വിരൽത്തു മ്പുകളാൽ ആമിന സഞ്ചിയുടെ വായ് വിടർത്തിക്കാണിച്ചു. അതിനകത്ത് ഒരു കാലുറുപ്പിക നാണ്യം. "ഇതെന്റ ഓർമയ്ക്ക്. മാളുണ്ണി എന്നും കരുതി വയ്ക്കണം." സ്വന്തം അരയിലുള്ള സഞ്ചിയിൽനിന്ന് അത്തറ് കുപ്പിയെ ടുത്തു. ഒരു തുള്ളി വിരലിൽതൊട്ട് അവൾ മാളുണ്ണിയുടെ സഞ്ചിയിൽ പുരട്ടി. "ഈ അത്തറ്മണം ഇല്ലാണ്ടാവുംവരെയെങ്കിലും നീയെന്നെ ഓർക്കില്ലേ?" വേലിപ്പുറത്തും ഇടവഴിയിലുംനിന്ന് കൂട്ടുകാരികൾ കണ്ണു തിരുമ്മി. കരഞ്ഞുകൂട. വലിയ പെൺകുട്ടികൾ കരയാൻ പാടില്ല.

"ആമിനാ-ാ-ാ...." ആമിന മിന്നിമറഞ്ഞു. ഇടവഴിയുടെ ഏകാന്തത യിലൂടെ മാളുണ്ണി അയ്യപ്പനിരിക്കുന്ന കൊപ്രക്കളത്തിലേക്ക് നടകൊണ്ടു.

മോരുപാത്രം കാദരുണ്ണിയുടെ നേർക്കു നീട്ടിവെച്ച് കോവിലമ്മ പറഞ്ഞു: "ഞാൻ മോര് കഴിക്കില്ല. കോവിലകത്ത് ശീലിച്ച ഒന്നും ഞാൻ തൊടില്ല."

"കോലോത്ത് ഞങ്ങൾ എത്ര കാഴ്ച കൊണ്ടുവന്നിറ്റ്ണ്ട്. കറിസാമാനങ്ങൾ, നെല്ല്, എണ്ണ, തേങ്ങ, വാഴക്കുല....."

"കേൾക്കേണ്ട, കോവിലകത്തെ കാര്യങ്ങൾ."

"എന്തിനാ ഈ കടുപ്പം ചെയ്തത്?"

"മുജ്ജന്മപാപം തീർക്കാൻ."

"ഈ കടത്തുപൊര നരക്ല്ലേ?"

"കൊട്ടാരമാണ് നരകം. നാടുനീളെ കുളിച്ചുതൊഴാൻ പോകുന്ന തമ്പുരാനെക്കാത്ത് ഒരു നരകത്തിൽ എന്നും..."

"പുഴക്കരയിലെ ഈ ഗ്രാമം അതിനേക്കാൾ വലിയ നരകമാണെന്നു മനസിലാവുമ്പഴ് തിരിച്ചു പോകാനൊക്ക്വൊ?"

"ഞാൻ തിരിച്ചു പോവില്ല. ഒരിടത്തും പോവില്ല. ഈ വയലുകളിലും കാവുകളിലും മേടുകളിലും ചുറ്റിനടക്കും." അങ്ങനെ പറയുമ്പോൾ അവരൊരു സാധാരണ മനുഷ്യസ്ത്രീയല്ലെന്നും ഒരു ജിന്നാണെന്നും കാദരുണ്ണിക്കു തോന്നും. അവരുടെ മുഖത്തു നേർക്കുനേരെ നോക്കാൻ കോവിലമ്മ ഒരിക്കലും പഴുതുകൊടുത്തില്ല. കടത്തുപുരയ്ക്കകത്തു കയറാൻപോലും അവന് അനുവാദം കിട്ടിയില്ല. കോവിലമ്മയുടെ പാദം പുണർന്ന പൂഴിത്തരികൾ, കാദരുണ്ണിയെ പുളകമണിയിച്ചു. ഉപ്പുകാറ്റിനെ അവരുടെ കസ്തൂരി ഗന്ധം ശുദ്ധീകരിച്ചു. നദിയുടെ കോട്ടുവാ കണ്ട് കാദരുണ്ണി തിരിഞ്ഞു നടന്നു.

ക്രമേണ കോവിലമ്മ ഒരു സംഭവമല്ലാതായി. പുഴക്കരയിലെ ചതുപ്പുകളിൽ ധനുമാസക്കുളിരിൽ തീർഥാടനത്തിനെത്തുന്ന ദേശാടനക്കിളികൾപോലെ കോവിലമ്മ നാട്ടുകാരുടെ കൗതുകമല്ലാതായി. അവർ പുലർന്നന്തിവരെ കടവുകടക്കുകയും ഇറങ്ങിവരുകയും ചെയ്തു. കടത്തുപുര പുകയുന്നോ ഉറങ്ങുന്നോ എന്നത് നാട്ടുകാർ ശ്രദ്ധിക്കാതായി. കാദരുണ്ണി മാത്രം കൊള്ളുകളിലും മുളങ്കൂട്ടത്തിലും ചേക്കേറുന്ന കടവിന്റെയും തീരങ്ങളിലടിയുന്ന വേലിയേറ്റത്തിന്റെയും ഇറക്കത്തിന്റെയും കണക്കെടുത്തു.

നാലകത്തെ മാളികയിലേക്ക് അവരെ കൊണ്ടുവരണമെന്ന ആശ മാളുണ്ണി അപ്പോഴും കൈവെടിഞ്ഞില്ല. കോവിലമ്മ ജീവിതത്തിന്റെ കാണാപ്പുറമാണ്. ഇരുട്ടിനപ്പുറത്തെ വെളിച്ചം. അവളുടെ കൗമാരകൗതുകങ്ങൾ നാലകത്തെ ഇരുട്ടറകളിൽ വിടരാൻ മടിച്ചു നിൽക്കുന്ന നേരത്താണ് കോവിലമ്മ തോട്ടുവക്കിലൊരു കൈതപ്പൂവായി വിടരുന്നത്. മുത്തശ്ശിയും മുത്തച്ഛനും അയ്യപ്പനും മാത്രമുള്ളൊരു ലോകം. അതിരുകളിൽ ആമിന, ഉണ്ണിക്ക, ചെറിയമ്മാവൻ. അതിരിനപ്പുറത്തെ ലോകം മാഞ്ഞുപോയി. ആമിന ഓടിപ്പോവാൻ കാലോങ്ങി നിൽപ്പ്. ഉണ്ണിക്ക പുഴക്കരയിലുറച്ചു. ചെറിയമ്മാവൻ അതിരുകളെ മറികടന്നു. അപ്പോഴും മാളുണ്ണി ഉണർന്നി

രിക്കുന്ന രാത്രിയാമംപോലെ.

ഗ്ലാഡിസ് മിസ്സി അവളുടെ അകത്തേക്കു ബദ്ധപ്പെട്ടു കടന്നുവന്നു. കഷായം മണക്കുന്ന മരുന്നുപുരയും കാച്ചിയ നെയ്യിന്റെ ഗന്ധമുള്ള മുറിയും പുന്നെല്ലിന്റെയും പഴനെല്ലിന്റെയും മിശ്രഗന്ധമാർന്ന അറകളും വിട്ടു നീ പട്ടണത്തിലേക്കു വരുന്നില്ലയോ.

വരുന്നു. വിശാലമായ പറമ്പിൽ കുഞ്ഞുകുട്ടികൾക്കൊപ്പം സവാരി ക്കിറങ്ങുന്ന കീരിയെയും കാവിനു കാവലിരിക്കുന്ന നത്തിനെയും, അഞ്ചാംപുരയുടെ ഇറയത്തെ പ്രാവുകളെയും, പേരമരങ്ങളുടെ ചപ്പിൽ കുഞ്ഞിനെ വിരിയിക്കുന്ന മൈനകളെയും, പുഴക്കരയിലെ കുളക്കോഴി കളെയും വിട്ട്, എന്റെ കുട്ടിപ്പാവാട മാറ്റി, വലിയ ഫ്രോക്ക് ധരിച്ചു ഞാനിതാ വരുന്നു, ഗ്ലാഡിസ് മിസ്സിയുടെ ഒപ്പം.....

പട്ടണത്തിൽ പഠിക്കാൻ പോയ മാനു വിഷുക്കാലത്തുപോലും തിരിച്ചു തറവാട്ടിൽ എത്തിയില്ല. മാനുവിന്റെ അച്ഛൻ, തന്റെ വല്യമ്മാ വൻ വിട്ടിട്ടുണ്ടാവില്യ. ഈ ഇരുണ്ട ഗുഹയിലേക്കു തിരിച്ചുവരാൻ ആർക്കാണ് താൽപ്പര്യം?

മാളുണ്ണി നടുവകത്തു വന്നുനിന്നു. ഇരുണ്ട കൽക്കണ്ണാടിയുടെ മുഖ ത്തുനോക്കി ചിരിക്കാൻ ശ്രമിച്ചു. കണ്ണാടി ചിരിക്കുന്നില്ല. ഇരുട്ടിലിരുന്ന് തപസുചെയ്യുകയാണ്. വല്യമ്മായി, മാനുവിന്റെ അമ്മ, മുഖം നോക്കി യിരുന്ന കണ്ണാടിയാണിതെന്ന് മുത്തശ്ശി പറയുന്നു. കണ്ണാടി കണ്ടാൽ ആയുസ്സ് കുറയും. അതുകൊണ്ടാണ് അതിനെ ഇരുട്ടിൽ സ്ഥാപിച്ചിരി ക്കുന്നത്. പെണ്ണുങ്ങൾ പ്രകാശത്തിലിരുന്നു കണ്ണാടി നോക്കിയാലുള്ള അപകടം ആണുങ്ങൾ മനസിലാക്കിയിരിക്കും. ഏതോ പകൽ വിനാഴി കയിൽ ചുമരിലെ വായുസൂത്രത്തിലൂടെ ഒരു പ്രകാശരേഖ കണ്ണാടിയിൽ പതിക്കുന്നു. അപ്പോഴാണ് ഉണ്ണൂലിഅമ്മായി കണ്ണാടി നോക്കി നെറ്റിയിൽ തിലകം ചാർത്തിയിരുന്നത്, കണ്ണെഴുതിയിരുന്നത്, മുടി ചീകികെട്ടി മുടി ക്കെട്ടിൽ സ്വർണത്തിൽ ചുവന്ന കല്ലുപതിച്ച മുടിപ്പൂവ് ചൂടിയിരുന്നത്. ഇതേ മുറിയിൽ, കട്ടിലിൽ കിടന്നു വല്യമ്മായി അവസാനത്തെ വെളിച്ചം കണ്ടു. നന്ദിയോടെ കണ്ണടച്ചു. അമ്മായി, മുഖമില്ലാത്ത അമ്മായി, ഇപ്പോഴും ഇതിനകത്തുണ്ട്. തടിച്ച മെത്തക്കട്ടിലിൽ വാതിൽക്കലേക്ക് ഇമവെട്ടാതെ നോക്കിക്കിടപ്പാണ്. മാനു വരുന്നതു കാണാൻ. മുത്തശ്ശി പറഞ്ഞു, വിധിച്ചിട്ടില്ല. മുലകുടി മാറുംമുമ്പ് മാനുവിനെ അവൾ ഇട്ടേച്ചു പോയി.

"അമ്മായിക്ക് എന്തായിരുന്നു രോഗം?"

"ദണ്ണമോ? എണ്ണതീർന്ന തിരി കെടുമ്പോലെ അവൾ കണ്ണടച്ചു. പുറമെ ഒരു രോഗവും ഉണ്ടാർന്ന്ല്യ."

ഒരൊഴിഞ്ഞ മധ്യാഹ്നത്തിൽ അലമാരയിലെ ആഭരണപ്പെട്ടി പുറത്തെ ടുത്ത് അമ്മായിയുടെ ആഭരണങ്ങൾ മാളുണ്ണിക്കു കാണിച്ചുകൊടുത്തു, മുത്തശ്ശി. പുലിനഖം കെട്ടിയ ഒരുമാല. രണ്ടുകട്ടിക്കാപ്പുകൾ, ഒരു താലി മാല. പുലിനഖം മാനുവിനുവേണ്ടി കെട്ടിയതായിരുന്നു. അതിടുവിക്കും

മുമ്പ് അവൾ പോയി.

എന്തിനാണ് മുത്തശ്ശി ആഭരണങ്ങൾ പുറത്തെടുത്തു നോക്കിയതെന്ന് മാളുണ്ണിക്കു മനസിലായില്ല. അവരുടെ മനസിൽ അമ്മായി ഉറങ്ങിക്കിടക്കുന്നു. മാനു തറയിലിരുന്ന് കളിക്കുന്നു.

"ഈ വളയും മാലേം പേറിന്റെ സമയത്ത് അവൾ ഊരിത്തന്നതാ. പിന്നെ ഇടേണ്ടിവന്നില്ല. എണ്ണയും കുഴമ്പും തേയ്ക്കുമ്പഴ് പണ്ടം കെട്ടുന്നതെങ്ങനെ? പക്ഷേ, ഒന്നു കുളിച്ചു സുഖമായി ഉറങ്ങാൻ അവൾക്കു ദൈവം ഇടകൊടുത്തില്ല....."

"എനിക്കു പട്ടണത്തിൽ പോണം. നാളെത്തന്നെ!" മാളുണ്ണി പറഞ്ഞു. ഭൂതകാലംതന്നെ വരിഞ്ഞുമുറുക്കുന്നത് അവൾ ഭയത്തോടെ നോക്കി. മുത്തശ്ശി അലമാര പൂട്ടി പുറത്തുകടന്നുപോയി.

മാളുണ്ണി ഒരു പീഠം കണ്ണാടിഅലമാരയുടെ മുമ്പിലേക്ക് നീക്കിയിട്ട്, അതിലേറിനിന്നു. ഇപ്പോൾ അവളുടെ പൂർണരൂപം കണ്ണാടിയിൽനിന്ന് എത്തിനോക്കി. വഴിതെറ്റിവന്ന വെളിച്ചം അവളുടെ മൂക്കിന്മേൽ മധുരമായൊരു രേഖ വരച്ചു. പുരികങ്ങളെ തടവി, ചുണ്ടിൽ തൊട്ടുനിന്നു. തന്റെ മുഖകാന്തിയിൽ അവൾ മുങ്ങിപ്പോയി. വലതുമൂക്കിലെ മൂക്കുത്തി ഉറഞ്ഞുകൂടിയ ഒരു ചോരത്തുള്ളിപോലെ. ഈ കറുകറുത്ത തലമുടി ഗ്ലാഡിസ് മദാമ്മയുടേതുപോലെ സ്വർണമയമാക്കാൻ എന്തുണ്ട്, വഴി?

"വഴിയുണ്ട്. ഞാൻ ചായംമുക്കിത്തരാം. എന്നിട്ട് മുഖം മൊച്ചടന്തി ചമ്മന്തിയാക്കിത്തരാം. പോരെ?"

"മാനുവിന് അസൂയയാണ്!"

മാനു പൊട്ടിച്ചിരിച്ചു. പെട്ടെന്നു ചിരി നിന്നു.

"കാളിയാറിലെ ഓളങ്ങൾപോലായിരുന്നു, അമ്മേടെ തലമുടി."

"മാനൂന് ഓർമണ്ടോ?"

"ഓ! എന്നെ കുളിപ്പിച്ച് കട്ടിലില് കെടത്തി, അമ്മ ഈ കണ്ണാടീടെ മുമ്പില് നിന്നു മുടി വേറിടീക്കുമായിരുന്നു. വെള്ളക്കൊക്കുകൾ ഓളങ്ങൾ മുറിച്ച്—അമ്മയുടെ കൈകൾക്ക് ശുദ്ധ വെളുപ്പായിരുന്നു."

"വെറുതെ പറയ്യ്യാണ്. നീയ്യ് ഒന്നും കണ്ടിട്ടുണ്ടാവ്ല്യ."

മാനുവിന്റെ മിഴികൾ നനയാൻ തുടങ്ങുന്നു.....

ഇപ്പോഴിവിടെ ആരുമില്ല. മാളുണ്ണി മാത്രം.

അവൾ തന്റെ പുള്ളിപ്പാവാടയ്ക്കു മീതെയുള്ള ജാക്കറ്റ് ഊരിയെറിഞ്ഞു.

ചെറ്യമ്മായിയുടെ പൗഡർഡപ്പിയുടെ അടപ്പുപോലുള്ള തന്റെ കുഞ്ഞിമുലകളെ നീരസത്തോടെ നോക്കി. മെല്ലെ വിരലോടിച്ചു. വല്ലാത്ത അപകർഷത തോന്നി. ആമിനയുടെ പക്കലുള്ളത് പരന്ന പൗഡർ ഡപ്പികളല്ല, രണ്ടു വലിയ പന്തുകൾ. മുലക്കണ്ണിൽ വിയർപ്പുമണി മൊട്ടിടുന്നു. മുറിക്കകത്ത് ഉഷ്ണം. വീണ്ടും ഉടുപ്പ് തലയിലൂടെ ഇറക്കി വലിച്ചുതാഴ്ത്തുമ്പോൾ പാതി തുറന്നിരുന്ന കതക് മലർക്കെ ത്തുറന്ന് മാനു. അവൾ പീഠത്തിൽനിന്ന് ഉരുണ്ടുപിരണ്ടു വീണു.

“മാളുണ്ണി ഈ ഇരുട്ടത്ത് എന്തെടുക്കുകയാണ്! ഞാനെത്ര നേരമായി വിളിച്ചുകൂവ്ണു!”

അവൻ മാളുണ്ണിയുടെ കൈ കവർന്നു......

“പോവ്വാ! കടത്തുപുരയില് പോവ്വാ.”

“എന്തിനാ?”

“എനിക്ക് കോവിലമ്മയെ കാണണം!”

“ഞാനില്യ.” മാളുണ്ണി പറഞ്ഞു.

“എപ്പഴും എപ്പഴും അവിടെ പോകരുതെന്ന് മുത്തശ്ശി പറഞ്ഞിട്ടുണ്ട്.” പടിപ്പുരമുറ്റത്ത് തണലിൽ ഗുളികയുണക്കുന്ന അയ്യപ്പൻ പറഞ്ഞു.

“ആയ്യ്യായി. ഈ നട്ടുച്ചയ്ക്ക് മക്കളെങ്ങട്ടാ ഓട്ണ്!”

“കുളിക്കാൻ. പുഴയില് കുളിക്കാൻ.”

“പുഴയില് ഓർണ്ട്. കുളിക്കാൻ പറ്റ്ല്യ.”

“ഉപ്പുവെള്ളത്തിലാ കുളിക്കേണ്ടത്.” മാനു പിടിച്ച കൈവിടാതെ ഓടി. മാളുണ്ണി കുതറിമാറാൻ വിഫലശ്രമം നടത്തി പിന്തുടർന്നു.

പത്ത്

പെരുവഴിയിൽ നിൽക്കുന്നു ഒരു കാളവണ്ടി. ചുവന്നു പഴുത്ത ആകാശത്തെ കൊമ്പുകളിൽ കോർത്ത് അഹങ്കാരത്തിന്റെ മദനീര് മിഴികളിൽ നിറച്ചു കഴുത്തിൽ വലിയ പിഞ്ഞാണമുത്തുകൾ കോർത്ത മാലയിട്ട്, മണിമുഴക്കി.

ഇതൊരു കാളതന്നെയോ? ആമിന അതിന്റെ മുഖത്തുനിന്നു കണ്ണെടുത്തില്ല. ഏതോ അന്യലോകത്തുനിന്ന് പുഴക്കരയിൽ അറ്റുവീണതുപോലെ. തെക്കുനിന്നോടിവന്നു. ഒന്നു തിരിഞ്ഞു കാളിയാറിനു സമാന്തരമായി നീളുന്ന ചെത്തുവഴി ആലോചനയിലാണ്ടിരിക്കുന്നു. ആളില്ല. കാലികളില്ല. ഒരു വെള്ളക്കൊക്കുപോലും പാടത്തുനിന്ന് പറന്നുയരുന്നില്ല. മുട്ടൻകല്ലുകൾ പതിച്ച പുരാതനമായ ചെത്തുവഴിയിൽ ഒരവതാരം പോലെ ഒറ്റക്കാളവണ്ടി. വെളുപ്പും കറുപ്പും കയർത്തുനിൽക്കുന്ന നിറമുള്ള കാള. ആമിന ആലോചിച്ചു, എവിടുന്നാ ഇവന്റെ എഴുന്നള്ളത്ത്!

കാളയുടെ മുതുകു പിടിച്ചു വെളിയിലേക്കു ചാടിയിറങ്ങുന്ന കറുത്തകോട്ടുകാരനെക്കണ്ട് അവൾ സ്തംഭിച്ചു.

കോവിലമ്മയ്ക്ക് രണ്ടു മാമ്പഴം കൊടുത്തു കടത്തുപുരയിൽ നിന്നു തിരിച്ചുവരുംവഴി, പുഴയിലൊന്നു മുങ്ങി പകലവസാനിപ്പിച്ച് വരികയായിരുന്നു, അവർ. “നിയ്യ് ങ്ങട്ട് പോര്.” മാളുണ്ണി കൂട്ടുകാരിയുടെ കൈ പിടിച്ചുവലിച്ചു: “നിനക്ക് പേടിയാവ്ണ്ല്യെ?”

ആമിന കേൾക്കുന്നില്ല. ഒരൊറ്റ നിൽപ്പ്. ഇപ്പോൾ അവളുടെ മിഴികളിലേക്ക് കാളയും വണ്ടിയും കറുത്തകോട്ടുകാരനും കുത്തനെ മുങ്ങാംകുഴിയിടുകയാണെന്ന് മാളുണ്ണി കണ്ടു.

ആമിനയുടെ വളകളിൽ ഞരടി ഒച്ചയുണ്ടാക്കി മാളുണ്ണി അവളെ ഇരുണ്ടുവരുന്ന സന്ധ്യയുടെ ആശങ്കകളിലേക്ക് വലിച്ചിഴയ്ക്കാൻ ശ്രമിച്ചു.

"അയാളാരാ? നേരം ഇരുട്ടാവ്ണ്."

"എങ്ങാണ്ട്ന്ന് വരാ."

"ഈയാള് നമ്മെ പിടിച്ചു വണ്ടീലിട്ട് കൊണ്ടുപോവ്ല്യാന്ന് നെനക്കെങ്ങനെ അറിയാം."

"ശ്ശൂ മുണ്ടണ്ട. ഈ മനിസൻ ഇന്നാള് ഞമ്മളെ പൊരേല് അത്താഴത്തിന് വന്നീനു."

"നുണ!"

"ന്റുപ്പാണെ നേര്, ചീനപ്പിഞ്ഞാണത്തിലാ അയാക്ക് ചോറുകൊടുത്തത്."

അപ്പോഴൊരു കേമനായിരിക്കണമല്ലോ. മാളുണ്ണി വിചാരിച്ചു. ഒറ്റക്കാളവണ്ടീല് എഴുന്നള്ളുന്ന ഒരു വമ്പൻ. കറുത്ത കോട്ടും മെതിയടിയും പിന്നെ വാച്ചും. അവൾക്ക് ആമിനയോട് അൽപ്പം അസൂയതോന്നിത്തുടങ്ങി.

"വരൂ പോകാം."

"അനക്കെന്താ തെരക്ക്? ഇയ്യാള് ഞമ്മളെ പുടിച്ച് മുഴുങ്ങുകയൊന്നുംല്യ."

"എന്താ ഉറപ്പ്?"

"അങ്ങന്യാച്ചാല് അങ്ങനെ? ഈ മന്ശനെപ്പോലൊരു സുജായിയെ ഞാനെന്നും ക്നാക്കാണല്ണ്ട്."

"നേരോ?"

"ന്റുപ്പാണെ നേര്!"

"ന്ന്ട്ട് മുസല്യാരോട് നീയ്യ് പറഞ്ഞോ?"

"അയ്യേ, ക്നാക്കാണ്ണതെല്ലാം ന്റ ബാപ്പയോടു പറയാൻ ഞാനൊരു മണ്ടത്തിയാ?"

ഇപ്പോൾ ആമിന ഉയരങ്ങളിൽനിന്നു കനിവോടെ മാളുണ്ണിയുടെ മിഴികളിലേക്കു നോക്കി.

ഒരു കൈ കാളക്കഴുത്തിലും മറുകൈ ചായംപിടിപ്പിച്ച വണ്ടിത്തണ്ടിലും ഊന്നി അയാൾ പെൺകുട്ടികളോടു ചോദിച്ചു:

"മോന്ത്യായ്റ്റും ങ്ങക്ക് കുടിയടങ്ങാറായില്ല, അല്ലേ?"

പെൺകുട്ടികൾ മങ്ങിയ ഇരുട്ടിലേക്കു തെറിച്ചുവീണു.

ആമിന, ഇഴുകിപ്പോകുന്ന മക്കന നെറ്റിയിലേക്ക് വലിച്ചുതാഴ്ത്തി. ആയിടെ അവൾ മക്കന ധരിക്കാൻ തുടങ്ങിയിരുന്നു. അതൊരു എടങ്ങേറാണെന്ന് തുടക്കത്തിൽ അവൾ പറഞ്ഞിരുന്നു. ഇപ്പോൾ വലിയ ഗമയിലാണ് നിൽപ്പ്. കണ്ടോ ഞാൻ വളർന്നു വലിയൊരു പെണ്ണായിരിക്കുന്നു എന്നമട്ട്. മാളുണ്ണി അവളുടെ മെലിഞ്ഞുണങ്ങിയ ചുള്ളിക്കമ്പുകൈകളിലേക്കും നിരപ്പായ മാറിടത്തിലേക്കും നോക്കി.

അവർ കൈകോർത്തു പുഴത്തിട്ടകൾ ഓടിക്കയറി. പുല്ലാനിപ്പോന്ത

യുടെ ഇരുട്ടിൽനിന്നു തിരിഞ്ഞുനോക്കി.

"അയാളവിടെത്തന്നെ ഉണ്ടോ?"

"ണ്ട് മാളുണ്ണീ."

"നമ്മെ നോക്ക്ണ്ണ്ടോ?"

"ഉം....."

മാളുണ്ണി പിടിവിട്ട് നാലകത്തെ പടിപ്പുരയിലേക്കുള്ള നെടുവരമ്പേറി അസ്ത്രംപോലെ പാഞ്ഞുപോയി.

ആമിന അവളുടെ വേലിക്കലെത്തി.

"ആമിനാ...." നിസ്കാരവേഷത്തിൽ മെതിയടിപ്പുറത്തു നിൽക്കുന്ന ബാപ്പയെക്കണ്ട് അവൾ സ്തംഭിച്ചു.

"അനക്ക് മോന്ത്യാവുംമുമ്പ് കുളിച്ചൂടെ?"

"പണിണ്ടാർന്നു ബാപ്പാ." ഇതൊരു സൂത്രവാക്യമാണ്. ബാപ്പയുടെ ഖൽബ്തുറക്കാനുള്ള താക്കോൽ. ഉമ്മ ചെയ്യേണ്ടിയിരുന്ന പണികൾ മുഴുവനും ചെയ്തുതീർത്താണ് ഈ പുന്നാരമുത്ത് ഈ പുരയ്ക്ക് പ്രകാശം നൽകുന്നതെന്ന് ഓർമിപ്പിക്കാൻ. ശകാരം പത്തിതാഴ്ത്തുന്നു.

"മോളെ അത്താഴത്തിന് ഒരാളും പാടെണ്ടാവും. എന്താ കൂട്ടാൻ വയ്ക്കാൻമേണ്ടി?"

"വാഴയ്ക്ക മതി ബാപ്പ." അവൾ കുടിലിനകത്തേക്ക് മണ്ടിക്കയറി. അപ്പോൾ, മറപ്പായ പുഴക്കരയിലിട്ടു പോന്നല്ലൊ എന്നോർത്ത് ഒന്നു ഞെട്ടി. മഞ്ഞുവീഴും. കാലികൾ തിന്നും. കുറുക്കൻ കാഷ്ടിക്കും. ഒരു പായ് പോയതുതന്നെ. അടുത്തനിമിഷം ചിന്തിച്ചു, ഇതൊരു പഴമ്പായെപ്പറ്റി ചിന്തിക്കാനുള്ള നേരമല്ല. കാൽപ്പെട്ടി തുറന്ന് തിളങ്ങുന്ന, വയലറ്റുകരയുള്ള കാച്ചിത്തുണി എടുത്തുടുത്തു. പുള്ളിക്കുപ്പായം ധരിച്ചു. തട്ടൻകൊണ്ടു നനഞ്ഞ തലമുടി പൊതിഞ്ഞു. ഒരു കണ്ണാടിയില്ലാത്തതിൽ ദുഃഖിച്ചു. അത്തർകുപ്പി തുറന്നു ചെറുവിരൽത്തുമ്പിൽ തൊടീച്ച് ഒരു പുതിയ ലോകത്തിലേക്ക് അവൾ ചുവടുമാറ്റി. പിന്നെ അടുപ്പ് കത്തിച്ചു. തീനാളങ്ങൾ കൂടുവിട്ടിറങ്ങിയ തീപ്പുള്ളുകൾപോലെ ചിറകടിച്ചു മദിച്ചു.....

ഒരു ബസിയിൽ ഉണക്കക്കാരയ്ക്ക ബാപ്പയുടെ മുമ്പിൽ കൊണ്ടുവന്നുവച്ചിട്ട് ഒരെണ്ണം അവൾ വായിലിട്ടു. പുന്നെല്ലരിച്ചോറിന്റെ ഗന്ധം പ്രണയചിന്തകൾപോലെ മുറിക്കകത്ത് ചുറ്റിനടന്നു. പൊടുന്നനെ അവൾ ചോദിച്ചു:

"നമ്മുടെ ആട് ഇസ്ലാമോ, ഇന്തുവോ?"

ബാപ്പ പൊട്ടിച്ചിരിച്ചു:

"ഓളെന്തു പറയ്ണു?"

"ചോയ്ച്ചുനോക്കട്ടെ! മാണിക്കുട്ടീനോട് മേടിച്ചതല്ലേ? ഓക്കിപ്പഴും ഇന്തുവായിരിക്കാനാ ഇഷ്ടമെങ്കിലോ!"

"നേര്. ഒരാള്ടെ ഖൽബിലിരിപ്പിനെ മാനിക്കണം. ഏതായാലും ഒരു കാരയ്ക്ക ഓൾക്കും കൊടുത്താണി."

ആമിന മൂന്നു കാരയ്ക്കയെടുത്ത് ആട്ടിൻകൂടിനടുത്തുചെന്നു. ആട്

വിശ്വാസം വരാതെ ഒരിക്കൽ മണപ്പിച്ചുനോക്കി. പിന്നെ പതുക്കെ ചിനച്ചു. ഒരു പിടിത്തം. "ഹമ്പടീ! നീയെന്റെ വെരലും തിന്നുവളയ്യ്യാ?"

ആമിന വെറുതെ പൊട്ടിച്ചിരിച്ചു. തണുത്ത രാക്കാറ്റ് അവളെ വാരിപ്പുണർന്നു. അത്തറിൽ ആട്ടിൻചൂര് കലരാതിരിക്കാൻ കൂടിന്റെ സമീപത്തുനിന്നും വേഗം പോന്നു. നിലാവ് ചുണ്ടിലലിഞ്ഞു. പടിക്കൽ കാലൊച്ച. അവൾ അകത്തേക്ക് വലിഞ്ഞു......

അക്കരക്കുന്നിൽ നിന്ന് നഗാറയുടെ ചെകിടടപ്പിക്കുന്ന നിലവിളി ഉയർന്നു. റമദാൻമാസത്തിന്റെ ശാന്തിയും ആർദ്രതയും താഴ്വരയിൽ നിന്നു പറന്നകന്നു. കാളിയാറിന്റെ നെഞ്ചിൽനിന്ന് ഒരു പുരാതന കാലുഷ്യത്തോടെ നീരാളികൾ കയറിവന്നു. പാവം മനുഷ്യർ കൈകാൽ തല്ലി രക്ഷനേടാൻ ശ്രമിക്കുന്നു. നഗാറ എല്ലാത്തിനെയും തകർക്കുന്നു. ഹൃദ്രോഗിയുടെ നെഞ്ചിടിപ്പിൽ അസ്വസ്ഥതകൾ ഭീകരസ്വപ്നങ്ങളായി പരിണമിക്കുന്നു.

"മോളെ"

"ബാപ്പാ."

"നീയ്യ് ബെയ്ച്ച് കെടന്നോ. ഞമ്മക്ക് കൊറെ ബർത്താനം പറയാന്ണ്ട്!"

ആമിനയുടെ മനം മങ്ങി. ബാപ്പായ്ക്ക് എന്താണിത്ര ആലോചന? അത്താഴത്തിനു വരാമെന്നു പറഞ്ഞ ആ വമ്പൻതന്നെ! അയാളെന്താ വരാത്തത്? മുറിയിൽ അത്തറിന്റെ മണം മുരണ്ടു നടന്നു.

നഗാറയുടെ ഒച്ച ഒരിക്കൽ മധുരമായിരുന്നു. ദ്രുതതാളത്തിലൊരു നൃത്തംപോലെ. തെങ്ങിൻതോപ്പുകളും കുടപ്പനകളും ഈന്തുമരങ്ങളും മുളങ്കൂട്ടവും മാവും പ്ലാവും പുളിയും എരഞ്ഞിയും അത്തിയും ആലും അരയാലും ചേർന്നൊരു ഉണർത്തുപാട്ടുപോലെ. കുന്നുകളെ കുലുക്കിയുണർത്തി, മനുഷ്യരെ പിടിച്ചെഴുന്നേൽപ്പിച്ചു ശ്രദ്ധയുടെ കേന്ദ്രത്തിലേക്കു വാരിയടുപ്പിക്കുന്ന ദൃഢഹസ്തത്തിന്റെ സ്നേഹം. ഒരു വിശ്വാസത്തിന്റെ ഉണർവിലേക്ക്.

ഇപ്പോഴത് അശ്ലീലമായൊരു കാട്ടാളനൃത്തമായി ഗ്രാമരാവുകളെ വിറകൊള്ളിപ്പിക്കുന്നു. ചുവട് പിഴപ്പിക്കുന്നു.

"ബാല്യക്കാര് ബീണ്ടും തൊടങ്ങി." ബാപ്പ പറഞ്ഞു. മുഹമ്മദ് മുസ്ല്യാർ മെതിയടിപ്പുറത്ത് അസ്വസ്ഥനായി. ചവിട്ടടിയിൽ എല്ലാ അപസ്വരങ്ങളെയും ചതച്ചരച്ചു കളയാൻ ആഗ്രഹിച്ചു.

"എന്താണ് ബാപ്പാ?" കിടക്കപ്പായിൽ എണീറ്റിരുന്ന് ആമിന ചോദിക്കുന്നു.

"ബേണ്ടായിനു, അക്കരപള്ളീല് കൂട്ടബാങ്ക്!"

മുഹമ്മദ് മുസ്ല്യാർ മുറ്റത്തിറങ്ങി. ചരലുകൾ പല്ലിറുമ്മി.

ആമിന ചിന്തിച്ചു, ബാപ്പയെ ജിന്ന് ബാധിച്ചുവോ? ആ പച്ചബെൽറ്റുകാരൻ ഒരു ജിന്നായിരിക്കുമോ? എവിടന്നു വന്നു? എവിടേക്ക് പോണു? അയാളുടെകൂടെ മാളുണ്ണിയുടെ ഗംഗമ്മാവനുണ്ടായിരുന്നു. കുഴപ്പക്കാര

നാവില്ല. ബാപ്പയ്ക്ക് എന്താണ് പറ്റിയത്? ഇന്നു വൈകുന്നേരം പള്ളികഴിഞ്ഞ ഉടനെ വന്നു. അവൾ അള്ളാഹുവെത്തേടി. അവൾക്ക് മറ്റൊരു വഴി ഇല്ല.

പൊടുന്നനെ മെതിയടിയൊച്ച കേട്ടു

"ആമിനാ ജ്ജ് വാതിലടച്ച് കെടന്നോ!"

"ബാപ്പ എങ്ങട്ടാ?"

"പള്ളിക്കലിക്ക്."

"അത്താഴമോ ബാപ്പ?"

"ആയില്ല. വരട്ടെ!"

ഉമ്മറത്തെ പാനീസിന്റെ തിരിതാണു. ബാപ്പ പടിയിറങ്ങിപ്പോയി? മുൾവാതിൽ മുറുമുറുക്കുന്നു......

പൊന്നാനിയിൽനിന്നുവന്ന മുഹമ്മദ് മുസ്ല്യാർ പള്ളിമുമ്പിലെ മദ്രസയിൽ കുട്ടികളെ ഓതാൻ പഠിപ്പിക്കുകയായിരുന്നു. കുട്ടികൾ മാത്രമായിരുന്നു, മുസ്ല്യാരുടെ ലോകത്തിൽ. ദൈവത്തിന്റെ പൊടിപ്പുകളെ, വാടാതെ, കരിയാതെ, വിശ്വാസികളായി വളർത്തുകയെന്നത് മാത്രമായിരുന്നു മുസ്ല്യാരുടെ ജീവിതലക്ഷ്യം. മദ്രസയ്ക്കുചുറ്റും മയിലാഞ്ചി നട്ടു വേലികെട്ടി ഭംഗിയാക്കി. അകത്തൊരു കിണറും കിണറിനുചുറ്റും മുൾവേലിയും മുൾവേലിയെ മായ്ക്കാൻ ചെമ്പരത്തിച്ചെടികളും ഒരുക്കി. കുട്ടികളുടെയൊരു പൂന്തോപ്പാക്കി, മുസ്ല്യാർ അവർക്കുവേണ്ടി കാത്തിരുന്നു. മാസത്തിലൊരിക്കലും, റമദാൻകാലത്ത് ദിവസേനയും അക്കരെ ഗ്രാമങ്ങളിലുള്ളവർ മുസ്ല്യാരെ ആദരവോടെ ക്ഷണിച്ചുകൊണ്ടുപോയി, മതപ്രസംഗത്തിന്. ഈ പ്രസംഗപര്യടനങ്ങളാണ് മുസല്യാർക്ക് അയൽ ഗ്രാമങ്ങളിലേക്ക് പാലമിട്ടത്. എല്ലാ സന്ധ്യകളിലും മുസ്ല്യാർ മകളുടെ രക്ഷയ്ക്ക് തിരിച്ചെത്തി. രാപ്രസംഗകാലത്ത് കാദരുണ്ണിയെ കാവലാക്കി. ഇപ്പോൾ കാദരുണ്ണി ആഹാരത്തിനുപോലും പുരയിലേക്കു വരുന്നില്ല. മുസ്ല്യാർ ധർമസങ്കടത്തിലായി.

ഓത്തു നിർത്തി ആമിന കുടിലിൽ തനിച്ചായപ്പോൾ ബാപ്പ പറഞ്ഞു: "ആമിന, വൈശ്യേരുടെ കുട്ടീന്റൊപ്പം പോയി കളിച്ചോ!"

"അപ്പഴ് ആടുകളൊ ബാപ്പാ?"

"ഓളെ മേലേപ്പറമ്പില് കെട്ടിക്കോ!"

അങ്ങനെ അവൾക്ക് സ്വാതന്ത്ര്യത്തിന്റെ വാതിലുകൾ തുറന്നു കിട്ടിയതായിരുന്നു.

മാളുണ്ണി മാമ്പഴം പെറുക്കി കടിച്ചു തിന്നുന്നതിനിടയിൽ ഒരു ദിവസം ആമിനയോടു ചോദിച്ചു:

"നിനക്ക് അക്ഷരം പഠിക്കണോ? എഴുതാനും വായിക്കാനും പഠിയ്ക്കണോ?"

"ആര്യെയ്ത്തി ബേണ്ടെന്ന് ബാപ്പ പറഞ്ഞിറ്റ്ല്യെ."

"നിന്റെ ബാപ്പ പഠിച്ച ആളല്ലേ?"

"പള്ളിക്കലെ ആൾക്കാര് പറയണതാ. അദ്ധോണ്ടാ ബാപ്പ മദ്രസ കഴിഞ്ഞ് കുട്ടികളെ അച്ചരം പഠിപ്പിക്കാത്തത്. പള്ളിക്കാര് പറേണതേ

ബാപ്പ ശെയ്യൂ."

"ആരും അറിയാതെ ഈ മാഞ്ചോട്ടിലിരുന്ന് സ്ലേറ്റിലെഴുതിപ്പഠിക്ക്യാ."

"ന്നറ്റ് ഞാനിപ്പ എന്ത് ശെയ്യാനാ?"

"കത്തെഴുതാം."

"പടശ്ശോനെ ആർക്ക്!"

"ആരുമില്ലെങ്കിൽ വേണ്ട. വെറുതെ എഴുതാം. എന്നിട്ട് വലിച്ചുകീറിക്കളയാം! ഞാൻ നല്ലോണം എഴുതാറായാൽ വല്യമ്മാവന് ഇംഗ്ലീഷിൽ കത്തെഴുതാനാവും എന്ന് എന്നോട് പറഞ്ഞിറ്റ്ണ്ട്!"

"ആര്?"

"വല്യമ്മാവൻ!എന്നിറ്റ് ഗ്ലാഡിസ് മദാമ്മയെപ്പോലെ ഇംഗ്ലീഷിൽ ശ്-ശ്-. ഷട്. പറ്റ്...എന്നിങ്ങനെ വർത്തമാനം പറയാനും!"

"ഹോജ്ജരാജാവായ തമ്പിരാനെ, ആര്യെയ്ത്ത് പഠിക്കണപോരാഞ്ഞിറ്റ്, പന്നീന തിന്ന്ണവറ്റകൾടെ ബാക്കും മട്ടും പഠിക്കാനോ! ബാപ്പ കൊന്നു കളയും കേട്ടാല്."

"ബാപ്പ അറിയേണ്ട!"

മാളുണ്ണി ഉടുപ്പിനുള്ളിൽ നിന്ന് ഒരു തടിച്ച പുസ്തകം പുറത്തെടുത്തു. താളുകൾ മറിച്ചു.

"ഇതെന്തൊന്നറിയ്യ്യോ?"

"ഹറാമായ ഒരു പുസ്തകം!"

"ഇത് ഇന്ദുലേഖയാണ്!"

"അതെന്താണ്ണീ?"

"ഒരു നോവൽ പുസ്തകം. ഒരു പെൺകുട്ടിയുടെ കഥ. അവൾ ഇംഗ്ലീഷ് പഠിക്കുന്നുണ്ട്. മേജോട് തുന്നുന്നുണ്ട്! പിന്നെ അവൾ ഒരു.... ഒരു.... മാധവനെ സ്നേഹിക്ക്ണ്ണ്ട്!"

"അതെന്താ മേജോട്?"

"കുഞ്ഞുകുട്ടികൾടെ കാലിലിടിന്ന, രോമത്തിന്റെ ഉറ. ചെലപ്പഴ് കുട്ടിക്കുപ്പായമായിരിക്കും!"

"എന്തിനാ അവള് മാധവനെ സ്നേഹിക്കണത്? കല്യാണം കഴിഞ്ഞിറ്റ്ണ്ടോ?"

"കല്യാണം കഴിക്കാനാണ്!"

ആമിന ശക്തിയായി തല വിലങ്ങനെ ആട്ടി.

"ഞമ്മക്ക് ഇതൊന്നും ബേണ്ട. ബാപ്പ ഇന്നെ കൊന്നു സൂപ്പാക്കും! അപ്പൊ അതാണ് നെന്നെ പുഴക്കരേലൊന്നും കാണാത്തത്! ഇജ്ജ് ഏതു നേരവും പിശാശ് പിടിച്ച ഈ പുസ്തകം വായിക്കാണ്!"

"ഇതെനിക്ക് ചെറ്യമ്മാവന്റെ പുസ്തകങ്ങൾക്കിടയിൽ നിന്ന് കിട്ട്യേതാ. അമ്മാവൻ ഇപ്പഴ് ഇതൊന്നും വായിക്കാറില്ല. നേരല്യ. എപ്പഴും കിലാഫത്തിന്റെ കാര്യങ്ങളും കോൺഗ്രസിന്റെ എടപാടുമാണ്."

"അന്റെ അമ്മാവനെ കിലാപ്പത്ത് കൂടിറ്റ്ണ്ട്! അദ്വന്നെയാ ഇന്റെ ബാപ്പാനേം കൂടിറ്റ്ള്ളത്. അല്ലാണ്ട് ലാത്തിരീല് ഒരു പള്ളീപ്പോക്ക്

മുമ്പെങ്ങും ഇല്ലാത്തതാ.”

“നിനക്ക് ഇന്ദുലേഖയെപ്പറ്റി അറിയേണ്ടേ?”

“പറഞ്ഞോ!”

“അവള് സുന്ദരിയാണ്. കോവിലമ്മയെക്കാളും സുന്ദരി! കസവുതുണിയേ ഉടുക്കൂ. നല്ല പൊൻകസവിന്റെ നിറം. ചന്തിമറയ്ക്കുന്ന തലമുടി. പിന്നെ... ഇന്ദുലേഖ മാധവനെ അല്ലാതെ മറ്റാരേം കല്യാണം കഴിക്കില്ലാത്രെ!”

മാളുണ്ണിയുടെ മുഖം തുടുത്തു. അവളുടെ മിഴികൾ അഞ്ജനം പോലെ ഇരുണ്ടു തിളങ്ങി. വാക്കുകൾ ചുണ്ടിൽ ചിറകടിച്ചു.

ആമിന ആശ്ചര്യത്തോടെ കൂട്ടുകാരിയെ നോക്കി.

“ഇജ്ജ് മോസല്യാലോ! ഹമ്പടീ! ജ്ജെന്നേ ഇങ്ങന്യൊരു ബമ്പത്തി ആയത്!”

മാളുണ്ണി നഖംകടിച്ചു. പിന്നെ ധൈര്യം അവലംബിച്ചു. ആമിനയ്ക്ക് ഒരു സംശയം:

“ഇന്ദുലേഖയ്ക്ക് ആ മാധവനോട് സ്നേഹം ഇംഗ്ലീഷിലാ?”

“എന്ത്?”

“സ്നേഹിക്കണത്?”

ഇപ്പോൾ മാളുണ്ണിക്ക് വാക്കുമുട്ടി. സ്നേഹത്തിനു മലയാളവും ഇംഗ്ലീഷും ഉണ്ടോ? ജാതീം മതോം ഉണ്ടോ? വലിയമ്മാവനും ഗ്ലാഡിസ് മദാമ്മയും തമ്മിൽ സ്നേഹമാണെന്ന് അവളുടെ കുരുന്ന് മനസിന് ബോധ്യമായിട്ടുണ്ട്. പക്ഷേ, അത്തരത്തിലൊരു സ്നേഹമല്ല ഇന്ദുലേഖയും മാധവനും തമ്മിലുള്ളത്. കല്യാണം കഴിക്കുംമുമ്പ് മാധവൻ തന്നെ ഒന്നുതൊടാൻ ഇന്ദുലേഖ സമ്മതിക്കില്ല. ഒരു കണക്കിന് ഗ്ലാഡിസ് മദാമ്മ ചേട്ട....ഛേ....വൃത്തികേട്.....ഇക്കാര്യം ആമിനയോട് ഇതുവരെ പറഞ്ഞിട്ടില്ല. അതൊരു നല്ല കാര്യമല്ലെന്ന് അവളുടെ മനസ്സ് വിലക്കി. പറയേണ്ട. പറയരുത്. എല്ലാ കാര്യവും ഒരു കൂട്ടുകാരിയോടു പറയണോ? ഇന്ദുലേഖ വെളുത്തവാവാണ്. ഗ്ലാഡിസ്മദാമ്മ ചെളിയിൽ വീണു കിടക്കുന്ന ചന്ദ്രൻ. അവൾ പുസ്തകം അടച്ചുപൂട്ടി; കുപ്പായത്തിനിടയിൽ ഒളിപ്പിച്ചു.

“മാൾണ്ണീ.”

“എന്തോന്നാ....നിനക്ക് അക്ഷരം പഠിക്കേണ്ട. പുസ്തകം വായിക്കേണ്ട. നിന്റെ പച്ചബെൽറ്റുകാരനെ കാത്തിരുന്നോ!”

ആമിന കൂട്ടുകാരിയെ ഒരു തള്ള് വച്ചുകൊടുത്തു. താഴെ ചെത്തുവഴിയിലൂടെ പൊടിപറപ്പിച്ചു കടന്നുപോകുന്ന കാളവണ്ടികളെ നോക്കിനിന്നു. അങ്ങാടിക്ക് പോകുന്ന രണ്ടു വണ്ടികൾ. ഒന്നു നിറയെ അടയ്ക്കാച്ചാക്കുകൾ, മറ്റതിൽ എള്ളോ എണ്ണയോ പിണ്ണാക്കോ? രണ്ടും ഇരട്ടക്കാളവണ്ടികൾ. അവൾക്ക് കാണേണ്ടത് ഒറ്റക്കാളവണ്ടിയാണ്. കഴുത്തിൽ പളുങ്കുമാലയും കുടമണികളും കെട്ടിയ, ആകാശത്തെ ഒരു മേലാപ്പുപോലെ കൊമ്പുകളിൽ കുത്തിയുയർത്തിനിൽക്കുന്ന കാളതെളിക്കുന്ന വണ്ടി. അതിൽ ചരക്കുകേറ്റീട്ടില്ല. ഒരേയൊരാൾ, സഞ്ചാരിയും തേരാളി

യുമായി ഒരാൾമാത്രം. അകത്ത് ഒരു സീറ്റുണ്ട്. വണ്ടിച്ചക്രത്തിന്റെ ബഹു വർണ ആരങ്ങൾ ചക്രവാളത്തിൽ കറങ്ങിക്കൊണ്ടേ ഇരിക്കുന്നു.

മാളുണ്ണി മാമ്പഴം മടിയിൽവെച്ചു, വീണ്ടും *ഇന്ദുലേഖ*യുമായി സല്ലാപം തുടർന്നപ്പോൾ ആമിന കുന്നിറങ്ങിപ്പോന്നു.

പതിനൊന്ന്

മുഹമ്മദ് മുസ്ല്യാർ വയള് കഴിഞ്ഞെത്തി. വൈകി രാവേറെച്ചെന്നിരിക്കുന്നു. ഉറങ്ങാതെ പിറുപിറുക്കുന്ന പുഴ. കോലായയിൽ പാനീസ് നോക്കിയിരിക്കുന്നു. മണ്ണെണ്ണ ഈയിടെ എളുപ്പം തീർന്നു പോകുന്നു. ഗ്രാമത്തിലിപ്പോൾ മണ്ണെണ്ണവിളക്കുകൾ അധികനേരം കൺതുറന്നിരിക്കാറില്ല. മോന്തിനേരത്ത് ഒന്നു കൺമിഴിക്കും. ഉടനെ ഉറങ്ങും. കാസർട്ടിന് വിലകൂടുക മാത്രമല്ല കിട്ടാനും ഇല്ലാതായി. നാലകത്തെ വൈദ്യർ നിലവിളക്കാണ് കത്തിക്കുന്നത്. ചിലപ്പോഴൊക്കെ ഒരു കാൽക്കുപ്പി കാസർട്ട് മുസ്ല്യാർക്ക് കൊടുക്കും. ദൈവത്തെ തേടുന്ന മനുഷ്യൻ ഇരുട്ടിലിരിക്കുന്നതെങ്ങനെ എന്നാണ് വൈദ്യരുടെ വാക്ക്.

കുടത്തിലെ വെള്ളമൊഴിച്ചു കാൽകഴുകി. അടിച്ചൂട് അകലുന്നില്ല. കുറെക്കൂടി വെള്ളമൊഴിച്ചു. പിന്നെ, ചുട്ട പപ്പടവും ചമ്മന്തിയുംകൂട്ടി ചോറുണ്ടു. ഉരുള ഉരുട്ടുന്നതിനിടയിൽ മുസ്ല്യാർ ചോദിച്ചു.

"ഇന്ന് ഇവിടെ ആരെങ്കിലും വന്നോ?"

"വന്നു, ബാപ്പാ. ആ പച്ചബെൽറ്റുകാരൻ."

"പടച്ചോനെ!"

"അദെന്താ ബാപ്പാ? അയാള് ഹിമാറാ?"

"അല്ല, ഖിലാഫത്ത്."

ആമിനയുടെ ഉള്ളം പിടച്ചു. ശാന്തമായി കഴിഞ്ഞുകൂടിയിരുന്ന ഗ്രാമത്തിലേക്ക് കടന്നുവന്നിരിക്കുന്ന ഇബ്‌ലീസാണ് ഖിലാഫത്ത്. ഉണ്ണിക്ക പറയുന്നത് നേരാണ്. കലാപം നടക്കാമ്പോണു.

വിരൽതുമ്പിലെടുത്ത ചമ്മന്തിയിൽ നോക്കി ബാപ്പ ചോദിച്ചു:

"ഓൻ ചോറുതിന്നാൻ വന്നില്ലേ? ഓന്റെ ഒടുക്കത്തെ ഒരു....ഒരു...യാ.. അല്ലാ..... ഇവരോടു പൊറുക്കേണമേ...."

ഉണ്ണിക്ക പറയുന്നത് ഈ നരകത്തിൽനിന്ന് സ്വർഗത്തിലേക്ക് പാലം പണിയാൻ മറ്റു വഴിയൊന്നും ഇല്ലെന്നാണ്.

ആമിന കതകടച്ചു കിടന്നു. നെഞ്ചിനകത്തൊരു കണ്ണ്കിടന്നു തുടിക്കുന്നു. ആമിനയ്ക്ക് ഉറക്കം വരുന്നില്ല. മാറ് പിളർന്ന് ആരാണ് രണ്ടു മൂർച്ചയുള്ള കത്തികൾ കരളിനുള്ളിൽ നിക്ഷേപിച്ചിരിക്കുന്നത്! കുടിലിനകത്ത് ഒരു കരിവണ്ട് മലർന്നുകിടന്നു നിലച്ചക്രം തിരിക്കുന്നു. അതിനു പറന്നു പോകാനാകുന്നില്ല. പറന്നുയരുന്നതിനുപകരം നെടുകെയും വിലങ്ങനെയും ചക്രം തിരിയുകതന്നെയാണ്.

അവൾ പായിൽ എണീറ്റിരുന്നു. കിളിവാതിലിലൂടെ നാലുനാൾ പ്രായംചെന്ന നിലാവ്. മുറ്റമളക്കൽ നിർത്തി ബാപ്പ ഇപ്പോൾ എന്തുചെയ്യുന്നു? മുറ്റത്ത് ഒരാൾകൂടി. മാളുണ്ണിയുടെ ചെറിയമ്മാവൻ. ചെറിയമ്മാവൻ ബാപ്പയെ മേട്ടിന്മേൽ കേറ്റുകയാണ്.....

"അക്കരെ കുന്നത്തെ വലിയപള്ളിയിൽ പോകണം. ഈ ഗ്രാമത്തിലിരുന്നു ചുരുങ്ങേണ്ട ആളല്ല, മുഹമ്മദ് മുസ്ല്യാർ."

"ഗംഗനെന്താ ദീനിന്റെ കാര്യത്തിൽ ഇത്ര താൽപ്പര്യം?"

"ദീനിൽ വിശ്വസിക്കുന്ന നിങ്ങളും വിശ്വസിക്കാത്ത ഞാനും ഇന്ത്യയുടെ മക്കളാണ്. സ്വാതന്ത്ര്യത്തിന്റെ ഒരു താക്കോൽ നിങ്ങളുടെ കൈയിലും ഉണ്ട്. ഒന്ന് എന്റെ പക്കൽ. ഒന്നിലധികം താക്കോലുകളിട്ടു തുറന്നാലേ അസ്വാതന്ത്ര്യത്തിന്റെ ജയിലഴികൾ തുറക്കാനൊക്കൂ. എല്ലാവർക്കും പുറത്തുകടക്കാം...."

ബാപ്പ മിണ്ടുന്നില്ല-ഒരാൾകൂടി പടികയറി വരുന്നു.

"കേട്ടോ മാളുണ്ണീ." പിറ്റേന്ന് അതിരാവിലെ ആമിന വേലിക്കലേക്ക് ഓടി. ഇടവഴിയെ സാക്ഷിനിർത്തി അങ്ങേ കയ്യാലയിൽനിന്ന് ഇങ്ങേ കയ്യാലയിലേക്ക് പറഞ്ഞു:

"നിന്റെ ചെറ്യമ്മാവനുണ്ടല്ലോ, ബമ്പനാ. ന്റെ ബാപ്പാനെ തലയിൽ കയറ്റാൻ ഇതുപോലെ മറ്റാർക്കും കഴിയില്ല. അങ്ങനേ മറ്റേ ബമ്പനേം ഒരു ചേലിക്കാക്കീട്ടാ ഇന്നലെ സഭ പിരിഞ്ഞത്."

"അതാരാ?"

"ഒറ്റക്കാളവണ്ടിയില് സവാരിചെയ്യുന്ന-"

"ഓ! നിങ്ങടെ പുരയില്വച്ചാ സഭ?"

"തന്നെ!" പിന്നെയവര് പള്ളിക്കലേക്ക് പോയി. പോകുംമുമ്പ് ബാപ്പാനോടു പറഞ്ഞു:

"നിങ്ങൾ ഖിലാഫത്തിൽ ചേരണം. ചേർന്നാപ്പോര, അതിന്റെ കാര്യക്കാരനായിരിക്കണം. കുന്നത്തുപള്ളീല് വയള്കഴിഞ്ഞാ ഖിലാഫത്തിനെപ്പറ്റി പ്രസംഗിക്കണം."

ബാപ്പ, തന്റെ മെലിഞ്ഞുനീണ്ട വിരലുകൾ നീണ്ട താടിരോമങ്ങളിലൂടെ ഓടിച്ചു. തലപ്പാവഴിച്ചു തല തോർത്തി. ബാപ്പാക്ക് വല്ലാതെ വിയർക്കുന്നുണ്ടായിരുന്നു....

ഒഴുകിപ്പോയ ജലമത്രയും കടലിൽ നിക്ഷേപിച്ചുകഴിഞ്ഞ് കാളിയാർ വേനലിന്റെ അഴിമുഖത്ത് തരിച്ചുനിന്നു. പിന്നെ അകംനിറയെ കണ്ണീരുപ്പുമായി തിരിച്ചുകയറി. കൽപ്പള്ളിക്കടവിലെത്തിയപ്പോൾ ഇളകിമറിഞ്ഞു.

മറപ്പായയുമായി മണൽതിട്ടയിലെത്തിയ ആമിന, തിരിച്ചുകയറുന്ന നദിയുടെ ഓളങ്ങളിൽ കണ്ണിമയ്ക്കാതെ നോക്കിനിന്നു. പൂഴിപ്പുറത്ത് ആരോ കവാത്തു നടത്തുന്നു. പിന്നെ കരയിൽ വലിച്ചുകയറ്റിയിരുന്ന ഒരു ഓട്ടത്തോണിയുടെ കൊമ്പിൽ ചേക്കേറുന്നു.

ആമിന പായ് നീർത്തുന്നതുകണ്ട് കാദരുണ്ണി പറഞ്ഞു:

"ഇനി പുഴേല് കുളിക്കേണ്ട. കിണറ്റിങ്കരയില് കുളിച്ചാമതി. ഉപ്പ്!"

വേനലിന് ഇക്കുറി ധൃതിയായി. എത്ര പെട്ടെന്നാണ് ഓർ കയറിയത്!

"ഉണ്ണിക്കായോട് ഒരു കാരിയം ശോദിക്കട്ടെ!"

"എന്താണ്ണീ?"

"കളിതമാശയല്ല. കിലാഫത്ത്ന്ന്ച്ചാ-ജിന്നോ ശൈത്താനോ?"

"നാലകത്തെ ഗംഗൻ അവ്ടെ വന്നിട്ടുണ്ടാകും. ശൈത്താനെ തോളിലിട്ടോണ്ടാ അവര്ടെ നടപ്പ്. ആ വണ്ടിക്കാരനും ഗംഗനും ഒരു കെട്ടാ. ആര്യെയ്ത്ത് പഠിച്ചതിന്റെ ഫലാ-"

"അദ്ധോണ്ട് വെള്ളക്കാര് നാട് വിടൊ?"

"വീടേരിക്കും. അല്ലെങ്കില് ഈ നരകത്തീന്ന് വെള്ളക്കാർക്ക് എന്ത് കിട്ടാനാ? കുറേ ചുക്കും മുളകും കൊണ്ടുപോവേരിക്കും."

"ഉണ്ണിക്ക പണിക്കു പോവാത്തതെന്താ?"

"എവിടെ?"

"തമ്പ്രാന്റെ മലന്തോട്ടത്തില്? എല്ലാരും പോകുന്ന കണ്ടല്ലോ!"

"ഞാനിനി പണിയെടുക്കില്ല."

"ങ്ഹേ?"

"ജിഹാദിനു പോവ്വാ?"

"ഹെന്ത്?"

"ന്ന്ട്ട് വേണം രണ്ടു കാഫറ്നെക്കൊന്ന് സുവർക്കത്തിൽ പോവാൻ!"

"പടശ്ശോനേ!"

ആമിന നടുങ്ങി വിറച്ചു. ബാല്യത്തിൽ കേട്ട കഥകളിൽ ജിഹാദിന്റെ മുഴക്കമുണ്ടായിരുന്നു. ഹാലിളകിയ ആണുങ്ങൾ ചോരപ്പുഴ ഒഴുക്കിയിരുന്നു. എല്ലാം ദീനിനുവേണ്ടിയായിരുന്നു. ആളുകളെ നാടുകടത്തിയിരുന്നു. ആരാണിത്തരം കഥകൾ പരത്തിയതെന്നറിഞ്ഞുകൂടാ. കാളിയാറിന്റെ കരളിൽനിന്നെത്തിയ നിശ്വാസങ്ങൾക്ക് ചോരയുടെ മണം. ആണ്ടിയുടെ അമ്മ മാണിപ്പണിക്കത്ത്യാർക്കും കുറേയേറെ കഥകൾ അറിയാം. ചിലപ്പോഴെല്ലാം കരളിൽ കത്തിയിറക്കുന്ന ഭീകരസ്വപ്നങ്ങൾ കാണാറില്ലേ? അങ്ങനെയൊരുകാലം!

"ഉണ്ണിക്ക ക്നാവ് കണ്ടതാണോ?"

ഉണ്ണിക്ക മറുപടി പറയുന്നില്ല. ഒരു കട്ടുറുമ്പിനെ എന്നോണം അവളെ അവഗണിക്കുന്നു.

ഇടയ്ക്കിടെ കടത്തുപുരയിലേക്കു നോക്കുന്നു. എന്തിനോടോ പട പൊരുതുന്നു. ചുണ്ടുകൾ ചേർത്തുകടിക്കുന്നു. ചിലപ്പോൾ മേടമാസത്തിലെ മിന്നൽപോലെ കറുത്തചിരി ചിരിക്കുന്നു.

കടത്തുപുരയുടെ ഇറയത്ത് കോവിലമ്മയുടെ ആറാനിട്ട പുടവ കാറ്റിലാടുന്നു. ആകാശത്തുനിന്ന് അടർന്നുവീണു പറക്കുന്ന ഒരു വെൺമേഘംപോലെ.

ആമിന മറപ്പായ് മടക്കി പുഴക്കര വെടിഞ്ഞു.

തൊടിയിൽ വെറ്റില നുള്ളുന്ന മാളുണ്ണി തളികയുമായി വേലിക്കലേക്കു വന്നു.

"കുളിച്ചില്ലേ?"

"ഓര്! ഇനി നെന്നെപ്പോലെ ഞാനും കെണറ്റീങ്കരേലാ കുളി!"

"മുത്തശ്ശി പറഞ്ഞു, ഇന്നലെ രാത്രി കാറ്റിന് ചെളിമണം ണ്ടാർന്നൂന്ന്."

വെറ്റിലത്താലം വരമ്പിൽവെച്ച് മാളുണ്ണി വേലിച്ചെടികൾ പകുത്തു. കാഞ്ഞിരമരത്തിന്റെ തായ്ത്തടി ഊർന്നിറങ്ങി.

ഇടവഴിയുടെ സ്വകാര്യതയിൽ ആമിന പറഞ്ഞു:

"മാളുണ്ണീ എനിക്ക് പേട്യാവ്ണു."

"എന്തിനാ?"

"ഉണ്ണിക്ക രണ്ടാളെ അറക്കുംന്ന്! അതിലൊന്ന് തമ്പ്രാന്റെ കാര്യസ്ഥൻ ആ കോന്തന്നായര്ല്യെ? അയാള്തന്ന്യാവും!"

മാളുണ്ണി പൊട്ടിച്ചിരിച്ചു. നല്ല തമാശതന്നെ. മനുഷ്യൻ മനുഷ്യനെ അറുക്കുമോ?

"പൊള്ള്! ഇത്രേം വല്യൊരു പൊട്ടത്തരം പറയണൊ, ഈ നേരം വെളുക്കുമ്പഴ്-"

"അല്ല മാളുണ്ണി. ഉണ്ണിക്ക ഒന്നു ബിജാരിച്ചാ അത് ചെയ്യും! ഉണ്ണിക്കാന്റെ പുരയ്ക്ക് തീകൊടുത്തത് ആ കാര്യസ്ഥനല്ലെ? മുളകും തേങ്ങേം എല്ലാം കടത്തിക്കൊണ്ടു പോയില്ലെ? പറമ്പ് മേൽച്ചാർത്തിനു കൊടുത്തില്ലെ? യ്ക്ക് പേട്യാവ്ണു!"

ആമിന വലുതാവുകയും സുന്ദരിയാവുകയും ചെയ്തു. മാത്രമല്ല, തനിക്ക് അന്യമായ പല അറിവുകൾ നേടുകയും ചെയ്തിരിക്കുന്നു. അസൂയയോടെ മാളുണ്ണി ചിന്തിച്ചു.

"ഇച്ചേലിക്ക് ഓലെന്താ ശെയ്യ്ാന്ന് ഇനിക്കറിഞ്ഞൂട. ബാപ്പാന്റടുത്ത് ഖിലാഫത്തുകാര് ഇന്നലെ ലാത്തിരീം വന്നീനു."

"എന്നിട്ട്?"

"ഇസ്ലാമും ഇന്തും കൈകോർത്ത് പിടിച്ചു വെള്ളക്കാരനെ നാട്ടീന്നു തുരത്തണമെന്നാ നിന്റെ ഗംഗമ്മാൻ പറയണത്!"

"വല്യമ്മാവൻ വെള്ളക്കാരന്റെ കമ്പനിയിലാണ് പണിയെടുക്കുന്നത്. വെള്ളക്കാരെ തുരത്തുകയെന്നു പറഞ്ഞാൽ-ചെറ്യമ്മാവന് ഒരു വിവരോം ഇല്യാണ്ടായല്ലോ എന്നാണ് മുത്തശ്ശി കരയുന്നത്......"

ഇനി കരച്ചിലിന്റെ നാളുകളായിരിക്കുമെന്ന് ആ പെൺകുട്ടികൾ അറിഞ്ഞില്ല. പൂക്കാലം പോയി. പൂമ്പാറ്റകളകന്നു. കാളിയാറിൽ ഓര് കയറി. ഗ്രാമീണരുടെ ചിരകാലദുഃഖത്തിന്റെ അഴികളറുത്ത് ഓരുവെള്ളം അതിശക്തിയായി വീണ്ടും-

പിന്നീട് മാളുണ്ണി ആമിനയെ കാണുന്നത് രണ്ടുവർഷങ്ങൾക്കുശേഷമാണ്. മറ്റൊരുലോകത്തിൽ. മറ്റൊരു കോലത്തിൽ. കൗമാരത്തിന്റെ ഇടവഴിയവസാനിക്കുന്ന കവലയിൽ അവർ രണ്ടുവഴിക്കു പിരിഞ്ഞു. വിട പറയാതെ. ഇടവഴിയിൽ കാഞ്ഞിരക്കായ്കൾ പഴുത്തുപൊഴിഞ്ഞു ദുർഗന്ധം വമിക്കും കാലത്ത് മാളുണ്ണി നഗരത്തിലെ വീട്ടിൽ വല്യമ്മാമന്റെ ചോർച്ചയില്ലാത്ത കുടക്കീഴിൽ എത്തിക്കഴിഞ്ഞിരുന്നു. സമുദ്ര

ത്തിൽനിന്ന് പടിഞ്ഞാറൻകാറ്റ് ശക്തിയാർജിച്ചു വീശി. ഗ്രാമത്തിന്റെ ദലമർമ്മരങ്ങൾ പേമാരിയിൽ മുങ്ങിപ്പോയി.

മഴ ഇരുണ്ടുവരും എന്നു തോന്നിച്ച ഒരു അന്തിക്ക് മാളുണ്ണിയുടെ അത്താഴക്കിണ്ണത്തിലേക്ക് ഈന്തിൻപിടി കറിവെച്ചതു കോരിയിടുമ്പോൾ മുത്തശ്ശി പറഞ്ഞു:

"കഴിഞ്ഞകൊല്ലത്തെ ഈന്ത് ഇന്നാ എടുത്തത്. നല്ല രുചിയുണ്ട്. കഴിച്ചോളൂ. അമ്മാവന്റടുത്തു ചെന്നാ ഇതൊന്നും കിട്ട്ല്യ. നിന്റമ്മായിക്ക് ഈന്തുംപിടി ഉണ്ടാക്കാനറിയില്യ."

"മുത്തശ്ശി പോരുന്നില്ലേ?"

"മുത്തശ്ശിക്ക് ഇംഗ്ലീഷ് പഠിക്കേണ്ട. പഠിച്ചതെല്ലാം മതി!"

"വരുന്ന അവധിക്ക് വന്നാൽ ഞാൻ മുത്തശ്ശ്യോട് ഇംഗ്ലീഷിലാ സംസാരിക്ക്യാ."

"എന്നാ ന്റെ മകള് ബിലാത്തിക്ക് അങ്ങ് നേരെ കപ്പല് കേറിക്കോ!"

മുത്തശ്ശിയുടെ മുത്തുമണിപ്പല്ലുകൾ നോക്കി മാളുണ്ണി വിചാരിച്ചു. രുഗ്മിണി കോവിലമ്മയെക്കാളും സുന്ദരിയാണല്ലൊ എന്റെ മുത്തശ്ശി! ഊഞ്ഞാലാടുന്ന വലിയ തോടകൾ കവിളുകളിൽ മിന്നുന്നു. മൂക്കുത്തിയിൽ വിളക്കുതിരി കത്തുന്നു. മേൽചുണ്ടിലെ കുരുമുളകുമണിയിൽ നോക്കി അവൾ ചോദിച്ചു:

"എനിക്ക് ഭാഗ്യമറുകില്ലാത്തതെന്താ മുത്തശ്ശീ."

"കണ്ണിൽ കാണാൻ പറ്റാത്ത മറുകിലാണ് വലിയഭാഗ്യം ഇരിക്കണത്!"

"വല്യമ്മായി എനിക്ക് ലേസ് പിടിപ്പിച്ച ഉടുപ്പ് വാങ്ങിത്തരും!"

"ഓ!"

"അടിക്കുപ്പായത്തിനും ലേസുണ്ടാവും!"

"ഒന്നരയുടുത്ത് പഠിക്കണ്ട കാലായി. ന്ന്ട്ടാപ്പഴ് അടിക്കുപ്പായത്തില് ലേസ്! വേഗം ഊണുകഴിച്ച് കൈകഴുകിയാട്ടെ!"

"ഗ്ലാഡിസ് മിസ്സി ഒന്നരയുടുക്കുന്നില്ല മുത്തശ്ശീ."

"അവള് ഒന്നും ഉടുക്കാണ്ടേം നടക്കായിരിക്കും. അതുകൊണ്ട് നമുക്കെന്തും ചെയ്യാമെന്നാണോ?"

ചുമലിൽ ചേർത്തുകെട്ടിയ രണ്ടാംമുണ്ട് ഒതുക്കി, മുത്തശ്ശി അവൾക്ക് ഒരു പപ്പടംകൂടി വിളമ്പി.

"മതി. ഇനീം കഴിച്ചാ ഉറക്കം വര്ല്യ."

"പായ കാണുമ്പഴ് ഉറങ്ങുന്ന നീയ്യ് ഇന്ന് തോണീക്കെടന്ന് നക്ഷത്രമെണ്ണും! തോണിപ്പുരേന്ന് പുറത്തിറങ്ങരുത്, രാത്രി. കേൾക്ക്ണ്ണ്ടോ? രാത്രി കാഴ്ചകാണാനൊന്നും ഉണ്ടാവ്ല്യ. മാനൂന്റെകൂടെ കളിച്ചു നടക്കാതെ , ഇരുന്നു പഠിക്കണം. മുത്തച്ഛൻ എഴുതിത്തന്ന ശ്ലോകങ്ങളും മറക്കേണ്ട. ദിവസോം ചൊല്ലിപഠിക്കണം!"

"ഓ! മുത്തശ്ശീം വരൂ. തോണി മടങ്ങുമ്പോ പോരാം."

"ഞാൻ വരുന്നില്ല. കൂട്ടിത്തൊട്ട് തിന്ന്ണ ദിക്കിലേക്ക് ഞാനില്ല. അപ്പു

ബട്ളോറുടെ ഇറച്ചിക്കറിയുടെ ഒരു മണം!"

"മുത്തശ്ശിക്ക് ചേമ്പും താളും ചക്കക്കുരും മതി, ഇല്ലെ?"

മുത്തശ്ശിക്ക് അമ്മായിയോട് ഇത്ര വെറുപ്പുണ്ടാവാൻ കാരണമെന്തെന്ന് മാളുണ്ണി അത്ഭുതപ്പെട്ടു. അമ്മായി ചേല ചുറ്റ്ണത്, മേശപ്പുറത്ത് ചോറുണ്ണുന്നത്, ചെരിപ്പിട്ടുനടക്കുന്നത്, കടപ്പുറത്ത് കാറ്റുകൊള്ളാൻ പോവുന്നത്, കച്ചേരികേൾക്കാൻ പോകുന്നത്, ആണുങ്ങളോട് നേർക്കുനേരെ വർത്തമാനം പറയുന്നത്-എല്ലാം ചീത്ത!

"നിന്റമ്മാവനെ ബ്രാണ്ടി കുടിക്കാൻ പഠിപ്പിച്ചതാരാ? അവള് നന്നായിരുന്നെങ്കില്, കിട്ടുന്ന കാശ് മുഴ്വോനും ഇങ്ങനെ തുലച്ചുകളയ്യ്യോ?"

മുത്തശ്ശിക്ക് കുറെശ്ശ അസൂയയും കാണും. ഗ്ലാഡിസ് മദാമ്മ അകത്തും തീൻമുറിയിലുമെല്ലാം കയറുന്ന കാര്യം അയ്യപ്പൻ പറഞ്ഞറിഞ്ഞതാണ്. അയ്യപ്പൻ കാണാത്തതിനെപ്പറ്റി......

പട്ടണജീവിതത്തിലും പലതും മാളുണ്ണിക്ക് ഇഷ്ടമല്ല. കൊഴുത്ത പുഴ. ആർക്കുന്നകൊതുക്. പൊടിചീറ്റുന്ന വണ്ടികൾ, കരയുന്ന കാക്കകൾ. പക്ഷേ, അവിടെ പെൺപള്ളിക്കൂടമുണ്ട്. വലിയകെട്ടിടങ്ങൾ, കളിസ്ഥലം, എമ്പാടും കൂട്ടുകാരികൾ, പരിഷ്കരിച്ച വേഷഭൂഷകൾ, മണികിലുക്കി ഓടുന്ന കുതിരവണ്ടികൾ, കടപ്പുറം, സർക്കസ്......

തന്റെ സാധനങ്ങളെല്ലാം അവൾ പുതുതായി ചായംതേച്ച ഒരിരുമ്പുപെട്ടിയിൽ ഒതുക്കിവെച്ചു. മുത്തശ്ശി ഒരു ചതുരൻ ചൂരൽക്കുട്ട നിറയെ എണ്ണബ്ഭരണി, ഉപ്പിലിട്ടത്, കാച്ചിയ എണ്ണ, കൂവപ്പൊടി, പൊടിയരി, മാങ്ങാത്തെര എന്നിവ സജ്ജമാക്കി. കഴിഞ്ഞ വേനലവധിക്ക് ചെന്നപ്പോൾ അമ്മായി സമ്മാനിച്ച വിനോളിയാ സോപ്പും കുട്ടിക്കൂറാപൗഡറും അവൾ ഇതുവരെ തുറന്നിട്ടില്ല. അവ പെട്ടിയുടെ ഒരു മൂലയ്ക്ക് ഭദ്രമായൊതുക്കി. തന്റെ ലോകം മുഴുവനും ഈയൊരു കൊച്ചുതകരപ്പെട്ടിയിൽ ഒതുക്കിയിരിക്കുന്നു എന്ന ചിന്ത അവളിൽ ഒരുതരം ശൂന്യത നിറച്ചു.

കൽപ്പള്ളിക്കടവിൽ നിന്ന് തോണിക്കാരൻ നീട്ടിക്കൂവി.

മുത്തശ്ശൻ പറഞ്ഞു.

"ഇറങ്ങാം. വേലിയിറക്കം തുടങ്ങി!"

പന്ത്രണ്ട്

അനിശ്ചിതത്വത്തിന്റെ ഗ്രാമരഥ്യയിൽ നിന്ന് ഒഴുക്കിൽ കാലൂന്നിയപ്പോൾ മാളുണ്ണിക്ക് തോന്നി, ഈ കടവിൽനിന്നു പോകുന്നു. ഓളങ്ങൾ ഓടിവന്നു പാദങ്ങൾ പുണർന്നു. പാദസരത്തിലെ നുണുങ്ങുകിങ്ങിണികൾ കണ്ണുനിറച്ചു നിശ്ശബ്ദമായി.

മുത്തശ്ശൻ പറഞ്ഞു:

"അവൾടെ കൈപിടിച്ചു കയറ്റിക്കോ!"

ആഴജലത്തിന്റെ നീലിമയ്ക്കു മീതെ ഒരു നിമിഷം തോണി പരുങ്ങി. ആകാശത്തിന്റെ നിറംകെട്ട തിരശീല നീക്കി വിളർത്തൊരു ചന്ദ്രമുഖം ഉറ്റു നോക്കി. വള്ളത്തിൽ പാതിഭാഗം അങ്ങാടിയിൽ വിൽക്കാനുള്ള ചരക്ക്.

പുരകെട്ടിയ തോണിയുടെ നടുവകത്തേക്ക് മാളുണ്ണിയെ ആനയിച്ച് മുത്തശ്ശൻ പറഞ്ഞു:

"ഉറങ്ങിക്കോളു. പുലരുംവരെ നേരമുണ്ട്. ശീതക്കാറ്റുണ്ട്. ജലദോഷം പിടിക്കും. പുരയ്ക്ക് പുറത്തിറങ്ങേണ്ട."

ഇരുവശവും കളിയടയ്ക്കാച്ചാക്കുകൾ നിരത്തി, നടുവിലെ ഒഴിവിൽ പായ്‌വിരിച്ച് ഒരു തലയണയും കരിമ്പടവും.

മാളുണ്ണി അവളുടെ തൊട്ടിലിൽ കിടക്കുന്നു. കൺപോളകൾ അട യുന്നു. തൊട്ടിലിന്റെ വക്കത്ത് മുഖംകുനിച്ചിരിക്കുന്ന മുത്തശ്ശി. മുത്തശ്ശി കട്ടിലിന്റെ ഓരത്ത് കയ്യൂന്നി ജപിക്കുന്നു. "നാരായണ, നാരായണ....."

രാവിന്റെ നിശ്ശബ്ദതയിൽ ഉറക്കംവരാത്ത ഒരു ശിശുവിനുവേണ്ടി ഓളങ്ങൾ താരാട്ടു പാടുന്നു. രാത്രിയുടെ കതകുതുറന്ന് അറ്റമില്ലാത്ത ഇടനാഴിയിലൂടെ തോണി നീങ്ങി. കണ്ണീർപ്പാടുപോലെ മങ്ങിയ രാവെളിച്ചം.

ഒപ്പം ഒരിണത്തോണികൂടിയുണ്ട്. അതിൽ അടിമുടി വെള്ള പുത പ്പിച്ച ഒരു രൂപം, അമ്മ. പട്ടണത്തിലെ ആശുപത്രിയിലേക്ക് കരിമ്പടം പുതച്ചു യാത്രപോയത് മരിക്കാനായിരുന്നു. ഒടിയൻ വെട്ടിക്കുടിച്ച ശരീരം ചോരവാർന്നു വിളറിവെളുത്ത് പൊഴിഞ്ഞുവീണൊരു കുരുന്നോലക്കൂമ്പുപോലെ. മരിച്ച ചില്ലയിൽനിന്നു പറന്നുയരാൻ വെമ്പുന്ന രണ്ടുമിഴി മൈനകൾ. ആശുപത്രിക്കട്ടിലിലെത്തിയപ്പോൾ അവ മോചനം നേടി. അവയെ കാത്തുപോന്ന കൺപോളകൾ എന്നേക്കും അടഞ്ഞു. പുത ച്ചിരുന്ന കരിമ്പടം വേണ്ടപ്പെട്ടവരുടെ ഹൃദയങ്ങളിലടിഞ്ഞു. നിർവികാര തയുടെ പുതപ്പുമായി അമ്മ ഇണത്തോണിയിൽ കൂടെയുണ്ട്.

"നാരായണീ അവളെ ദൈവം കുറെനാൾ നമ്മുടെ അടുത്തിരുത്തി. സമയമായപ്പോൾ കൊണ്ടുപോയി എന്നു കരുതിയാൽ മതി."

"പകരം നമുക്കു പോകാമായിരുന്നു. നാരായണാ നീയെന്തുകൊ ണ്ടതു ചെയ്തില്ല?"

"സമയമടുക്കുമ്പോൾ നമുക്കും പോകാം. ഇപ്പോൾ നീ മാളുണ്ണിക്ക് എന്തെങ്കിലും കുടിക്കാൻ കൊടുക്കൂ. കോട്ടിയ പച്ചപ്ലാവില കഞ്ഞിയുടെ മേൽ കമഴ്ന്നുവീണു കരഞ്ഞു. അനങ്ങിയില്ല."

"എനിക്കും അമ്മയുടെകൂടെപ്പോണം!"

മുത്തച്ഛൻ ചുമലിലെ വേഷ്ടിത്തുമ്പിനാൽ കണ്ണും മുഖവും കഴുത്തും അമർത്തിത്തുടയ്ക്കുന്നു.

നാലുനാൾ പട്ടണത്തിലെ വീട്ടിൽ പാർത്ത് കാഴ്ചകൾ കാണണം എന്നു പറയാറുണ്ടായിരുന്നു അമ്മ. ഇപ്പോൾ മുഖം മൂടിപ്പുതച്ചു കണ്ട കാഴ്ചകൾ മറക്കാൻ ശ്രമിക്കുകയാണ്. ആശുപത്രിക്കെട്ടിടത്തിന്റെ തൊട്ട പ്പുറത്ത് മതിൽ. മതിലിനപ്പുറം റോഡ്. റോഡിലൂടെ മണികിലുക്കി കട

ന്നുപോവുന്ന, മദാമ്മത്തൊപ്പ എന്ന മധുരനൂലുണ്ടകൾ നിറച്ച വലിയ പളുങ്കുഭരണി. റിക്ഷാവണ്ടികളുടെ മുഴക്കം, കാളവണ്ടികളുടെ കിലുക്കിയാർപ്പ്. അമ്മ ഒന്നും കണ്ടിട്ടുണ്ടാവില്ല. പുതപ്പിനടിയിൽ കിടന്നു പല തരം ഒച്ചകൾക്കു ചെവിയോർത്തിരിക്കും. താൻകൂടെ ഉണ്ടായിരുന്നെങ്കിൽ വരാന്തയുടെ അറ്റത്തേക്ക് അമ്മയുടെ കൈപിടിച്ചുകൊണ്ടുപോയി പട്ടണപ്പാതയുടെ ഒരു തുമ്പ് കാട്ടിക്കൊടുക്കുമായിരുന്നു.

"വരൂ. മുത്തച്ഛനിപ്പോഴെത്തും. നമുക്കൊരു വണ്ടിയുണ്ടാക്കാം. പുകയില്ലാത്ത വണ്ടി." പച്ചീർക്കിലും പപ്പായത്തണ്ടും വാഴക്കണയും മുറിച്ചു വണ്ടിയുണ്ടാക്കി, മാനു. ഉരുൾചക്രങ്ങളിൽ വണ്ടി അവർക്കൊപ്പം നടന്നു. ഓടി. ഡ്രൈവർസീറ്റിൽനിന്ന് ചക്കക്കുരു ഉരുണ്ടു താഴെ വീണത് എടുത്തുതിരികെ വയ്ക്കുന്നേരം മുത്തച്ഛനെത്തി. ഒന്നും മിണ്ടിയില്ല. അവൾക്കുവേണ്ടി ഒരു കൈ നീട്ടികാണിച്ചു. അവളുടെ തലമുടി മാടിയൊതുക്കി വല്യമ്മാവൻ മകനോടു ചോദിച്ചു. മാനു നാട്ടിലേക്കു വരുന്നോ?

"വരുന്നു, അച്ഛാ!"

അമ്മയില്ലാത്ത രണ്ടുകുട്ടികളെ ഇടവും വലവും ചേർത്തുപിടിച്ചു മുത്തച്ഛൻ തോണിയിലേക്കു നയിച്ചു. വല്യമ്മാവൻ തോണിത്തുമ്പ് കരയോടു ചേർത്തു നിർത്തി.

മാളുണ്ണി കൈ വിടുവിച്ചു തോണിയിലേക്കു പാഞ്ഞുകയറി. തറതൊടാനാവുന്നില്ല. ഇപ്പോൾ വീഴും.....വീഴും...... മുത്തച്ഛാ.....

"കുട്ടി സ്വപ്നം കാണ്വായിര്ന്നൊ? നാമം ചൊല്ലാതെ കെടന്നിട്ടല്ലെ." കുപ്പിയിൽനിന്ന് തണുത്തുതുടങ്ങിയ ജീരകവെള്ളം കുടിപ്പിച്ച് മുത്തച്ഛൻ അവളെ വീണ്ടും പുതപ്പിച്ചു കിടത്തി. യാത്ര അവസാനിച്ചിട്ടില്ല. തുടങ്ങിയിട്ടേ ഉള്ളു.

തോണി ദീർഘനിശ്വാസത്തോടെ തോളുകുലുക്കി അവരെ കൂടെ കൊണ്ടുപോകുന്നു. മുളങ്കൂട്ടത്തിൽ ഉറക്കം ഞെട്ടിയ കിളികൾ പിറുപിറുത്തു. ദൂരെ കാവുകളിലിരുന്നു വേഴാമ്പലുകൾ കരഞ്ഞു. അക്കരെ മലമുകളിലൂടെ പൊട്ടിച്ചൂട്ടകൾ പാഞ്ഞുപോയി. അവൾ കണ്ണിറുക്കിയടച്ചു.

കാളിയാറിന്റെ നെഞ്ചിലൂടെയുള്ള ഓരോ യാത്രയും അവളുടെ ജീവിതത്തിന്റെ വഴിത്തിരിവുകളിലെത്തിച്ചു.

തിരിച്ചുവരുമ്പോൾ കടവിൽ ആമിനയുണ്ടാവില്ല. ഒറ്റക്കാളവണ്ടിയിൽ വരുന്ന പ്രമാണി അവളെ കെട്ടിക്കൊണ്ടുപോവും. മുസല്യാർക്ക് മക്കത്തു പോണം.

മുത്തച്ഛനെ ആരാണു സഹായിക്കുക? ഗുളിക പൊതിയാൻ കണ്ണിവെറ്റില നുള്ളണം. കുളിച്ചുനീർന്ന് വെയിലത്തുണങ്ങിയ കുപ്പികൾക്കു നെടുകെ അളന്നു മുറിച്ച വെളുത്ത ഔൺസടയാളം ചാർത്തണം. തണലിലുറങ്ങുന്ന ഗുളികകളെ എഴുന്നേൽപ്പിച്ചു കുപ്പികളിലും ഭരണികളിലും ഭദ്രമാക്കണം. മരുന്നിനുവരുന്നവരുടെയും എണ്ണമറ്റവേദനകളുടെ കെട്ടഴിച്ചു നിരത്താൻ വരുന്നവരുടെയും എണ്ണം എമ്പാടും പെരുകിയിരുന്നു.

ഇറയത്തിടാൻ മുത്തച്ഛൻ രണ്ടു ബെഞ്ചുകൾകൂടി പണികഴിപ്പിച്ചു. കാടുകളിൽനിന്നു കൂട്ടംകൂട്ടമായി പറന്നെത്തിയ ഈച്ചകൾ ഗ്രാമത്തെ കൂട്ടത്തോടെ ആക്രമിച്ച നാളുകൾ. ആമിന പറഞ്ഞു, കാട്ടിലെമ്പാടും ഈച്ച മരങ്ങൾ പൂത്തിരിക്കുന്നു. കായ്പൊട്ടി ഈച്ചകൾ പറന്നുവരികയാണ്. വിളമ്പിവയ്ക്കുന്ന ആഹാരത്തെ അവ, തങ്ങളുടെ കറുത്ത സാന്നിധ്യം കൊണ്ട് അശുദ്ധമാക്കി. ഭീതി ജനിപ്പിച്ചു.

വയർ അമർത്തിപ്പിടിച്ചു മുറ്റത്തു നിന്ന ഉണ്ണിമാപ്ലയോട് മുത്തച്ഛൻ പറഞ്ഞു:

"വീട്ടിലുണ്ണാതെ, നാടു വീടാക്കി നടന്നിട്ടാണ്. നീ ഇന്നു വല്ലതും കഴിച്ചുവോ?

"വൈശ്യേറെ മയ്യത്തായാലും വേണ്ടൂല. ഞ്ഞി ഞാൻ കഞ്ഞികുടിക്കൂല.......കുടിച്ചാ പത്തിരട്ടിയാ പുറത്തേക്കെടുക്കണ്!"

"ആഹാരവും മരുന്നും അകത്തു ചെല്ലണം! അയ്യപ്പാ."

അയ്യപ്പൻ തുടച്ചു മിനുക്കിയെടുത്ത കവിടിപ്പിഞ്ഞാണത്തിൽ ജീരക കഷായം കൊണ്ടുവരുന്നു. എല്ലിച്ച വിരലുകൾകൊണ്ട് ഗുളിക അരച്ചരച്ചു ചേർക്കുന്നു.

"ഇപ്പോഴിതു കുടിച്ചിട്ട് കോലാമ്മല് ഇരിക്കൂ. അരനാഴിക കഴിഞ്ഞ് കഞ്ഞി കുടിച്ചിട്ട് പോയാ മതി. അത് പുറത്തേക്ക് എടുക്കുന്നതൊന്നു കാണണമല്ലൊ! നാരായണീ പാറലരി ഇരുപ്പില്ലെ?"

കഞ്ഞിയാറ്റിത്തണുപ്പിച്ചു മുത്തശ്ശി സാവധാനം വരുന്നു: "മരുന്നാണെന്നു നിനച്ച് അങ്ങു കുടിച്ചുകള! വൈദ്യര് തരുന്ന മരുന്നും കഞ്ഞീം വെള്ളോം എല്ലാം ഒന്നുതന്നെ!"

അയ്യപ്പനു രാപ്പകൽ പണി. മരുന്നുപുരയിലെ വലിയ പെട്ടികളിൽ, നിരവധി കള്ളറകളിൽ മരുന്നു നിറയുന്നു. കുറിയിട്ട കുപ്പികൾ. തലമൂടികെട്ടിയ ഭരണികൾ, കൂറ്റൻ അടുക്കളയിൽ സദാ നെടുവീർപ്പിടുന്ന കഷായക്കലങ്ങൾ, കലഹംകൂട്ടുന്ന എണ്ണയുരുളികൾ.

മുത്തശ്ശിയുടെയും വീട്ടിലുള്ള പണിക്കാരുടെയും രാവും പകലും ഒന്നാവുന്നു. രോഗികൾ കയറിയിറങ്ങുന്ന മുറ്റത്ത് മൂന്നുനേരവും അടിച്ചുതളി.

മരുന്നിന്റെ മണം മുറ്റിയ സന്ധ്യകൾ ഓടിമറയുകയും ഒരു കാറ്റ് മണക്കുന്ന പുഴ അവളിൽ നിറയുകയും ചെയ്യുന്നു.

വൃദ്ധിപക്ഷത്തിലെ നിലാവ് വൃക്ഷത്തലപ്പുകളിൽ പിടിച്ചുനിന്ന് ചിരിക്കുന്നു.

"മാൾണ്ണി പിന്നേം എണീറ്റുവൊ?" അമരത്തിരിക്കുന്ന തോണിക്കാരന് കൂട്ടിരിക്കുന്ന മുത്തച്ഛൻ ചോദിക്കുന്നു.

പുരയുടെ കിളിവാതിലിൽ മുഖംനിറച്ചു മാളുണ്ണി പറഞ്ഞു:

"ഇതിനകത്ത് ചൂട്, മുത്തച്ഛാ!"

മുത്തച്ഛൻ നിലാവ്പോലെ ചിരിച്ചു.

"നിനക്കിവിടെ വന്നിരിക്കണം! അതല്ലേ ഇപ്പോൾ വേണ്ടത്. പുത

പ്പെടുത്ത് ഇങ്ങോട്ട് പോന്നോളു. മുത്തച്ഛന്റെടുത്ത് പലകയിൽ ഇരിക്കാം. തണുത്ത കാറ്റേറ്റാൽ ഉറക്കംവരും. അപ്പോ വീണ്ടും കിടക്കാം."

തോണിപ്പുരയ്ക്കകത്തെ ഏകാന്തത ഒരു നരിച്ചീറുപോലെ പറന്ന കന്നു. ഓളങ്ങൾ ഉറക്കമിളച്ചു കൈകൊട്ടികളിക്കുന്നു. പൂവാടകളുല യുന്നു. അടുത്തിരിക്കുന്ന അയ്യപ്പൻ ഒതേനന്റെ വീരഗാഥകൾ പാടുന്നു. പൂഴിപ്പാത്രത്തിൽ ചുട്ടെടുത്ത ചക്കക്കുരുക്കൾ ടിന്നിലടച്ച് അയ്യപ്പൻ പറഞ്ഞു. പുലരുമ്പഴ് കരിങ്കാപ്പിക്കു കടിച്ചുകൂട്ടാം. അയ്യപ്പന്റെ ചങ്കിൽ അരിപ്രാവു കൾ കുറുകാൻ തുടങ്ങിയപ്പോൾ മുത്തച്ഛൻ പറഞ്ഞു: "കടുംകാപ്പി ഇപ്പോൾത്തന്നെ ഉണ്ടാക്കി കഴിച്ചോളു."

ഗ്രാമത്തിൽനിന്ന് ഓടിയെത്തിയ ഒരു രാക്കാറ്റ് മുളഞ്ചില്ലകളിൽ പാദ സരം കിലുക്കിപ്പൊട്ടിച്ചു പാഞ്ഞുപോയി. പിന്നീടെപ്പോഴോ കാറ്റ് കര യാൻ തുടങ്ങി. വിഷാദം മുറ്റിയ ചക്രവാളത്തിൽ നിന്ന് ഒരു നെടുവീർപ്പു യർന്നു. കുളിര് മാഞ്ഞു. ഇടയ്ക്ക് ഞെട്ടി ഉണരുന്ന തുഴ ഒഴുക്കിൽ നിന്നു നീന്തിക്കയറി. കുറെനേരം തോണിപ്പടിമേൽ വിശ്രമിക്കുകയായി. മുത്ത ച്ഛന്റെ വെളുത്ത, വലിയ, തലപ്പാവ് ഒരു അരയന്നംപോലെ ഓളങ്ങൾക്കു പരി നീന്തുന്നു. മുത്തച്ഛനിരുന്നു മയങ്ങുകയാണ്. അവൾ തോണിപ്പുര യുടെ അകത്തെ ഇളംചൂടിലേക്കു മടങ്ങി. പുതപ്പ്മൂടിപ്പുതച്ചു. മീനുകൾ ചുമരിൽ മുട്ടുന്നു. സമയമറിയിക്കുന്നു. തോണിപ്പുരയുടെ ഇറയം നിലാ വിനും അകത്തെ ഇരുട്ടിനുമിടയിലൊരു ലക്ഷ്മണരേഖ വരയ്ക്കുന്നു.

"മാളുണ്ണീ എഴുന്നേൽക്കു." എല്ലിച്ച തണുത്ത കയ്യുകൾ അവളെ നിദ്രയുടെ മടിത്തട്ടിൽനിന്നു പിടിച്ചെഴുന്നേൽപ്പിച്ചു. അടർന്നുവീണ തല പ്പാവുതുമ്പ് തണുത്തുമരവിച്ചിരിക്കുന്നു.

തെങ്ങോലകളിലിരുന്നു കരയുന്ന കാക്കകൾ ഒരു പരുക്കൻ പ്രഭാ തത്തെ വിളിച്ചുണർത്തി.

മെത്തപ്പായും പുതപ്പും ചുരുട്ടിവെച്ചു. കോട്ടുവായും കുരവയുമിടുന്ന പട്ടണപ്രവേശം. തോണി കനാൽക്കരചേർന്ന് ആശ്വാസംകൊള്ളുന്നു. കട വിലേക്ക് എത്തിനോക്കുന്ന വഴിവിളക്കിന്റെ ഉറക്കച്ചടവ്. വിളക്കുകാലിൽ ചേർത്തുവച്ച കോണികയറുന്ന ഒരാൾ. കതക് തുറന്നു മണ്ണെണ്ണവിള ക്കൂതി, വിളക്കുമരമിറങ്ങി, കോണി ചുമന്ന് അയാൾ ഉറക്കംതൂങ്ങുന്ന അടുത്ത വിളക്കിനടുത്തേക്കു നടക്കുന്നു. മുത്തച്ഛനെ കണ്ടിട്ടും കണ്ടി ല്ലെന്ന മട്ടിൽ കടന്നുപോയ അയാളോട് മാളുണ്ണിക്ക് ദേഷ്യം തോന്നി. അത്ര കേമനോ! ഗ്രാമത്തിലായിരുന്നെങ്കിൽ, ഒന്നു വണങ്ങാതെ, ഒന്നു ചിരിക്കാതെ, ഒരു കുശലം പറയാതെ, ഒരു നിമിഷം നിൽക്കാതെ ആരും കടന്നുപോകാറില്ല. മുത്തച്ഛന്റേതല്ലാത്ത ഒരു ലോകത്തിലേക്കാണ് കാലൂ ന്നിയിരിക്കുന്നതെന്ന ആദ്യറിവ് അവളെ നിരുന്മേഷയും ഏകാകിനിയു മാക്കി. അവളുടെ ചിന്തകൾ വായിച്ച് അയ്യപ്പൻ പറഞ്ഞു: "മൂഢന്മാരാ സർവതും. മനുഷ്യനെക്കണ്ടാ മിണ്ടാൻ മറന്നുപോകും!"

"പട്ടണത്തുകാർക്കെപ്പഴും പണിത്തിരക്കാ. നമ്മെപ്പോലെ നാലു വർത്തമാനം പറഞ്ഞിരിക്കാൻ അവർക്കെവിടെ നേരം?"

"മൂപ്പർക്ക് കാപ്പി കുടിക്കണോ?"

"വേണ്ട വീട്ടിലെത്തട്ടെ, ആദ്യം!"

തോണിയിൽനിന്നു കെട്ടുകളും വട്ടികളും കുട്ടകളും ഭരണികളും അവർക്കു പിന്നാലെ ഇറങ്ങി. അങ്ങാടി തുറക്കാൻ പതിനൊന്നു മണിയാകണമെന്നാ അയ്യപ്പൻ പറയുന്നത്. അതിനുമുമ്പ് അമ്മായിയുടെ അടുത്തുപോകാം. വെള്ളപ്പവും മുട്ടക്കറിയും കഴിക്കാം. ഇലച്ചായകുടിക്കാം. "അയ്യപ്പൻ വന്നിട്ടെവിടെ മാളുണ്ണി എന്നു കുട്ട്യോട് ചോദിച്ചാലൊ. ഉണ്ട ചോറിന്റെ നന്ദി കാണിക്കേണ്ടെ കുട്ടീ?"

"വെറുതെയല്ല അയ്യപ്പനച്ചൻ തീറ്റപ്രിയനാണെന്നു മുത്തശ്ശി പറയണത്."

"നിന്റമ്മായി ഉണ്ടാക്ക്ണ അപ്പോം ഇഷ്ടോം ഉണ്ടാക്കാൻ മുത്തശ്ശിക്കറിയ്യൊ. അയ്യപ്പന്റെ ഓണം പട്ടണത്തില് ചരക്കു വിൽക്കാൻ വരുമ്പഴാ. കുട്ടിക്ക് എന്നും ഓണംതന്നെ, ഇവിടെ. നല്ലോണം പഠിച്ചോളുട്ട്വോ. എഴുത്തു പഠിക്കണേന്റെ ഒരു ഗൊണം മറ്റൊന്നുകൊണ്ടും കിട്ട്ല്യ. കണ്ടില്ലെ, നിന്റെ വല്യമ്മാവൻ പഠിച്ചു പഠിച്ചു സായിപ്പായി. എന്നുവച്ചു കുട്ടി ഒരു മദാമ്മയൊന്നും ആവണ്ട. കണ്ണുതെളിഞ്ഞു കിട്ട്യാ മതി. ഈ അയ്യപ്പന്റൊരു തലേലെഴ്ത്ത് കണ്ടില്ലെ? നിന്റെ വല്യമ്മാവന്റെ ഒപ്പം എഴുത്തിനിരുന്നതല്ലെ ഞാൻ? മണ്ടയില്ല. മണ്ടയില്ലാതെ ഏതുമ്മലാ എഴുത്വാ? ജനിക്കുംമുമ്പ് എഴുതിത്തീരാന്ള്ള വലിപ്പമേ മണ്ടയ്ക്ക് ദൈവം തന്നിട്ടുണ്ടാവൂ."

മാളുണ്ണിക്കു വിഷാദമായി. പാവം അയ്യപ്പൻ? അയാളാണെങ്കിൽ നിന്നു ചിരിക്കുന്നു. ഇങ്ങനെയുണ്ടൊ ഒരു പാവത്താൻ!

പതിമൂന്ന്

കുലച്ച ചെന്തെങ്ങിൻതൈപോലെ അമ്മായി. അവരുടെ മുമ്പിൽ താനൊരു കാട്ടപ്പ. മുമ്പിലൊരുവിളക്ക് കൊളുത്തിവച്ചിരിക്കയാണ്, നിറയെ എണ്ണയൊഴിച്ച്, ഏഴുതിരി വിളക്ക്! ഉയർന്ന മൂക്കിനു കീഴെ സ്വർണത്തരികൾ. അത് അവരുടെ സൗന്ദര്യത്തിനു മാറ്റുകൂട്ടി. അമ്മായിയുടെ നോട്ടത്തിനു പുറകിൽ മിന്നുന്ന നക്ഷത്രങ്ങൾ.

പ്രസവിച്ചുകിടക്കുന്ന അമ്മായി നിരാഭരണയാണ്. പതിന്മടങ്ങ് വർധിച്ച സൗന്ദര്യം കണ്ട് മാളുണ്ണി സ്തബ്ധയായി.

"ഉറക്കം കിട്ട്യോ?" ചോദ്യം കേട്ട് അവൾ ഒരു ചെറിയ ഞെട്ടലോടെ ഉണർന്നു.

"ഉവ്വ്."

"തണുപ്പുണ്ടാർന്നോ?"

"കുറേശ്ശെ."

"അച്ഛന് ഒരു സ്വെറ്റർ ധരിക്കാൻ പാടില്ലാർന്നൊ?" മുത്തച്ഛൻ മെല്ലെ ചിരിച്ചു. പാലിൽ കലക്കിയ ഓവൽടിന്നിന്റെ നിറമുള്ളൊരു രോമക്കു

പ്പായം ഒരു തണുപ്പുകാലത്തിന്റെ തുടക്കത്തിൽ അമ്മായി അയ്യപ്പൻ വശം കൊടുത്തയച്ചിരുന്നു. ലണ്ടനിൽ നിർമിച്ചത്.

"അത് കുറേശ്ശെ കടിക്കണ്ണ്ട്."

"തോന്ന്വാണ്."

"എന്തായാലും മൃഗത്തിന്റെ തോലല്ലെ രാജലക്ഷ്മി?"

അവിടെ അമ്മായിയുടെ ചോദ്യത്തിന്റെ മുന മടങ്ങി.

അമ്മായിയുടെ പുറകെ അകത്തുകടന്നു. ഇപ്പോൾ അവരെ വാസനിക്കുന്നത് വിനോളിയാസോപ്പല്ല; കുട്ടിക്കൂറയുമല്ല. മഞ്ഞളെണ്ണയുടെയും കഞ്ഞുണ്ണ്യാദിയുടെയും ഗന്ധം. നാളെ മുതൽക്ക് ധന്വന്തരം കുഴമ്പിന്റെയും കാണും. ഉടുപുടവകളുടെ അരികുകളിൽ മഞ്ഞച്ഛവി. മഞ്ഞവരയാർന്ന ശംഖുപോലെ കഴുത്ത്.

അറയിൽ പിഞ്ചുകുഞ്ഞ് ഉണർന്നു കരഞ്ഞു.

"വരൂ. കുളിച്ചു കുപ്പായം മാറ്റീട്ട് മോനെ കാണിച്ചുതരാം."

അമ്മായി കുഞ്ഞിനെയെടുത്തു പൂമുഖത്തേക്കു നടന്നു.

"അച്ഛനു യാത്ര വിഷമമായി ഇല്ല്യെ?"

"വരാണ്ടൊക്കുമോ? കുഞ്ഞനെ കാണണ്ടെ? പിന്നെ......"

"എന്താണച്ഛാ?"

"എനിക്ക് ഡാക്ടറെ ഒന്നു കാണണം!"

"കമ്പനിഡാക്ടറെ കാണിക്കാം! അച്ഛനെന്താണ് ദീനം? വല്ലാണ്ടു മെലിഞ്ഞുപോയി!"

"ഒരുത്തൻ എന്നെ ആക്രമിക്കാൻ തുടങ്ങീട്ട്ണ്ട്! കുറച്ചായി! ഇതുവരെ ഞങ്ങൾ തമ്മിൽ ഒന്നു പയറ്റിനോക്കി. കുറെ ആയുധങ്ങൾ എന്റെ പക്കലും ഉണ്ടല്ലൊ! ഉള്ള ആയുധങ്ങൾ ഉപയോഗിക്കാനൊരുമടീം....ഞാൻ വയസൻ. അവൻ കരുത്തൻ. ഞാൻ തോൽക്കുന്ന ലക്ഷണാ. ഒരു പാത്രം ജീരകവെള്ളം കൊണ്ടുവായോ....ഒരു വലിയ പാത്രം എടുത്തോളു. ചായ പിന്നെ മതി. കുളിച്ചിട്ട്."

മുത്തച്ഛന് എന്തെങ്കിലും രോഗം ബാധിച്ചത് മാളുണ്ണിയുടെ അറിവിലില്ല. മുത്തശ്ശിയും അറിഞ്ഞിട്ടുണ്ടാവില്ല.....

"വേലക്കാരി ജാനു പറഞ്ഞു, മൂന്നുടുപ്പുകളുണ്ട്. വീട്ടിലിടാൻ മൂന്നെണ്ണം, സ്കൂളിലിടാൻ മൂന്നെണ്ണം! ഇനീം കിട്ടും. മനസുതുറന്നാ അമ്മായിടേത് ഒരു ആനവാതിലാ. പിന്നെ പുറത്തേക്കൊരൊഴുക്കാ. പറഞ്ഞിട്ടെന്താ ഈ ജാനുവിന്റെ തലയിൽ നല്ലതു വരച്ചിട്ടില്ല."

റോസ് വർണത്തിലുള്ള ഫ്രോക്ക് ധരിച്ച്, അരപ്പട്ട ചുറ്റി, മാറിൽ ചിത്രതയ്യലുമായി കണ്ണാടിയുടെ മുമ്പിൽ നിന്നപ്പോൾ മാളുണ്ണി നാണിച്ചുപോയി. അവൾ കണ്ണെടുക്കാതെ നോക്കി. ചുമരിൽ ചേർന്നു നിൽക്കുന്ന ഒരു വലിയ പൂമ്പാറ്റ!

അവൾ തീൻമുറിയിലേക്കു നടന്നു.

ഇതു മറ്റൊരു ലോകം! നെല്ല് മണക്കുന്ന അറകളോ കഷായമണം കുമിയുന്ന അടുക്കളപ്പുരയോ ഇല്ല. എല്ലാംകൂടി ഒരു വിരുന്നുശാല.

അമ്മായി പറഞ്ഞു, മുടി ചീകി പൗഡറിട്ടു വരു. മുത്തശ്ശി പറയും, നനഞ്ഞ മുടി ചീകരുത്. മുഖത്ത് കണ്ണിക്കണ്ടതെല്ലാം വാരിത്തേക്കരുത്! പൗഡർ പഫ് കവിളിലുമ്മ വയ്ക്കുമ്പോൾ തനിക്ക് കിട്ടാതെപോയ വാത്സല്യത്തെക്കുറിച്ച് അവളോർത്തു. അമ്മയുടെ ചുണ്ടിനും വിരലിനും എന്നും ഇളം ചൂടായിരുന്നു. ചിലപ്പോൾ നല്ല പനി.

അമ്മായിയുടെ അറയിൽനിന്ന് കുട്ടി ഉറക്കെ കരയാൻ തുടങ്ങി.

“മുല കുടിക്കാനാ,” ജാനു പറഞ്ഞു. “അമ്മാവൻ സമ്മതിക്കില്ല. മുലകുടിപരിഷ്കാരം കുറഞ്ഞ എടപാടാത്രെ! ഏഴുവയസുവരെ ഞാനെന്റെ മുത്തശ്ശീടെ മുല കുടിക്കാറുണ്ടായിരുന്നു. രണ്ടു വയസായപ്പഴ് അമ്മ പിന്നേം പെറ്റു. മുറ്റമടിക്കുന്ന മുത്തശ്ശ്യെ പിന്തുടർന്നു ഞാൻ പിടികൂടും. കുടിച്ചു കുടിച്ചു മുത്തശ്ശീടെ ഒണക്കമുലകള് ചുരന്നു. പിന്നെ എനിക്കു കുശാലായി......”

മാളൂണ്ണിക്കു നാണം വന്നു. “മതി പറഞ്ഞത്!”

“ആയ്യായി എന്റെ കുട്ട്യേ, തലോടി നെറച്ചും വെള്ളം. ഒന്നൂടി തോർത്തു. നനഞ്ഞ മുടിയില് എളുപ്പം കായ വീഴും. എന്നിട്ട് തുമ്പു കെട്ടിയിട്! ഒലന്നോട്ടെ!”

എല്ലാം ഒരുങ്ങിക്കഴിയുമ്പഴേക്കും കുട്ടി പിന്നേം ഉറങ്ങും. കണ്ണ് മിഴിച്ചു നോക്കുന്ന കുട്ടിയെയാണ്, തനിക്ക് കാണേണ്ടത്!

പുൽപായിൽ കാലുകൾ നീട്ടിയിരിക്കുന്ന അവളുടെ അടുത്തേക്ക് അമ്മായി കുട്ടിയെ കൊണ്ടുവന്നു.

“ഇതാ ഇരിക്കുന്നു നിന്റെ ചേച്ചി. വലുതായാൽ ഇവൻ നിന്നെ മാൾണ്ണിയേടത്തീന്നു വിളിക്കും!” അന്നിമിഷം അവൾ തന്റെ അമ്മായിയെ ഹൃദയം തുറന്നു സ്നേഹിക്കാൻ തുടങ്ങി. അമ്മായിയുടെ പുടവത്തുമ്പ് പിടിച്ച് അവൾ ചോദിച്ചു.

“ഞാനിവന് ഒരു പേര് കണ്ടുപിടിക്കട്ടെ?”

“ഓ!”

മാളൂണ്ണി തുടുത്തു. കണ്ണുനിറഞ്ഞു. സ്നേഹത്തിന്റെ വേലിയേറ്റത്തിൽ അവൾക്കു വീർപ്പുമുട്ടി. നീലക്കണ്ണുകൾ ഉരുട്ടി മിഴിച്ച് കുട്ടി അവളെ വിസ്മയത്തോടെ നോക്കി. വായിലിട്ട വിരലിലൂടെ തേനിറ്റു.

“ഇനി അവൻ കിടക്കട്ടെ! കണ്ടില്ലെ കുടിച്ചു നെറഞ്ഞിരിക്കുന്നു.” ചുണ്ടിന്റെ കോണിലൂടെ ഒലിച്ചിറങ്ങിയ പാലിഴ അവളുടെ പുത്തനുടുപ്പിൽ ചെന്നു തൊട്ടു.

കുട്ടിക്കിടക്കയുടെ സമീപം കിടന്ന പാൽക്കുപ്പി അവളെ അത്ഭുതപ്പെടുത്തി. വലിച്ചുനീട്ടിയ ഒരു മുലയുടെ ആകൃതി. ആ വൈരൂപ്യത്തിൽ അവൾക്ക് അസഹ്യത തോന്നി. നിറഞ്ഞ പാൽക്കുപ്പിയുമായി അമ്മായി ഓവറയിലേക്കു നടന്നു.

കുട്ടിക്ക് കുപ്പിപ്പാലേ കൊടുക്കേണ്ടു എന്നമ്മാവൻ. താനതിനു മദാമ്മയല്ലല്ലോ എന്ന് അമ്മായി. തുടുതുടുത്ത കവിളുകളുള്ള തടിയൻ കുഞ്ഞിന്റെ പടമുള്ള പാൽടിന്നുകൾ ചുവരലമാരയിലിരുന്നു ചിരിക്കു

ന്നു. മുത്തശ്ശി തന്നയച്ച പൊൻകമ്പി കോർത്ത വയമ്പിനെക്കുറിച്ച് മാളുണ്ണി ഓർത്തു. അമ്മാവൻ തടസ്സം പറയുമൊ? കുഞ്ഞ് പൊന്നരച്ചു കഴിച്ചാൽ പഠിച്ചു പഠിച്ചു മിടുക്കനാവുമെന്ന് മുത്തശ്ശി വിചാരിക്കുന്നു. തിളങ്ങുന്ന ബുദ്ധിയുണ്ടാവും. വയമ്പിനകത്തെ ബുദ്ധിയുടെ കൂർമത അവനെ ഒരു മജിസ്ട്രേട്ടാവാൻ സഹായിക്കുമൊ? മാനുവിനു പൊന്നും വയമ്പും കൊടുത്തില്ലെ, മുത്തശ്ശി? വയമ്പുകഷണം വൃത്തിയായി കഴുകി ജാനു ഒരു നൂലിൽ ഞാത്തി, അറയിലെ അയക്കോലിലിട്ടു.

"നീയ്യ് കുടിച്ച വയമ്പിന്റെ ബാക്കിയാണിത്. അതിനുമുമ്പ് മാനുക്കുട്ടനും കൊടുത്തിട്ടുണ്ട്. ഇനീം ഈ തറവാട്ടിൽ ജനിക്കണ കുട്ടികൾക്കെല്ലാം അരച്ചാലും അരച്ചാലും ഇത് ബാക്കിണ്ടാവും. നിയ്യ് കല്യാണം കഴിച്ച് ഒരു കുട്ടിയുണ്ടാവുമ്പഴ് അതിനും ഈ വയമ്പന്നെ അരച്ചു കൊടുക്കാ."

"നെന്റെ കരിനാക്കുകൊണ്ടു പോണുണ്ടൊ ഇവിടന്ന്." ബട്ളർ അപ്പുഅച്ചൻ മുരണ്ടു. ഒരു കുട്ടനിറയെ കറിസാമാനങ്ങളുമായി ബട്ളർ അപ്പുഅച്ചൻ അടുക്കളത്തളത്തിലെത്തി.

"ഇന്ന് സപ്പറുണ്ട്!" ജാനുഅമ്മ മന്ത്രിച്ചു.

'സപ്പർ' സമ്മിശ്രവികാരങ്ങളുണർത്തുന്നു. മേശയൊരുക്കാൻ ഗ്ലാഡിസ് മിസി വരും. അലമാരയിൽനിന്ന് മുന്തിയ ഇനം പിഞ്ഞാണപ്പാത്രങ്ങൾ പുറത്തെടുക്കും. ജാനുഅമ്മ അവ കഴുകിത്തുടച്ചു വൃത്തിയാക്കി കുന്നോളം ഉയരത്തിൽ അടുക്കും. അന്ന് ഗ്ലാഡിസ് മദാമ്മ ടീച്ചറല്ല; ഗൃഹനായികയാണ്. അമ്മായി അകത്തുകടന്ന് അറവാതിലടയ്ക്കും. ബിസ്കറ്റുകളും അണ്ടിപ്പരിപ്പും ബദാമും മുന്തിരിങ്ങയും ആപ്പിളും കേയ്ക്കും പല വർണക്കുപ്പികളും നിറഞ്ഞ വർണസുരഭിലമായ മേള. കുപ്പിപാത്രങ്ങളിൽ വിറകൊള്ളുന്ന പൂക്കൾ, രോമാഞ്ചംകൊള്ളുന്ന പുൽത്തകിടി, അലങ്കാരപ്പനകൾ, പ്രിൻസ് ചെടികൾ, റോസുകൾ, ലില്ലികൾ, കോട്ടുധരിച്ചവർ, പട്ടണിഞ്ഞ പുരുഷന്മാർ, കൂട്ടത്തിൽ ഒന്നോ രണ്ടോ ഖദർ വേഷക്കാർ. സപ്പറിനുമുമ്പിൽ ജാതിമതവർഗഭേദമില്ല. ഗ്ലാഡിസ് മദാമ്മയും അവരുടെ ലാന്റ്ലേഡിയായ ഒരു വയസിമദാമ്മയുമല്ലാതെ വെളുത്ത തൊലിക്കാരാരും ഇല്ല. വയസി മിസ്സി കുപ്പികൾ നിരത്തിയ മേശയ്ക്കു മുമ്പിലിരുന്നു ക്രമത്തിൽ ഓരോന്നായെടുത്ത് തോട്ടത്തിലേക്കയയ്ക്കും. അവരുടെ മുമ്പിൽ നിറഞ്ഞുനിൽക്കുന്ന കോൽകോപ്പയെ അവർ ദുഃഖത്തോടെ നോക്കും. മാളുണ്ണി അമ്മായിയുടെ നിർദേശപ്രകാരം തന്റെ മുറിയിൽ കയറി കതകടച്ചു. പാതിതുറന്ന ജനലിങ്കൽനിന്നു പൂന്തോപ്പിന്റെ ഒരരികിൽ നോട്ടമർപ്പിച്ചു. അവൾക്കു വീർപ്പുമുട്ടി. ഒന്നു കുളിമുറിയിൽ പോകണം. വയ്യ. കതകു തുറന്നുകൂടാ . ജാനുഅമ്മ എച്ചിൽപാത്രങ്ങളിടുന്ന കുട്ട അടുക്കളത്തളത്തിൽ നിക്ഷേപിച്ചിട്ട് വാതിലിൽ മുട്ടി. തുറക്കൂ കുട്ടീ. അപ്പോൾ മാളുണ്ണി പുൽത്തകിടിയിലെ മേശയ്ക്കരികിൽ നിൽക്കുന്ന ഗ്ലാഡിസ് മിസ്സിയെ കാണുകയായിരുന്നു. ചിറകു വിരുത്തി പുഴക്കരയിലെ പാറപ്പുറത്തു നൃത്തം ചെയ്യാറുള്ള ഒരു ദേശാടനക്കൊറ്റി.

ആകാശത്തുനിന്നു പറന്നിറങ്ങി, ചിറകു ചുഴറ്റി വിടർത്തി അവർ ചിലപ്പോൾ ഒറ്റക്കാലിൽ കറങ്ങുന്നു. കൂർപ്പിച്ച ചുണ്ടോടെ പളുങ്കുഗ്ലാസിലേക്കു മുഖം താഴ്ത്തുന്നു. ഒരു കറുത്തകയ്യുമായി അവരുടെ വെളുത്ത കൈ പിണയുന്നു. ജാനുഅമ്മ അവളുടെ പുറകിൽ വന്നുനിന്നു. മുറിയിലെ വിളക്കു കെടുത്തി.

"ഈയമ്മ ചിറകു വിരുത്ത്ണതെന്തിനെന്നറിയാമൊ?"

"എന്തിനാ?"

"അമ്മാവന്റെ കയ്യീന്ന് നല്ല കൈമടക്കു കിട്ടും! പിന്നെ സപ്പറിനു വരുന്നവരുടെയെല്ലാം വക. സ്വരുക്കൂട്ടി നാട്ടിലേക്കു കെട്ടിയെടുക്കാനാ. നാട്ടീല് എരണംകെട്ടു നടന്നപ്പഴ് ആരോ കപ്പല് കേറ്റി വിട്ടതാവും."

ജാനുഅമ്മയുടെ വാക്കുകൾ വിശ്വസിച്ചുകൂട. വെള്ളക്കാരുടെ കൂട്ടത്തിൽ എരണംകെട്ടവരുണ്ടാവുമൊ? വെളുവെളുത്ത തൊലി സ്വർഗ കവാടം കടക്കാനുള്ള അനുഗ്രഹമാണ്. വിടുവേല ഒന്നുംചെയ്യുന്നില്ലെങ്കിലും സപ്പർരാവുകളിൽ ഗ്ലാഡിസ് മിസ്സിയുടെ മുഖത്തു വിരിയുന്ന അടിമഭാവം മാളുണ്ണിക്ക് സഹിക്കില്ല. ഇത്ര സുന്ദരിയും ബുദ്ധിമതിയും പഠിപ്പുള്ളവളും ആയിട്ട് എന്തിനിങ്ങനെ ഓരോരുത്തന്റെ ഗ്ലാസ് നിറച്ച് കൊടുക്കുന്നു? കൊട്ട് നിറഞ്ഞ പ്ലേറ്റെടുത്തു മാറ്റുന്നു. ആ തടിയൻ സേട്ടുവിന്റെ കുപ്പായക്കുടുക്ക് നേരെയാക്കിക്കൊടുക്കുന്നു?......

ക്രിസ്തുമസ് അവധിക്ക് സ്കൂളടച്ച ദിവസം മാളുണ്ണി ഗ്ലാഡിസ് മിസ്സിയോടു ചോദിച്ചു:

"മാഡം എന്നാണ് നാട്ടിൽ പോകുന്നത്?"

"ഐ ഡോൺട് നൊ! ടിക്കറ്റിനു സമയമായിട്ടില്ല."

"ടിക്കറ്റിന് എത്ര പണം വേണം?"

അവരുടെ മുഖം വിളറി. "പണമില്ലാഞ്ഞല്ല. ഞാനിപ്പോൾ നാട്ടിൽ പോകുന്നില്ല. അതുതന്നെ."

മിസ്സിയുടെ സ്വകാര്യതയിലേക്ക് കയറിച്ചെന്നു താൻ അവിവേകം കാണിച്ചുവെന്ന് മാളുണ്ണി നാക്ക് കടിച്ചു. ഇത് ആമിനയല്ല. കാദരുണ്ണിമാപ്ലയല്ല. തമ്പുരാട്ടിയല്ല.....ആ വർഷത്തിലെ അവസാനത്തെ ട്യൂഷൻക്ലാസായിരുന്നു. അടുത്ത ടേമിൽ എക്സ്ട്രാ കരിക്കുലർ ആക്ടിവിക്ടികളാണ്. അപ്പോൾ മിസ്സി അവളെ ചിത്രത്തയ്യലും കമ്പിളിനെയ്ത്തും പഠിപ്പിക്കും. തുറന്നിട്ട ജാലകത്തിലൂടെ അവർ പുൽത്തകിടിയിൽ മേയുന്ന പോക്കുവെയിൽ നോക്കിനിന്നു. അവരുടെ നീലക്കണ്ണുകൾ നിറഞ്ഞിരുന്നു. അവിടെ അസ്തമയസൂര്യൻ മുങ്ങിത്താഴുന്നു. അവരുടെ മുഖം രക്ഷപ്പെടട്ടെ! മാളുണ്ണി മുറിയിൽനിന്നു വഴുതിമാറാൻ തുനിഞ്ഞു.

അവർ പൊടുന്നനെ തിരിഞ്ഞുനിന്നു.

"ക്.......മോൺ! മദർലാന്റ് എന്നു പറഞ്ഞാലെന്തെന്നു കുട്ടിക്കറിയൊ?" മാളുണ്ണി പരുങ്ങി.

"നെവർ. യു ബ്രൗൺ പീപ്പ്ൾ ക്യാൻ നെവർ അണ്ടർസ്റ്റാന്റിറ്റ്! തവിട്ടുതൊലിക്കാരന് എവിടെ മദർലാന്റ്! ബട്ട്......ബട്ട്.... നിന്റെ അങ്കിളിനറി

യാം. കമ്പനി മാനേജർക്കല്ല. ദാറ്റ് യങ്മാൻ! ഖദറിട്ടു നടക്കുന്ന ആ അങ്കിളിന്! ഹി നോസ്!"

മദാമ്മയുടെ ചോരിവായിൽനിന്ന് അടർന്നുവീഴുന്നത് ചോരമണികളാണ്. അവർ സംസാരിക്കുന്നത് തന്റെ ശിഷ്യയോടല്ല. ഗൗരവബോധമുള്ള ഒരു കൂട്ടുകാരിയോട്........

ഗംഗമ്മാവന് ഈ മദാമ്മയെ വെറുപ്പാണെന്ന് ഇവർക്കറിയുമോ? ഇംഗ്ലീഷ് പഠിപ്പെല്ലാം നന്ന്. പക്ഷേ, അവരെ കണ്ടുപഠിക്കാൻ നോക്കണ്ട! ഗുണപാഠങ്ങൾക്ക് പാഠഭേദങ്ങളുണ്ടെന്ന് അവൾക്കു മനസിലായി.

ദാറ്റ് യങ്മാൻ എന്നു പറയുമ്പോൾ അവരുടെ സ്വരത്തിൽ പുച്ഛമില്ല. കനിവില്ല. വിമർശനമില്ല. കഠിനമായൊരു സത്യപ്രസ്താവന മനസില്ലാതെ വെളിവാക്കുകയാണ്. നേർക്കുനേരെ തുറന്നുവച്ച സൂത്രങ്ങളിലൂടെ വായുവിന്റെ ഒരു തേരോട്ടം.

സർപ്പസന്ധ്യകളിൽ ചെറിയമ്മാവൻ അവിടെ ഒരിക്കലും വന്നുപെടാറില്ല. അബദ്ധവശാലെങ്കിൽ, പിൻവാതിലിലൂടെ വന്നുകയറി, ജാനുഅമ്മ വിളമ്പിക്കൊടുക്കുന്ന ചോറും കറിയും കഴിച്ച് ഇറങ്ങിപ്പോവും; ഇന്ന് അപ്പുബട്ട്ളറുടെ ദിവസമാണില്ലെ എന്നു തമാശയോടെ ചോദിക്കും. അണ്ടിപ്പരിപ്പിട്ടുവെച്ച ഭരണിയിൽനിന്ന് രണ്ടെണ്ണം എടുത്തു വായിലിടും. നാലെണ്ണം മാളുണ്ണിക്ക് സമ്മാനിക്കും. ജാനുഅമ്മ, അമ്മാവന്റെ ഖദർ കുപ്പായങ്ങളുടെ തൂവെൺമ കാത്തുസൂക്ഷിച്ചു. മറ്റു വസ്ത്രങ്ങളുമായി അവയെ ഒരിക്കലും കൂട്ടിത്തൊടുവിച്ചില്ല. ഒരു വ്രതാനുഷ്ഠാനത്തിന്റെ ശുദ്ധി പാലിക്കാൻ അവർ അമ്മാവനെ സഹായിച്ചുപോന്നു. പ്രത്യേകം പച്ചക്കറികൾ, നാരങ്ങയില ഞരടിയ സംഭാരം, മേശപ്പുറത്തു കൂജയിൽ പച്ചവെള്ളം, പതിഞ്ഞസംഭാഷണം. അഴുക്കില്ലാത്ത പിൻവഴി. തോട്ടത്തിന് പുറകിലെ തോട്ടുവക്കത്തേക്ക് ഒരു ചെറിയ പടിവാതിലുണ്ടായിരുന്നു. തോട് നഗരത്തിലേക്കുള്ള കുറുക്കുവഴിയും ഗ്രാമത്തിലേക്കുള്ള നേർവഴിയും ആയിരുന്നു. ഈ അമ്മാവനെപ്പറ്റി ഗ്ലാഡിസ് മദാമ്മ എങ്ങനെ അറിഞ്ഞു? അവർക്ക് വെളുപ്പ്നിറം മാത്രമല്ല, വെളിച്ചം വീശുന്ന ഒരു ബുദ്ധിയും ഉണ്ടെന്ന് അന്ന് മാളുണ്ണി അറിഞ്ഞു.

"അഞ്ചുവർഷം കൂടി ജോലിചെയ്തു പണമുണ്ടാക്കി ഞാനെന്റെ നാട്ടിലേക്ക് കപ്പൽ കയറും."

"പിന്നെ തിരിച്ചുവരില്ലെ?"

"വരാനൊക്കുമോ എന്നു നിന്റെ ചെറിയങ്കിളിനോടു ചോദിച്ചാലറിയാം! വരണമെന്ന് എനിക്കാഗ്രഹമില്ല. എന്റെ നാട് അതാണല്ലോ."

അവരുടെ നീലമിഴികളിൽ ഒരു സുവർണരേഖ മിന്നിമാഞ്ഞു.

താൻ സ്നേഹിക്കാൻ തുടങ്ങുന്നവരെല്ലാം തന്നെ വിട്ടുപോകുന്നു. സ്നേഹം തീർക്കുന്ന ഇടത്താവളങ്ങൾക്കു സ്ഥിരതയില്ല. സ്ഥിരമായൊരു സാന്നിധ്യം തേടാൻ അവളുഴറി.....

മാളുണ്ണിക്ക് ഉറക്കം വരുന്നില്ല. കടൽക്കാറ്റിനു ചൂട്. വലയടിച്ച ജന

ലിനപ്പുറം കൊതുകിന്റെ ആരവം. ശ്മശാനത്തിൽനിന്ന് വേവുന്ന ശവഗന്ധം. തലയണയിൽ മുഖം കമഴ്ത്തി അവൾ കിടന്നു. കട്ടിലിനു ചോട്ടിൽ, പുള്ളുവക്കുടം വായിക്കുന്ന ജാനുഅമ്മയുടെ ഉറക്കം....ദാഹം....

നാലകത്തെ കിടപ്പറയിൽ ഉറക്കംവരാതെ കിടക്കുന്ന മുത്തശ്ശി ഇപ്പോൾ തന്നെ ഓർക്കുന്നുണ്ടാവുമൊ?

മാളുണ്ണി ഒച്ചയില്ലാതെ കട്ടിലിൽനിന്നു താഴെയിറങ്ങി. കതക് തുറന്നു. ഇടനാഴിയിലെ വാതിലടച്ചിട്ടില്ല. അടുക്കളയിൽ നേരിയ വെട്ടം. നാഴികമണി ഒച്ചയിടുന്നു.

അർധരാത്രി! അടുക്കളയിൽ തിരിതാഴ്ത്തിയ മേശവിളക്ക്. മൂന്നു പേർ മേശയ്ക്കു ചുറ്റും ഇരുന്ന് ഊണ് കഴിക്കുകയാണ്. രണ്ടുപേരെ അവൾ തിരിച്ചറിഞ്ഞു, കറുത്ത കോട്ടുകാരൻ അദ്രുമാൻഹാജി, ഗംഗമ്മാവൻ, മൂന്നാമൻ കറുത്തു മെലിഞ്ഞുയരം കുറഞ്ഞ ഒരു ശാന്തൻ.

"മാളുണ്ണി എപ്പഴ് വന്നു?" അദ്രുമാൻഹാജി.

"കുറച്ചുദിവസമായി."

"പഠിപ്പ് തുടങ്ങിയോ?"

"കുറേശ്ശെ!"

അമ്മാവൻ: "അപ്പൂപ്പരെ കുറച്ചുകൂടി ചോറ്!"

"തീർന്നു. മൂന്നു പേരുണ്ടാവുംന്ന് നിരീച്ച്ല്യ."

"രണ്ടു ദിവസമായി ചോറ് കണ്ടിട്ട്." മെലിഞ്ഞ മനുഷ്യൻ. അയാളുടെ പ്ലേറ്റിൽ ചോറ് ബാക്കി കിടന്നു.

"ഇദ്ദേഹത്തെ മാളുണ്ണി അറിയ്യ്യോ?"

"ഇല്ല!"

"നമ്മുടെ ഗാന്ധിജി ഇദ്ദേഹമാണ്!"

മാളുണ്ണിക്ക് ചിരിവന്നു.

ഒരു ഗാന്ധിജി! ഗാന്ധിജിയുമായി ഒരു രൂപസാമ്യവുമില്ലാത്ത കറുത്തുമെലിഞ്ഞുണങ്ങിയ ഒരു മാന്യൻ! അയാളുടെ ശാന്തസ്വഭാവം അവൾക്കിഷ്ടമായി. ഒരു തലോടലിന്റെ സൗഖ്യം തരുന്ന സാന്നിധ്യം!

"കുട്ടി അമ്മാവൻ പറയണത് കാര്യാക്കണ്ട. എന്താ ഉറങ്ങാനിത്ര വൈകിയത്?"

അയാൾ എണീറ്റു കൈകഴുകി. അപ്പുഅച്ചൻ ഓരോ ഗ്ലാസ് പാലും കുറെ അവലും മേശമേൽ വെച്ചു. "വിശപ്പുമാറാൻ ഇതുകൂടി കഴിക്കാം. ഒരാൾടെ ചോറാ മൂന്നു പേരുണ്ടത്!"

"പാപം! മഹാപാപം! പാല് കുട്ടികൾ കഴിക്കേണ്ട ആഹാരമാണ്!"

"കുറച്ചു പഞ്ചസാര തരൂ." അദ്രുമാൻഹാജി പറഞ്ഞു. പാതികുടിച്ച പാലിൽ ഒരുപിടി അവൽ വാരിയിട്ട് ഹാജി തുടർന്നു:

"പായസം കുടിച്ച കാലം മറന്നു!"

"പഞ്ചസാര കുറയ്ക്കുന്നതാ നല്ലത്!" അപ്പുഅച്ചൻ പഞ്ചസാര ഭരണി കൊണ്ടുവന്നു.

"വല്യൂപ്പര്ക്ക് പഞ്ചസാരദോഷമുണ്ട്."

"ങ്ഹേ! അച്ഛനോ? അച്ഛനെപ്പഴ് വന്നു?"

"വന്നു. പോയി. ആശുപത്രീന്ന് പരിശോധന കഴിച്ചു. അടുത്തമാസം ഇനീം വരണം."

മൂവരും പിൻവാതിലിലൂടെ മറഞ്ഞു.

വാതിലടച്ചു സാക്ഷയിടുന്നേരം അപ്പുഅച്ചൻ പറഞ്ഞു: "രാജ്യം പിടിക്കാൻ കണ്ട ഒരു വഴിയേ! അപ്പുറത്ത് ലാത്തീം തോക്കും. ഇപ്പുറം ഖദറും പട്ടിണീം! കുട്ടി പോയി ഉറങ്ങിക്കോളാ! ഗംഗമ്മാവൻ വന്ന വിവരം ആരോടും പറയണ്ട!"

മിണ്ടരുതെന്ന് ആരും ഉപദേശിക്കേണ്ട. അവളത്ര മണ്ടിയല്ലല്ലൊ. മാനു അന്തിയോഗങ്ങൾക്കും രാപ്രസംഗങ്ങൾക്കും ചെറിയമ്മാവനെ അനുഗമിക്കുന്നുണ്ട്. വല്യമ്മാവനറിയുന്നില്ല. സ്കൂളടച്ചിട്ടും മാനു നാട്ടിൽ പോയിട്ടില്ല. മാനുവിന്റെ കീശ നിറയെ രഹസ്യങ്ങളും മനസ്സ് നിറയെ സങ്കടങ്ങളുമാണ്.

"രഹസ്യമെന്താണ്?"

"മാളുണ്ണി അതറിയേണ്ട."

"എന്താ അറിഞ്ഞാൽ?"

"ഇത് പെണ്ണുങ്ങളുടെ കാര്യമല്ല."

"അങ്ങനെയൊന്നുണ്ടോ? ഞാൻ മാനുവിനെക്കാൾ വലിയ ക്ലാസ്സിലല്ലേ പഠിക്കുന്നത്! നിന്നേക്കാൾ കൂടുതൽ മാർക്ക് വാങ്ങുന്നില്ലേ?"

"അങ്ങനെ ആളാവണ്ട!"

"എന്താച്ചാൽ പറഞ്ഞോളു. ഇല്ലെങ്കിൽ വേണ്ട ഞാനും പറയില്ല!"

"എന്ത്?"

"ഒരു രഹസ്യം!"

"എന്തോന്നാ? ഞാനിന്നലെ ഒരാളെക്കണ്ടു. ഇവിടെ വന്നിരുന്നു. പറയില്ല."

"പറയൂ മാളുണ്ണീ."

"പെൺകണ്ണ് കണ്ട കാര്യമല്ലേ, പറയുന്നില്ല!"

"ന്റെ മാളുണ്യല്ലെ? നാട്ടിൽ ചെന്നാൽ മാമ്പഴം എറിഞ്ഞുവീഴ്ത്താം. വായനശാലേന്ന് കഥാപുസ്തകം കൊണ്ടുവന്നു തരാം! ചീട്ടുകളിക്കാം! ചൂണ്ടയിടാം."

"ആരോടെങ്കിലും പറയുമൊ?"

"ഇല്ല!"

"ഗാന്ധിജി! നമ്മുടെ വീട്ടിൽ!"

പതിന്നാല്

ആമിന കൽപ്പള്ളിക്കടവിനോടും തന്റെ ചെറിയ കൂരയിലെ ജീവിതത്തോടും വിടപറയുകയാണ്. മാളുണ്ണിയുടെ വേനലവധി ആരംഭിച്ചിട്ടില്ല. അവൾ വരുമെന്ന് യാതൊരുറപ്പുമില്ല. യാത്ര പറയാനുള്ളത് ബാപ്പ

മാത്രം. മുഹമ്മദ് മുസ്ല്യാർ ഇടവഴിയിലിറങ്ങി നിന്നു. മകളുടെ മുഖത്തു നോക്കിയില്ല, വേലിത്തറയിലെ ആർക്കോവേണ്ടി പൂക്കുന്ന ചെമ്പരത്തി ച്ചെടികളെ നോക്കിനിന്നു.

അവൾ മയിലാഞ്ചിയണിഞ്ഞ പാദങ്ങൾ കയറ്റിവച്ചപ്പോൾ കാളവണ്ടി കുലുങ്ങിയുണർന്നു. വണ്ടിപ്പലകയിൽനിന്നു കുറെക്കൂടി ഉയരത്തിലാണ് ഇരിപ്പിടവും അതു നിൽക്കുന്ന തലവും. വണ്ടിച്ചക്രത്തിന്റെ ആരക്കാലു കളിൽ ജീവിതത്തിന്റെ വർണവൈചിത്ര്യം തെളിയുന്നു.

ചവിട്ടുപടിയിൽ നിന്നുപോയ പുത്തൻപെണ്ണിനെ ഒരു കുടന്ന പൂപോലെ കോരിയെടുത്ത് അദ്രുമാനാജി പട്ടുപുതപ്പിച്ച ഇരിപ്പിടത്തിൽ പ്രതിഷ്ഠിച്ചു. കാൽച്ചോട്ടിൽ, ചുരുട്ടിവച്ച ഒരു പുതിയ പുൽപ്പായ്, ഒരു വീട്ടിപ്പെട്ടി, കടഞ്ഞകാലുകളുള്ള കരിവീട്ടിയിൽ പണിത ചന്തമാർന്ന തുണിപ്പെട്ടി.

“നിണക്ക് വേണ്ട തുണികളെല്ലാം ഇതിന്നവുത്തുണ്ട്!” അദ്രുമാ നാജി പറഞ്ഞു: “അന്റെ കണ്ണൊന്നു തുടച്ചുകൂടെ ഇനി?”

മിഴികളിലെ ഓളങ്ങളിൽ മുങ്ങിനീർന്ന് അവൾ കണ്ണടച്ചിരുന്നു. തടിച്ച വിരലുകൾ കണ്ണീരൊപ്പുന്നത് അവൾ അറിഞ്ഞു.

വഴിവൃക്ഷങ്ങളുടെ നിരകൾക്കപ്പുറത്തുനിന്ന് അദൃശ്യകരങ്ങൾ ചെത്തുപാതയിലേക്കൊരു വീരാളിപ്പട്ട് വീശി എറിയുന്നു. പൊൻവെയിൽ പൂശിയ കൊമ്പുകുലുക്കി, താടിയിളക്കി, ഒറ്റക്കാള മുമ്പോട്ട് കുതിച്ചു. പിറന്ന വീട് വെടിയാൻ വിധിക്കപ്പെട്ട പെൺകുട്ടിയുടെ പ്രാചീനദുഃഖ ത്തിൽ മുഴുകി സന്ധ്യ ഇമതല്ലി, കണ്ണീർമണികളെ വരണ്ട മണ്ണിൽ വീഴ്ത്തി. ഭൂമിയുടെ ഉൾക്കളം വേദനിച്ചു. മുറിയുന്ന പൊക്കിൾക്കൊടി യുടെ നോവ് പെൺകുട്ടിയുടെ അന്തരാളത്തിൽ ഒരു തീവ്രപരിത്യാഗ ത്തിന്റെ വേദനയായി ശമിക്കാതെ അടങ്ങി.

ആമിന ശബ്ദിച്ചില്ല. ചെങ്കൽച്ചീള് പാകി ഉറപ്പിച്ച ചെത്തുവഴിയിൽ കാളക്കുളമ്പ് സമയം കുറിച്ചു. കാള തെളിക്കുന്ന മണവാളൻ തന്റെ തീക്ഷ്ണനയനങ്ങളിൽ സ്നേഹം പുരട്ടി തിരിഞ്ഞുനോക്കി.

“ആമിനാ-ആമിനാ നീ കേൾക്കുന്നില്ലേ?”

“ഉണ്ട്!”

“ഇന്നാണ് എന്റെ അരിശം അടങ്ങിയത്.”

“ആരോടുള്ള അരിശം?”

“ഈ ഭൂമിയോട്! എന്നെ ജനിപ്പിച്ച ഈ നാടിനോടുള്ള ഈറ.”

“ഇനിക്കൊന്നും മനസിലാവ്ണ്ല്യ.”

“അനക്കെങ്ങനെ മനസിലാവും. പെറ്റുമ്മയുടെ മാറിൽനിന്ന് അന്നെ ആരാനും വലിച്ചിഴച്ചുകൊണ്ടുപോയോ? നാടു കടത്തിയോ? അറബിക്ക ടലിന്റെ മാറിൽ വീണുരുണ്ടു കരയുന്ന തിരകളുടെ ദുഃഖം കേട്ടാണ് ഞാനുറങ്ങിയത്! ബാപ്പയ്ക്ക് താരാട്ടുപാടാനറിയില്ലായിരുന്നു. ഉരുവിൽ പാഞ്ഞുകയറുന്ന ഓരുവെള്ളം പാട്ടകൊണ്ട് കോരിയെടുത്തു കടലിലേ ക്കുതന്നെ ഒഴിക്കുകയായിരുന്നു, ബാപ്പ. എന്റെ കരച്ചിൽ കേട്ട് തിരകൾ

ഓടിക്കിതച്ച് ഉരുവക്കത്ത് പിടിച്ച് അകത്തേക്കു നോക്കി. ബാപ്പ കണ്ടില്ല. ബാപ്പയ്ക്ക് കണ്ണോ മൂക്കോ ചെവിയോ കാതോ ഉണ്ടായിരുന്നില്ല. നാടുകടത്താൻ വിധിക്കപ്പെട്ടവൻ കാണരുത്, കേൾക്കരുത്.....അടിമ എല്ലാത്തിനും അതീതൻ. ബാപ്പയുടെ കണ്ണീരുപ്പ് കടൽ ഏറ്റെടുത്തു.........."

"എന്തിനാ ബാപ്പയെ നാടുകടത്തിയത്?"

"ഹാലിളകി ഹിന്ദുക്കളെ കൊന്നതിന്-"

"ന്റെ പടച്ചോനേ, കൊല്ലേ? കാളയെ അറക്കുമ്പോലെ?"

"അല്ല കാളയെ അറക്കുമ്പം ബിസ്മി ചൊല്ലും. അവിശ്വാസിയെ അറക്കുമ്പം ജിഹാദ് വിളിക്കും!"

"മനുഷ്യനെ അറക്കാമ്പാടുണ്ടോ?"

"ഹിന്ദുവിനെ ഒടുക്കിയാൽ ഉയിരോടെ സ്വർഗത്തിൽ പോകാമെന്ന് എല്ലാം നഷ്ടപ്പെട്ട്, എല്ലാ വേദനകളും സഹിച്ചു കഴിഞ്ഞുകൂടിയ വിശ്വാസികൾ ചിന്തിച്ചിരുന്ന കാലമായിരുന്നു. അവരുടെ കാൽച്ചുവട്ടിൽ സ്വന്തമായൊരു ഭൂമിയോ, മുകളിൽ പൊളിച്ചെഴുതാത്ത ഒരാകാശമോ ഉണ്ടായിരുന്നില്ല. അങ്ങനെ ഹാലിളകി വന്നവർക്ക് ഒരു നേരത്തെ ആഹാരം വച്ചുകൊടുത്തതായിരുന്നു. ബാപ്പ ചെയ്ത കുറ്റം."

"കൊല ചെയ്യ്ണോർക്ക് ബെയ്ക്കാൻ ചോറു വച്ചുകൊടുക്കണത് കുറ്റംതന്ന്യല്ലേ?"

"പാട്ടം വടിക്കാനുള്ള നെല്ല് കുത്തീറ്റാ ന്റുമ്മ ജിഹാദുകാർക്ക് അത്താഴം വച്ചുവിളമ്പിയത്!"

"എന്നിട്ടോ?"

വണ്ടിയുടെ ഉള്ളിൽ ആമിന കുറെക്കൂടി മുമ്പോട്ടു നീങ്ങിയിരുന്നു. തന്റെ ചുറ്റും വാൾ കുലുക്കി അട്ടഹസിച്ച് ഉണ്ണിക്ക താളം ചവിട്ടുന്നുണ്ടെന്ന് അവൾ ഭയന്നു.

"അന്ന് എന്റെ ബാപ്പേനേം എന്നേം ലച്ചിക്കാൻ ആരും മുമ്പോട്ടു വന്നിട്ടില്ല."

"ഉമ്മാന്റെ കൂടെ നിൽക്കാഞ്ഞതെന്തെ?"

"ബാപ്പ സമ്മതിച്ചില്ല. മക്കത്തുപോയി ഒരു നല്ല ആണായി, ഇസ്ലാമായി, ഹാജ്യാരായി തിരിച്ചുവരേണമെന്നു പറഞ്ഞു. പോകുംമുമ്പ് ഉമ്മയെ അവരുടെ വീട്ടിൽ ഒളിപ്പിച്ചു...."

"പിന്നെ ഉമ്മയെ കണ്ടിട്ടില്ലേ?"

"ഇല്ല! ഞാമ്മന്നത് കഴിഞ്ഞകൊല്ലം. വെള്ളക്കാരനെ തുരത്താൻ അളുകള് ആലോസന നടത്തുന്ന സമയം...നാലകത്തെ ഗംഗൻമൂപ്പര് ഞമ്മക്ക്, ഖാദീന്റെ മുണ്ടും കുപ്പായോം തൊപ്പീ ഒരു തക്ലീം തന്നിട്ട് പറഞ്ഞു, ഇസ്ലാമിനെ രക്ഷിക്കണമെങ്കിൽ ഖിലാഫത്തിൽ ചേരണം. എന്നിട്ട് വെള്ളക്കാരെ മുഴുവനും ഓടിക്കണം. അതിന് കോങ്ക്റസുണ്ടാവും കൂടെ. വിമോചനം നേടാൻ എല്ലാവരും ഒന്നിക്കണം. പൊതുശത്രുവിനെ തോൽപ്പിക്കണം....."

ചക്രവാളത്തിൽ കണ്ണുനട്ട് തന്നോടുതന്നെ പിറുപിറുക്കുന്ന വണ്ടി

ക്കാരനോടുള്ള ആദരവിനാൽ ആമിനയുടെ ഹൃദയം നിറഞ്ഞുവിങ്ങി.

കപ്പൽകയറാൻ നാടും കുടിയും വിട്ടുപോകുന്ന ഒരു ബാലൻ ബാപ്പയുടെ കൈത്തുമ്പിൽ തിരിഞ്ഞുനിന്ന് ഉടുത്ത തുണിയുടെ തുമ്പുയർത്തി കണ്ണുതുടയ്ക്കുന്നു.....

"ന്റെ കരളേ...." ആമിന പറഞ്ഞു.

ഇടംകൈനീട്ടി പുതുപെണ്ണിനെ വാരിപ്പുണർന്ന അദ്രുമാൻഹാജിയെന്ന വണ്ടിക്കാരൻ പറഞ്ഞു:

"കണ്ടോ എനക്ക് രണ്ടു കൈ പടച്ചോൻ തന്നിട്ട്ണ്ട്. ഒന്നു നെന്നെ താങ്ങാൻ, മറ്റത് ഖിലാഫത്തിന്റെ വണ്ടി തെളിക്കാൻ......."

അയാൾ പറയുന്നത് മുഴുവനും അവൾക്ക് മനസിലാവുന്നുണ്ടായിരുന്നില്ല. പക്ഷേ, അയാളുടെ ശബ്ദം നെയ്ത ഒരു മാന്ത്രികവലയത്തിനുള്ളിലെ മുഴക്കത്തിൽ ഒരു ചെറുബീജംപോലെ അവൾ തുടിച്ചു. പ്രണയചിന്തയ്ക്ക് മധുരം മാത്രമല്ലെന്നറിഞ്ഞു. അവളുടെ ഉള്ളിൽ ജന്മബന്ധങ്ങളുടെ എണ്ണമറ്റ വർണപ്പൊട്ടുകൾക്കിടയിൽ ഒരദൃശ്യപാശം പിരിമുറുകി. അവൾ അന്നിമിഷം ഒമ്മയായി. നാടുവിടാൻ വിധിക്കപ്പെട്ട ബാപ്പയുടെ വിരൽത്തുമ്പിലെ ഒരു തീരാക്കടവും ശപഥവുമായി. പെറ്റുമ്മയായി, അവളുടെ മാറിടം ത്രസിച്ചു. കണ്ണുകൾ സജലങ്ങളായി, വീണ്ടും. രാത്രിയുടെ നെഞ്ചത്തു തെളിഞ്ഞ ഉൾക്കണ്ണുകൾ നീലനക്ഷത്രങ്ങളായി ആകാശത്തിന്റെ അനന്തമായ ഇരുട്ടിനെ നോക്കിനിന്നു. കിഴക്കുദിക്കുന്ന ഒറ്റനക്ഷത്രത്തെ ലാക്കാക്കി ഒറ്റക്കാള മുമ്പോട്ടു കുതിച്ചു......

അന്യം നിന്നതോ, നിവാസികൾ ഉപേക്ഷിച്ചുപോയതോ ആകാവുന്ന ഒരു പഴയ മാളികവീട്. ഇടിച്ചുനിരപ്പാക്കിയ കൈയാലയുടെ സമീപം പടിപ്പുര ചേർന്നു കാള നിന്നു. വണ്ടി കുലുങ്ങിയൊതുങ്ങി. അദ്രുമാൻ ഹാജി ചാടിയിറങ്ങി. തന്റെ പുതിയ സ്വപ്നത്തെ വാരിയെടുത്ത് ഇരുട്ടിലാണ്ട നേർപ്പാതയിലൂടെ ദൂരെ മിന്നിമിന്നിക്കത്തുന്ന ദീപത്തിനു നേർക്കു നടന്നു.

"ഞമ്മള് നടക്കാ. ഞമ്മക്ക് നടക്കാനറീം. ആമിന പിറുപിറുത്തു."

"നടക്കാനെത്ര ദൂരം ബാക്കി കെടക്ക്ണു! ഇപ്പോഴേതായാലും വേണ്ട!"

വലിയ മുറ്റത്തെത്തിയപ്പോൾ അവൾ മോചനത്തിനുവേണ്ടി പിടഞ്ഞു കുതറിയിറങ്ങി. ഒരു വലിയ വീട്. ഓലമേഞ്ഞു ഭംഗിയായി കത്രിച്ചുകയറ്റിയ ഇറയം. കരിമെഴുകി തിളങ്ങുന്ന വലിയ കോലായ. കോലായിലേക്ക് കയറുന്ന ചെറിയ പടവുകൾ.

കോലായച്ചുമരിൽ ദംഷ്ട്ര നീട്ടി അലറുന്ന ഒരു പുലി. പാതിവെളിച്ചത്തിൽ നിൽക്കുന്ന പുലി ചാടാനോങ്ങുന്നു.....

ആമിന ഒരടി പുറകോട്ടുവെച്ചു.

"ഹമ്പടി! നല്ല ധൈര്യം! നീയാ ഖിലാഫത്ത് കാലത്ത് എന്റെ കൂടെ പൊറുക്കാൻ വന്ന വമ്പത്തി."

അയാൾ മണവാട്ടിയെ മുൻവാതിലിനുനേർക്ക് ആനയിച്ചു. പുലി അടങ്ങിനിൽക്കുന്നുണ്ട്.

അകത്തെവിരി നീക്കി കത്തിച്ചുപിടിച്ച ഹരിക്കെയ്ൻ ലാമ്പുമായി കദീശുമ്മ വരുന്നു. ആമിന ആശ്വസിച്ചു. ജീവിതത്തിലാദ്യമായി ഒരു സ്ത്രീ അവളെ വീട്ടിനകത്തേക്ക് സ്വാഗതം ചെയ്യുന്നു. അവൾ അല്ലാഹുവിനോടു നന്ദി പറഞ്ഞു.

"കദീശാ ഇത് പുയ്യ്യോട്ടി. ആമിന...... വല്യ പേടിക്കോലത്തിയാ. പല്ലിയെക്കണ്ടാ നെലവിളിക്കും! നേരെയാക്കേണ്ടത് നെന്റെ പണി, ആട്ടെ തിന്നാനെന്താ ഉള്ളത്?"

"അവലും പഴവും ഉണ്ട്. കഞ്ഞി ആയിറ്റ്ണ്ട്."

നടുവകം ആമിനയെ വിഴുങ്ങി. ഇടനാഴിയിലിരുന്ന് വിളക്ക് അവളെ നോക്കിചിരിച്ചു. ഒന്നുറക്കെ കരയണം. ഇപ്പോൾ കരൾനിറയെ ഇരമ്പുന്ന ഒരു കടലോ അതിൽ ചാഞ്ചാടുന്ന ഒരു കൊച്ചു യാനപാത്രത്തിൽ, പെറ്റതള്ളയെ ഓർത്തു വിങ്ങിക്കരയുന്ന ഒരു ബാലനോ ഇല്ല. ആമിന മാത്രം. വിജനതയുടെ നടുക്കടലിൽ കൗമാരം പിന്നിട്ട ഒരു പെൺകുട്ടി മാത്രം. അവൾക്കൊന്നുകരയണം. എവിടെയാണ് എന്റെ ബാപ്പ? എന്റെ ബാല്യത്തിന്റെ കാൽത്തളകൾ, നടന്നുപോന്ന ഇടവഴികളിൽ അറ്റുവീണു പോയല്ലോ? ഇന്ന് ബാപ്പ ഒറ്റയ്ക്കാണ്? ആര് അത്താഴം വെച്ചുകൊടുക്കും? അടുക്കളയുടെ മൂലയ്ക്ക് ഉറിയിലെ മൺകലത്തിൽ ഭദ്രമായി സൂക്ഷിച്ചു വച്ച ഉണക്കുമീൻ ബാപ്പ കാണുമോ? വറുത്ത മുതിരപ്പരിപ്പ് കണ്ടെത്തുമോ? ഉപദംശങ്ങളില്ലാത്ത ഒരു ആഹാരത്തിനു മുമ്പിൽ നിശ്ശബ്ദമിരിക്കുന്ന ബാപ്പയെ ഓർത്ത് അവൾ പൊട്ടിക്കരഞ്ഞു. വെന്ത ചോറിനു മുമ്പിൽനിന്ന് ബാപ്പ ഒന്നുംമിണ്ടാതെ എഴുന്നേറ്റു പോകുന്നു.....

ജീവിതപ്പാത വഴിപിരിഞ്ഞു എന്ന് അംഗീകരിക്കാൻ മനസ്സ് കൂട്ടാക്കുന്നില്ല. മുള്ളും മുരടും അടിയിലിത്തിരി പൂഴിയുടെ പതുപതുപ്പും. ഉണക്കുമീനിൽ കുമിഞ്ഞുകൂടിയ കവർക്കുന്ന ഉപ്പ് കഴുകിക്കളയേണ്ടതെങ്ങനെ എന്നു ബാപ്പയ്ക്കറിഞ്ഞുകൂടാ. താൻ പറഞ്ഞുകൊടുത്തുമില്ല. വാസ്തവത്തിൽ തനിക്കും അറിഞ്ഞുകൂടല്ലൊ........

സ്വർണപഞ്ജരത്തിന്റെ അഴികളിൽ ആമിനയുടെ നിനവുകൾ തലതല്ലി. കദീശു അറയുടെ വാതിൽക്കൽ മുഖം കാണിച്ചിട്ടു പറഞ്ഞു, "തെക്കൊറത്തെ മുല്ലവള്ളി പൂത്തിട്ടുണ്ട്......"

ആമിന മുഖമുയർത്തി കദീശുവിനെ തുറിച്ചുനോക്കി.

"ലാത്തിരീം പകലുമില്ലാണ്ടെ ഇതിനകത്തു കുത്തിരുന്നിറ്റാ മുശിവ് തോന്ന്ണ്! മുറ്റത്തിറങ്ങി ഇത്തിരി കാറ്റുകൊണ്ടാ തലവെട്ട് മാറും......"

"എനക്ക് തലവേദനിണ്ടെന്ന് ആരു പറഞ്ഞു?"

"ഞാനൊന്നും മിണ്ടീറ്റ്ല്യ, ന്റെ റബ്ബേ! ഒരു പുയ്യ്യോട്ടിക്ക് പറ്റ്യ ചേലാണോ ഇത്? നല്ല തുണീം കുപ്പായോം മേണ്ട. കുടിക്കാനും തിന്നാനും മേണ്ട......."

"കദീശു മിണ്ടാണ്ടെ പോ-"

കദീശു കൺമുമ്പിൽനിന്നു മാഞ്ഞപ്പോൾ ആമിനുവിനു പൊട്ടിക്കരയണം. ഈ ദുനിയാവിന് എത്ര മുഖങ്ങളുണ്ട്! കടഞ്ഞ കാലുകളും

പൂച്ചക്കാലുകളുമുള്ള വീട്ടിക്കട്ടിലിന്റെ ചുവന്ന മേലാപ്പിൽനിന്ന് സ്വർണ വർണത്തിലും വെള്ളിയിലും തീർത്ത രസഗോളകകൾ തൂങ്ങുന്നു. ഓരോ രസഗോളകയും ജീവിതത്തിന്റെ ഭിന്നരുചികളാർന്ന പഴങ്ങളാണെന്ന് ആമിനയ്ക്കു തോന്നി. കയ്പും പുളിപ്പും മധുരവും എരിവുമെല്ലാം ഉള്ള കനികൾ. കയ്യെത്തിയാൽ തൊടാവുന്ന പാകം. ഏതുവേണമെങ്കിലും പറിക്കാം. എല്ലാം പാകപ്പെടുത്തുന്ന സൂര്യൻ ജനലഴികളിലൂടെ കൈനീട്ടി തൊടുന്നു. ആമിന മാറിനിന്നു. വേരില്ലാത്തൊരു വൃക്ഷത്തിന്റെ പോടിൽ ഒരു അനാഥപക്ഷിക്കുഞ്ഞായി താൻ വെറുതെ കൊക്കുപിളർത്തി കാത്തിരിക്കുന്നു. ഒരു വവ്വാലുപോലെ ഇടയ്ക്ക് കടന്നുവരുന്ന കദീശുവിന്റെ ചിറകടി അവളെ വല്ലാതെ അലോസരപ്പെടുത്തി.

ദാമ്പത്യത്തിന്റെ അറയിൽ അവളെ തടവിലാക്കി അദ്രുമാൻഹാജി എങ്ങോ പോയിരിക്കുന്നു. ഖദർകുപ്പായവും മീതെ കറുത്തൊരുകോട്ടും, കോട്ടിന്റെ പോക്കറ്റിൽ ഖിലാഫത്തിന്റെ ആവേശവുമായി രണ്ടു ദിവസം മുമ്പ്, രാവിലെ കഞ്ഞി കുടിച്ച് ഇറങ്ങുമ്പോൾ പറഞ്ഞിരുന്നു, മടക്കത്തിനു ബാപ്പയെക്കണ്ടു വിവരമറിഞ്ഞു വരാം.

ഒരു ജന്മത്തിനക്കരെ ബാല്യത്തിന്റെ കളിത്തോപ്പുകൾ. പച്ചതലപ്പുകളെല്ലാം വാടിക്കുഴഞ്ഞു. മൊട്ടുകൾ വിടരാതെ കരിഞ്ഞു. മാളുണ്ണി പട്ടണത്തിലെ സ്കൂളിൽ ചേർന്നു. അവൾ ഇംഗ്ലീഷ് പഠിക്കുകയും ബാഡ്മിന്റൻ കളിക്കുകയും ചിത്രത്തയ്യൽ ചെയ്യുകയും അങ്ങനെ ആമിനയെക്കുറിച്ചുള്ള സ്മരണകൾ ചോർത്തിക്കളയുകയും-മാമ്പഴവും പുള്ളിവെയിലും പെയ്യുന്ന തോപ്പുകളെ അവൾ മറന്നിരിക്കും. മറവി ഒരു തരം മരണംതന്നെയെന്ന് അവൾക്കു തോന്നി. സ്വന്തം മരണത്തിന്റെ അനന്ത ശൂന്യത അവൾ അനുഭവിച്ചു. കദീശുവിന്റെ വാക്കുകൾ പൊങ്ങുതടികൾ പോലെ ശൂന്യതയുടെ പാരാവാരത്തിൽ അടിഞ്ഞു.

രാവ് ഏറെ ഇരുട്ടുകയും, ദൂരെ മലമുടികളിൽനിന്നു മലമുടികളിലേക്കും അവിടന്നു താഴ്വരകളിലേക്കും നഗാറയുടെ അലയൊലി കുതിച്ചുയരുകയും പതിഞ്ഞടങ്ങുകയും ചെയ്യും. ഗ്രാമങ്ങളെല്ലാം ഒരു പുതു ശബ്ദത്തിനു കാതോർത്തു. രാവിന്റെ ആഴമേറിയ നിശ്ശബ്ദതയ്ക്കു മീതെ പെരുമ്പറകളുടെ പതിഞ്ഞ താളം. മുഴക്കംമുറ്റിയ നിശ്ശബ്ദത. ഒച്ചകൾക്ക് ചിറകുവയ്ക്കുന്നു. വൃക്ഷശിഖരങ്ങളിലിരുന്നു നത്തുകൾ ഗുണദോഷവിചാരം ചെയ്യുന്നു. റാന്തലിന്റെ തിരി താഴ്ത്തി ഇടനാഴിയിൽ വച്ചു, ഹരിക്കേയ്ൻലാമ്പ് കെടുത്തി കദീശു പിൻവാങ്ങി. ഉറങ്ങാൻപോകുന്നതിനുമുമ്പ് അവൾ ചോദിക്കാൻ മറന്നില്ല:

"ഞാൻ ഈ വാതുക്കല് എടനാഴീൽ പായ വിരിച്ചു കെടക്കണോ?"

"വേണ്ട!"

"ന്റാള്ക്ക് ജിന്നു കൂടിക്കണേ?"

"ഉം."

കദീശു ദൈവത്തെവിളിച്ചു സ്വയം ഉറക്കത്തിലേക്കു നടന്നുപോയി.

അണഞ്ഞ മണ്ണെണ്ണവിളക്കിന്റെ ശവഗന്ധം മുറിയിൽ ചുറ്റിനടന്നു.

ആമിന ഏകാന്തതയുടെ പുറ്റിനകത്തേക്ക് വലിഞ്ഞു. റാന്തലിന്റെ നേർത്ത വെളിച്ചവും ഇരുട്ടും പരസ്പരം ലയിച്ചു. കുടപ്പനകളിൽ പരാക്രമം കാണിക്കുന്ന ഒരു ചെകുത്താൻകാറ്റ് പുഴയോരത്തുകൂടി തിമിർത്തു നടന്നു. നിദ്രയുടെയും നിനവിന്റെയും നിറവാർന്ന ഒരു താഴ്വരയിലൂടെ ആമിനയുടെ പ്രജ്ഞ സഞ്ചരിക്കുന്നു.

ഇരുട്ടിന്റെ കതകുതുറന്ന് ഒരു വെള്ളത്താടിക്കാരൻ മങ്ങിയ രാവെളിച്ചത്തിലൂടെ ഉമ്മറത്തെത്തുന്നു. പാനീസ് വെട്ടത്തിലിറങ്ങിനിന്ന് അയാൾ വിളിക്കുന്നു,

"ആമിനാ...."

"ആരാണത്?"

"മൊയില്യാര്?"

"ഉറുക്കുമൊയില്യാരൊ?"

"തന്നെ!"

"എന്തിനാപ്പൊ?"

"നിന്റുപ്പ എവിടെ?"

"വയളിനു പോയി."

"വാതില് തൊറക്ക്. മോന്ത്യായിട്ടല്ലെ ഉള്ളൂ? ഇപ്പഴേ അകത്തുകയറി ഉറങ്ങാമ്പാട്ണ്ടൊ പെൺകുട്ടികള്?"

"മൊയ്ല്യാർക്ക് എന്താ മേണ്ടി?"

"അനക്ക് ഉറുക്കു കെട്ടാൻ വന്നതാ."

"എനക്കെന്തിനാ ഉറുക്ക്?"

"അനക്ക് പനിപുടിച്ചില്ലെ? പൊഴക്കടവ്ന്ന് ജിന്നു കൂട്യേതാ-"

"ആട ബെച്ചിറ്റ് പോയാ മതി!" അവൾ അടച്ച കതകിൽ ചാരി പുറം തിരിഞ്ഞുനിന്നു. ആണ്ടിയുടെ പെണ്ണ് പറഞ്ഞിരുന്നു.

"മൊയ്ല്യാരെ കരുതിക്കൊ ആമിനാ. അയാടെ ഒരുറുക്ക്! ചവുട്ടി എല്ലൊടിക്കണം. അയള്ന്നെ ഒരു ചൈത്താനാ!"

ആടിന്റെ താടിയും കാലങ്കോഴിയുടെ ഒച്ചയുമുള്ള ഉറുക്കുമൊയില്യാരെ ആമിനയ്ക്ക് എന്നും വെറുപ്പായിരുന്നു. ബാപ്പയുള്ള നേരത്ത് വന്നാൽ അയാൾക്ക് ചായ കിട്ടണം. ചായയിൽ പഞ്ചാരയിടണം. നാലു ചായടെ പഞ്ചാര. പഞ്ചാരപൊന്നുപോലെ വിലപിടിച്ചതാണ്. നാലകത്തെ വൈദ്യര് ഇടയ്ക്ക് ബാപ്പയ്ക്ക് സമ്മാനിക്കുന്നതാണ്. ചിലപ്പോൾ ഉറുക്കുമൊയ്ല്യാര് വരുമ്പഴ് പഞ്ചാരയുണ്ടാവില്ല.

"ചായ ഇല്ലെ ആമിനുട്ട്യെ?"

"പഞ്ചാരയില്ല."

"ചക്കരയിട്ടാലും മതി."

"ചക്കരയമ്മാളു ഇമ്മാസം ബന്ന്റ്റ്ല്യ."

"ന്നാലിത്ര കഞ്ഞി താ-" അലച്ചപിടിച്ച മൊയില്യാരെ പറഞ്ഞുവിടുക എളുപ്പമല്ല. തേങ്ങ ചുരണ്ടിയിട്ട ചക്കരച്ചായ കുടിച്ചേ അയാളടങ്ങു.

ഒരിക്കൽ ഒറ്റശ്വാസത്തിന് ആമിന പറഞ്ഞു:

"ചായയുണ്ടാക്കാൻ ഒന്നൂല്യ. പഞ്ചാര തീർന്നു. ചക്കരയും തീർന്നു. ചായപ്പൊടിയില്ല. അരി ആട് തിന്നു."

"ചായക്കമ്പനീൽ വല്യ ഉദ്യോഗസ്ഥനായ വൈശ്യരുടെ മോൻ ഇപ്പോൾ ചായ കൊടുത്തയയ്ക്കുന്നില്ലായിരിക്ക്വൊ? കമ്പനി പൂട്ടിപ്പോയിട്ടുണ്ടാവും. ഖിലാഫത്തല്ലെ? നിന്റെ ബാപ്പ ഖിലാഫത്തിൽ ചേർന്നിറ്റ്ണ്ടോ?"

"ഉണ്ട്."

അതുകേട്ട നിമിഷം ഉറുക്കുമൊയ്ല്യാർ ഇറങ്ങി നടന്നു. ബാപ്പ വരുന്നതുകണ്ട് അയാൾ ഇടത്തോട്ടു തിരിഞ്ഞ് ഇടവഴിയിലിറങ്ങി നിഷ്ക്രമിച്ചു. ഉറുക്കുമൊയ്ല്യാരെ ഭയപ്പെടുത്തുന്ന ഖിലാഫത്ത് ജിന്ന് എന്താണെന്നറിയാനുള്ള ഒരു വെമ്പൽ ബാപ്പയുടെ ചിത്രങ്ങൾക്കൊപ്പം മുളച്ചുയർന്നു.

"കദീശു!" ആമിന അലറി. കദീശു ഉറക്കം ഞെട്ടി പാഞ്ഞെത്തി.

"എന്താ എന്റിണ്ണീ ആമിനാ ഇയ്യ് കരഞ്ഞോ?"

ഇരുട്ടിലേക്കു ഞെട്ടിയുണർന്ന ആമിന തലയണയിൽ മുഖമമർത്തി. അവൾ തേങ്ങലുകളെ പതുപതുത്ത തലയണയിൽ കുഴിച്ചിടാനാഗ്രഹിച്ചു.

"ഇല്ല. ഞാങ്കരഞ്ഞിറ്റ്ല്യ."

"നെലോളിച്ചത് ഞാങ്കേട്ടലൊ!"

"ഇല്ലെന്നു പറഞ്ഞ്ല്ല്യെ?"

കദീശു നിദ്രയിലേക്കു തിരിച്ചുപോയപ്പോൾ ആമിന കട്ടിലിൽ എണീറ്റിരുന്നു. ചിത്രപടം വിരിച്ച പതുപതുത്ത മെത്തയിൽ അവളുടെ കണ്ണീർക്കണങ്ങൾ ഇറ്റുവീണു. പടങ്ങളിൽനിന്ന് ഇഴജന്തുക്കൾ നീണ്ടുനിവർന്ന് ഇഴഞ്ഞെത്തി അവളുടെ മിഴികൾക്കുനേർനിന്നു ഫണം വിടർത്തി......

അദ്രുമാൻഹാജിയുടെ വീട് ഈ ഭൂമിയിലും ആകാശത്തിലുമല്ല നിൽക്കുന്നതെന്ന് ആമിനയ്ക്കു തോന്നി. ഒരു ചതുരംഗപ്പലകയിലെ റാണിയാണോ താനെന്ന് അവൾക്ക് ശങ്കയായി. നീക്കങ്ങൾ അറിയാൻ വയ്യാത്ത, പരാജിതന്റെ കൈകളിലെ ഒരു റാണിയായി നിലംപരിശാവുമെന്ന ഭയം അവളെ ഗ്രസിച്ചു. പുയ്യാപ്ലയുടെ പെരുമാറ്റങ്ങളിലും ചിട്ടകളിലും ഒരു വെല്ലുവിളിയുടെ കൃത്യതയും പൂർണതയും മുറ്റിനിന്നു. മലഞ്ചെരുവുകളിലെ പള്ളികളിൽ തൊണ്ടകാറിയ നഗാറകൾ കിതച്ചമരുകയും അന്തികളുടെ നിഗൂഢതയിൽ രഹസ്യാലോചനകൾ മുറുകുകയും ചെയ്യുമ്പോൾ രാവുമുഴുവനും ഗ്രാമവും ഒരു പെരുത്ത ജിന്നിന്റെ മാന്ത്രികവലയത്തിൽ അമർന്നിരിക്കുന്നു. വെള്ളരിക്കണ്ടങ്ങളിൽ നിദ്രാലസ്യത്തിൽ നീന്തുന്ന പാട്ടുകൾ തുടിക്കുന്നില്ല. കുറ്റിക്കാടുകളിൽ നീട്ടിവിളിക്കുന്ന കുറുക്കന്മാർ ഓരി നിർത്തുന്നേയില്ല. കുറുക്കന്മാർ രാഗവി

സ്താരം നടത്തുമ്പോൾ ബാല്യത്തിന്റെ രാവുകളിൽ അവൾ ഭയന്നുവിറയ്ക്കാറുണ്ട്. ഇപ്പോൾ ചില അന്തികളിൽ അവ ഓലിയിടാൻ മറക്കുന്നു. ആ ശൂന്യതയിലേക്ക് നഗാറകൾ പതഞ്ഞുനിറയുന്നു. അപ്പോഴും അവളുടെ അകത്തളം ശൂന്യമായിരുന്നു. അരിപ്പൂക്കാട്ടിൽ ഒളിഞ്ഞിരിക്കുന്ന ഒറ്റപ്പെട്ട ഒരു കുറുക്കനെങ്കിലും ഈ മുറ്റത്തേക്ക് ചാടിവരണേ എന്ന് അവളുടെ മനസ്സ് കേണു. ശൂന്യതയാണ് ഏറ്റവും വലിയ തടവെന്ന്, ഏകാന്തതയാണ് മുഴുത്ത ശത്രുവെന്ന് അവളറിഞ്ഞു.

ആമിനാ നീയൊന്നു കരഞ്ഞോളു, ഉറക്കെ. നിന്നെ വലയം ചെയ്തിരിക്കുന്ന നിർജീവതയുടെ മൺപുറ്റുകൾ ഉടഞ്ഞു തകരട്ടെ! അപ്പോൾ നിന്റെ മരവിച്ച ഞരമ്പുകളിൽ ശബ്ദതരംഗങ്ങൾ ഉണരും.

വടക്കുപുറത്തെ ഒറ്റത്തടിപ്പാലത്തിൽ അമരുന്നു, കനത്ത കാലൊച്ച. പുയ്യാപ്ല. അവൾ മുഖം തുടച്ചു. റാന്തലിന്റെ തിരി നീട്ടി. കദീശുവിനെ വിളിച്ചില്ല......

ഇറയത്തെ കരിങ്കൽപ്പലകയിൽ കാൽ കഴുകി. മെതിയടിപ്പുറത്തേക്കു കയറുന്നതിനിടയിൽ അദ്രുമാൻഹാജി പറഞ്ഞു, "ആമിനയുടെ ഉണ്ണിക്കായ്ക്ക് ഹാലെളകിയിരിക്കുന്നു!"

ആമിനയുടെ ശ്വാസം പാതിവഴിക്കു നിന്നു.

ഇരുളിന്റെ കാടു കുലുക്കി വാളേന്തിയ ഒരു ആജാനബാഹു ഓടിവരുന്നു. പഴുത്ത ഇരുമ്പുകമ്പിപോലെ ഒരു യുവാവ്. ഉയർത്തിപ്പിടിച്ച വാളിലൂടെ ചോര കിനിഞ്ഞിറങ്ങുന്നു. മനുഷ്യന്റെ ചോര. അവിശ്വാസിയുടെ ചോര. ചോരക്കട്ടപോലത്തെ കണ്ണുകളുമായി ഓടി അണയുന്ന ബീഭത്സരൂപിയായ ചെകുത്താനെക്കണ്ട് ആമിന കിലുകിലാ വിറയ്ക്കുന്നു.

പുയ്യാപ്ല അവളെ വട്ടംചുറ്റിപ്പിടിച്ചു കുലുക്കി. "എന്താ എന്താണാമിനാ?"

"എനക്ക് മൊയ്ല്യാർടെ ഒരുറുക്കു കെട്ടിത്താ."

"എന്തിനാ ഉറുക്ക്, ആ ശൈത്താന്റെ?"

"എനക്ക് പേട്യാവ്ണു. ഉണ്ണിക്കാടെ വരവ് കണ്ടു സഹിച്ചൂടാ."

"എവിടെ ഉണ്ണിക്ക? ഓനിപ്പം ഏതെങ്കിലും പള്ളീന്റവുത്ത് ജീഹാദ് വിളിച്ചുകൂട്ണ്ണ്ടാവും. നാളെ വെളുക്കട്ടെ. നമ്മക്ക് അന്വേഷിക്കാ–"

"ന്റള്ളോ കൊല്ലാൻ ബര്ണൂ."

"കാദരുണ്ണി എന്തിനാന്റെ ആമിനായെ കൊല്ല്ണു?"

"ന്നെയല്ല. ന്റെ മാളുണ്ണീനേ. മാനുവിനെ."

"ആരാണ് മാളുണ്ണി?"

"നാലകത്തെ."

"ഓ! അപ്പെങ്കുട്ടി പട്ടണത്തിൽ പഠിക്കാൻ പോയതല്ലേ? ജിഹാദുകാർക്ക് പട്ടണത്തിലേക്ക് അടുക്കാൻ പറ്റ്വൊ? ആടെ നെറച്ചും പട്ടാളമല്ലെ!"

"പട്ടാളോ?"

"വെള്ളപ്പട്ടാളം! മഞ്ഞപ്പട്ടാളം! നാട്ടുപട്ടാളം!"

പതിനഞ്ച്

“മാളുണ്ണീ!”

ഗതകാലത്തിന്റെ അടരുകൾ മാറ്റി ഒരു വിളി. ഒരു നിലവിളി.

“മാനു ഒന്നും മറന്നിട്ടില്ലേ?”

ബോംബെ നഗരത്തിലെ ശീതീകരിച്ച മുറിയിലിരുന്നു തൊണ്ട കാറിയ സ്വരത്തിൽ മാനു പറഞ്ഞു:

“മറവി മരണമാണ്. പ്രായം കൂടുന്തോറും ഞാൻ കൂടുതൽക്കൂടുതൽ ചൈതന്യമുള്ളവനായിത്തീരുന്നു. ആയിരം അദൃശ്യകരങ്ങൾ നീണ്ടുവന്ന്എന്നെപ്പുണരുന്നു.”

ഒരു ദീർഘനിശ്വാസത്തോടെ മാനു ചോദിക്കുന്നു.

“നമ്മുടെ നാട് ഇപ്പോൾ നമ്മെ മറന്നിട്ടുണ്ടാവും ഇല്ലേ?” അയാൾ കൂട്ടിച്ചേർത്തു: “നമ്മെ എന്നു ഞാൻ പറയുന്നില്ല. എന്നെ!.....എന്നെ ഓർമിക്കാൻ പക്ഷേ അവിടെ എന്താണുള്ളത്?”

മാനു ഗതകാലത്തിന്റെ ചക്രവാളത്തിലിരുന്നു തുടരുന്നു:

“ഇന്നലെ എന്റെ പേരക്കുട്ടി നാദിയ വന്നില്ല. അവൾ കോളേജിൽ അവസാനവർഷം പഠിക്കുകയാണ്. സബർബൻ ട്രെയിനുകളൊന്നും ഓടുന്നില്ല. തണൽമരങ്ങളുടെ മുടിക്ക് തീപിടിച്ചു. കൈകൾ ഞെരിച്ച് അവ നിലവിളിക്കുമ്പോൾ കാക്കകൾ ചിറകടിച്ചു പറന്നുപോയി. ഒരു കാക്കക്കരച്ചിൽപോലും ഇല്ലാത്ത പുലർകാലം!”

“അഞ്ചാം നിലയിലെ ഫ്ളാറ്റിൽ കൂട്ടിലടച്ച കടുവയെപ്പോലെ ഞാൻ വിറളിപിടിച്ചു നടന്നു. സമയം താഴെ തെരുവിൽ മരിച്ചുവീണു നുറുങ്ങി. ലൈറ്റ്പോയി. സപ്ലൈ വയറുകൾ കത്തിക്കരിഞ്ഞു. ഇനി എപ്പോഴാണ് വെളിച്ചം! നഗരകാന്താരത്തിൽ ഭയാനകമായ ഓർമപുറ്റുകൾ ഉയർന്നു. എമർജൻസി ലാമ്പുപോലും തെളിയുന്നില്ല.

ഒരു മിന്നാമിനുങ്ങിന്റെ വെളിച്ചമെങ്കിലും! എങ്ങും ഇരുട്ടാവുമ്പോൾ എന്റെ ഇത്തിരിവെട്ടത്തിനു മാത്രമായിട്ട് ഞാനൊരു വിളക്കുകൊളുത്തുന്നത് അഹങ്കാരമാവില്ലേ!”

“മാനു നാദിയയെ തെരഞ്ഞുപോയില്ലേ?”

“ഇല്ല. എല്ലാ വഴികളും അടഞ്ഞു. ടാക്സിക്കാറുകൾ ഡ്രൈവർമാരോടൊപ്പം ദഹിച്ചു. മുട്ടൊടിഞ്ഞു ഗട്ടറിനു കുറുകെക്കിടന്ന എന്റെ പരിചയക്കാരൻ ടാക്സി ഡ്രൈവർ കിടന്നകിടപ്പിൽ താക്കോൽ നീട്ടി, വണ്ടിയെടുത്തു പേരക്കുട്ടിയെ തെരഞ്ഞുപിടിക്കു. ഡ്രൈവിങ് പഠിക്കാത്തതിൽ ജീവിതത്തിലാദ്യമായി ഞാൻ ദുഃഖിച്ചു.”

മാളുണ്ണിക്കു ശ്വാസം മുട്ടി. മാനുവിന്റെ വർത്തമാനം ഗതകാലങ്ങളിലേക്ക് വഴിതേടുന്നു.

“ചരിത്രം ആവർത്തിച്ചുകൊണ്ടേയിരിക്കും. നാദിയയെ രജനീകാന്ത് രക്ഷപ്പെടുത്തിയിരിക്കും. ആശ്വാസത്തിന്റെ വൈക്കോൽത്തുരുമ്പിൽ കേറിപ്പിടിക്കുകയല്ലാതെ-”

"ആരാണ് രജനീകാന്ത്?"

"കാലത്തിന്റെ തിരശീല നീക്കി നോക്കൂ. ആരാണ് മാനു? കലാപത്തിന്റെ ചിതയിൽനിന്ന് ആമിനയേയും കൊണ്ട്.....അതുപോലൊരു യുവാവ്. നാദിയയെ ക്യാമ്പസിൽനിന്ന് അവൻ രക്ഷപ്പെടുത്തീട്ടുണ്ടാവും, തീർച്ച."

ശ്വാസതടസ്സം, വൈകുന്നേരത്തെ മരുന്നു കഴിച്ചില്ലെന്ന് മാളുണ്ണിയെ തെര്യപ്പെടുത്തി. മരുന്നുകൾ മുറിക്കുന്ന ദിവസങ്ങളുടെ ഏകാന്തതടവിൽ നിന്നു രക്ഷിക്കാനെത്തിയിരിക്കുന്ന മാനുവിനെ അവൾ കൃതജ്ഞതയോടെ നോക്കി. ഓർമകളുടെ തിരിച്ചലിൽ ചില പൽച്ചക്രങ്ങൾ ഗതിമാറാൻ കുതറുന്നു. മറ്റു ചിലത് തെറിച്ചുപോകുന്നു. എന്നും ഒരേതാളത്തിൽ ഒരേ വേഗത്തിൽ കാലം കുതിച്ചുകൊള്ളും എന്നു ചിന്തിക്കാൻ മാത്രം ക്ഷുദ്രമായിരുന്നുവൊ തന്റെ മനസ്സ്?

ആപൽസൂചകമായ സൈറൺ മുഴങ്ങുന്നു. നഗരത്തിന്റെ ശ്മശാനശാന്തിയെ കീറിമുറിച്ച് ഒരു വാഹനം, പുറകെ പല എണ്ണം, ചീറിപ്പറക്കുന്നു. കെട്ടിടങ്ങൾ കിടുകിടാ വിറയ്ക്കുന്നു. ധൂമഗന്ധത്തിൽ ഡീസലിന്റെ കവർപ്പ്.

മകന്റെ ഫ്ളാറ്റ് ഓർമകളിലെ നിലവറക്കുണ്ടായി രൂപം മാറുന്നു. മാർബിൾ തറയ്ക്ക് മണ്ണിന്റെ ഹൃദയത്തിലെ ഊഷ്മളതയില്ല. നൂറ്റാണ്ടുകളുടെ വരൾച്ചകളിൽനിന്നും മഴയിൽനിന്നും ഗോത്രബീജങ്ങളെ സംരക്ഷിച്ച നാലകത്തെ തറവാട് അന്യം നിൽക്കുകയാണെന്ന് മാളുണ്ണി അറിയുന്നില്ല.

"നിലവറയിലേക്ക് ഓടിയിറങ്ങിയ എന്റെ കാൽമുട്ടിൽ അന്നു പരിക്കുപറ്റി. ഉടുമുണ്ടിന്റെ തല ചീന്തി മുത്തശ്ശി പരിക്കു മൂടിവരിഞ്ഞുകെട്ടി. മൺചെരാതിന്റെ മൂകവെളിച്ചത്തിൽ രക്തം, ഇരുണ്ട രൂപങ്ങൾ ധരിച്ചു. തൊട്ടുനോക്കി, ഗൗരവത്തോടെ മുത്തശ്ശി പറഞ്ഞു, മരുന്നറയിൽ മുറികൂട്ടിളണ്ട്. കലാപം വരുന്നെന്ന കേട്ടു മുത്തച്ഛൻ വരുത്തിവച്ചമരുന്ന്. മുത്തശ്ശി കോണിപ്പടി തപ്പിപ്പിടിച്ചു.

"വേണ്ട മുത്തശ്ശി പോകേണ്ടാ. നിലവറയില് ഭൂതമുണ്ടാകും! ഞങ്ങൾക്ക് പേടിയാകും." മാനുവിന്റെയും മാളുണ്ണിയുടെയും കൈകൾ മുത്തശ്ശിയെ വലയം ചെയ്തു കോർത്തു.

അരയിലെ ഇരുമ്പുതാക്കോലഴിച്ച് മാളുണ്ണിയുടെ മുഷ്ടിയിൽ തിരുകിക്കയറ്റി മുത്തശ്ശി പറഞ്ഞു: "മിണ്ടാണ്ടെ, പിടിവിടാണ്ടെ രണ്ടാളും തൊട്ടുതൊട്ടു നിന്നോളാ. ഒരു ചെകുത്താനും അടുക്കില്ല." ഉൾക്കണ്ണാൽ വഴിതെളിയിച്ച് ഇരുട്ടിനെ കീഴടക്കി. തട്ടിൻപുറത്തു മുത്തശ്ശിയുടെ നനുത്ത കാലൊച്ച. പിന്നെ ഇരുട്ടും മൗനവും പൊടിഞ്ഞുതകരുന്നു,

"ന്റെ പരദേവദേ-ദേ-ദേ-ത!"

പിടിവിടാതെ അവർ ഇടുങ്ങിയ കോണിപ്പടവുകളെ ഞെരുക്കി. കൈവരികളില്ലാത്ത കോണിയെ ചെറു കൈകളാൽ താങ്ങി. നടുവകത്ത് കെടാവിളക്ക് അണഞ്ഞുപോയിരുന്നു. നാലുകെട്ടിന്റെ തളത്തിലേക്കുള്ള

മുറിവാതിൽ മലർക്കെ തുറന്നുകിടപ്പുണ്ട്. കിഴക്ക് പടിപ്പുര ഒരൂക്കൻ അഗ്നിക്കാവടിയായി ജ്വലിക്കുന്നു. ദിക്കുകൾ കിടുക്കുന്ന കരച്ചിൽ. അയ്യപ്പന്റെ ദീനമായ നിലവിളി.

"എന്നെ, കൊണ്ടുപോകുന്നേ....." മുത്തശ്ശി മണ്ടകംവിട്ട് പുറത്തേക്കു കുതിക്കാനോങ്ങി. രണ്ടു ജോടി കയ്യുകൾ അവരുടെ ഉടുമുണ്ടിൽ മരണപ്പിടുത്തമായി.

"പോകണ്ടാ മുത്തശ്ശീ. പോകണ്ടാ.... ചെകുത്താന്മാര്...."

ചരൽപ്പറമ്പിലൂടെ വലിയ വട്ടളങ്ങളും ഉരുളികളും കുട്ടകങ്ങളും വലിച്ചുകൊണ്ടുപോകുന്നു. ഇടിനാദത്തിന്റെ തുടർച്ചകൾ.......

"കൊയ്ത്തുകാലമാകയാൽ, നമ്മൾ പട്ടണത്തിലെ വീട്ടിൽനിന്നു വേനലവധിക്കു വന്നതായിരുന്നു. കൊയ്ത്തു കഴിഞ്ഞ കണ്ടങ്ങളിൽ പൊട്ടിങ്ങക്കായ് തേടാൻ. മേഞ്ഞുനടക്കുന്ന മൈനകളെയും പ്രാവുകളെയും കാണാൻ. പുറത്ത് അരിമണി വിതറി പ്രാവുകളെ പിടിക്കാമൊ എന്നു നോക്കാൻ - അതൊരു വല്ലാത്ത കാലമായിരുന്നു, ഇല്ലേ മാളുണ്ണീ? ഒരു സ്വപ്നംപോലെ, ഒരു ദുഃസ്വപ്നം. ആകാശവും മരങ്ങളും കിളികളുമില്ലാത്ത ഒരു ഇരുണ്ട ലോകം!"

"നമ്മെ നിലവറയിലിരുത്തി, മുത്തശ്ശി പറഞ്ഞു" "ഇതിനകത്തിരുന്നോളണം. ഉറക്കെ വർത്തമാനം പറയരുത്, മാളുണ്ണി കേൾക്ക്ണ്ണ്ടോ?"

"എനിക്കൊരു പുസ്തകം വായിക്കണം. ഗ്ലാഡിസ്മിസ്സി തന്ന ആലീസ് ഇൻ വണ്ടർലാന്റ്!"

"നീ നാമം ജപിച്ചാൽ മതി! ചീത്ത പുസ്തകങ്ങൾ വായിച്ചിട്ടാ ദുഃസ്വപ്നം കാണ്ണ്ണത്!"

"അത് ചീത്ത പുസ്തകമല്ല. നല്ല ചിത്രങ്ങളും ഉണ്ട്!"

എണ്ണ നിറച്ച ഒരു ചെരാതുമായി മുത്തശ്ശി കോണിയിറങ്ങിവന്നു.

"കുറച്ചുനേരം വായിച്ചോളൂ. പിന്നെ അക്ഷരശ്ലോകം ചൊല്ലിയാമതി. ഒച്ച ചുമർ കേൾക്കരുത്! അറയിൽ പുക നിറയരുത്! ഇപ്പൊ നിലവറവാതിൽ പാതി അടച്ചിടാം. പിന്നെ ഞാൻ വന്നു വിളക്ക് കെടുത്തും. വാതിൽ അടയ്ക്കും. എന്റെ പണി തീരട്ടെ, ആദ്യം. പെറാറായ പശുവിനു കഞ്ഞി വെച്ചുകൊടുക്കണം. ജീവൻ കിടക്കണമെങ്കിൽ നമുക്കും വേണ്ടേ ഉള്ളിലേക്ക് വല്ലതും!"

മങ്ങിയ പ്രകാശത്തിൽ ആലീസിന്റെ അത്ഭുതലോകത്തിന് ഒരു പ്രകാശവും ഉണ്ടായിരുന്നില്ല. പുസ്തകം അടച്ചുവെച്ചു. കാക്കവിളക്ക് കയ്യിലെടുത്ത് മാനു പറഞ്ഞു: "നമുക്ക് പൊൻവെള്ളരിക്ക തെരയാം. ഈ നിലവറയിലുണ്ടെന്നാ അയ്യപ്പൻ പറഞ്ഞത്. വെള്ളരിക്കയും പൊന്നിന്റെ വാഴക്കുടപ്പനും ഒരു മുരുട നിറയെ പൊൻപണവും!"

"പൊള്ള്!"

"തന്നേന്ന്!" മാനു പറഞ്ഞു: "മുത്തച്ഛനു നാടുവാഴി സമ്മാനം കൊടുത്തതാ. നാടുവാഴിയുടെ മകന് രാജയക്ഷ്മാവ് വന്നപ്പം ഭേദമാക്കിക്കൊടുത്തത് മുത്തച്ഛനാത്രെ! നമ്മുടെ മുത്തച്ഛൻ!"

"എന്താ രാജയഷ്മാവെന്നു വച്ചാൽ?"

"ഒരു രോഗം. ഒരു മാറാരോഗം. മരുന്നില്ലാത്രെ! കുളത്തിൽ വരാലിനെപ്പോറ്റീട്ടാ മുത്തച്ഛൻ നാടുവാഴീടെ പുത്രന് തീറ്റ കൊടുത്തത്. പിന്നെ കുരു വന്നു പൊട്ടിയപ്പഴ്, ഓരോ ഇളം കോഴിക്കുഞ്ഞിനെ വൃത്തിയാക്കി, കുരുകീറിയ കുഴിയിൽ വെച്ച് അടച്ചുകെട്ടി. പിന്നെ കെട്ടഴിച്ചു നോക്കുമ്പോൾ ഒരെല്ലിൻകൂട് കുരുവിന്റെ വായിൽ കാണാം. മുറിവിന് ആഴം കുറഞ്ഞിരിക്കും!"

"മിണ്ടണ്ട! ഛർദിക്കാൻ വര്ണൂ."

"നമുക്ക് പൊൻവെള്ളരിക്ക തെരയാം. കിട്ടുമ്പൊ മുത്തശ്ശിക്കു കാട്ടിക്കൊടുക്കാം."

"കണിവെള്ളരിക്കടെ അത്ര വലിപ്പമുണ്ടാവ്വൊ?"

"ചെലപ്പൊ കൂട്ടാൻ വയ്ക്കണെ വെള്ളരിക്കടെ വലിപ്പം കാണും!"

"ങ്ആ.....നോക്കാം." വിളക്ക് കയ്യിലേന്തി അവർ നിലവറ മുഴുക്കെ മുട്ടിലിഴഞ്ഞു പരതി. മാനുവിനു കഷ്ടിച്ച് എണീറ്റു നിൽക്കാം. ഉയരം കുറഞ്ഞ ഒരു മുറി. നീളവും വീതിയും കുറവ്. അധികമുള്ളത് ഇരുട്ടുമാത്രം. കറുത്തഭിത്തികൾ ഇരുമ്പിൽ വാർത്തപോലെ കഠിനം! മിണ്ടിയാൽ ഗുഹയ്ക്കകത്ത് സിംഹഗർജനം! മാറാലയിൽ പൊതിഞ്ഞ ഉടലുകൾ തൂത്തുതുടച്ചു, അവർ കിതപ്പോടെ ഒരിടത്തിരുന്നു. സ്വർണവെള്ളരിക്ക എവിടെ? അയ്യപ്പൻ പൊള്ള് പറഞ്ഞതാവും. മൂലയിൽ ഒരു വലിയ ചീനബ്ഭരണി. ഒരാൾക്ക് ഇറങ്ങിയിരിക്കാം. മറ്റേ മൂലയ്ക്ക് തുരുമ്പിച്ചുപൊട്ടിയ ഒരു വാൾ. പിന്നെ കാതുപോലെ ഒരു വട്ടളം. അവസാനം ഒരു കറുത്ത കൈപ്പെട്ടി. പുറമാകെ ചിത്രാങ്കിതമായൊരു പെട്ടി. അനന്തഭൂതകാലത്തിന്റെ ക്ലാവ് പിടിച്ച പിത്തളക്കെട്ടുകൾ ഒരു ഗൂഢസ്മിതത്തോടെ ചിരിച്ചു.

"ഇതാ കിട്ടിപ്പോയി!" മാനു ഉദ്വേഗത്തോടെ പറഞ്ഞു, "ഒന്നല്ല! രണ്ട്." അനങ്ങാനിടകിട്ടുംമുമ്പ് മാനു അവളുടെ കൊച്ചു മാറിടത്തിൽ കൈവച്ചു.

ഇറക്കിവെട്ടിയ കമ്മീസിന്റെ മാറിൽ മുഖമമർത്തി മാനു പറഞ്ഞു: "മാളുണ്ണീ എത്ര കാലമായി നീയിത് ഒളിപ്പിച്ചു വയ്ക്കാൻ തുടങ്ങിയിട്ട്. പട്ടണത്തിൽ പഠിക്കാൻ പോകുമ്പോൾ ഇതിവിടെ ഉണ്ടായിരുന്നില്ലല്ലൊ!"

മാളുണ്ണിയുടെ പല്ലിന്റെ മൂർച്ചയറിഞ്ഞു മാനു പിടിവിട്ടു. അവർ തറയിൽ ഉരുണ്ടുവീണു പൊരുതി.

"മുത്തശ്ശീ ഈ ചെക്കൻ........."

ചെക്കൻ എന്ന വിളികേട്ടു മാനു ചെറുതായി. ഭൂമിയിലൂടെ അരിച്ചു നീങ്ങുന്ന ഒരു പ്രാണിയെ എന്നോണം അവൾ അവനെ നിസ്സാരനാക്കി.

"എന്താണവിടെ? രണ്ടിനേയും ഞാൻ......."

"ഞങ്ങൾ പൊൻവെള്ളരിക്ക തെരയുകയായിരുന്നു, മുത്തശ്ശീ...." മാനു പറഞ്ഞു.

തറയിൽ പൊട്ടിവീണുകിടന്ന വെള്ളിപ്പാദസരം പെറുക്കിയെടുത്തു മുത്തശ്ശി ചോദിച്ചു, "ഇതെങ്ങനെ ഇവിടെ വന്നു?"

"ആണി ഇളകിയതാ." "വേണ്ട നീയിനി പാദസരം ഇടണ്ട." പാദസരം മുണ്ടിന്റെ കോന്തലയിൽ ഭദ്രമാക്കി, മുത്തശ്ശി ദുഃഖത്തോടെ പറഞ്ഞു: "കഞ്ഞിവയ്ക്കാൻ കഴിയ്ല്യാ. അടുക്കളയിൽ മാപ്ലാര് കയറി. അരിപ്പെട്ടീം പയറുകുടുക്കയും അവിടെ കാണാനില്ല." ഒരു വട്ടിയിൽ നിന്ന് മങ്ങിയ മഞ്ഞനിറത്തിലുള്ള മാങ്ങാത്തെര പുറത്തുവന്നു. "കർക്കിടകത്തിൽ തിന്നാനുണ്ടാക്കിയതാ. ഇപ്പോ കഴിഞ്ഞിട്ടല്ലെ കർക്കിടകം? പഴക്കുല പത്തായത്തിലുണ്ട്. തെക്കിനിയിലേക്കു കടന്നൂട. ഇനി അവിടേം അവര് കയറിയോ എന്നറിയില്ല, നാരായണാ!"

"മുത്തശ്ശിയെ അവര് പിടിച്ചുകൊണ്ടുപോയിരുന്നെങ്കിലോ?"

"എന്നെ അവർക്കെന്തിനാ? അയ്യപ്പനെ അവർ കൈവശപ്പെടുത്തിയതുതന്നെ!"

"മുത്തച്ഛനെന്തു ചെയ്യുന്നു? മരുന്നുപുരയിലാണോ? അയ്യപ്പനില്ലാതെ മുത്തച്ഛൻ എങ്ങനെ മരുന്നെടുത്തു കൊടുക്കും?" മുത്തശ്ശി ചുണ്ടുകൾ ചേർത്തടച്ചു. മിണ്ടരുത്. കണ്ണുരുട്ടി. ഭയം ഉറഞ്ഞുകൂടിയ മിഴികൾ. ഇപ്പോൾ കുട്ടികൾക്കും ഭയമാകുന്നു. എന്തോ കാര്യമായ കുഴപ്പമുണ്ട്. ഈ നിലവറക്കുണ്ടിലെത്രനേരം! ശ്വാസം മുട്ടുന്നുണ്ട്. പുരാതനമായ മണ്ണിന്റെ മുശിട് മണം മുറിയിൽ തങ്ങിനിൽപ്പുണ്ട്. ഇവിടന്നു പുറത്തുകടക്കണം. സൂര്യനെക്കാണണം. കിളിയൊച്ച കേൾക്കണം. പശുക്കിടാവിനെക്കാണണം. മാങ്ങാത്തെര നാക്കിലലിയുമ്പോൾ പതിവ് സ്വാദില്ല. മാങ്ങാത്തെര വിശപ്പിനു കഴിക്കാനുള്ളതല്ലെന്ന് അന്നാദ്യമായി അവർക്കു ബോധ്യമായി. മാങ്ങാക്കാലം പടികടന്നുപോയി. കുഞ്ഞുങ്ങൾ നഷ്ടമായ അമ്മയെപ്പോലെ ദുഃഖിച്ചു. മരവിച്ചു നിൽക്കുന്ന മാവിന്റെ മേലാപ്പിലിരുന്നു കുയിലുകൾ ഉച്ചത്തിൽ പ്രതിഷേധിക്കുന്നു. പാട്ടൊഴിഞ്ഞ തൊണ്ടയിൽ അരിശത്തിന്റെ പാരുഷ്യം.

കോണിവാതിൽ അൽപ്പം തുറന്നുവയ്ക്കാം. കിളിക്കൂടിന്റെ ഉയരത്തിൽ മാഞ്ചില്ല കാണാം. കുയിലുകളെ നോക്കാം.

"മാങ്ങാത്തെര കൊടുത്താൽ കുയിലുകൾ നാടുവിടാതിരിക്കുമോ മാനു?"

"കാക്കകൾ നിൽക്കേരിക്കും. കുയിൽ നമ്മുടെ നിഴൽ കണ്ടാൽ പറന്നുപോകും. അവനു പാട്ടാണ് പ്രധാനം, തീറ്റയല്ല. മനുഷ്യന്റെ നിഴലേറ്റാൽ അവനു പാടാനാവില്ല."

മാളുണ്ണി ശേഷിച്ച മാങ്ങാത്തെര മാനുവിന്റെ നേർക്കെറിഞ്ഞു.

മുത്തശ്ശി ചുണ്ടിൽ വിരൽചേർത്തു നിശ്ശബ്ദം താക്കീതു നൽകി. "മിണ്ടരുത്!"

സന്ധ്യ ഇരുട്ടുമ്പോൾ അവർ കോണികയറി നിലവറക്കുണ്ടിൽ നിന്നു പുറത്തുകടക്കും. നടുവകത്തിലൂടെ കടന്ന് അടുക്കളവാതിൽക്കലേക്കു കുതിക്കും. അടുക്കളവാതിലിനു പുറത്ത് ഗ്രാമരാവുകൾ നിരവധി ദുഃഖകഥകളുമായി അവരെ കാത്തിരുന്നു. മലനിരകളിൽ പൊട്ടി

ച്ചൂട്ടുകൾ നിറന്നുതുള്ളി, കുന്നുകൾ ജിഹാദ് വിളികേട്ടു തലകുമ്പിട്ടു നിന്നു. വയലോരങ്ങളിൽ എരിയുന്ന കുടിലുകളുടെ ഹൃദയം വീർത്ത് ആകാശത്തിലേക്കു പറന്നുയരുന്ന അഗ്നിഗോളങ്ങളായി. മുടിയഴിച്ചിട്ടു നിൽക്കുന്ന പനമുകളിലെ കാവൽഗോപുരത്തിൽനിന്ന് ഒറ്റമുലച്ചികൾ ഭൂമിയിലേക്കിറങ്ങിവന്നു. രുഗ്മിണിക്കോവിലമ്മ കടത്തുപുര ഉപേക്ഷിച്ചു കയ്യിലൊരു കൊടുവാളുമായി വയൽവരമ്പിലൂടെ അലഞ്ഞു. പകൽനേരങ്ങളിൽ അവർ കാവുകളുടെ കുളിർമയിൽ കിടന്നുറങ്ങി.

ഒരു സന്ധ്യയ്ക്ക് പറമ്പിലേക്കിറങ്ങിയ മുത്തശ്ശി, കാവിൽ കൊടുവാൾ തലയ്ക്കുവെച്ചു കിടന്നുറങ്ങുന്ന കോവിലമ്മയെക്കണ്ടു.

"എന്തെങ്കിലും കഴിക്കാൻ തരട്ടെ?"

"എന്താ ഉള്ളത്?"

"മാങ്ങാത്തെര. പാകം ചെയ്യാതെ തിന്നാൻ പറ്റിയ മറ്റൊന്നും ഇല്ല. എല്ലാം ഉണ്ട്. അടുക്കളയിൽ കേറാനൊക്കില്ല. അടിച്ചുതളിക്കാതെ തീപ്പൂട്ടാൻ പറ്റ്ല്യ."

ഇലപ്പടവുകളിൽ ചവിട്ടിയിറങ്ങുന്ന മഞ്ഞിന്റെ കാലൊച്ച. തമ്പുരാട്ടി പറഞ്ഞു, "എനിക്കു രണ്ടു പച്ചക്കായ മതി. ഈ വാഴക്കുലയിൽ നിന്ന്!" കാവിനോടു ചേർന്ന വാഴത്തോപ്പിൽ കലാപക്കാരുടെ കണ്ണുതെറ്റിച്ച് ഒരേയൊരു കുല നിൽപ്പുണ്ടായിരുന്നു. ഒരു പാറക്കല്ലിന്റെ മുകളിൽ കയറി നിന്ന് കോവിലമ്മ രണ്ടു കായ്കൾ അടർത്തിയെടുത്തു.

"ഒരു പടല മുഴ്വോനും എടുത്തോളു."

"വേണ്ട. ഇനിയുള്ള ദിവസങ്ങളിലും പട്ടിണിയാറ്റേണ്ടി വരും!" അവർ കരിയില കൂട്ടി വാഴയ്ക്ക ചുട്ടു.

വിരിപ്പുപാടത്തിന്റെ നെടുവരമ്പിലൂടെ ഒരു ചൂട്ടുകറ്റ പതറിപ്പതറി ഓടി അണയുന്നു. കടവത്തെ കടത്തുപുര തീച്ചിറകുകൾ വിരുത്തി ആകാശത്തേക്കു പറന്നുയരുന്നു.

"ഇപ്പോൾ ഞാൻ തീർത്തും പെരുവഴിയിലായി!"

ഈയിടെ അവർ കടത്തുപുര ഉപേക്ഷിച്ചിരുന്നു. അസമയങ്ങളിൽ ഗ്രാമത്തിലേക്ക് അപരിചിതർ പോക്കും വരവും തുടങ്ങിയപ്പോൾ കോവിലമ്മ കടത്തുപുര വിട്ടു കാവുകളുടെ കുളിർമ തേടി.

"പെണ്ണുങ്ങള് കാവ് തീണ്ടുമൊ?"

"ഭഗവതിയല്ലെ, അകത്തിരിക്കുന്നത്! അമ്മ എന്നെ കൈവെടിയില്ല."

രുഗ്മിണിക്കോവിലമ്മയുടെ കോലം മാറി. അവരുടെ ഉടുതുണിക്ക് ഭൂമിയുടെ ചെന്നിറമായി.

ഒരിക്കലും താഴെവയ്ക്കാത്ത ഒരു വെട്ടുകത്തി ചെകുത്താന്റെ ദംഷ്ട്രപോലെ അവരുടെ കയ്യിൽ മിന്നി.

"വീടില്ലാതായാലുള്ള സുഖം ഞാനിപ്പോഴറിയുന്നു!" അവർ പറഞ്ഞു: "തമ്പുരാനെ അവർ ജീവനോടെ ചുട്ടു!"

"കോവിലമ്മ എങ്ങനെ അറിഞ്ഞു?"

"കാദരുണ്ണിയാണ് കോലോത്തിനു തീ കൊടുത്തത്. ആദ്യം അമ്പലത്തിന്. പിന്നീട് കോവിലകത്തിന്. പിന്നീട് ചൂട്ടുകറ്റയുമായി അവൻ എന്റടുത്തു വന്നു. ഞാൻ പുഴയിൽ കുളിക്കുകയായിരുന്നു. നേരം പുലർന്നുവരുന്നതേ ഉണ്ടായിരുന്നുള്ളു. നിഴലുകൾ മുറിച്ച് കാദരുണ്ണിയുടെ ഉഗ്രരൂപം പൂഴിത്തിട്ടയിൽ വന്നുനിന്നു. ചൂട്ടുകറ്റയുടെ കുറ്റി ആഞ്ഞുവീശി ആകാശത്തിലേക്കുയർത്തി കാദരുണ്ണി പറഞ്ഞു: "ഇതെന്റെ ഖൽബിലെ തീയാണ്." എനിക്കൊരു രണ്ടാംജന്മം തന്ന കാദരുണ്ണിമാപ്ല. ഞാൻ പറഞ്ഞു, എന്റെ മനസിലും തീയാണ്. പക്ഷേ, എല്ലാ പന്തങ്ങളും ഒന്നിച്ച് ഒരു പെരുന്തീ ഉണ്ടായി അതിൽ ഈ ഗ്രാമം കത്തിച്ചാമ്പലാവാൻ ഞാനാഗ്രഹിക്കുന്നില്ല. തീയിന്റെ ശക്തി എനിക്കറിയാഞ്ഞല്ല.

മാളുണ്ണി ആമിനയെ ഓർത്തു. അദ്രുമാനാജിയുടെ കെട്ടിയവളായി അക്കരയ്ക്കുപോയ ആമിനയെക്കുറിച്ച് ഒന്നും കേൾക്കുന്നില്ല. ഹാജിയെപ്പറ്റിയുള്ള കഥകളിലൊന്നും ആമിനയില്ല. ആമിനയെയും ആരെങ്കിലും കൊന്നിരിക്കുമോ? മരണത്തിന്റെ കഥകൾ ആയിരം ചിറകുകൾ വിരുത്തി രാവിന്റെ ഭയാനകത ഇരട്ടിപ്പിക്കുന്നു.......

ഒരാഴ്ചയ്ക്കുശേഷം ഗ്രാമം മഴ നനഞ്ഞു വെറുങ്ങലിക്കുന്ന ഒരു ശ്മശാനരാവിലേക്കു കൂപ്പുകുത്തി. വിളഞ്ഞപാടങ്ങൾ അച്ചാലും മുച്ചാലും ആരോ കൊയ്തെടുത്തു. മരണത്തിന്റെ കൊയ്ത്തുകഴിഞ്ഞു. അവസാനിക്കുകയല്ല; തുടങ്ങുകയായിരുന്നു. കൊടുങ്കാറ്റിനുമുമ്പുള്ള ഒരു ഭീകരമൂകത താഴ്വരകളിൽ മുറ്റിനിന്നു. എഴുത്തുപള്ളികളും മദ്രസകളും അടഞ്ഞുകിടന്നു. ചക്കാലകൾ മൗനമുദ്രിതമായി. കിളികൾപോലും ശബ്ദിച്ചില്ല. കൽപ്പള്ളിക്കടവിൽ ആരംഭിക്കുന്ന ചെത്തുവഴിയുടെ ഇരുപുറവും നിരന്നുനിൽക്കുന്ന വഴിമരങ്ങളുടെ ഉച്ചശ്രൃംഗങ്ങളിൽ വവ്വാലുകൾ കടിപിടികൂടുന്ന ശബ്ദം ഗ്രാമീണ നിശ്ശബ്ദതയെ ഭഞ്ജിച്ചു. അവ അപരിചിതമായ വെടിയൊച്ചകേട്ട് നിത്യതാവളങ്ങൾ ഉപേക്ഷിച്ച് അന്തരീക്ഷത്തിൽ ഗതികിട്ടാതെ പറന്നുനടന്നു. ഗ്രാമത്തെ മുഴുവനും ആഴമേറിയ ഒരിരുട്ട് വിഴുങ്ങി.

ആളുകൾ ഒച്ചവച്ചില്ല. ഒരു വസൂരിദീനം വിളഞ്ഞുകൊഴിഞ്ഞാലുള്ള ആശ്വാസംപോലും തിരിച്ചുകിട്ടിയില്ല. വർഷംതോറും നാടുപിടിക്കാനെത്തുന്ന നടപ്പുദീനത്തിന്റെ പടനീക്കത്താൽ ഭയാതുരമാകുന്ന ഗ്രാമം. പെയ്തൊഴിയുന്ന ദീനത്തിന്റേമേൽ ആശ്വസിക്കും, ഇനി അടുത്ത വർഷം വരെ ഇടയുണ്ടല്ലോ! ഇപ്പോഴത്തെ ഈ മൂകതയുടെ ആയുസ്സ് ഒരു വർഷം വരെ നീണ്ടുനിൽക്കുകയില്ലെന്ന് എല്ലാവർക്കും അറിയാം. പൂജമുടങ്ങിയ കുന്നത്തുതാഴം അമ്പലത്തിലേക്ക് ഒരു കുടം പുണ്യാഹവുമായി ഏതോ അയൽഗ്രാമത്തിൽനിന്ന് ഒരു ശാന്തിക്കാരൻ ഒളിച്ചും പതുങ്ങിയും വന്നെത്തി. വിരിപ്പിനോടു ചേർന്ന കമുകിൻതോപ്പിന്റെ നിഴൽപറ്റി നടന്നു. ചെത്തുവഴിയിലേക്കുള്ള ആനപ്പടി തുറക്കാൻ അയാൾ ഭയന്നു.

" ആരാ ആനപ്പടിക്കല് നിൽക്കുന്നത് മാളുണ്ണീ?"

കോലായിലെ ചാരുകസേരയിൽ കിടക്കുന്ന മുത്തച്ഛൻ വിളിച്ചു ചോദിക്കുന്നു.

"മേക്കാട്ടില്ലത്തെ നമ്പൂര്യെ അവർ മാർക്കംകൂട്ടി. മറ്റാരോ ആവും!"

"ഞാൻ നോക്കീട്ട് വര്ാ. എന്താ വേണ്ടത്ന്ന് ചോദിക്ക്യാ."

"വേണ്ട വേണ്ട. ആരും പുറത്തിറങ്ങേണ്ട. അകത്തും പുറത്തും രക്ഷയില്ലാത്ത കാലമാണ് കുട്ട്യേ!"

ഗ്രാമങ്ങളിലെ ഇല്ലങ്ങളൊഴിഞ്ഞു. വീടും കൂടും ഉപേക്ഷിച്ചു കൈക്കുഞ്ഞുങ്ങളെ മാറത്തടുക്കിപ്പിടിച്ചു പിറന്നഭവനങ്ങൾ വിട്ടു പാഞ്ഞുപോകുന്നവരുടെ അടക്കിപ്പിടിച്ച രോദനങ്ങളാൽ രാവുകൾ വിങ്ങിപ്പൊട്ടി. ഇടയ്ക്കൊരു നീണ്ടനിലവിളി രാവിനെ വിറകൊള്ളിച്ചു. ഇരുട്ടിനു രക്തമയം. പുലരികൾക്ക് ഉണങ്ങിയ രക്തക്കറുപ്പ്.....

ആളൊഴിഞ്ഞ ഇല്ലങ്ങളിലേക്ക് പട്ടാളം മാർച്ച് ചെയ്യുന്നത് ജനം വാതിൽപ്പഴുതിലൂടെ നോക്കിനിന്നു. ഹൃദയങ്ങളിൽ ബൂട്ടുകൾ അമരുന്നു. ബൂട്ടിട്ട കാലുകൾ പാടവരമ്പുകളെ അശുദ്ധമാക്കി. കറുകനാമ്പുകളെ ചതച്ചരച്ചു. ശുദ്ധജലം നിറഞ്ഞുനിൽക്കുന്ന കിണറുകളെ തീണ്ടി. കൊള്ളവസ്തുക്കൾ ഭൂമിയുടെ ഹൃദയത്തിൽ മറഞ്ഞുപോയി. ഇല്ലത്തിന്റെ നടുമുറ്റത്ത് അറുക്കപ്പെട്ട പശുവിന്റെ ചോരയൊഴുകി. പുതിയ മേധങ്ങൾക്ക് പശുവിനെത്തേടി നാടുനീളെ പേനായ്ക്കളെപ്പോലെ അലഞ്ഞുനടന്ന പട്ടാളക്കാർ ഗ്രാമശാലീനതയെ വ്യഭിചരിച്ചു. അർധരാത്രിയിൽ, ആക്രമിക്കപ്പെട്ട കൂടുകളിലെ കോഴികളെപ്പോലെ, ഗ്രാമീണർ കതകുതുറന്ന് ഇരുട്ടിൽ ചിതറി മാഞ്ഞു. ഇരുട്ടിനു ജീവൻ കൈവന്നു. ഇരുട്ട് അലറി. ഇരുട്ട് ഭ്രാന്തമായി പൊട്ടിച്ചിരിച്ചു.

ഇരുട്ടിൽ മാഞ്ഞുപോവുന്ന ജീവന്റെ ആക്രന്ദനങ്ങൾ അലിഞ്ഞുചേർന്നു. പ്രാണഭയം പൂണ്ട ജീവജാലങ്ങൾ ഇരുട്ടുവാരിപ്പുതയ്ക്കാൻ വിഫലശ്രമം നടത്തി. അവസാനം നിസ്സംഗമായൊരു വെടലച്ചിരിയോടെ മറ്റൊരു പകൽ കുന്നത്തുപള്ളിയുടെ മൂർധാവിൽ ഉദയം ചെയ്യുന്നു. അനാഥമായൊരു പകൽ! എന്നും ഗ്രാമസംഗീതത്തിന് ഈണം നൽകിപ്പോന്ന ബാങ്കുവിളികൾ സമനിലതെറ്റിയ പോർവിളിയായി. ഭയന്നുപോയ ഗ്രാമീണർ അകംകൊള്ളെ ദൈവത്തെ വിളിച്ചുകരഞ്ഞു. എന്തിന്? എന്തിനീ കുരുതികൾ? ഈ പേക്കൂത്തുകൾ? എങ്ങോ കിരീടം തെറിച്ചുപോയ ഒരു സുൽത്താന്റെ പേരിൽ പുതിയ കിരീടങ്ങൾ നേടിയെടുക്കാമെന്ന വ്യാമോഹത്തെച്ചൊല്ലി - മനുഷ്യപ്രകൃതിയുടെ പേറ്റുപാളയിൽനിന്ന് മൃഗവാസനകൾ സടകുടഞ്ഞു. ദംഷ്ട്ര നീട്ടി ഉണരുകയായിരുന്നു. അലറുകയായിരുന്നു.

പതിനാറ്

വൃദ്ധരാജാവ് കച്ചവടപ്രമാണികളായ അറബികളോടു പറഞ്ഞു: "ഇതെന്റെ രാജ്യമല്ല, നിങ്ങളുടേതാണ് എന്നു കരുതിയാലും! ഇവിടെ കച്ചവടം ചെയ്യാൻ നാം നിങ്ങൾക്ക് എല്ലാ അവകാശങ്ങളും വിട്ടുതരുന്നു.

നമ്മുടെ നാട് അങ്ങനെ ലോകത്തിന്റെ പടിവാതിൽ തുറക്കട്ടെ! പണം നിധികുംഭങ്ങളിലടക്കി കുഴിച്ചിടാനുള്ളതല്ലെന്നു വിവരംകുറഞ്ഞ എന്റെ പ്രജകൾ അറിയട്ടെ. കച്ചവടത്തിന്റെ സുവർണച്ചിറകുകൾ വീശി കൊള്ള ക്കൊടുക്കകൾ ചക്രവാളങ്ങൾ മറികടക്കട്ടെ!....."

നീളൻ കുപ്പായം ധരിച്ച, വെളുത്തു ചുമന്ന അറബികൾ തീനാള ങ്ങൾ പോലെ തെരുവുകളിലൂടെ സഞ്ചരിച്ചു. ഇടുങ്ങിയ വീഥികളിൽ കൊപ്രയുടെ ഉച്ഛ്വാസവായുവിൽ അത്തറിന്റെ മദഗന്ധം കലർന്നു.

അമ്പലങ്ങൾ തോറും കുളിച്ചുതൊഴുതു നടക്കുംകാലത്ത് നിറുക യിൽ വന്നുവീണ രാജപദവിയെ തൊട്ടുതടവി, ചുമടിറക്കിയ ആശ്വാസ ത്തോടെ പള്ളിക്കുറുപ്പുകൊള്ളുന്നേരം രാജാവ് അർധസ്വപ്നത്തിൽ മയങ്ങി. പിന്നെ, മന്ത്രിവര്യനെ ആളയച്ചുവരുത്തി.

"ഉവ്വൊ നമ്പീ, കളത്രങ്ങൾ കടലിന്നക്കരെയിരിക്കും നേരം ഇവ രുടെ മുഴുമനസ്സ് കച്ചവടത്തിൽ ലയിച്ചുചേരുമൊ?"

"ഇല്ല."

"വ്യാപാരം പുരോഗമിക്കുമൊ?"

"ഇല്ല."

"ഇവരെ ഈ തുറമുഖത്ത് കുറെക്കാലത്തേക്ക് തളച്ചിടാനെന്തു മാർഗം?"

"അടിയങ്ങൾക്ക് തോന്നുന്നത്......."

"പറഞ്ഞോളു; ശങ്ക കൂടാതെ പറഞ്ഞോളു."

"അവർക്ക് പെണ്ണുങ്ങളെ കൊടുക്കുക!"

"എങ്ങനെ?"

"ആലോചിക്കണം, തിരുമേനീ."

"നമുക്ക് കുളക്കടവിനടുത്തേക്ക് എഴുന്നള്ളാം." രാജാവിന്റെ മനോ ഗതം പിന്തുടരുന്ന മന്ത്രിപുംഗവൻ പറയുന്നു:

"അടിയന് ഒന്നു തോന്ന്ണ്ണ്ട്!"

"പറഞ്ഞോളൂ. വൈകിക്കേണ്ട......"

"കുളത്തില് ഒരുപാട് പെണ്ണുങ്ങൾ കുളിക്കാൻ വരും. കുളിച്ചു തൊഴാൻ...അതു ശരി...."

രാജാവ് ചിന്തയിലാണ്ടു. പിന്നെ അരുളിച്ചെയ്തു.

"ഈ പരദേശികളെ കണ്ടില്ലെ? രാജകലയല്ലെ, അവരുടെ വിടർന്ന മുഖങ്ങളിൽ തെളിഞ്ഞുനിൽക്കുന്നത്!"

"നേരാണേ തിരുമനസ്സേ! അവർ ഉന്നതകുലജാതരാണ്. അയിത്ത ജാതികളല്ലെന്ന് നാം തീർത്തു പറയുന്നു....!"

"അല്ലെങ്കിലും രക്തത്തിന് അയിത്തമില്ലല്ലൊ!"

പരപ്പനങ്ങാടിയിലെ വിശാലമായ കുളക്കടവിൽ വൃദ്ധമന്നൻ എഴു ന്നള്ളി. പരദേശികച്ചവടക്കാരെ കമുകിൻതോപ്പിന്റെ കുളുർമ്മയിൽ കൈ പിടിച്ചിരുത്തി. കുളത്തിൽ നീരാട്ടിന്റെ ഉത്സവം.

രാജാവ് പ്രാക്തനമായ ഒരാഹ്ലാദത്തോടെ അരുളിച്ചെയ്തു.

"നീരാടിക്കയറുന്ന ഏതു പെണ്ണിനെ ബോധിക്കുന്നുവോ, അവളെ വേട്ടുകൊള്ളുക!"

നിധികുംഭങ്ങൾ താങ്ങി മദജലമൊഴുകുന്ന ഉടയാടകളാൽ പുണരപ്പെടുന്ന പാദങ്ങൾ പടവുകളിൽ വെച്ചു മന്ദഗതിയിൽ കയറിവരുന്ന മങ്കമാരെ അറബികൾ റാഞ്ചിയെടുത്തു. നല്ലവനായ രാജാവ് അക്ഷണം മുഖം തിരിച്ചു. മനസില്ലാമനസോടെ തന്റെ വൃദ്ധശരീരം വാരിക്കൂട്ടിയെടുത്തു മെല്ലെ മെല്ലെ പല്ലക്കിനടുത്തേക്കു വിടകൊണ്ടു. കാലിയായ ഖജനാവിൽ സ്വർണനാണ്യങ്ങൾ വീഴുന്ന ചിലമ്പൽ കേട്ട് അമാലന്മാരുടെ കിതപ്പുകളെ മറികടന്നു.

അങ്ങനെ കടൽനീന്തി വന്നവരുടെ ബീജങ്ങളെ ഏറ്റുവാങ്ങി പെണ്ണുങ്ങൾ പുതിയൊരു വർഗത്തിനു ജന്മമരുളി. സന്തതികൾ വളർന്നു. സുമുഖരായി, കരുത്തരായി, പ്രമാണിമാരായി . അവരുടെ വിശ്വാസം ഏറ്റുവാങ്ങിയ കീഴ്ജാതികളുടെ സന്തതിപരമ്പര മണ്ണിലിഴഞ്ഞു. കായികശേഷിയാൽ അതിജീവിച്ചവർ എല്ലുമുറിയെ പണിതു. ജന്മിമാർ കനിഞ്ഞരുളിയ കിടപ്പാടങ്ങളിൽ കുടിൽ കെട്ടി, അന്തിയുറക്കത്തിന്റെ ആകാശങ്ങളിൽ മോഹനസ്വപ്നങ്ങൾ വിരിയിച്ചു. അതാ മേഘപ്പടവുകളിറങ്ങി വരുന്നു, ഒരു ഹൂറി!..... തനു തളർന്ന് ഉറക്കത്തിലേക്കു വഴുതിവീഴുന്നവനെ താമരവലയംകൊണ്ടു താങ്ങി മാദകമായ ഒരു പുഞ്ചിരി സമ്മാനിക്കുന്നു. സ്വർഗകവാടം തുറക്കുന്നു....അലൗകികമായൊരു സംഗീതധാരയിൽ പരുഷമായ ഭൂമി കുതിർന്നു ലയിക്കുന്നു.

നാട്ടിൽ പ്രത്യക്ഷനായ ഒരു ഔലിയ പറഞ്ഞു:

"ഇസ്ലാം നിങ്ങളെ രക്ഷിക്കും. ആകാശങ്ങളിലും ഭൂമിയിലും സംഭവിക്കുന്നതെല്ലാം അല്ലാഹു അറിയുന്നു.....നിങ്ങളുടെ കഷ്ടപ്പാടുകൾ അവൻ കാണുന്നുണ്ട്. വിശ്വസിക്കുക. വിശ്വാസത്തോടെ വേല ചെയ്യുക....."

അവരാകട്ടെ, പുലർന്നതറിയാതെ, അസ്തമിച്ചതറിയാതെ, മണ്ണിനോട് പടവെട്ടി. ഭൂമിയുടെ വിയർപ്പിൽ പൊന്മണികൾ വിളഞ്ഞു. വിളവെടുപ്പുകാലത്ത് വെളുവെളെ ചിരിക്കുന്ന മൽമൽമുണ്ട് ഉയർന്ന കുംഭമേൽച്ചുറ്റി കഴുത്തിൽ തോർത്ത്കെട്ടി കാര്യസ്ഥന്മാർ അധികാരദണ്ഡ് വീശി, ഹുങ്കിന്റെ ഹുങ്കാരം മുഴക്കി പിരിവിനിറങ്ങുന്നു. നോക്കിനിന്നു തലകുനിക്കുന്നല്ലോ മുഴുത്ത വാഴക്കുലകൾ! കാലവർഷത്തിരികൾ ഘനീഭവിച്ച മുളകുവള്ളികൾ. പൊൻവെയിലിനു മാറ്റുകൂട്ടുന്ന നെൽക്കൂനകൾ. അസ്തമയഗിരിപോലെ വൈക്കോൽക്കുണ്ടകൾ....

തന്റെ ജീവിതകേദാരമാകെ കൊയ്തെടുത്ത കാര്യസ്ഥനെനോക്കി, കാദരുണ്ണി ചുമന്നു, വിളറി, മരവിച്ചു. മിഴികൾ ചുട്ടുപഴുത്ത ശിലാഖണ്ഡങ്ങളായി ഗ്രാമാന്തരീക്ഷത്തിലേക്കു കുതിച്ചു.

കൊല്ലും ഞാൻ....അറുത്ത് തുണ്ടം തുണ്ടമാക്കും!

ജന്മിയും കാഫിർ! കാര്യസ്ഥനും കാഫിർ! ജീവിതത്തിന്റെ എല്ലാ കതകുകളും തങ്ങൾക്കെതിരെ മുഖമടയ്ക്കുന്നതും കാഫിർതന്നെ.....

കാദരുണ്ണി കടത്തുപുരയുടെ നേർക്കു നോക്കി. കഠിനമായ ആഗ്നേയാസ്ത്രം പുഴക്കരയിലൊരു അഗ്നികുണ്ഡം രചിച്ചു. കാലവർഷക്കുതിപ്പിൽ ഒഴുകിയെത്തിയിരുന്ന ഉണക്കത്തേങ്ങകൾ കൂറ്റൻ തീയുണ്ടകളായി രാവിന്റെ കരളിലേക്കു തുളച്ചുകയറുന്നു. കാദരുണ്ണി വരണ്ട എള്ളിൻ പാടത്ത് കയ്യുംകെട്ടി നോക്കിനിന്നു. കാവിലെ ചിത്രകൂടക്കല്ലിൽ ഇരിക്കുന്ന രുഗ്മിണിക്കോവിലമ്മ കറയൊലിക്കുന്ന വാഴക്കായ് കടിച്ചുചീകി. തൊലി ആഞ്ഞുതുപ്പി കാമ്പിലേക്ക് പല്ലുകൾ ആഴ്ത്തി. മനോഹരമായ ദന്തങ്ങൾ, വാഴക്കയുടെ കഠിനമായ നെഞ്ചിലേക്ക് അമർന്നിറങ്ങി. അഗ്നിഗോളങ്ങളെ നോക്കി അവർ ആലോചിക്കുന്നു. കാലങ്ങളുടെ കറപുരണ്ട ആകാശത്തിന് എപ്പോഴെങ്കിലും തീപിടിക്കുമൊ? അഗ്നിശുദ്ധി കൈവന്ന ഒരാകാശം കണികാണാൻ എനിക്കു യോഗമുണ്ടാകുമൊ?

ഒരു ഗരുഡൻ പരപ്പനങ്ങാടിയിലെ അമ്പലത്തെയും അതിനരികിൽ നിൽക്കുന്ന പള്ളിയെയും വലംവച്ചു പലകുറി കറങ്ങി. പള്ളിമിനാരങ്ങളിലും ക്ഷേത്രകുംഭഗോപുരത്തിലും അതിന്റെ നിഴൽ ദുശ്ശകുനംപോലെ പറന്നുവീണു. ദൂരെനിന്നു തൃക്കൺപാർത്ത രാജാവ് കൽപ്പിച്ചരുളി, അമ്പലവും പള്ളിയും പുതുക്കിപ്പണിയുക!

അപശകുനങ്ങൾ വഴിക്കുവഴി കടന്നുവന്നു.

ഒടിയന്മാർ അന്തിയിരുളാൻ കാത്ത് കാവുകളിലും പുഴക്കരയിലെ മുളങ്കൂട്ടങ്ങളുടെ നിഴലിലും പതുങ്ങി നിൽക്കുന്നു. അവർ അർധരാത്രിയുടെ പടവുകളിറങ്ങി, വിജനമായ വയൽവരമ്പിലൂടെ ലക്ഷ്യത്തിലേക്കു നടക്കുന്നു. കാലത്തിന്റെ കടിഞ്ഞൂൽഗർഭങ്ങളിൽനിന്നു പച്ചയുള്ള ഭ്രൂണങ്ങളെ പിഴുതെടുക്കുന്നു.

കാദരുണ്ണി, ആ പാതിരാനേരത്ത് ആനപ്പടിക്കു മുമ്പിൽ വയൽവരമ്പത്തു നിൽക്കുകയായിരുന്നു.

"ആരാ?"

"ഞാനാ!"

"എന്നുവച്ചാൽ?"

"അടിയൻ, പുലയൻ ചാമി."

"എന്താ വേണ്ടത്?"

"ഒന്നും വേണ്ട. അടിയങ്ങള് വേവ്ണു!"

കാദരുണ്ണിക്കു മനസിലായി. അവൻ ഉയർന്ന ജാതിയിലെ കാളിക്കുട്ടിയെ കാമിക്കുന്നു.

കാദരുണ്ണി ദയവോടെ പറഞ്ഞു:

"പോന്നോ ഞമ്മളുടെ കൂടെ!"

"എന്നിട്ടോ?"

"സമയം വരുമ്പഴ് പറയാം!"

അധികാരിയുടെ വയലിന്റെ ഹൃദയത്തിലെ പൊറ്റമേൽ ചാളകെട്ടിപ്പാർക്കുന്ന ചാമിയെ കാദരുണ്ണിക്കറിയാം. ചാമിയുടെ കുടിൽ ഇപ്പോഴും

പൊറ്റയിലുണ്ട്. തന്റേത് ധൂളികളായി ആകാശത്തിൽ സഞ്ചരിക്കുന്നു. ഇന്നല്ലെങ്കിൽ, നിന്റെ ഗതിയും ഇതുതന്നെ, ചാമീ–

"നീയൊരു കാഫിറല്ലെ?"

"അല്ല. അടിയങ്ങള് പൊലേനാണേ!"

"പൊലയൻ കാഫിറല്ലെ?"

"അറിഞ്ഞൂടല്ലൊ!"

"എന്നാൽ നീ അറിഞ്ഞോ! നീ കാഫിറാണ്! എന്റെ ശത്രുവാണ്!"

ചാമി കാദരുണ്ണിയുടെ കാൽക്കൽ വീണുകേണു. പാദസ്പർശത്തിൽ കാദരുണ്ണി നിശ്ചേഷ്ടമായി നോക്കിനിന്നു.

"അടേൃൻ ഒടിമറഞ്ഞാലും ഇങ്ങളെ ഉപദ്രവിക്കൂലാ. ലച്ചിക്കണേ–"

"എന്നാ ഞമ്മക്കൊപ്പം ബാ."

കാദരുണ്ണി ഒടിയൻ ചാമിയെക്കൂട്ടി നടകൊണ്ടു.

മഞ്ഞു നനഞ്ഞ വയൽവരമ്പിൽ കറുകനാമ്പുകളുതിർത്ത കണ്ണീർക്കണങ്ങൾ അവരുടെ തപിക്കുന്ന പാദങ്ങൾക്കു ശാന്തി നൽകിയില്ല.

കാളിയാർ ഒരു നെടിയ പിറുപിറുപ്പായി അവരെ അനുഗമിച്ചു. വെളിയിൽ നിലനിൽപ്പിന്റെ, പാറയിടുക്കുകളിൽ പരസ്പരം കോർത്തു പിടിച്ചു നിൽക്കുന്ന പരസഹസ്രം എരുന്തുകൾ ആത്മനൊമ്പരം അറിയാതെ അജ്ഞതയുടെ നിദ്രയിൽ ലയിച്ചു. മടകളിറങ്ങിവരുന്ന കഴുതപ്പുലികൾ ഭീകരമായിചിലച്ചു. വിരിപ്പുപാടത്ത് സഭ ചേർന്നിരുന്ന കുറുക്കന്മാർ ഓലിയിടാൻ മറന്ന് പൊന്തകളിലേക്ക് പരക്കംപാഞ്ഞു.

നടവരമ്പിൽ, കറുകക്കൺപീലിയിലെ നനവറിഞ്ഞ കാദരുണ്ണി ചാമിയോടു ചോദിച്ചു:

"അന്നെ ഞാൻ മാർക്കം കൂട്ടട്ടെ? അല്ലാഹു കരുണയുള്ളവനാണ്! നീ ചെയ്ത തെറ്റുകളെല്ലാം കബൂലാക്കും!"

"എനക്ക് എങ്ങനേയും ജീവിച്ചാമതിയേ–"

"ഇജ്ജ് മാർക്കം പൊളിക്ക്യോ?"

"ഇല്ലേ–"

"ഈ ദുനിയാവില് കഷ്ടപ്പാടേ ഉള്ളു. നമ്മെപ്പോലുള്ളവര് ഒരിക്കലും സുഖം കൊയ്യ്ണ്ല്യ. അന്തീം മോന്തീം ല്യാണ്ടെ പണിയെടുത്തിട്ടെന്താണ്! ഞമ്മള് മനുഷ്യനും മൃഗവുമല്ലാത്ത ചേലിക്കായി."

കാദരുണ്ണിയുടെ നെടുവീർപ്പിനെ രാക്കാറ്റ് വാരിപ്പുണർന്നു.

കാദരുണ്ണിക്ക് കാമിക്കാനൊന്നുമില്ല. കുടുംബസ്നേഹത്തിന്റെ കണ്ണിയായിരുന്ന ആമിന കരവിട്ടുപോയി. മുസ്ല്യാർ കുന്നത്തുപള്ളിയിൽ സ്ഥിരമായി താമസിക്കുന്നു. വല്യുപ്പയുടെ കൂര ചിതലരിച്ചു. ആമിനയുടെ ആട്ടിൻകൂട് ദ്രവിച്ചു. കുടിലിന്റെ വാരിയെല്ലുകൾ നിലാവിൽ ഒരു പ്രേതം പോലെ നിന്നു.

രുഗ്മിണിത്തമ്പുരാട്ടി ഒഴിവാക്കിയ കടത്തുപുരയ്ക്ക് തീവെച്ചതാര്?

കാദരുണ്ണിയുടെ കണ്ണുകൾ കത്തി. ചാമി നന്നെ പുറകിൽ പമ്മി പമ്മി നീങ്ങുന്നുണ്ട്.

പടച്ചോനെ എന്റെ സ്വർഗം എവിടെ? ഈ ഭൂമിയിലുള്ള എല്ലാം എന്റെ ശത്രുക്കളാണ്. രാത്രികാലത്ത് പുഴയോരത്തുകൂടെ നടക്കുമ്പോൾ ഓടിവന്നു കെട്ടിപ്പിടിച്ചു കാലുകൾക്ക് മുത്തം തരാറുള്ള കാളിയാറിന്റെ കൈയുകൾപോലും ശങ്കയോടെ മാറിനിൽക്കുന്നു. അവൾ, തന്റെ ഹൃദയത്തിൽ വെടിയുണ്ടകൾ ഒളിച്ചുവച്ചിരിക്കുന്നു. ചതിക്കുഴികളിൽ നീരാളികൾ കാത്തുകിടക്കുന്നു. എന്റെ കുട്ടിക്കാലത്ത് നീ നിന്റെ കുളുത്ത കൈകളാൽ എന്നെ വാരിയെടുത്ത് അടിമുടി ഉമ്മ വച്ചിരുന്നല്ലൊ! മുതിർന്നപ്പോൾ എന്റെ ഞരമ്പുകളിൽ കെസ്സുപാട്ടുകൾ മൂളി. ഇപ്പോൾ.

കാദരുണ്ണി ചന്ദ്രനെ പൂഴ്ത്തിവെച്ചിരിക്കുന്ന ഇരുണ്ട നദിയുടെ ഹൃദയത്തിലേക്കു തുറിച്ചുനോക്കി.

ചാമി രണ്ടടി പിന്നോക്കം മാറി.

ഇപ്പോൾ ഒരവിശ്വാസിയെക്കണ്ടാൽ അവന്റെ തല കണ്ടിച്ചു കുന്തത്തിൽ തറച്ച് ഈ കടവത്തു കുത്തിനിറുത്തുന്നുണ്ട്! പൊന്നാനീന്ന് വന്ന ഔലിയ പറയുന്നത് എനക്ക് ഉടലോടെ സ്വർഗത്തിൽ പോകാമെന്നാണ്.

ഒരു വഴിത്തിരിവിൽ ചാമി ചലനമറ്റു. കാദരുണ്ണി അറിഞ്ഞില്ല. അവന്റെ ഏകാന്തപാത മുമ്പോട്ടു നീണ്ടു. വിരിപ്പുപാടം ഒരു തെളിവറ്റ ചിത്രമായി ആകാശംമുട്ടെ പരന്നുകിടന്നു. അക്കരെ ഏതോ കുടിലിൽ വിളക്കെരിയുന്നു. ഒരു കൂട്ടക്കരച്ചിലുയർന്ന് ദിങ്മുഖത്തെ തരിപ്പിക്കുന്നു.

ആരോ തന്റെ കഴുത്തുപിടിച്ചു ഞെരിക്കുമ്പോലെ കാദരുണ്ണിക്കു തോന്നി. പരിചിതമായൊരു ചൂര്. ശ്വാസംമുട്ടുന്നുണ്ട്. രാവിന്റെ മുടിത്തഴപ്പിൽനിന്ന് ഇഴ പിരിഞ്ഞുവരുന്ന കാച്ചിയ എണ്ണയുടെയും എരഞ്ഞിപ്പൂവിന്റെയും പരിമളം. കാദരുണ്ണി നടുങ്ങി. ഹൃദയത്തിന്റെ അളുക്ക് തുറന്നു പുറത്തുകടക്കുന്നു, ഒരു ജിന്ന്! രുഗ്മിണിക്കോവിലമ്മ ഒരു വെള്ളി മത്സ്യം പോലെ പിടഞ്ഞുണർന്ന് പൂഴിത്തിട്ടയിലേക്ക് ഊർന്നുചാടിയത് ഇതുപോലൊരു രാത്രിയായിരുന്നു. കെട്ടഴിഞ്ഞ തലമുടി ഒരു കാളസർപ്പംപോലെ കാദരുണ്ണിയെ ചുറ്റിപ്പുണർന്നു. ജലധാരകൾക്കു ജീവൻ വച്ചു. അവ സർപ്പക്കുഞ്ഞുങ്ങൾപോലെ പൂഴിയിലൂടെ കുതിച്ച് അപ്രത്യക്ഷരായി. കാദരുണ്ണി ഉൾക്കിടിലത്തോടെ തിരിഞ്ഞുനോക്കി.

ഇടിമിന്നൽപോലെ ഒരായുധം! വലതുകൈയിൽ തൂക്കിപ്പിടിച്ച വെട്ടുകത്തിയുടെ മൂർച്ചയിൽ നിലാവ് തീവ്രരാഗത്തോടെ ചുംബനം ചാർത്തുന്നു.

അതൊരു ആയുധമാണെന്ന് കാദരുണ്ണിക്കു തോന്നിയതേ ഇല്ല. ആകാശങ്ങളിൽനിന്ന് ഇറങ്ങിവന്ന ഒരു വരപ്രസാദം!

വയൽവരമ്പിന്റെ അറ്റമില്ലാത്ത ഏകാന്തത മുറിഞ്ഞു. ശബ്ദായമാനമായ ഒരു മൗനത്തിൽ അവർ പരസ്പരം നോക്കിനിന്നു. കത്തിയുടെ മൂർച്ചയ്ക്ക് തുറന്ന മിഴികളിലെ സൗമ്യദീപ്തി മാർദവമരുളുന്നു. നോക്കിനിൽക്കവെ, സ്വർഗത്തിന്റെ പടവുകൾ ഇറങ്ങിവന്ന ഒരു ഹൂറിയാണ് തന്റെ മുമ്പിൽ നിൽക്കുന്നതെന്ന് അറിയുന്നു. നിലാവുടയാട വശീകരണത്തിന്റെ വീചികൾ ചുഴറ്റി എറിയുന്നു. കാദരുണ്ണി സംഭ്രമത്തോടെ

ഒരടി പുറകോട്ടുവച്ചു. പിന്നീട് മറ്റൊന്നുകൂടി. പിന്നെ കട്ട വിണ്ടുകീറിയ പാടത്തിറങ്ങിനിന്നു. കോവിലമ്മ ഒരു നിലാത്തിരിപോലെ ജ്വലിച്ചു മുമ്പോട്ടുനീങ്ങി. അവരാകെ, ഊട്ടിയുറപ്പിച്ച ഒരു ഖഡ്ഗമായി മാറിയിരുന്നു.

കാദരുണ്ണി കണ്ണു ചിമ്മിത്തുറന്നു. നിലാവിന്റെ ഒരു സമുദ്രം. ഓളങ്ങൾ ഉരുണ്ടുകയറുന്നത് കരളിലോ പാടത്തോ? കോവിലമ്മ എവിടെ? നിലാവിൽ ലയിച്ചുപോയോ? അവർ, തന്റെ ജീവിതത്തിലെ ഒരു മനോഹര സ്വപ്നം മാത്രമായിരുന്നെന്നു ചിന്തിക്കാൻ ആ ചെറുപ്പക്കാരൻ ആഗ്രഹിച്ചു. കാളിയാറിന്റെ വെൺമണൽപ്പരപ്പിൽനിന്ന് ഉയിർത്തെഴുന്നേറ്റ ഒരു കിനാവ്. അത് ചിറകു ധരിച്ചു പറന്നുപോയി.

നിലാവിനെ ഒരു വലിയ മേഘച്ചാർത്ത് മൂടി. വരണ്ട എള്ളിൻ പാടവും പരുക്കൻ വേനൽച്ചെടികളും ഓട്ടം നിലച്ച തോടും ദുഃഖത്തിന്റെ മുൾമുന ചൂടിനിൽക്കുന്ന കൈതക്കാടും അവശേഷിക്കുന്നു. ഒരു കൈതപ്പൂമണത്തിനുവേണ്ടി കാദരുണ്ണിയുടെ കരൾ കേണു. കോവിലമ്മയുടെ വാക്കുകൾ ജീവനുള്ള പൂവിതൾപോലെ തന്റെ തരിശുമനസിൽ ഉറങ്ങിക്കിടക്കുന്ന കനലുകളിലേക്ക് മെല്ലെ മെല്ലെ അടർന്നു വീഴുന്നു.

ദൂരെ ഒരു കുടിലിൽ വയള് പറയുന്നതു കേൾക്കാം. ആരോ വിളിക്കുന്നു, വരു, വരൂ വരൂ..... സ്വപ്നം വിട്ടുണരൂ....

ഗാഢമായ അന്ധകാരത്തിലേക്ക് കാദരുണ്ണി തുറിച്ചുനോക്കി.

നടന്നുനടന്ന് അവൻ നനഞ്ഞ പൂഴിത്തിട്ടയിലെത്തി. ഒരു പിടി ചാമ്പലായി അമർന്ന കടത്തുപുരയുടെ പരിഹാസച്ചിരി.

കടത്തുതോണി അക്കരയ്ക്കു പോകാൻ കാത്തുനിൽപ്പുണ്ട്. അതിൽ പലരും വന്നു കയറുന്നു. നിറഞ്ഞ തോണി ആട്ടം നിർത്തി. വിശ്വാസത്തിന്റെ മറുകരപറ്റാൻ നീങ്ങുന്നു.

കുന്നത്തുപള്ളിയുടെ കതകുകൾ തുറന്നു കിടപ്പുണ്ട്. നഗാറകൾ പേർത്തും പേർത്തും വിളിച്ചാർക്കുന്നു.

'ഈ കരവിട്ടു കടത്തുകടക്കാൻ എനിക്കാവുന്നില്ലല്ലൊ പടച്ചോനെ-'

കാദരുണ്ണി ഇക്കരയിലൂടെ അനേകം തവണ കിഴക്കുപടിഞ്ഞാറു വീശിനടന്നു. കാവിനെ അഭയംപ്രാപിച്ച കോവിലമ്മ ദൂരെനിന്നു പറയുന്നു, പോവൂ, പോവൂ, ഈ കടവ് വിട്ടുപോവു. ഓരോരുത്തർക്ക് ഓരോ തീരം. ഈ കരവിട്ടു പോവു. നഗാറകൾ ആശവിടാതെ അവസാനത്തെ ഒരു വിളി-

തോണിയിലേക്കു കാലെടുത്തുവയ്ക്കുമ്പോൾ കാദരുണ്ണി ഒരിക്കൽക്കൂടി തിരിഞ്ഞുനോക്കി. പൂഴിയിലുറച്ചുപോയ മറുകാൽ അനങ്ങാൻ കൂട്ടാക്കുന്നില്ല. ബലംപ്രയോഗിച്ചു. തോണി വല്ലാണ്ടെ കുലുങ്ങി. ഭയജനകമായ ഒരു തക്ബീർ ധ്വനിയിൽ ചാഞ്ചാട്ടം നിലച്ചു.

കാളിയാറിന്റെ ഇരുണ്ട കയത്തിൽനിന്ന് കാദരുണ്ണി മുഖംതിരിച്ചു. പള്ളിമിനാരത്തിൽ ഒരു നക്ഷത്രം തിളങ്ങുന്നു. ഭയപ്പെട്ട അരയന്നക്കൂട്ടം പോലെ മുകിലുകൾ ധൃതിയിൽ ഓടിയകലുന്നു. അനേകം സ്വരങ്ങൾ ഒരു പുരാതനമായ ചതുപ്പിൽ കുമിളകളായുയരുന്നു.

വെള്ളം വേലി മണൽപ്പരപ്പിന്റെ ദുഃഖമാറ്റാൻ വൃഥാശ്രമം നടത്തുന്നു.

പതിനേഴ്

കുന്നത്തുപള്ളിയുടെ കതകുകൾ തുറന്ന് ഒഴുകിവരുന്ന നഗാറയുടെ നിലവിളി ആമിനയുടെ രാവുകളെ അസ്വസ്ഥമാക്കി. അദ്രുമാൻഹാജിയുടെ ആലിംഗനത്തിൽ അവളുടെ കരളിന്റെ കുമ്പിളിൽ ഒതുക്കിപ്പിടിച്ചിരുന്ന ബാല്യകാലകുസുമങ്ങൾ ചതഞ്ഞരഞ്ഞുപോയി. എപ്പോഴോ അവ ഒന്നൊന്നായി ഊർന്നു നിലംപൊത്തി. പുതിയ വസന്തത്തിന്റെ മുകുളങ്ങൾക്കുവേണ്ടി അവളുടെ ഉള്ളം ഉർവരമായി. ഒരു കാൽത്തളയിലെ തരിമണിയൊച്ച, ഒരു പാദസരത്തിന്റെ കിലുക്കം, മാളുണ്ണിയുടെ മുത്തശ്ശി സമ്മാനിക്കാറുള്ള ചക്കവരട്ടിയതിന്റെ ഗന്ധം, ഇവയെല്ലാം അടഞ്ഞുകിടക്കുന്ന പഴുതുകളിലൂടെ തിക്കിത്തിരക്കി വന്നന്വേഷിക്കും.

“ആമിനാ നീയെല്ലാം മറന്നോ?”

അദ്രുമാൻഹാജി പുതുപ്പെണ്ണിന്റെ ഏകാന്തതയെ നിറയ്ക്കാൻ ഒരു കിഴി കല്ലാക്കുരുക്കൾ കൊണ്ടുവന്നു കൊടുത്തു. കോഴിക്കോട്ടങ്ങാടിയിൽ ഹൈദരാബാദിൽനിന്നു മുത്തുകച്ചവടക്കാരെത്തിയിരുന്നു. കടുകുമണിയോളം പോന്ന കൊച്ചുരത്നക്കല്ലുകൾ അവളുടെ മെത്തവിരിപ്പിൽ കിടന്നു രഹസ്യമായി കടാക്ഷിച്ചു. അവ കോർത്തു മനോഹരമായ കീശകൾ ഉണ്ടാക്കുന്നതിൽ അവൾ വിദഗ്ധയായിരുന്നു. ഇപ്പോൾ കീശകളോ മുത്തുസഞ്ചികളോ ഉണ്ടാക്കുന്നതിൽ അവൾക്കു താൽപ്പര്യമില്ല. മാളുണ്ണിക്കുവേണ്ടി ഒന്നു മെനഞ്ഞെടുക്കാം. അവളെ എങ്ങനെ കണ്ടു കിട്ടും?

കെട്ടിയവന്റെ പുരുഷഗന്ധം മുറിയിൽ മുറ്റിനിന്നു. അത് തന്റെ പുതുജീവിതത്തിന്റെ ഗന്ധമാണെന്ന് അംഗീകരിക്കാൻ അവളുടെ മനസ്സ് കൂട്ടാക്കിയില്ല. അടച്ചുപൂട്ടിയ വീട്ടിനകത്ത് താനൊരു തടവുപുള്ളിയാണ്. പിറന്ന ഗ്രാമത്തിൽ സംഭവിക്കുന്നതൊന്നും അറിയുന്നില്ല. പത്തിരി ചുടാൻ കൊടുവണ്ണിയില പറിക്കാൻ വരമ്പത്തുകേറി നിൽക്കുമ്പോൾ ലോകം അവളുടെ മുമ്പിൽ ഒരു പൂപ്പുഞ്ചിരിയോടെ വിടരും. കാളിയാറിന്റെ കരളിൽ പൂഴ്ത്തിവച്ച കക്ക വാരാൻ ചിലപ്പോൾ അവളും പോകും. എരുന്തുകറിയുടെ പുളിരസം അവളുടെ ബാപ്പയ്ക്കെന്നല്ല ഉണ്ണിക്കയ്ക്കും പ്രിയമായിരുന്നു. കടത്തുപുരയിൽ നിന്ന് രുഗ്മിണിത്തമ്പുരാട്ടി ഇളവെയിലിലേക്കിറങ്ങിനിന്നു തലമുടി വേർപെടുത്തുന്നത് കാണാം. നിരാഭരണയായ തമ്പുരാട്ടിയെ പുലർവെയിൽ പൊന്നണിയിക്കുമ്പോഴുള്ള ഒരു ചന്തം! തലമുടിയിൽനിന്നു തെറിച്ചുവീഴുന്ന നീർമുത്തുകളിൽ അവരുടെ ലാവണ്യം വിളങ്ങി. കാളിയാറിൽനിന്നു കരേറിവന്ന ഒരു ഹൂറിയാണ് തമ്പുരാട്ടിയെന്ന് അവൾക്കു തോന്നും. കാദരുണ്ണിക്കയെ വിരട്ടുന്ന ഒരു മന്ത്രവാദിനി. കയത്തിന്റെ നീലപ്പടവുകൾ ചവിട്ടിക്കയറി, ജലവിതാനത്തിൽ അവതരിക്കുന്ന ജലകന്യകമാരുടെ കഥകൾ അവർ പെൺകുട്ടികൾക്കു പറഞ്ഞുകൊടുക്കാറുണ്ടായിരുന്നു. അതേ പടവുകൾ ഇറങ്ങി, അവരിപ്പോൾ മാളുണ്ണിയുടെയും തന്റെയും ലോകത്തിൽ നിന്ന്

നിഷ്ക്രമിച്ചിരിക്കാമെന്ന് ആമിന ദുഃഖിച്ചു.

"ജലകന്യക കുട്ട്യോളെ പേടിപ്പിക്ക്യൊ?" ഒരിക്കൽ കഥ കേട്ടിരിക്കുമ്പോൾ മാളുണ്ണി ചോദിച്ചു.

"ഹായ് കുട്ടികൾ കളിക്കുന്നതും ചിരിക്കുന്നതും കാണാൻ ദേവിക്ക് ഇഷ്ടമാണ്. കുട്ടികൾക്ക് ആറാടാനാണ്, ദേവി ദിവസത്തിൽ രണ്ടുനേരവും പുഴയിൽനിന്ന് ഉപ്പുജലത്തെ ആട്ടിയകറ്റുന്നത്. കുട്ടികൾക്കു കളിക്കാനാണ് ഈ പൂഴിപ്പരപ്പ് പണിതിരിക്കുന്നത്. കുട്ടികൾക്കു കളിക്കാനാണ് ദേവി കക്ക വളർത്തുന്നത്. കുട്ടികൾക്കു പാട്ടുകേൾക്കാനാണ് ഈ മുളങ്കൂട്ടം.

"ദേവിയെ ഞങ്ങൾക്ക് കാണിച്ചു തര്വൊ?"

"വരട്ടെ, ഒരു ദിവസം നോക്കാം."

തമ്പുരാട്ടിചോദിച്ചു: "നിങ്ങൾ ഉറക്കംവരാതെ കിടക്കുമ്പോൾ ദേവിയുടെ കാൽത്തള കിലുങ്ങുന്നതു കേൾക്കാറില്ലേ? അരമണി കിലുങ്ങാറില്ലെ? ചമ്പകപ്പൂമണം വീശാറില്ലെ?"

"കാളി കോപിച്ചാൽ ശത്രുവിന്റെ ചോരവെട്ടിക്കുടിക്കുംന്ന് അയ്യപ്പൻ പറഞ്ഞു."

"ദുഷ്ടന്മാരെ ദേവികൊല്ലും!"

"ആരാ ദുഷ്ടന്മാര്?"

"മനുഷ്യനേയും ജന്തുക്കളേയും ഈ ഭൂമിയേയും സ്നേഹിക്കാത്തവർ, ചവുട്ടിത്തേക്കുന്നവർ! തമ്മിലടിപ്പിക്കുന്നവർ, കൊല്ലുന്നവർ!"

കുട്ടികളുടെ മനസ്സ് ഭയാതുരമാകുന്നതുകണ്ടു തമ്പുരാട്ടി ആശ്വസിപ്പിച്ചു. കഥ മാറ്റി. കുട്ടികളെക്കാണുന്നത് ദൈവത്തെക്കാണുമ്പോലെയാണ്, അവർ പറഞ്ഞു. പാടത്തും പറമ്പിലും പണിയെടുക്കുന്ന അമ്മമാരുടെ, അച്ഛന്മാരുടെ മക്കൾ, സന്ധ്യയ്ക്കു കുടിൽമുറ്റത്തുനിന്നു കരയുന്നതു കേൾക്കുമ്പോൾ തമ്പുരാട്ടി അസ്വസ്ഥയാകും: പാപം! മഹാപാപം! എന്റെ മനസ്സ് പിളരുന്നു. സന്ധ്യയ്ക്കു വിളക്കു തെളിയാത്ത കുടിലുകളുടെ നേർക്കുനോക്കി അവർ പ്രാർഥിക്കും, ദേവീ, മഹാമായേ കരുണ കാണിക്കേണമേ.

അന്നു തമ്പുരാട്ടി കടവുവിട്ട് ഗ്രാമസഞ്ചാരം തുടങ്ങിയിരുന്നില്ല. കാദരുണ്ണിയും കൂട്ടുകാരൻ കുഞ്ഞിപ്പക്കിയും അവരുടെ വിലക്കുകൾ വകവയ്ക്കാതെ മെടഞ്ഞോല കൊണ്ടുവന്നു കടവത്ത് മനോഹരമായ ഒരു കുടിൽ കെട്ടിയുണ്ടാക്കിയിരുന്നു. മുളവരി ചേർത്തുകെട്ടിയ ഇറയം കൺപീലികൾപോലെ മനോഹരമായിരുന്നു. ഇപ്പോൾ രുഗ്മിണി കോവിലമ്മ ഗ്രാമത്തിന്റെ ദേവതയായി. അവരെക്കുറിച്ചു പൊടിച്ചുവന്നിരുന്ന വിവിധ ധാരണകൾ ഇഴുകിച്ചേർന്ന് ഒരു ദേവതാരൂപമായി. അവർ ഏതോ ഇല്ലം ഭ്രഷ്ടയാക്കി പിണ്ഡംവെച്ച ഒരുവളാണെന്നും കാളിയാറിൽനിന്ന് അവതരിച്ചവളാണെന്നും കാമുകൻ വെടിഞ്ഞവളാണെന്നുമുള്ള കഥകൾ മാഞ്ഞുപോയി. അവരുടെ വലിയ നീലക്കണ്ണുകൾ കാളിയാറിന്റെ അടികാണാക്കയങ്ങളായി. കയങ്ങളിൽ പുലർകാലത്തെ കുന്നത്തുപള്ളിയും

ഭഗവതിയമ്പലവും മാറിമാറി പ്രതിഫലിച്ചു. പള്ളിക്കുന്നിന്റെയും അമ്പ ലക്കാവിന്റെയും ഇടയിലൂടെ പ്രസന്നവദനനായ സൂര്യൻ ഗ്രാമത്തിലേ ക്കിറങ്ങിവന്നു. രാവുകളിൽ നിലാവ് നിറഞ്ഞു. കല്ലുകെട്ടി നൂലിട്ടാൽ അടി കാണാത്ത കൽപ്പള്ളിക്കടവിന്റെ അഗാധങ്ങളിൽ ഗ്രാമീണരെ അസ്വ സ്ഥരാക്കുന്ന, ഭയപ്പെടുത്തുന്ന, രഹസ്യങ്ങൾ പൂണ്ടുകിടന്നു. കയത്തി നുമീതെ കടത്തുതോണി കൊച്ചുകയ്യുകൾ തുഴഞ്ഞു തുഴഞ്ഞ് ഒരു ശിശുവിനെപ്പോലെ അക്കരെയിക്കരെ തൊട്ടുകളിച്ചു. ഇല്ലിക്കാടുകൾ തീർത്ത മറയിൽ കോവിലമ്മ കുളിച്ചു. ഒരു നീലിച്ച തോടുപോലെ അവ രുടെ തലമുടി ഉലഞ്ഞൊഴുകി.

ഒരിക്കൽ ഭഗവതിക്കാവിൽ കുളിച്ചു തൊഴുതുവന്ന മാളുണ്ണി ഒരു കീറ്റിലയിൽ മഞ്ഞക്കുറിയുമായി കോവിലമ്മയെ സമീപിച്ചു. ഒരു നറും പുഞ്ചിരി അവൾക്കു സമ്മാനമായിക്കൊടുത്തിട്ട് അവർ കീറ്റില ഏറ്റു വാങ്ങി. അടുത്ത നിമിഷം ഒരു കാറ്റ് പറന്നെത്തി പ്രസാദമെടുത്തു കയ ത്തിന്റെ കരളിൽ നിക്ഷേപിച്ചു. ഇലക്കീറ് ഒരു ഭാഗ്യദോഷംപോലെ ഓള ങ്ങളുടെ ചുമലിൽ തങ്ങി, കീഴ്മേൽ മറിഞ്ഞു കീഴോട്ടൊഴുകിപ്പോയി. അതുകണ്ടു തമ്പുരാട്ടി ദീർഘമായി നിശ്വസിച്ചു. ഗ്രാമസന്ധ്യ വിറകൊണ്ടു. അദ്രുമാൻഹാജിയുടെ കരവലയത്തിൽനിന്ന് മോചനം നേടി ആമിന പറഞ്ഞു.

“എനക്കു തമ്പുരാട്ടിയെ ഒന്നു കാണണം!”

“അനക്കു പ്രാന്തുണ്ടോ പെണ്ണേ?”

“തമ്പുരാട്ടി കടത്തുപുരയിൽ ഇല്ലേ?”

“ഇല്ല. അവർ ഗ്രാമത്തിൽ അലഞ്ഞുനടക്കുകയാണ്!”

ആമിന ഞെട്ടി. ഒരു സുന്ദരി ഗ്രാമത്തിലെ പാടവരമ്പുകളിലും ഇട വഴിയിലും കാവുകളിലും അലഞ്ഞു നടക്കുകയോ!

അദ്രുമാൻഹാജി പൊട്ടിച്ചിരിച്ചു.

പെണ്ണായാൽ ഭാഗ്യംവേണം, നിന്നെപ്പോലെ!....ഇന്നാട്ടിൽ ഇപ്പോൾ ഏതു പെണ്ണിനാ ഭയം കൂടാതെ ഒരു രാവുറങ്ങാൻ കഴിയുന്നത്!”

ആമിനയുടെ ഹൃദയം പിടച്ചു. നാട്ടിൽ നടക്കുന്ന കലാപത്തിന്റെ പേടി പ്പെടുത്തുന്ന കഥകൾ നൂറ് നീറ്റാൻ വന്ന കുറുപ്പത്തി പറഞ്ഞിരുന്നു.

കുറുപ്പത്തിയെ ആരും ഉപദ്രവിക്കില്ല. എന്തുകൊണ്ട്? കുറുപ്പത്തിക്ക് ഹിന്ദുവെന്നും മുസൽമാനെന്നും വ്യത്യാസമില്ല. എല്ലാ വീടും ഒരുപോലെ. എല്ലാ ചുമരിനും വെളുത്തനിറം. എല്ലാം വെളുപ്പിച്ചു വെടിപ്പാക്കുന്ന കുറു പ്പത്തിയെ കൊന്നിട്ട് ആർക്കെന്തു കാര്യം! നീറ്റുകക്കപോലെ വെളുത്തു വിടരുന്ന ഒരു ചിരി ആമിനയ്ക്ക് സമ്മാനം.

കദീശു ആമിനയ്ക്ക് ഓമനിക്കാൻ വാഴക്കാട്ടെ ചന്തയിൽനിന്ന് ഒരാ ടിനെ മേടിച്ചുകൊണ്ടുവന്നു. ആമിനയ്ക്ക് സമയംകളയാം. ഹാജിയാർക്കു നല്ല കൊഴുത്ത ചായ കുടിക്കാം. കിഴക്കൻമലയുടെ ഗന്ധവും ആടിന്റെ ചൂരുമുള്ള കൊഴുത്ത ചായ ഒരു പിഞ്ഞാണക്കോപ്പ നിറയെ കൈയിലെ ടുത്തു രസിച്ചു കുടിക്കുമ്പോൾ അദ്രുമാൻഹാജി ചോദിക്കും:

"ഒരിക്കൽ കുടിച്ചുനോക്കു ന്റെ ആമിനാ!"

"എനക്കു മേണ്ട."

"അനക്കു മേണ്ടിയല്ലെ ഞാൻ ആടിനെ വാങ്ങിയത്?"

"അയിന്റെ ചൂര് എനക്ക് സഹിച്ചൂടാ."

"നീയ്യ് നിന്റെ ബാപ്പന്റെ കുടീല് പാർക്കുമ്പഴ് ആടിനെ ബളത്തീറ്റ്ല്യെ?"

"ഞമ്മള് പാല് കുടിച്ചിറ്റ്ല്യ."

"അതു സരി! കദീശു ചായ ഇത്തിരീംപാടെ കൊണ്ടുവാ! തൊണ്ട നനഞ്ഞിറ്റ്ല്യ."

ബാപ്പയുടെ ഒന്നിച്ചായിരുന്നപ്പോൾ ആട് ആമിനയുടെ ഉടപ്പിറന്നവളായിരുന്നു. ഉറങ്ങാൻ പോവുമ്പോൾ ഒരു പിടി പ്ലാവില, കൂടിന്റെ അഴികളിൽ കെട്ടി ഞാത്തി അവൾ പറയും:

"ബയറ് കായണ്ട. തോന്നുമ്പഴ് തിന്നോ! ഇപ്പം മേണ്ട! നേരം വെളുത്തോട്ടെ!"

ആട് പാനീസ്വിളക്കു നോക്കി ഒന്നു ചിരിക്കും. ആമിനായുടെ കൈയുകൾ മണപ്പിക്കും. എന്നിട്ട് ആ നിമിഷം തീറ്റ തുടങ്ങും.

"ഇങ്ങനെയുണ്ടൊ ഒരു തീറ്റപ്പണ്ടാരം?"

"ഓള് നോമ്പ് തുറന്നതല്ലെ, ആമിനാ? അത്താഴം ബെയ്ച്ചോട്ടെ!" മുറ്റത്തെ നടത്തത്തിനിടയിൽ മുസ്ല്യാർ ചോദിക്കും, "ഓൾക്ക് നീയ്യ് കാരയ്ക്ക കൊടുത്തിറ്റില്ലെ നോമ്പു തുറക്കാൻ?"

"കൊടുത്തു ബാപ്പാ. ഓള് ഹിന്ദുവോ മുസ്ലിമൊ?"

"രണ്ടും!"

ആമിന ചിരിക്കും: "അതെങ്ങനെ ബാപ്പാ? അങ്ങനെ രണ്ടുംകെട്ടയാതിണ്ടാവൊ?"

ബാപ്പ ഒരു ഞെട്ടലോടെ തിരിഞ്ഞുനോക്കിയത് ആമിന ഓർക്കുന്നു.

"ആട് ഒരു വെറും ആടാണ് ആമിനാ. അതിന് നമ്മെപ്പോലെ വിശ്വാസങ്ങളും ദുഃഖങ്ങളുമില്ല."

"വെളുമ്പീ നീ വിശ്വാസിയോ അവിശ്വാസിയോ?"

ആട് രണ്ടുവട്ടം തലയാട്ടി, അതിന്റെ ആദികർമത്തിലേക്ക് തലതിരിച്ചു.

അദ്രുമാൻഹാജി ചായ കുടിച്ചു, അലക്കിയ വെള്ള ഷർട്ടും, അതിന്മീതെ പച്ച ബെൽറ്റും പിന്നെ കറുത്തകോട്ടും ധരിച്ചു. ഉമ്മറത്തിറങ്ങിയപ്പോൾ ആമിന കോട്ടിന്റെ നെഞ്ചത്തു മുഖമമർത്തി.

"ഞമ്മളൊന്ന് അക്കരെ പോയി ബരട്ടെ?"

"അക്കരെ ആരാണുള്ളത്?" അന്റെ പുര ഇടിഞ്ഞുപൊളിഞ്ഞു വീണില്ലെ? ബാപ്പ കുന്നത്തുപള്ളീലല്ലെ?

"മാളുണ്ണി സ്കൂള് പൂട്ടി ബന്നിറ്റുണ്ടാവും!"

"പോണോ?"

"പോണം!"

അദ്രുമാൻഹാജി ഒരു നിമിഷം ആലോചിച്ചു. ആമിനയ്ക്ക് ആപ

ത്തുവരുത്താൻ മാത്രം കുഴപ്പമൊന്നും ഇപ്പോൾ ഗ്രാമത്തിലില്ല. പകലുകൾ പ്രശാന്തമാണ്. പാടത്തും പറമ്പിലും പണി നടക്കുന്നുണ്ട്.

മാളുണ്ണി മറന്നുപോയ ശ്ലോകങ്ങൾ ഉരുവിടുകയായിരുന്നു. കാച്ചിയും തട്ടനും അൽപ്പാക്കിന്റെ കുടയുമായി പടിപ്പുര കയറിവരുന്ന ഉമ്മക്കുട്ടിയെ നോക്കി വൈദ്യർ ഹൃദയം നിറയെ ചിരിച്ചു. ഗ്രന്ഥം പലകമേൽവച്ച് മാളുണ്ണി ചാടിയെണീറ്റു. ഒരു പൊട്ടിത്തെറിയിൽ അടർന്നു പോയ രണ്ടു ഖണ്ഡങ്ങൾ ഉപഗ്രഹങ്ങളായി മാറിയിരിക്കുന്നു. പരസ്പരാകർഷണത്തിന്റെ അകൽച്ചയിൽനിന്ന് അവർ നോക്കി. തയിരുകലക്കുന്ന മുത്തശ്ശി തളത്തിലിരുന്നു വിളിച്ചു.

"ആമിനക്കുട്ടിയുമ്മ അകത്തേക്കു വരൂ."

"മാളുണ്ണീ, ആമിനക്കുട്ട്യെ തളത്തിലേക്കു കൊണ്ടുപോകു."

മാളുണ്ണി ആമിനയുടെ ചൂടുള്ള കൈത്തലം ഗ്രഹിച്ചു മെല്ലെ അകത്തേക്കു നയിച്ചു. തണുത്തിരുണ്ട തളം. മങ്ങിയവെളിച്ചത്തിൽ മാളുണ്ണിയുടെ മിഴികൾ തന്റെ കൂട്ടുകാരിയെ പരിശോധിച്ചു. അദ്രുമാൻഹാജിയുടെ കെട്ടിയവളായി പരിണമിച്ച പഴയ കൂട്ടുകാരി. തൊണ്ടയിൽ ആരോതിക്കിത്തിരക്കി കയറിവരുന്നു. ആമിനയെ ഒരപൂർവ പരിമളം ചുഴ്ന്നു നിൽപ്പുണ്ട്. അവളുടെ നീലമിഴികളിൽ മുങ്ങിപ്പോയ ബാല്യത്തിന്റെ മുക്കുറ്റിപ്പൂവുകളുടെ പ്രകാശം തേടി മാളുണ്ണി കുഴങ്ങി.

ഇവൾ തന്റെ കളിക്കൂട്ടുകാരിയല്ല. അദ്രുമാൻഹാജിയുടെ കെട്ടിയവളാണ്. അക്കരെനിന്നു വന്ന ഒരുമ്മയാണ്. സംസാരിക്കാൻ ഒരു പൊതുവിഷയമില്ല. അഴിക്കൂടിനകത്തുപെട്ടവർ. അവർ ദൂരെനിന്നു പരസ്പരം നോക്കി. അവസാനം ആമിന ചോദിച്ചു:

"നിന്റെ ഇംഗ്ലീഷ്പഠിപ്പ് എത്രയായി?"

മാളുണ്ണി മറുപടി പറഞ്ഞില്ല. അവർ അടുക്കളത്തളത്തിൽ മുത്തശ്ശിയുടെയും തൈരുകുടത്തിന്റെയും ഇടവും വലവും ഇരുന്നു. നേർത്ത ഒരിരമ്പം കലത്തിൽ കറങ്ങി. വെണ്ണയുടെ കണികകൾ തെറിച്ചു കരിമെഴുകിയ തറയിൽ പുള്ളികൾ പിറന്നു.

"നീയ്യ് തടിച്ചുപോയല്ലൊ ആമിനക്കുട്ടി ഇപ്പൊ വലിയൊരു ഉമ്മത്ത്യാരായി!"

ആമിനയുടെ കൊഴുത്തുതുടുത്ത കവിളിൽ ചുഴികൾ തെളിഞ്ഞു. പക്ഷേ, അവളുടെ ചിരിക്കു പഴയ തുടുപ്പില്ലെന്ന് മാളുണ്ണി കണ്ടു. വിടരാതെ വാടിവീഴുന്ന ഒരു പൂപോലെ-ആമിനയും തമ്പുരാട്ടിയെപ്പോലെ അർധസുതാര്യമായൊരു തിരശീലയ്ക്കപ്പുറത്തേക്കു കടന്നിരിക്കുന്നു.

"നാട്ടുമാവിലെ മാങ്ങ പഴുത്തില്ലെ?" ആമിന പഴയകാലത്തിലേക്ക് ഇറങ്ങിനിൽക്കാൻ ആഗ്രഹിച്ചു.

"ഉണ്ണിയെല്ലാം കരിഞ്ഞുപോയി." മുത്തശ്ശി തുടർന്നു: "കാലം ചീത്തയാ. മുമ്പൊക്കെ ഈ സമയത്ത് വസൂരിയുടെ കൂത്താട്ടമാണ്. എങ്ങും കൊടുങ്ങല്ലൂർക്ക് പോണവരുടെ വാൾച്ചിലമ്പൊലി. ഇന്ന് വസൂരിയേക്കാൾ കടുത്ത മഹാരോഗം. ഇതിന് മരുന്നില്ല. മനസിനകത്ത്

പൊങ്ങുന്ന വസൂരിക്ക് ഒരു മരുന്നൂംല്യ. ഭഗവതീ ഇനിയും എന്തെല്ലാം!...

കലത്തിൽ ഉരുണ്ടുകൂടിയ വെണ്ണ കടകോലിനാൽ പൊക്കിയെടുത്ത് മുത്തശ്ശി പറഞ്ഞു:

"ആമിനക്കുട്ടി വാതുറക്കു."

ആമിന അവളുടെ കിളിവായ് തുറന്നു.

"നറുവെണ്ണ കഴിക്കേണ്ട അവസരമാണ്, നിനക്ക്?"

ആമിനയുടെ മുഖം വിളറി.

"മാളുണ്ണിക്കു വേണ്ടെ?"

"ഇപ്പൊ വേണ്ട!"

മുത്തശ്ശി നേർപ്പിച്ച സ്വരത്തിൽ ചോദിച്ചു, "ആമിനക്കുട്ടിക്ക് സഹായത്തിന് കദീശു ഇല്ലെ?"

"ഉണ്ട്."

"ഹാജ്യാര് നിന്നെ വിട്ടിട്ട് എവ്ട്യ്ക്ക്യാ പോയത്?"

"മൊയ്ല്യാരട്ത്ത്ന്ന് ഉറുക്ക് മന്ത്രിച്ചു മേടിക്കാൻ."

ആമിനയുടെ അന്തരംഗത്തിൽ കുട്ടിക്കാലം തിരനോട്ടം നടത്തി. മാളുണ്ണിയുമായി കൊത്തങ്കല്ല് കളിക്കാൻ കൈകൾ തരിച്ചു. വാടിയ ഉണ്ണിമാങ്ങകൾ ഓട്ടുമ്പുറത്തു വീഴുന്ന ശബ്ദം കേട്ട് അവൾ ചെറുതായി ഞെട്ടി.

"ഇക്കുറി മാങ്ങ പഴ്ക്ക്ണമട്ട് കാണ്ണ്ല്യ. അണ്ടികൂടുകെട്ടുംമുമ്പ് എല്ലാംവാടിക്കൊഴിയ്യാണ്."

"മുത്തച്ഛനു മാമ്പഴം തിന്നാമ്പാടില്ലെന്നു മാവിനറിയാം."

മാമ്പഴമായിരുന്നു മുത്തച്ഛനു പ്രിയപ്പെട്ട ആഹാരം. തൊലിചെത്തി, പൂളി, കിണ്ണത്തിലിട്ടു, മീതെ കുരുമുളകുപൊടി വിതറി ചോറിൽ കുഴച്ച് രസിച്ചുണ്ണുന്ന മുത്തച്ഛന്റെ ശിശുഭാവം മാളുണ്ണിക്കു മറക്കാൻ കഴിയുന്നതെങ്ങനെ?

ഉമ്മക്കുട്ടിക്ക് കാപ്പിയും അവലും പഴവും സൽക്കരിച്ചിട്ട് മുത്തശ്ശി പറഞ്ഞു.

"ദിവസവും തണുപ്പ് വിടുവിച്ച വെള്ളത്തിൽ രണ്ടുനേരം കുളിക്കണം!" ആമിനയുടെ മുഖം ഒരു ആമ്പൽമൊട്ടുപോലെ ചാഞ്ചാടി.

"രാവിലെ എണീറ്റാൽ ഒരൗൺസ് ചെറുചൂടുവെള്ളത്തിൽ തേൻ കുടിക്കണം. പിന്നെ രണ്ടു നാഴിക ചെന്നിട്ട് കാലൗൺസ് എള്ളെണ്ണ. ഇവിടെ ആട്ടിയ എണ്ണയുണ്ട്. കുറച്ചുകൊണ്ടുപോകാം. ഓടിച്ചാടി അധികം നടക്കരുത്."

"ഞാൻ അറയിൽനിന്ന് പുറത്തിറങ്ങാറില്ലല്ലൊ മുത്തശ്ശി."

"പുറത്തിറങ്ങി പറമ്പിലെല്ലാം നടന്നൂടെ?" എന്തോ ഓർത്തിട്ടു മുത്തശ്ശി പറഞ്ഞു. "അദ്രുമാനാജിയുടെ കെട്ടിയവൾക്ക് എന്താണ് പേടിക്കാനുള്ളത്!"

"പുറത്തെല്ലാം ജിന്നുകളാ."

"ജിന്നുകൾ പുറത്തല്ല, മനുഷ്യന്റെ മനസിലാണ്," മുത്തശ്ശി പറഞ്ഞു.

"പുറത്തിറങ്ങാൻ ഇപ്പോൾ കദീശു സമ്മതിക്കില്ല. പച്ചത്തലേക്കെട്ടുമായി, വെള്ളക്കുതിരയുടെ പുറത്തേറി വരുന്നൊരു ജിന്നാണ് തന്നെ ആവേശിച്ചിരിക്കുന്നതെന്ന് കദീശു പറഞ്ഞു. ജപിച്ചു തരാൻ വന്ന മൊല്ലാക്കയും പറഞ്ഞു."

"റുഹാനി കൂടുന്നതിലും കഷ്ടമാണിത്! നിന്റെ ചോരയും നീരും വലിച്ചുകുടിച്ചു ചണ്ടിയാക്കീട്ടെ ജിന്ന് ഇറങ്ങിപ്പോവു."

പുഴയോരത്തെ കാട്ടുവൃക്ഷങ്ങളിലൊന്നിൽ കുറുകെ നീണ്ടൊരു കൊമ്പത്ത്, കരിമ്പിൻചണ്ടിപോലെ വെളുത്തുവിളറി, ചുക്കിച്ചുളിഞ്ഞ തന്റെ പേക്കോലം കിടന്നാടുന്നത് കണ്ട് ആമിന ഞെട്ടിവിറച്ചു, "ന്റെ റബ്ബേ!"

"മൊല്ലാക്കയുള്ളപ്പം ഒന്നും പേടിക്കാനില്ല. അസ്മാനിന്റെ പണിക്കു മുമ്പിൽ ഒരു ജിന്നും മനസുറപ്പോടെ നിൽക്കൂല....."

മൊല്ലാക്ക, തന്റെ ഭാണ്ഡത്തിന്റെ കെട്ടഴിച്ചു.

മുട്ടകൾ, ലോഹത്തകിടുകൾ, ചട്ടി, ഇരുമ്പാണി, കാലുകെട്ടി, നിൽക്കാനരുതാത്ത ഒരു പൂവൻകോഴി, പുത്തൻ തുണി, കരിക്ക്, കർപ്പൂരം എന്നിവ പകുത്ത് ചുറ്റും അർധവൃത്താകൃതിയിൽ നിരത്തിവച്ച് മൊല്ലാക്ക പറഞ്ഞു:

"നൂറുറുപ്പ്യേന്റെ മൊതലാ.....ഇദ്ധോണ്ട് അമൻ പോയില്ലെങ്കിൽ, അപ്പഴുണ്ട് മറ്റൊരു പണി!"

രണ്ടു മണിക്കൂറിലേറെ നീണ്ടുനിന്ന മന്ത്രവാദത്തോടെ ആമിനായുടെ മടക്കിയിരുന്ന കാലുകൾക്ക് ഭൂമിയിൽ വേരുപിടിച്ചു. കെട്ടിയവന് മന്ത്രവാദത്തിൽ വിശ്വാസമില്ല. കദീശുവിന്റെ പൊക്കണംകെട്ട വാക്കിൽ വീണുപോയതാണ്. മൊല്ലാക്കയെ ഓടിക്കാൻ ആമിനയ്ക്ക് കഴിയാഞ്ഞല്ല. കദീശു ഒരുക്കുന്ന ഇറച്ചിയും പത്തിരിയും നെയ്ച്ചോറുമാണ് മന്ത്രവാദിയെ ഇപ്പോൾ ആവേശിച്ചിരിക്കുന്നത്. തിന്നുതീരുന്നതോടെ ജിന്ന് കുടിയൊഴിച്ചു പോകുന്നു. ഗ്രാമത്തിലെ മറ്റൊരു ഗർഭിണിയെ സമീപിക്കുന്നു. എലിയുടെ മുഖമുള്ള മൊല്ലാക്കയുടെ തലയിലെ കൊച്ചുതൊപ്പിയിൽ മിഴിയൂന്നി ആമിന എല്ലാം സഹിച്ചു. വാഴത്തടയിൽ ഇരുമ്പാണി അടിച്ചു കയറ്റുന്ന മൊല്ലാക്കയുടെ വൃത്തികെട്ട വിരലുകളിൽ വളഞ്ഞു നീണ്ടനഖങ്ങൾ കണ്ട് അവൾക്ക് അറപ്പ് തോന്നി. ആടിന്റേതുപോലുള്ള താടിയിൽ, അയാൾ അടുത്തകാലത്തു കഴിച്ച ആഹാരസാധനങ്ങളുടെയെല്ലാം അവശിഷ്ടം പറ്റിപ്പിടിച്ചുകിടന്നു........ആമിനയ്ക്ക് ഛർദിവന്നു. പായൽപിടിച്ച കുളപ്പടവുപോലെ പൊട്ടിയും അടർന്നും നിൽക്കുന്ന പല്ലുകൾക്കിടയിലൂടെ അവളുടെ മുഖത്തേക്ക് മന്ത്രാക്ഷരങ്ങൾ ചീറ്റി.

അവസാനം അയാൾ പറഞ്ഞു:

"നോക്ക്!" അയാൾ ഒരു കൊച്ചുകുപ്പി തുറന്നു. സ്വന്തം പെരുവിരലിന്റെ നഖത്തിൽ നാലുതുള്ളി മഷി ഇറ്റിച്ചു. മഷിയുടെ വിഷവൃത്തം ഒരു നിമിഷം അസ്വസ്ഥമായി. പിന്നെ ചലനം നിലച്ചു.

"നോക്ക്! എന്താണ് കാണുന്നത്?"

"മഷി!"

"മഷിയല്ല. അതിനപ്പുറത്ത് കാണ്ണതെന്താണെന്ന്?"

"മഷിതന്നെ!"

"അല്ല. കദീശു നോക്ക്!"

"കാങ്ങ്ണ്ണ്ട്!" കദീശു ഗൗരവഭാവത്തിൽ തലയിളക്കി.

"ജിന്നല്ലെ? വെള്ളക്കുതിരയുടെ പുറത്ത്? പച്ചത്തലേക്കെട്ടില്ലെ!"

"ന്റള്ളോ എന്തൊരു ശൗര്യം!"

"ഒളിച്ചുവച്ച തേറ്റ കാണുന്നില്ലെ?"

"റബ്ബേ! കത്തിബാത്തലപോലെ മിന്ന്ണ്!"

ഒരു വിജയിയുടെ ചിരിയോടെ മൊല്ലാക്ക പറഞ്ഞു: "ആമിനാക്ക് കാങ്ങാമ്പാട്ല്യെ?"

"കാണ്ണ്ണ്ട്!" അവൾ ചാടിയെണീറ്റു. നീട്ടിയ പെരുവിരലിന് ഒരു തട്ടുകൊടുത്തു.

"അസത്ത്! ഹിമാറ്!"

"മുയുമനും വിട്ടുപോയിട്ടില്ല!" മൊല്ലാക്ക മന്ത്രിച്ചു.

പറഞ്ഞു കഴിഞ്ഞപ്പോൾ മാളുണ്ണി ചോദിച്ചു:

"ജിന്നിന്റെ മുഖം എങ്ങനെയായിരുന്നു?"

"മൊല്ലാക്കടന്തി! തേഞ്ഞ കുറ്റിപ്പല്ലും, ഊശാന്താടീം കറ്കറ്ത്ത ചുണ്ടും എല്ലാം കണ്ടു." ഉടഞ്ഞുപോയ മഷിക്കണ്ണാടി മനസിൽ ചേർത്തുവച്ച് ആമിന പറഞ്ഞു: "വെടക്ക്! ആ മനിശൻ വെടക്കാണ്!"

ആമിന എണീറ്റു. വളകളും തളകളും കിലുങ്ങി. കോടിമുണ്ട് കലമ്പി. അത്തർമണം പരന്നു. അവൾ പ്രത്യാശയോടെ മുത്തശ്ശിയുടെ മുഖത്തു നോക്കി. ഇപ്പോൾ പറയും, ആമിനക്കുട്ടി പോകേണ്ട. വൈകുന്നേരംവരെയല്ല, ഒരു രാത്രി ഇവിടെ മാളുണ്ണിയുടെ കൂടെ കഴിഞ്ഞോളു. ബാപ്പ വയള് പറയാമ്പോയ എത്ര രാത്രികളിൽ നീ മാളുണ്ണിയുടെ ഒപ്പം ഉറങ്ങിയിരിക്കുന്നു......

ഇല്ല. മുത്തശ്ശി ഒന്നും മിണ്ടുന്നില്ല. ഒരു ചെറുചിരിയോടെ അവൾക്കു പുറത്തേക്കു വെളിച്ചം കാണിക്കുകയാണ്. നാലകത്തെ അറകളിൽനിന്ന് ആമിനയെന്ന കൊച്ചു പെൺകുട്ടി നിഷ്കാസിതയായിരിക്കുന്നു. അവളിപ്പോൾ അദ്രുമാനാജിയുടെ ബീടരാണ്. ഇവിടെ അന്യയാണ്. പിറന്നവീട്ടിൽ അന്യയാക്കപ്പെടുന്ന പെണ്ണിന്റെ പ്രാചീനദുഃഖത്തിന്റെ ഒരു പങ്ക് അവൾക്ക്.

പടിപ്പുരയുടെ പടവിറങ്ങുമ്പോൾ കണ്ണുനിറഞ്ഞു. താഴെ കദീശു അക്ഷമയോടെ കാത്തുനിന്നു. ഗതകാലസ്പർശത്തിന്റെ ഭാഗ്യം നുണഞ്ഞ് അവളുടെ മനസ്സ് പതുക്കെപ്പതുക്കെ ഇടവഴിയിലേക്കും പാടവരമ്പിലേക്കും നീണ്ടു. പുറകിൽ പടിവാതിൽ അടയുന്ന പതിഞ്ഞ ശബ്ദം. പെരുവഴി അവളെ സ്വീകരിച്ചു.

പതിനെട്ട്

ഒരാഴ്ചയായി ഗ്ലാഡിസ്മിസ്സി വരുന്നില്ല. കടപ്പുറത്തു കാറ്റുകൊള്ളാൻ മദാമ്മമാരാരും വരുന്നില്ലെന്ന് മാനു പറഞ്ഞു. ചരിത്രവും ഇംഗ്ലീഷും പഠിപ്പിക്കുന്ന മദാമ്മമാർ സ്കൂളിലും വരുന്നില്ല. മാളുണ്ണി വിചാരപ്പെട്ടു. എന്താണ് പറ്റിയത്? ബിലാത്തിയിലേക്കു പോകാനുള്ള കപ്പൽക്കൂലി സ്വരൂപിക്കുംമുമ്പ് മാഡം ഗ്ലാഡിസ് അമ്മാവന്റെ ആപ്പീസിലെ ഉദ്യോഗം ഉപേക്ഷിച്ചു പോയെന്നോ! നാടനായ അമ്മാവന്റെ കീഴിൽ ജോലിചെയ്യാൻ അവർക്കു മടി ഉണ്ടായിരുന്നില്ല. ബോസ്സ് വെള്ളക്കാരനാണല്ലൊ. മദാമ്മയ്ക്ക് അമ്മാവന്റെയത്ര പഠിപ്പില്ലെന്ന് അമ്മായി. വെള്ളം പോലെ ഇംഗ്ലീഷ് പറയുന്നത് ഒരു പഠിപ്പാണോ? അല്ലെന്നു മാളുണ്ണിക്കും തോന്നി. പക്ഷേ, മാഡം ഗ്ലാഡിസ് നല്ലൊരു സ്ത്രീയായിരുന്നു. കണ്ണീരു കണ്ടാൽ, കരയരുതെന്നു പറയും. ഒരു പൊട്ടിച്ചിരിയാൽ ഇരുട്ടകറ്റും. ഡിന്നറിനു വരുന്ന എത്ര കൊലകൊമ്പന്മാരെയാണ് അവർ പൊട്ടിച്ചിരിപ്പിക്കുക. ഗാന്ധിയനായ ചെറിയമ്മാവനുപോലും അവരോടു വെറുപ്പില്ല. വെളുത്തതൊലിക്കകത്തെ നെഞ്ചിൻകൂട്ടിൽ ഭദ്രമായി സൂക്ഷിക്കുന്ന ഒരു ഹൃദയം അവർക്കുണ്ടെന്ന് മാളുണ്ണി അറിയുന്നു. വേഷംകെട്ടി, നിറയെ ഫ്രില്ലുകളും ലേസുകളുമുള്ള ഫ്രോക്ക് ധരിച്ചു പുൽത്തകിടിയിൽ നിരക്കുന്ന ഡിന്നർടേബിളുകൾക്കിടയിലൂടെ ഒരു തൂവൽപോലെ തെന്നി നീങ്ങുന്ന മാഡം ഏതുപെൺകുട്ടിയുടെയും ഹൃദയം കവരാൻ കഴിവുള്ളവളാണ്. ഭയമാണ് അമ്മായിയെ നയിക്കുന്നത്. അവർക്കിടയിൽ ഒരു വേലികെട്ടിയുറപ്പിക്കാൻ അമ്മായി എപ്പോഴും ശ്രമിച്ചുകൊണ്ടിരുന്നു. നൃത്തംചെയ്യുന്ന കാലുകൊണ്ട്, ഒരു പുഞ്ചിരികൊണ്ട്, ഒരു ഹസ്തദാനംകൊണ്ട് ഏതു വേലിക്കെട്ടിനെയും ചന്നംപിന്നമാക്കാൻ കഴിയുന്നതൊരു വിദ്യതന്നെ! മാഡത്തിന്റെ അഭാവത്തെപ്പറ്റി അപ്പു ബട്‌ലർപോലും ഒന്നും പറയുന്നില്ല. മാളുണ്ണി പൂമുഖമിറങ്ങി, തോട്ടം കടന്ന്, അടച്ച ഗേറ്റിനു പുറകിൽനിന്ന് എത്തിനോക്കി. ബയണറ്റ് ഘടിപ്പിച്ച രണ്ടു തോക്കുകൾ ആകാശത്തേക്കു വിരൽചൂണ്ടി നിൽപ്പുണ്ട്. മതിലിനപ്പുറത്ത് പട്ടാളം കാവൽ നിൽക്കുന്നു! ഒരു തടവിലകപ്പെട്ടിരിക്കുന്നു. ഇവിടന്നെങ്ങനെ രക്ഷപ്പെടും?

മാനു പറഞ്ഞു, "നിന്റെ മദാമ്മടീച്ചറുടെ ഒരു പത്രാസ്! നാട്ടിൽ ചെന്നെത്തിയാൽ ഇവരെല്ലാം വെറും ഏഴാംകൂലികളല്ലെ? ഇവിടെയവർക്ക് എത്ര വേലക്കാരികൾ ചെരിപ്പുതുടയ്ക്കാൻ, മുടിചീകാൻ, തുമ്മാനും തൂറാനുമെല്ലാം വേലക്കാർ വേണം. ബംഗ്ലാവുവേണം, പൂന്തോട്ടം വേണം, വണ്ടി വേണം......പ്ഫൂ! നിന്റ്യൊരു മാഡം! നാളെ എല്ലാവരും ഇവിടന്നു വാലുംപൊക്കി ഓടേണ്ടിവരും!"

"വെള്ളക്കാർ ഇവിടം വിട്ടുപോകുമൊ?"

"തീർച്ചയായും!"

"പിന്ന്യാരാ ഇവിടെ ഭരിക്ക്യാ? ആരാ കലക്ടറാവ്വാ? മയിസ്രേട്ടാവ്വാ?

പട്ടാള ആപ്പീസറാവ്വാ?"

"കോൺഗ്രസ്!" മാനു.

"അല്ല. ഖിലാഫത്ത്! അവർ ശൂരന്മാരാണ്. എന്തുംചെയ്യാൻ മടിക്കാത്തവരാണ്! അവർക്ക് ഒരിക്കലും ഗാന്ധിജിയെ അനുസരിച്ചു പ്രവർത്തിക്കാൻ പറ്റ്ല്യ."

മാനു അത്യാശ്ചര്യത്തോടെ തന്റെ മുമ്പിൽ നിൽക്കുന്ന പീക്കിരിപ്പെണ്ണിനെ തുറിച്ചുനോക്കി. കോൺഗ്രസ് യോഗങ്ങൾക്കു ചൂട്ടുകാണിക്കാൻ പോയിട്ടും പ്രസംഗകർക്ക് സോഡയും ലെമനേഡും എത്തിച്ചുകൊടുത്തിട്ടും മാനുവിന് ഇത്തരം കാര്യങ്ങളൊന്നും ഗ്രഹിക്കാൻ ഇട കിട്ടിയിരുന്നില്ല. ആരും അവനെ ഒന്നും പഠിപ്പിച്ചിട്ടില്ല.

"നിനക്കെങ്ങനെ അറിയാം?" പരാജിതന്റെ സ്വരം.

"ആരും പറയേണ്ട! കണ്ടിട്ടില്ലെ അദ്രുമാൻഹാജിയുടെ ഒരു നോട്ടവും എടുപ്പും നടപ്പും! ഗംഗമ്മാവന്റെ ചേലിക്ക് ഖദറിട്ട്, തിന്നാണ്ടേം കുടിക്കാണ്ടേം ഓരോ കെട്ടു പുസ്തകങ്ങള് തലേലേറ്റി നടന്നിട്ടും പ്രസംഗിച്ചിട്ടും എന്താകാര്യം? ആർക്കാ അതുകേൾക്കാൻ നേരം? നമ്മുടെ ഗംഗമ്മാവനും, അന്നു വന്ന ആ കുറിയ ഗാന്ധിയും ചേർന്നാൽ ഒരു അദ്രുമാൻ ഹാജിക്കൊപ്പം എത്ത്വോ? അയ്യപ്പൻ പറയണത്, മാപ്ലാര് മുഴ്വോനും ഖിലാഫത്താണെന്നാ-എല്ലാരും കുന്നത്തുപള്ളിയിൽ തമ്പടിച്ചിരിക്ക്യാത്രെ! മുഹമ്മദ് മുസ്ല്യാരും അങ്ങോട്ടു പോയിട്ട്ണ്ട്ന്ന്!"

"അങ്ങനെ വര്ല്യ മാൾണ്ണീ. ഹിന്തുക്കള് വെള്ളക്കാര്ടെ ഭാഗത്താവും. കുറെപ്പേരെങ്കിലും! ഭരിക്കുന്നവർക്കറിയ്യ്യാ ആരെയൊക്കെ കൂട്ടുപിടിക്കണംന്ന്! പട്ടാളം മുഴ്വോനും വെള്ളക്കാരന്റെയല്ലൊ...."

ശാന്തമായിരുന്ന രാവുകളിലേക്ക് പട്ടാളബൂട്ടുകളുടെ വികൃതശബ്ദം അലച്ചെത്തി. രാത്തെരുവുകൾ കുളമ്പൊച്ചകളാൽ മുഖരിതമായി.

മുഹമ്മദ് മുസ്ല്യാർ കുന്നത്തുപള്ളിയുടെ അകത്തളത്തിൽ മേടച്ചുഴലിപോലെ ചുറ്റിനടന്നു. അകത്തും പുറത്തും തീ. തന്നിലേക്കുതന്നെ ചുരുണ്ടുകൂടി ധ്യാനനിമഗ്നമായ അദ്ദേഹത്തിന്റെ ആത്മാവ് അഭൂതപൂർവമായ ആവിയേറ്റു പൊള്ളി. പള്ളിയുടെ അകം നിറയെ, പുറം നിറയെ ഒരുപാടു ചെറുപ്പക്കാരും മധ്യവയസ്കരും വൃദ്ധരും ഉണ്ട്. കുറെ നാളുകളായി ഗ്രാമാന്തരീക്ഷത്തിൽ മൗലൂദിന്റെ പ്രാർഥനാധ്വനികൾ മുഴങ്ങുകയായിരുന്നു. ഉറങ്ങാത്ത ഗ്രാമങ്ങളുടെ വേവും ചൂടും അറിഞ്ഞുകൊണ്ട് അവരെല്ലാം അല്ലാഹുവെത്തേടി. അപ്പോഴും മുസ്ല്യാരുടെ അന്തഃകരണം ആരാഞ്ഞു, ഇതെല്ലാം എന്തിന്?

ഭാര്യമാരെ മൊഴിചൊല്ലി വീടും നാടും വിട്ട് ആത്മത്യാഗത്തിനു വന്നുചേർന്നിരിക്കുന്ന പുരുഷഗണത്തോടു ചോദിക്കാൻ ഒന്നുമില്ലെന്ന സത്യം മുഹമ്മദ് മുസ്ല്യാരെ ഞെട്ടിച്ചു. ആകാശത്തിലും ഭൂമിയിലുമുള്ളതെല്ലാം അല്ലാഹു അറിയുന്നു. ഈ വസ്തുത നീയറിയുന്നില്ലെ, അകത്തിരുന്ന് ഒരാൾ ചോദിക്കുന്നു. മൂന്നുപേർ കുശുകുശുത്താലും നാലാമനായി നിൽക്കുന്ന അരൂപിയായ ദൈവം അതറിയുന്നുണ്ട്. അവർ വാളു

കൾക്ക് മൂർച്ചകൂട്ടുന്നതും, വേണ്ടിവന്നാൽ ഹിംസ എന്നു തീരുമാനിക്കുന്നതും ദൈവം അറിയുന്നു. ഇസ്ലാമിനു യുദ്ധം ചെയ്ത പാരമ്പര്യമുണ്ട്. പണ്ട് സാമൂതിരി ഒരു വിളംബരം ചെയ്തിരുന്നല്ലൊ. ഓരോ മുക്കുവക്കുടിലിൽനിന്നും ഈരണ്ടുപേർ വീതം ഇസ്ലാമതം സ്വീകരിച്ചു നാവികസേന സജ്ജമാക്കണം. കൊയിലാണ്ടിപ്പുഴയുടെ തീരത്തെ കാറ്റേറ്റുവളർന്നവർ നാവികവീരന്മാരായി. വലവീശിയ കൈബലം വാൾവീശാൻ ഒരുങ്ങി. ഇപ്പോൾ ഇതാ വീണ്ടും ഒരു ബലപരീക്ഷണം. പള്ളിയിൽ വാളുകൾ വീര്യംകൂട്ടി തീപ്പൊരി ചിതറുന്നു. മുഹമ്മദ് മുസ്ല്യാർ പള്ളിയിൽ തയാറാക്കിയ കഞ്ഞികുടിച്ചില്ല. വ്രതനിഷ്ഠയോടെ കാത്തിരുന്നു. അദ്ദേഹം തന്നത്താൻ ബോധ്യപ്പെടുത്താൻ ശ്രമിച്ചു. ഖലീഫയ്ക്കെതിരായ ആക്രമണം ഇസ്ലാമിനെതിരായ അക്രമംതന്നെ. അക്രമത്തെ നേരിട്ടെതിർത്തു തോൽപ്പിക്കുന്നത് ഒരു മുസ്ലിമിന്റെ കടമയാണ്. അക്രമിയെ അല്ലാഹു ഇഷ്ടപ്പെടുന്നില്ലെന്നും, ഇങ്ങോട്ടാക്രമിക്കുന്നവരോടു യുദ്ധം ചെയ്യണമെന്നും അക്രമം അവസാനിച്ചാൽ യുദ്ധം നിർത്തണമെന്നും *ഖുർആൻ* പറയുന്നുണ്ട്.

മുഹമ്മദ് മുസ്ല്യാർ പള്ളിയുടെ അകത്തളത്തിൽനിന്നു പുറത്തളത്തിലേക്കു പ്രവേശിച്ചു. അപ്പോൾ അദ്ദേഹത്തിന്റെ മുഖം കാറും കോളും ഒഴിഞ്ഞ സമുദ്രംപോലെ ശാന്തഗംഭീരമായിരുന്നു. തളത്തിലും പള്ളിയങ്കണത്തിലും കൂടിനിന്നവരുടെ ഉള്ളിന്റെ ഉള്ളിൽനിന്ന് ജിഹാദ്‌വിളി ഉയർന്നു. ആർത്തലച്ചുവരുന്ന ഒരു പേമാരിയുടെ ആരവം. മുസ്ല്യാർ അഴികൾക്കിടയിലൂടെ ആകാശത്തിന്റെ കലങ്ങിയ മുഖത്തുനോക്കി. ഉയരങ്ങളിൽ വട്ടംചുറ്റുന്ന പരുന്തുകളുടെ ഭീതിദമായ കരച്ചിൽ സാന്ദ്രമായ അന്തരീക്ഷത്തെ വജ്രതുല്യമായ മൂർച്ചയാൽ കീറിമുറിച്ചു.

തന്റെ തടിച്ചുബലമേറിയ കൈകളാൽ ആളുകളെ പിന്നോക്കം ഒതുക്കിയ അദ്രുമാൻഹാജി അന്വേഷണഭാവത്തിൽ മുസ്ല്യാരുടെ മുഖത്ത് പരതി. ഒരു നേർത്ത മന്ദസ്മിതം അദ്രുമാൻഹാജിയുടെ മുഖത്ത് കറുത്തവാവിന്റെ മറനീക്കിയ ചന്ദ്രക്കലപോലെ മിന്നിനിന്നു. മുസ്ല്യാർ അപ്പോഴും അനങ്ങിയില്ല. തൂവെള്ളവസ്ത്രങ്ങളും തലപ്പാവും ധരിച്ച അദ്ദേഹത്തിന്റെ മുഖത്ത് അസാധാരണമായ ശാന്തി കളിയാടി. അദ്ദേഹത്തിന്റെ ചുണ്ടനങ്ങി. ശബ്ദം കതകു തുറന്ന് പുറത്തുവന്നില്ല.

പള്ളിയിൽവച്ചു നടത്തിയ മതപഠനക്ലാസുകളും ഉപദേശങ്ങളും ജനപ്രീതിയാർജിച്ചിരിക്കുന്നുവെന്ന് പുറത്തും അകത്തും നിറഞ്ഞുകവിയുന്ന ജനക്കൂട്ടം തെളിയിച്ചു. താൻ ധരിച്ചിരിക്കുന്ന ഖാദി വസ്ത്രങ്ങളെ മുസ്ല്യാർ ശങ്കയോടെ നോക്കി. അല്ലാഹുവെ, അഹിംസ ഒരായുധമേ അല്ലെന്ന് ഇവർ ധരിച്ചിരിക്കുന്നു. ചന്ദ്രക്കലയുള്ള പച്ചത്തൊപ്പിയും ബെൽറ്റും ധരിച്ച വളണ്ടിയർമാർ എന്തിനും തയാറായി പള്ളിയങ്കണത്തെ വളഞ്ഞുനിൽക്കുന്നു.

താനൊരു യുദ്ധഭൂമിയിലാണെന്ന് മുസ്ല്യാർ അറിഞ്ഞു.

“ഇസ്ലാം അപകടത്തിൽ, മാപ്പിളമാർ ഒന്നടങ്കം ബ്രിട്ടീഷ് ഗവൺമെന്റി

നെതിരായി പൊരുതുക!" കുഞ്ഞിപ്പക്കിയെന്ന ചെറുപ്പക്കാരന്റെ ശബ്ദം ചീറ്റി. വാളും തോക്കും തമ്മിലുള്ള അന്തരത്തെപ്പറ്റി ചിന്തിക്കാനുള്ള അവസരം കഴിഞ്ഞുപോയെന്ന് മുഹമ്മദ് മുസ്ല്യാർ ദുഃഖത്തോടെ ഓർത്തു. നഗാറയുടെ കൂട്ടനിലവിളിയിൽ എല്ലാം മുങ്ങിപ്പോയിരിക്കുന്നു. മുസ്ല്യാർ ആമിനയെ ഓർത്തു. ഓതാൻ വരുന്ന കുഞ്ഞുങ്ങളെ ഓർത്തു. നിലംപൊത്തിയിട്ടുണ്ടാകാവുന്ന പോയകാലത്തെ അഭയകേന്ദ്രത്തെ ഓർത്തു. ഇനി ചിന്തിക്കാനൊന്നുമില്ല. മുമ്പിൽ തുറന്നുകിടക്കുന്ന നെടും പാതയിലൂടെ നടത്തം. കൂട്ടിലടയ്ക്കപ്പെട്ടു ചിറകടിക്കുന്ന ആത്മാവ് സ്വാതന്ത്ര്യത്തിനുവേണ്ടി കേഴുന്നു. ഒരേയൊരു കുളമ്പൊച്ച നയിക്കുന്ന നേർപ്പാതയിലേക്ക്-

കച്ചേരിവളപ്പിൽ ശഹീദുകളുടെ മഖ്ബറയിലേക്ക് വെള്ളിയാഴ്ച യുടെ വിശുദ്ധിയിലൂടെ അനുയായികളുടെ കൈയിൽ തിളങ്ങുന്ന വാളു കളുണ്ടെന്ന സത്യത്തെ വിസ്മരിക്കാൻ മുസ്ല്യാർ ഹൃദയം നൊന്തു പ്രാർഥിച്ചു. ഇരുതലമൂർച്ചയുള്ള കഠാരയുടെ പ്രയോഗമാണ് താൻ ഏറ്റെ ടുത്തിരിക്കുന്നതെന്ന് ചാഞ്ചല്യത്തോടെ അദ്ദേഹം ഓർത്തു. കഠാരകൾ തൂവലുകളായി പരിണമിക്കുന്ന ഒരു കാലം ഉണ്ടാവില്ല. ഉടുത്തിരിക്കുന്ന ഈ വെള്ള ഖദർവസ്ത്രത്തിൽ ചോര തെറിക്കാതെ നിവൃത്തിയില്ല. തെരു വീഥിയിലെ വേലിയേറ്റത്തിൽ ഒരു നിമിഷം മുസ്ല്യാർ ഓർത്തു. എവിടെ വച്ചാണ് ഗംഗൻ വഴിപിരിഞ്ഞുപോയത്? അദ്രുമാൻഹാജി പറഞ്ഞു: "മുസ്ല്യാർ അറിയണം, ഖിലാഫത്ത് മുസ്ലിമിന്റെ മതപരമായ പ്രശ്ന മാണ്. അതിൽ ഹിന്ദുവിനെ കൂട്ടിതൊടുവിച്ചിട്ടെന്തുകാര്യം! അനീതിക്കെ തിരെ യുദ്ധംചെയ്തു വീരസ്വർഗം പൂകുകയാണ് ഏറനാടൻ മാപ്പിളയുടെ പാരമ്പര്യം!"

വീരസ്വർഗമെന്നല്ല, ഒരു സാധാരണ മരണംപോലും മുസ്ല്യാരെ ഇന്നുവരെ അസ്വസ്ഥനാക്കിയിട്ടില്ല. ദൈവത്തിന്റെ കുരുന്നുകൾക്ക് വെളിച്ചം പകർന്നുകൊടുക്കുന്നതിൽ സായൂജ്യം കണ്ടെത്തിയിരുന്ന മുസ് ല്യാർക്ക്, ഗ്രാമവും ഗ്രാമത്തിലെ മദ്രസയും മയിലാഞ്ചിച്ചെടികൾക്കിട യിൽ ഒളിച്ചുകളിച്ചിരുന്ന കുട്ടികളുമായിരുന്നു സ്വർഗം. ആമിനയാകട്ടെ, മറ്റു കുട്ടികൾക്കിടയിലെ ഒരു കുരുന്ന്. അവൾ മുതിർന്നതും, അവളെ കെട്ടിച്ചുകൊടുത്തതും അദ്ദേഹത്തെ സംബന്ധിച്ച് വെറും യാദൃച്ഛികസം ഭവങ്ങൾ മാത്രം.

കച്ചേരിവളപ്പിലെ പടയാളികളുടെ നിരയ്ക്കു മുമ്പിൽ ആവേശ ത്തിന്റെ തിരമാലകൾ നുറുങ്ങിച്ചിതറി. തിരശീലകളിലാഞ്ഞടിച്ച് അവർ സ്വയം നശിച്ചു. തീയുണ്ട ചീറ്റുന്ന തോക്കുകൾക്കു മുമ്പിലേക്ക് ഈയാം പാറ്റകളെപ്പോലെ പാറിവീഴുന്ന പോരാളികളുടെ അട്ടഹാസം ആത്മവി സ്മൃതിയുടെ കോട്ടകൾ തകർത്തു. വെട്ടേറ്റു നിലംപതിച്ച ശരീരങ്ങൾ താങ്ങിയെടുത്തു മറ്റൊരു പടമുഖത്തേക്കു നീങ്ങുന്ന യോദ്ധാക്കൾ ഒരു പെരുവെള്ളപ്പാച്ചിലായി മുന്നേറി. മുഹമ്മദ് മുസ്ല്യാർ കുത്തിയൊഴുക്കി ലൊരു കണികയായി. ചുവന്ന മലവെള്ളം ചക്രവാളങ്ങളെ വിഴുങ്ങുന്നത് അദ്ദേഹം കണ്ടു.......

വാർത്തകൾക്കും പട്ടണത്തിലെ ഭീതിദമായ കഥകൾക്കുമെതിരെ കതകുകൾ കൊട്ടിയടച്ചു വല്യമ്മാവൻ പറഞ്ഞു. വിളക്കുകളണച്ചേക്കുക. അമ്മാവന്റെ കവിളും മൂക്കും രോഷത്താൽ ചുവന്നു വിടർന്നിരുന്നു. തീക്ഷ്ണമായി ജ്വലിക്കുന്നൊരു വേനൽപ്പൂവുപോലെ അമ്മാവന്റെ മുഖം സ്വതവേ ശാന്തമായ വീട്ടിനകത്ത് അസ്വസ്ഥതയുടെ രൂക്ഷഗന്ധം പടർത്തി.

ആരും ഉറങ്ങിയിരുന്നില്ല. അർധരാത്രിയായപ്പോൾ അടുത്ത മുറിയിൽനിന്നും അമ്മാവന്റെ താളംതെറ്റിയ കൂർക്കംവലി കേട്ടു. ജാനുഅമ്മ മാളുണ്ണിയുടെ കട്ടിൽച്ചോട്ടിൽ കറുത്ത പുതപ്പിനുകീഴെ ഒളിച്ചു കഴിഞ്ഞിരുന്നു.

പാതിരാക്കോഴിയുടെ കരച്ചിൽകേട്ടനേരം പിൻവാതിലിൽ ആരോ മുട്ടുന്നുണ്ടെന്ന് മാളുണ്ണി അറിഞ്ഞു. അപ്പോൾ അവളിലൂടെ പട്ടാളം മാർച്ചുചെയ്യുകയായിരുന്നു. ഗ്രാമത്തിൽ മാപ്പിളമാരുടെ വീടുകൾ തേടിപ്പിടിച്ച് പട്ടാളം തീയിട്ടു ചുടുകയാവുമെന്നു വൈകിയ അത്താഴത്തിനു മുമ്പിലിരിക്കെ മാനു പറഞ്ഞു. പിറന്ന ഗ്രാമം, മക്കളിൽ പാതിയും വധിക്കപ്പെട്ട ശാപഗ്രസ്തമായ ഒരു തകർന്ന തറവാടായി മാറുകയാണെന്ന് അവൾ ഭയന്നു. അവിടെ ആമിനയില്ല, മുസ്ല്യാരില്ല, ഉണ്ണിമാപ്ലയില്ല, കുഞ്ഞിപ്പക്കിയില്ല. ചുടലക്കളമായിമാറിയ പറമ്പുകളിൽ പട്ടാളം സംഹാരനൃത്തം ചെയ്യുന്നു. താനിതുവരെ വായിച്ചിട്ടുള്ള ഒരു പുസ്തകത്തിലും ഇങ്ങനെയൊരു കലാപത്തിന്റെ ചിത്രമില്ല. മുത്തശ്ശിയുടെ കഥകളിൽ പുനർജനിച്ച കുരുക്ഷേത്രകഥകൾ ആവർത്തിക്കുകയാണ്; കഥാരൂപത്തിലല്ല, നേരിൽ. ഇപ്പോൾ നാലകത്തായിരുന്നെങ്കിൽ എല്ലാം കാണാമായിരുന്നു, കേൾക്കാമായിരുന്നു. അവൾക്ക് ഭയം തോന്നിയില്ല. അടച്ചിട്ട കതകുകളും ജനാലകളും രഹസ്യമയമായ ഒരു ലോകത്തെ അകറ്റിനിർത്താൻ ശ്രമിക്കുന്നു. തറവാട്ടിലിപ്പോൾ വൃദ്ധരായ മുത്തച്ഛനും മുത്തശ്ശിയും മാത്രം. അവർക്കു ശബ്ദമില്ല. കർമമില്ല. കഷായക്കലങ്ങൾക്കു കീഴെ വിറകുമുട്ടികൾ അകാലചരമമടയുന്നു. അരിഷ്ടഭരണികൾ വീർപ്പുമുട്ടുന്നു. നാലകത്തെ കോലായയിൽ രോഗികളാരുമില്ല. പടിപ്പുരയിൽ അയ്യപ്പൻ പേടിച്ചു പേടിച്ച്.....

പുറവാതിലിലെ അവിചാരിതശബ്ദം അമ്മാവനെ ഉണർത്തി. മാളുണ്ണിയെ അനിശ്ചിതത്വത്തിൽനിന്നു മോചിപ്പിച്ചു.

"ജാമ്പമ്മേ, ജാമ്പമ്മേ....." ജാനുവമ്മ പുള്ളുവക്കുടത്തിൽ രാഗം മാറിയതല്ലാതെ ഉറക്കമുണർന്നില്ല.

മാളുണ്ണി ശബ്ദമുണ്ടാക്കാതെ ജനൽക്കൊളുത്തുകൾ തുറന്നു. അസാധാരണമായൊരു രാത്രി അകത്തേക്കിരച്ചുകയറി. പാതിതുറന്ന പുറവാതിലിലൂടെ ഒരുപാളി വെളിച്ചം വാഴക്കൂട്ടത്തിൽ വീഴുന്നു.

"ആരാ?" അമ്മാവന്റെ ശബ്ദം.

"ഞാനാ, മൂപ്പരെ!"

"എന്താ, അയ്യപ്പാ? അച്ഛനും അമ്മയ്ക്കും......"

“ഒന്നും ണ്ടായിട്ടല്ല. അച്ഛനു സുഖം പോരാ. നാട്ടിലെ ജീവിതത്തിനു തീരെ സുഖം പോരാ. പട്ടാളം നെറഞ്ഞിരിക്കുന്നു. ഞാനവരുടെ അടിമയാണ്. രാവും പകലും അടുപ്പുകൾക്കു മുമ്പിൽ വേവുകയാണ്, ഞാൻ. അറകളെല്ലാം കാലിയായി. നമ്മുടെയല്ല, നാട്ടിലെല്ലാവരുടെയും. ഇന്നലെയവർ എന്നെ നാലകത്തെ അറപ്പുരയിലേക്ക് കൊണ്ടുപോയി. പിൻകഴുത്തിൽ തോക്കിന്റെ മുന. എന്റെ ഈ കയ്യോണ്ട് ഞാൻതന്നെ ചാക്കിലാക്കി അറയിൽ നിറച്ച നെല്ലെല്ലാം ഞാൻ അവർക്കു കാട്ടിക്കൊടുത്തു. എന്നെ വെടിവെച്ചു കൊല്ലാമായിരുന്നില്ലെ, അവർക്ക്?”

“ആരാ അവർ?”

“പട്ടാളം!”

“അവർ നമ്മുടെ വീട്ടിൽ....”

“ആദ്യം അവർ മാപ്പാരായ മാപ്പാരുടെ അറകളെല്ലാം കുത്തിത്തുറന്നു. എന്തു കിട്ടാനാ? പിന്നെയവർ ഹിന്ദുവീടുകളുടെ നേർക്ക് തിരിഞ്ഞു. അവർക്കുണ്ടോ ജാതീം മതോം. തീറ്റസാമാനങ്ങൾക്ക് ജാതി വ്യത്യാസം ഉണ്ടൊ? തോക്കെടുത്തവനെല്ലാം പിശാചുക്കൾ.”

“അയ്യപ്പൻ വഞ്ചി കൊണ്ടന്നിട്ടുണ്ടൊ?”

“ഉണ്ട്, മൂപ്പരെ! നിലാവുദിക്കുംമുമ്പ്.”

“നിൽക്കു, ഞാൻ വര്ണു!”

താൻ ജനിച്ചുവളർന്ന ലോകം അപ്രത്യക്ഷമാവുകയാണെന്ന് ഒരു ഞെട്ടലോടെ മാളുണ്ണി ഓർത്തു. ഒരിക്കലും പട്ടണത്തിലെ പരിഷ്കരിച്ച ഈ വീട് തന്റേതാണെന്നു തോന്നീട്ടില്ല. പത്രാസിൽ വിരുന്നു പാർക്കുന്ന ഒരു ഭവനം മാത്രം.

പിറ്റേന്നു വൈകുന്നേരം മുത്തച്ഛനെത്തി. കൂടെ മുത്തശ്ശിയും. മുത്തശ്ശി മൗനിയായിരുന്നു. വഞ്ചിയിൽ രണ്ടു കാവൽ പൊലീസുകാർ. മുത്തച്ഛന്റെ ശോഷിച്ച ശരീരംകണ്ട് മാളുണ്ണിക്കു കരച്ചിൽ വന്നു. മെലിഞ്ഞ് എല്ലും തൊലിയുമായി ശോഷിച്ച കൈയിൽനിന്നു രണ്ടാം മുണ്ട് മേടിച്ച് അവൾ ചോദിച്ചു: “മുത്തച്ഛൻ പനിച്ചു കിടക്കായിര്ന്നൊ?”

“അല്ല. ഉറക്കമില്ല കുട്ടീ. നാട്ടിലാർക്കുമില്ല, ഉറക്കം.” മധുരം വിളയാറുള്ള വാക്കുകളുടെ വിളർച്ചകണ്ട് അവൾ പതറി. മുത്തച്ഛന്റെ കൂടെ വസ്ത്രങ്ങളടക്കിയ ഒരു പെട്ടിയും! നാലകത്തെവീട് കലാപകാരികൾ തീവച്ചു നശിപ്പിച്ചിരിക്കുമൊ? അവരങ്ങനെ ചെയ്യില്ല. മുത്തച്ഛനെ അറിയാത്തവർ ഗ്രാമത്തിലില്ല. മുത്തച്ഛനുവേണ്ടി ഒരുപിടി പുഞ്ചിരി അവർ എപ്പോഴും കരുതിവച്ചിരുന്നു.

മുത്തച്ഛൻ ഹാളിലെ ഒരു കസേരയിൽ ചാഞ്ഞു. കുട്ടന്റെ മുറിയിൽ ച്ചെന്ന് അവനെ മടിയിൽവച്ചു മുത്തശ്ശി ഒരിരിപ്പിരുന്നു.

രാത്രി, മാളുണ്ണിയുടെ സമീപംവന്നു കിടന്നു. മുത്തശ്ശി തണുത്തിരിക്കുന്നു. തലമുടിയിലൂടെ മന്ദംമന്ദം സഞ്ചരിച്ചു കൈകളിലൂടെ ഒഴുകാറുള്ള ആ തലോടലിന് ഊഷ്മളത നഷ്ടമായിരിക്കുന്നു. വല്ലാത്തൊരു തണുപ്പ്.

"മോളെ വിളക്കുകത്തിക്കാനാരും ഇല്ലാണ്ടെ നമ്മുടെ വീട് നശിച്ചു പോകും!"

വിളക്കുകൊളുത്താതിരുന്നാൽ ഇരുട്ടുവരുമെന്നല്ലാതെ നാലകത്തെ വീട് എങ്ങനെയാണ് നശിച്ചുപോവുക? അറകളിലെ നൂറ്റാണ്ടുകൾ പഴക്കമുള്ള ഇരുട്ടാണ് ആ വീടിന്റെ ജീവൻ. ആ ഇരുട്ടിലും അവർക്കെല്ലാം കണ്ണുകാണാൻ പറ്റിയിരുന്നു. നടുവകത്തെ ഭഗവതിയും, ഭഗവതിയുടെ വിളക്കും, തെക്കിനിയിലെ നിലക്കണ്ണാടിയും, അലമാരയ്ക്കു കീഴെ നീക്കിവച്ച ദൈവപ്പലകയും, മൂലയിലെ തണ്ണീർക്കിണ്ടിയും കുന്തിരിക്കക്കൂടും, മയിൽവിശറിയുമെല്ലാം ഇരുട്ടിന്റെ ഓരോ മൂലയിൽ സ്വസ്ഥമായി ഇരിക്കുന്നുണ്ടാവും. കോണിച്ചോട്ടിലെ പത്തായവും അതിനു കീഴെ കമഴ്ത്തിയിട്ട ചരക്കുരുളിയും അവിടെത്തന്നെയുണ്ടാവും. മുത്തച്ഛന്റെ രോഗം മാറിയാൽ തിരിച്ചു ചെല്ലുകയേ വേണ്ടു. ഏതു കലാപത്തെയും പട്ടാളത്തേർവാഴ്ചയെയും നാലകത്തുതറവാട് അതിജീവിക്കുമെന്ന് മാളുണ്ണി ദൃഢമായി വിശ്വസിച്ചു.

"ഇന്നുവരെ അടയ്ക്കാത്ത ഉമ്മറവാതിലാണ്. അടച്ചുപൂട്ടീട്ടാ ഞങ്ങൾ പോന്നത്. ഇനി ശീപോതി അകത്തുകയറുന്നതെങ്ങനെ?" ആറിഞ്ചു കനമുള്ള വാതിൽ ആർ എങ്ങനെ അടച്ചുപൂട്ടി എന്നായി മാളുണ്ണിയുടെ അത്ഭുതം. കാലത്തിൽ ഉറച്ചുപോയ അരമകളെ അനക്കാൻപോലും കഴിഞ്ഞിരുന്നില്ല.

"വാതിലടച്ചുപൂട്ടീട്ടും കാര്യമൊന്നും ഇല്ല. നാലുകെട്ടിൽ ഒന്നും അവശേഷിച്ചിട്ടില്ല മോളെ. എല്ലാം അവർ കൊണ്ടുപോയിട്ടുണ്ട്. ചരക്കുകളും വട്ടളങ്ങളും കുട്ടകങ്ങളും കാൽപ്പെട്ടി നിറയെ ഉണ്ടായിരുന്ന വിലപിടിച്ച സാധനങ്ങളും......" മുത്തച്ഛന്റെ ഗ്രന്ഥങ്ങൾപോലും അവർ ഒഴിവാക്കീട്ട്ണ്ടാവില്ല.

സമതലങ്ങളിലൂടെ ഒഴുകിയിരുന്ന നദി പൊടുന്നനെ ഒഴുക്ക് തടസ്സപ്പെട്ട് വിഭ്രമിക്കുന്നു. നിത്യകൃത്യങ്ങൾക്ക് മാറ്റം വരുന്നു. വീട്ടിനകത്തുനിന്നു ചിരിയും വർത്തമാനവും വിടപറയുന്നു. കുട്ടൻ കാരണമൊന്നുമില്ലാതെ കരച്ചിലാരംഭിക്കുന്നു.

ജട്ക്കവണ്ടി ഗേറ്റിൽ നിർത്തി അമ്മാവൻ പുൽത്തകിടിയിലൂടെ ഇറങ്ങിവന്നു.

"അച്ഛാ പോകാം. ആശുപത്രിയിൽ ഡാക്ടർ എത്തീട്ടുണ്ട്." മുത്തച്ഛൻ വേഷം മാറി സിറ്റിങ്ങ്റൂമിൽ ഇരിപ്പാണ്. അപ്പുബട്ട്ളർ തന്റെ പുത്തൻ ഫുൾകൈഷർട്ട് ധരിച്ച് അലക്കിയ മൽമൽമുണ്ടുടുത്ത് മുത്തച്ഛന്റെ വസ്ത്രങ്ങൾ അടുക്കിയ പെട്ടിയുമായി തയാറായി. ജീരകവെള്ളം നിറച്ച ഒരു പിടിമൊന്ത കൈയിൽ. മുറ്റത്തേക്കുള്ള പടവുകളിറങ്ങുമ്പോൾ അയാൾ മുത്തച്ഛന്റെ ഒരു കൈ പിടിക്കാനാഞ്ഞു.

"വേണ്ട! ഇപ്പോഴെനിക്ക് തന്നെ നിൽക്കാം, നടക്കാം. ആവാതെ വരുമ്പോൾ അപ്പുവിന്റെ സഹായം തേടാം!"

മുത്തച്ഛന്റെ വലതുകാലിന്റെ പെരുവിരൽ വെള്ളത്തുണിയുടെ തല പ്പാവണിഞ്ഞിരുന്നു. രണ്ടാംമുണ്ട് കഴുത്തിൽ ചുറ്റിയിട്ട് മുത്തച്ഛൻ മുമ്പി ലിറങ്ങി. മാളുണ്ണിയുടെ മിഴികൾ അവളറിയാതെ നിറഞ്ഞു. എല്ലാവരു ടെയും ദീനം മാറ്റാൻ കഴിഞ്ഞിരുന്ന മുത്തച്ഛൻ.

''മാളുണ്ണി അകത്തേക്കു വരു. കുട്ടന് കൂട്ടിരിക്കു. ഞാനും പോകുന്നു, ആശുപത്രിവരെ.''

തിരിച്ചറിവിന്റെ മണിമുഴക്കി കുതിരവണ്ടി റോഡിലൂടെ കുതിച്ചു പോയി. തെരുവ് പെട്ടെന്നു വിജനമായി. വീട് വിജനമായി. മനസൊരു മരുഭൂമിയായി. ഒരൊറ്റ പ്രഭാതം തന്നിൽ വരുത്തിയിരിക്കുന്ന മാറ്റം മാളു ണ്ണിയെ അസ്വസ്ഥയാക്കി. ജാനമ്മ വർത്തമാനം ചുരുക്കി.

"കുട്ടീ മൂപ്പർക്ക് നല്ല വേദനയുണ്ട്! ഇന്നലെ രാത്രി ഒരുപോള കണ്ണ ടച്ചിട്ടില്യ. രണ്ടു മൊന്ത വെള്ളം കുടിച്ചുതീർത്തു. ഇടയ്ക്ക് ഞരങ്ങ്ണ് ണ്ടാർന്നു. അത്താഴത്തിനുണ്ടാക്കിയ സൂചിഗോതമ്പിന്റെ കഞ്ഞി തൊട്ടി ട്ടില്ല."

രാത്രി, വൈകി എത്തിയ അമ്മാവൻ കൂടെ വന്നിറങ്ങിയ മുത്തശ്ശി യോടു പറഞ്ഞു.

"അച്ഛന് കുറച്ചു ദിവസം ആസ്പത്രിയിൽ അടങ്ങിക്കിടക്കേണ്ടി വരും!" അമ്മാവന്റെ മുഖം മ്ലാനമായിരുന്നു; മുത്തശ്ശിയുടേത് ആശങ്കാഭ രിതവും.

രാത്രി ഉറങ്ങാൻകിടക്കുമ്പോൾ മാളുണ്ണി പ്രതീക്ഷിച്ചു, മുത്തശ്ശി എന്തെങ്കിലും ചോദിക്കും. രോഗത്തെപ്പറ്റി, ആശുപത്രി ചികിത്സയെക്കു റിച്ച്, ഇല്ല. മൗനം. എല്ലാം മുത്തശ്ശിക്കറിയാം. നാലകത്തെ ഇരുണ്ട അന്ത രീക്ഷത്തിൽ കാട്ടുകുളങ്ങളെപ്പോലിരുന്ന അവരുടെ മിഴികളിൽ പുതിയ അറിവിന്റെ വെളിച്ചം. ഒട്ടും തെളിവില്ലാത്ത പ്രകാശം. മഴയ്ക്കു മുമ്പത്തെ വെയിലുപോലെ.

മുത്തശ്ശി മുഖം തിരിച്ച് കുട്ടന്റെ അടുത്തേക്കു നീങ്ങി.

പിറ്റേന്ന്, ജട്ക്കയിലിരുന്നു മുത്തശ്ശി മാളുണ്ണിയെ ചുറ്റിപ്പിടിച്ചു. കല്ലു കൾ തെന്നിയ പാതയിലൂടെ കുതിര കുതിച്ചുചാടി. കുതിരവണ്ടിയിലെ കന്നി യാത്ര ആസ്വദിക്കാൻ അവൾക്കു കഴിഞ്ഞില്ല. കുതിരയുടെ നെറ്റിപ്പട്ടത്തിലെ കിങ്കിണികളും മേൽക്കൂരയിലെ അലങ്കാരക്കൊലുസ്സുകളും വേണ്ടതിലധികം ഒച്ചവെച്ചു. ആശുപത്രിയിലേക്കുള്ള യാത്രയെ മണികിലുക്കം അശ്ലീലമാ ക്കുന്നു. വണ്ടിയുടെ ചാഞ്ചാട്ടത്തിൽ മുത്തശ്ശിയുടെ പിടിമുറുകി. മുത്തശ്ശി തന്നെ പിടിച്ചു പൂട്ടിയിട്ടിരിക്കുന്നത് ആർ വീഴാതിരിക്കാനാണ്!

വണ്ടി ആശുപത്രിഗേറ്റിനു മുമ്പിൽ നിന്നു. മനസിനെ ഞെരുക്കുന്ന ഒരു ഘടനാവിശേഷം, ഓടുമേഞ്ഞുയരം കുറഞ്ഞ കെട്ടിടങ്ങൾക്കുണ്ട്. ഒളിക്കാൻ ശ്രമിക്കുന്ന കെട്ടിടങ്ങൾ. തരംകിട്ടിയാൽ ഭൂമി പിളർന്നു നിഷ്ക്രമിക്കാൻ തയാറായി പമ്മിനിൽക്കുന്ന കെട്ടിടങ്ങൾ. ഏറ്റെടുക്കുന്ന കൃത്യങ്ങളിൽ ആത്മവിശ്വാസം ഇല്ലാത്തതുപോലെ. നിറംമങ്ങിയ ഓട്ടിൻപുറത്തേക്ക് ഇടവിടാതെ കരിയിലകൾ നിപതിച്ചു. കണ്ണീർ വാർ

ക്കുന്ന ഒരു വൻ വൃക്ഷം. വൃക്ഷം ആരെച്ചൊല്ലിയാണ് കരയുന്നത്? അതിനപ്പുറം മറ്റൊന്ന്, മൂന്നാമതൊന്നും. എല്ലാ വൃക്ഷങ്ങളും ഇല കൊഴിക്കുകയാണ്.

മരുന്നു മണക്കുന്ന മുറികൾ. ഉയരംകൂടിയ കട്ടിൽ. മീതെ അമരുന്ന കൂര. കട്ടിലിനോടുചേർന്നു ലോക്കർ. തൂവെള്ള ഷീറ്റും ചുവന്നകമ്പിളിപ്പുതപ്പും ധരിച്ച ബെഡ്ഡുകൾ. പുതച്ചുകിടക്കുന്ന രൂപങ്ങളുടെ മുഖങ്ങൾ തിരിച്ചറിയാൻ മിഴികൾ വെമ്പി. രോഗികൾക്കെല്ലാം ഒരേ മുഖച്ഛായ!

സ്വർണപ്പല്ലുള്ള വെള്ളക്കാരൻ ഡോക്ടർ അമ്മാവനുമായി സംസാരിക്കുന്നു. അമ്മാവന്റെ കുറിയപല്ലുകൾ കീഴ്ച്ചുണ്ടിലമരുന്നു. കണ്ണീരൊലിപ്പിച്ചു കട്ടിലിന്റെ കാൽക്കൽ നിൽക്കുന്ന അയ്യപ്പനോട് അമ്മാവൻ കൽപ്പിച്ചു:

"പുറത്തുപോയി നിൽക്കു!"

ഡോക്ടറും പുറകെ അമ്മാവനും വാതിൽ കടന്നു മറഞ്ഞു.

മുത്തശ്ശി നിശ്ശബ്ദം കട്ടിൽക്കാൽ ചേർന്നുനിന്നു. അവരുടെ മിഴികൾ ചുവന്ന കമ്പിളിപ്പുതപ്പിനുമീതെ അടിമുടി സഞ്ചരിച്ചു. മുത്തച്ഛന്റെ വക, വിളർത്ത ഒരു ചിരി:

"ഞാൻ ആലോചിക്കുകയായിരുന്നു, നാരായണീ"

"എന്തൊന്ന്?"

"വയസാകുമ്പഴ് ചെറുപ്പകാലത്തെ എല്ലാ അവയവങ്ങളും മനുഷ്യന് ആവശ്യമില്ല. കണ്ടില്ലെ, വറുത്തുപ്പേരി തിന്നാതായപ്പഴ്, എന്റെ പല്ലുകൾ മടിച്ചു മടിച്ച് ഓരോന്നായി ഇറങ്ങിപ്പോയത്!"

മുത്തശ്ശി മിണ്ടിയില്ല.

"ഞാനിപ്പഴ് വയലിലേക്കുള്ള പോക്കു നിർത്തിയില്ലെ! കണ്ടത്തില് കൃഷി നടക്ക്ണ്ല്യ. പിന്നെന്തിനാ പുറത്തിറങ്ങി നടക്ക്ണ്!"

മുത്തശ്ശി ഒരു നെടുവീർപ്പിനെ ശാസിച്ചടക്കി.

"നടക്കാത്ത മനുഷ്യനെന്തിനാ രണ്ടു കാലുകൾ! ഒന്നുതന്നെ ധാരാളം!"

മുത്തശ്ശി കട്ടിലിനു സമീപം മുട്ടുകുത്തി. അവരുടെ മെലിഞ്ഞുനീണ്ട കയ്യുകൾ പുതപ്പിനുമീതെ കരുതലോടെ നീങ്ങി. വിറയ്ക്കുന്ന കൈവിരലുകൾ ഒരിടത്തെത്തിയപ്പോൾ ഒരു ഞെട്ടലോടെ പിന്മാറി. ഏന്തിവന്ന കരച്ചിലമർത്തി അവർ തറയിലേക്ക് ചെരിഞ്ഞു. സ്പർശനം വിട്ട വിരലുകൾ അകന്നുമാറി ആകാശത്തെ പൊത്തിപ്പിടിക്കാനാഞ്ഞു. മാളുണ്ണി വാവിട്ടു കരഞ്ഞു.

"കരയേണ്ട! മുത്തച്ഛന് ഒന്നും പറ്റീട്ടില്ല!" മുത്തച്ഛൻ അഥവാ മരിച്ചുപോയാലും ഇവർ ഇതുതന്നെ പറയും. ഒഴിഞ്ഞ ബെഞ്ചിൽ തല കുമ്പിട്ടിരുന്ന് ഏങ്ങിയേങ്ങിക്കരഞ്ഞു.

"പപ്പായ്ക്ക് ലൈം ജൂസ് തരട്ടെ?" നഴ്സ് മുറിക്കകത്ത്.

"വേണ്ട!"

"സൂപ്പ്?"

"ഇത്തിരി പൊടിയരിക്കഞ്ഞി ഇവിടെങ്ങാനും കിട്ട്വോ? വെള്ളം വാർത്തുകളഞ്ഞ് മോരൊഴിച്ച കഞ്ഞി?"

"മൈ ഗോഡ്!" നഴ്സ് അമ്മാവന്റെ മുഖത്ത് നോക്കി.

"എത്രകാലം കൃഷിചെയ്തതാ നഴ്സമ്മേ! കഞ്ഞി കുടിക്കാണ്ടെ ഞാൻ മരിക്കാനാഗ്രഹിക്കുന്നില്ല."

"ഇവിടെയിപ്പോൾ ആരും മരിക്കാനാഗ്രഹിക്കുന്നില്ല!"

അമ്മാവൻ സ്റ്റൂൾ വലിച്ചിട്ടു കട്ടിലിനുസമീപം ഇരുന്നു. നഴ്സ് സൂപ്പ് കൊണ്ടുവന്നു. അമ്മാവൻ കൽപ്പിച്ചു, കഞ്ഞി പിന്നീട്. ഇപ്പോൾ സൂപ്പ് കഴിക്കണം!

ശാഠ്യം പിടിക്കുന്ന കുട്ടിയുടെ വായിലേക്ക് സ്പൂൺ കൂടുതൽ ശാഠ്യത്തോടെ അടുക്കുന്നു. മുത്തച്ഛൻ ഒരു ശിശുവായി. പാതി ചരിഞ്ഞ് ഉയർത്തിയ തലയണയിൽ ചാരിയിരുന്നു മുത്തച്ഛൻ ഗ്രാമത്തിലേക്കു പറന്നു.

"നെല്ല് മുഴ്വോനും കൊയ്തിട്ടില്ല!"

"അച്ഛനു മതിയായില്ലെ?"

"കൃഷിപ്പണി ആർക്കാ എന്നാ മടുക്ക്വാ? മടുക്കുന്നവൻ ഈ ഭൂമിയിൽ ജനിക്കേണ്ടവനല്ല!"

മുത്തച്ഛന്റെ മുഖം വാടി. മൂന്നാമത്തെ സ്പൂൺ സൂപ്പ് തൊണ്ടയിൽ നിന്നു വിമ്മിട്ടത്തോടെ ഇറങ്ങിപ്പോയി.

"അല്ലെങ്കിലും എനിക്കെന്തിനാ രണ്ടു കാല്? രണ്ടു കാലും കൈയും ഉള്ളതുകൊണ്ടല്ലേ, മനുഷ്യർ വടിയും വാളും വീശി നാടുതോറും അച്ചാലും മുച്ചാലും നടക്കുന്നത്! നാഡിപിടിച്ചു നോക്ക്ണ എന്റെ കൈ അവർ വെട്ടിയില്ലല്ലൊ, ഭാഗ്യം!"

പട്ടണത്തിലെ ജീവിതം ദുസ്സഹമായി. സ്കൂളുകൾ അടഞ്ഞു. മദാമ്മമാർ തെരുവുകളിൽനിന്നു പിൻവാങ്ങി. അവർ കാറ്റുകൊള്ളാനെത്താറുള്ള കടപ്പുറം ശ്മശാനമായി. കടൽപ്പാലത്തിലും വഞ്ചികളുടെ പാമരങ്ങളിലും പാണ്ടികശാലകളുടെ കൂരകളിലും അങ്ങാടിക്കെട്ടിടങ്ങളുടെ മീതെയും പറന്നിരുന്ന് കാക്കകൾ സദാ കാറിക്കരഞ്ഞു. കോടതിക്കു പോകുന്ന വക്കീലന്മാരുടെയും ബാങ്കുജീവനക്കാരുടെയും കുതിരവണ്ടികൾ മണികിലുക്കി ഗേറ്റിനു മുമ്പിലൂടെ കുതിച്ചുപോയി. അശ്ലീലമായൊരു ഉത്സാഹത്തിമിർപ്പ് അവയുടെ പോക്കിൽ പ്രകടമായി. കുടമണികൾ കരയുകയാണെന്ന് മാളുണ്ണിക്കു തോന്നി. ദുർഗന്ധം വമിക്കുന്ന കഥകൾ പട്ടണത്തെ ചൂഴ്ന്നു.

വീട്ടുമുറ്റത്തെ പുൽത്തകിടിയിൽ സൽക്കാരങ്ങൾ നിലച്ചു. അപ്പു ബട്ളർ ജോലിയില്ലാതെ, കമ്പിവലയിട്ട തന്റെ മുറിയിൽ കിടന്നുറങ്ങി. ജാനുഅമ്മ പറഞ്ഞു:

"വീടു മരിച്ചുപോയി. കുട്ട്യോളെ നിങ്ങൾക്കൊന്നു മിണ്ടിപ്പറഞ്ഞു നടന്നൂടെ? തോട്ടത്തിൽ ഓടിക്കളിക്കരുതേ?"

മതിലിനപ്പുറം കുന്തമുനകൾ ഉയർത്തി പട്ടാളക്കാർ മാർച്ച് ചെയ്തു. ബൂട്ടിട്ട കാലുകൾ രാവുകളെയും പകലുകളെയും ചവിട്ടിത്തിമർത്തു.

ജീവിതം ഭീകരമായൊരു ഗുഹയ്ക്കകത്തെ അന്ധകാരത്തിലൂടെ തപ്പിത്തടഞ്ഞ് ഇഴയുന്നു.

ആശുപത്രിയിൽനിന്നു വീട്ടിലെത്തിയ മുത്തച്ഛൻ പറഞ്ഞു:

“എനിക്കു നാലകത്തുപോകണം. അയ്യപ്പനോട് വഞ്ചി കൊണ്ടുവരാൻ പറയൂ.”

“അച്ഛനു പ്രാന്തുണ്ടോ?”

“എനിക്കു മാത്രമേ പ്രാന്തില്ലാതുള്ളു.”

എന്തിനെയും വെല്ലുന്ന യുവത്വത്തിന്റെ ഒരംശം അച്ഛനിൽ ബാക്കി നിൽക്കുന്നതുകണ്ട് അമ്മാവനു കോപം വന്നു.

“അച്ഛന് ഇഷ്ടംപോലെ ചെയ്യാം. അയ്യപ്പനില്ല. പഴയ ഗ്രാമത്തിലേക്കല്ല തിരിച്ചുപോകുന്നതെന്ന് ആലോചിച്ചാൽ നന്ന്.”

വീട്ടിൽ അമ്മായിയുടെ സ്വരത്തിൽ മാത്രമെ പ്രസന്നതയുള്ളു. അഗാധമായൊരു ഖേദത്തിൽ മുങ്ങിത്തീർന്ന മട്ട്. “അച്ഛൻ കുറച്ചുനാൾ ഇവിടെ വിശ്രമിച്ചിട്ടു വേനലാവുമ്പഴ് നാട്ടിലേക്കു പോകാം.”

വെടിയൊച്ചകളും ബ്യൂഗിളുകളും അന്തരീക്ഷത്തെ തുളച്ചിറങ്ങുന്ന രാത്രിയിൽ, ഒരിക്കൽക്കൂടി വഞ്ചിയാത്രയ്ക്കൊരുങ്ങുന്നു. ഒരുക്കം അവസാനിക്കുന്നതുകാത്ത് വല്യച്ഛൻ ഉമ്മറത്തെ മഞ്ചത്തിൽ വിശ്രമിക്കുന്നു, കാതോർക്കുന്നു.....

ആദിജീവന്റെ മച്ചകങ്ങൾ തുറന്നു പാട്ടുപാടി ഉഴറി നടക്കുന്ന വെട്ടാവെളിയന്മാരെ കാണുന്നില്ല, കേൾക്കുന്നില്ല. കരിഞ്ഞ വിളക്കുതിരിയുടെ ഗന്ധം. പുരാതനമായ നെൽക്കതിരുകൾ നിശ്ചലം തൂങ്ങിനിൽക്കുന്ന താമരയിതളുകൾ വിടർത്തിയ ഉത്തരങ്ങളില്ല. തൂണുകളില്ല. ഒരു നരപ്പ്. വിരസമായ വെണ്മ. വെണ്മപൂശിയ മച്ചിൽ പാഞ്ഞുനടക്കാൻ ശ്രമിക്കുന്ന ഒരു വാലുമുറിയൻപല്ലി. അമ്മാവന്റെ കയ്യിൽ പിടിച്ചു മുത്തച്ഛൻ മഞ്ചത്തിൽനിന്നെണീറ്റു.

പത്തൊൻപത്

ജിന്ന് വീണ്ടും! അറവാതിലിനു മുമ്പിൽ അരണ്ട വെളിച്ചത്തിലിരുന്നു ഞരമ്പുകളഞ്ഞ വെറ്റിലയിൽ നൂറു തേച്ച് കദീശു പിറുപിറുത്തു.

“മൊല്ലാക്ക മന്ത്രിച്ച ചരട് മുറിച്ചു കളഞ്ഞിറ്റാ ജിന്ന് വീണ്ടും അടുത്തുകൂടിയിരിക്കണ്!”

വാഴക്കാട്ടങ്ങാടിയിൽ വഴിമരങ്ങളുടെ കൊമ്പുകളിൽ, ആകാശച്ചില്ലകളിൽ ജിന്നുകൾ തൂങ്ങിക്കിടന്നു.

“അവറ്റ എന്നും അവിടെ ഉണ്ടായിരുന്നു കദീശുത്താത്താ.......”

“ഇല്ല. ഞാങ്കണ്ട കടവാതിലുകളെല്ലാം ഇവറ്റയെക്കാൾ ചെറുതായിരുന്നു. അവറ്റ പിറുപിറുക്കാറില്ല. അനങ്ങാതെ കെടന്നുറങ്ങും പകലുമുഴ്വോനും. മോന്തിക്ക് ഇളക്കം തുടങ്ങും.....പിന്നെ ഓരോന്നായി തീറ്റ

തേടി പറന്നുപോകും. ഇപ്പൊ പകലുംകൂടി അവറ്റ കടിപിടികൂടുന്നു. മനുഷ്യരെ പേടീണ്ടോ? ചോലമരങ്ങളെല്ലാം ആദ്യം മുറിപ്പിക്കണം, കാണാലൊ ഏടെച്ചെന്നു തൂങ്ങിക്കിടക്കുംന്ന്-"

ആമിനായ്ക്കും ശങ്കയായി. കടവാതിലുകൾ കേടുവന്ന കറുത്ത ശീലക്കുടകൾപോലെ വെറുതെ തൂങ്ങിക്കിടക്കുകയല്ലാതെ ശബ്ദിക്കാറില്ല. ഇപ്പോൾ തൂങ്ങിക്കിടക്കുന്നവ കടവാതിലുകൾതന്നെയോ? ഒടിമറഞ്ഞ പട്ടാളമൊ?

അടുത്ത ദിവസം പട്ടാളം അതിന്റെ യഥാർഥരൂപത്തിൽ ഗ്രാമത്തെ ആവേശിച്ചു. കദീശു വീട്ടിനു പുറത്തിറങ്ങിയില്ല. ആമിന കതകടച്ചു തഴുതിട്ടു മെത്തയിൽ കമിഴ്ന്നു കിടന്നു.

രാത്രി ആമിനയുടെ കട്ടിൽച്ചോട്ടിൽ വലിഞ്ഞുകയറി കദീശു പിറുപിറുത്തു. "അവറ്റ പെണ്ണുപിടിയന്മാരാണ്!"

"മിണ്ടാണ്ടു കിടന്നാണി."

ആമിന കണ്ണടച്ചിരുട്ടാക്കാൻ ശ്രമിച്ചു. കനത്ത ഭിത്തിയിൽ തുളച്ച് ആയിരം ശബ്ദങ്ങൾ ചീറ്റിയലറി ഇരമ്പിയെത്തുന്നു. ഉറക്കം വേലിയിറക്കത്തിലാണ്. വെള്ളംവേലി വീണ്ടും കയറിവരുന്നതെപ്പോഴെന്നറിയില്ല. പറമ്പിൽ കുടപ്പനകൾ നെഞ്ചത്തടിച്ചു നിലവിളിക്കുന്നു. മലമുകളിലെങ്ങോ കുറുക്കന്മാർ ഓലിയിടുന്നു.

"പടച്ചോനെ, പുയ്യ്യാപ്ല വരാത്തതെന്ത്?" ഖിലാഫത്തു മീറ്റിങ്ങുകളുടെ നീളമേറിയ രാവുകളിലൊന്നിതും. പട്ടാളം വരുന്നത് കോൺഗ്രസിനെയും ഖിലാഫത്തിനെയും അമർച്ച ചെയ്യാനെന്നു കേൾക്കുന്നു.

കലാപം കഴിയുംവരെ അക്കരെപ്പോയി താമസിക്കാമെന്ന് ആമിന കേണു. "കലാപത്തിന് അക്കരെയിക്കരെ വ്യത്യാസമുണ്ടോ പെണ്ണേ? ആമിന ഞാനാ നാളെ ഇവിടെ രാജ്യം ഭരിക്കുന്നതെന്നു കൂട്ടിക്കോ! അപ്പൊ നീയാരാ?"

"എനിക്കു കേൽക്കണ്ട, ബഡായി!"

"ബഡായിയല്ല, കരളേ.....വെള്ളക്കാരന്റെ ആപ്പീസും പൊലീസും ഇവിടുന്നു പറപറക്കൂലെ! ഓരെ ഖജാന കയ്യടക്കാൻ ഒരുക്കമായിട്ടുണ്ട്. പിന്നെ നമ്മള് നാടു ഭരിച്ചു കാണിച്ചുകൊടുക്കും. മാപ്പിളപ്പട്ടാളം പെണ്ണുങ്ങളെ ആക്രമിക്കില്ല. കൊള്ളയടിക്കില്ല. കൊള്ളയടിക്കുന്നത് ആഹാരത്തിനുള്ള വക മാത്രമായിരിക്കും. ആരേയും മാർക്കം കൂട്ടാനല്ല ഈ ലഹള. ഇസ്ലാമിന്റെ മാനം രക്ഷിക്കാനാണ്. മണ്ണിൽ വേല ചെയ്യ്ണവന്റെ മാനം വീണ്ടെടുക്കാനാണ്. വെള്ളക്കാരനെ തുരത്തി ഇസ്ലാമിന്റെ ഉശിര് കാണിച്ചുകൊടുക്കാനാണ്-"

"ബഡായി പറഞ്ഞു നേരം വെളുപ്പിച്ചിട്ടെന്താ കാര്യം?"

പുയ്യ്യാപ്ലയുടെ തമാശകൾ ആമിനയുടെ ഭയാശങ്കകൾ നീക്കിയില്ല. ഇത് തമാശ പറയാനുള്ള കാലമല്ല. വൈകിവരുന്ന രാവുകളിൽ ഇരുട്ടളക്കുന്നത് നിരവധി അറിയപ്പെടാത്ത രഹസ്യങ്ങളെയാണ്.

ഇന്നു രാത്രി പുയ്യ്യാപ്ല വരുന്ന ലക്ഷണമില്ല. ആമിന ചെവി

യോർത്തു കിടന്നു. പറമ്പിൽ വേനൽക്കാറ്റ് കലപില ശബ്ദിക്കുന്നു. ഇട വഴിയിൽ നായ്ക്കൾ ഓലിയിടുന്നു. ഏതോ തൊഴുത്തിൽ ഒരു പശു അവി രാമം കരയുന്നു. പുലർകാലത്തെ മങ്ങിയ ഇരുട്ടിലേക്ക് കാലൊച്ച ധൃതി യിൽ പാഞ്ഞുപോകുന്നു.

ചെത്തുവഴിയുടെ ഓരത്ത് ഒരജ്ഞാതൻ മരിച്ചു കിടക്കുന്ന വാർത്ത യുമായി കദീശു പല്ലുതേപ്പിലേക്ക് കടന്നുവരുന്നു.

കദീശു വിവരിക്കുന്നു: അയാൾടെ ഒരു കണ്ണടഞ്ഞും മറ്റതു തുറ ന്നുമാണ് കിടക്കുന്നത്. നാട്ടുകാരെല്ലാം വന്ന് എത്തിനോക്കി. അവകാ ശികളായി മയ്യത്തായവനെത്തേടി ആരും വന്നിട്ടില്ല. പൊലീസിന് ആളെ വിട്ടിരിക്കുന്നു അംശം അധികാരി. ഒരു ദിവസം കഴിഞ്ഞു. പൊലീസെ ത്തിയില്ല. രണ്ടു ദിവസം പോയി. മൂന്നാംനാൾ പിറന്നു. ശവത്തിൽനിന്ന് അത്തറിന്റെ പരിമളം ഉയരുന്ന വാർത്ത ഗ്രാമത്തിൽ പരന്നു. സുഗന്ധം ഗ്രാമത്തെയാകെ ഗ്രസിക്കുന്നു. അതൊരു സുഗന്ധമല്ലെന്ന് ആരും പറ യുന്നില്ല. ധൈര്യപ്പെടുന്നില്ല.

ജഡം അത്തറിന്റെ മണം ചുരത്തുന്നുവെന്ന് ആദ്യം പ്രഖ്യാപിച്ചത് മൊല്ലാക്ക. പ്രസരിക്കുന്നത് ദുർഗന്ധമല്ല, സുഗന്ധമാണെന്ന് മൊല്ലാക്ക പ്രഖ്യാപിച്ചപ്പോൾ, കേട്ടുനിന്നവർ ചൊല്ലി പടച്ചോനേ, നേര്-നേര്....

അല്ലെന്നു പറയാൻ മറുകക്ഷിക്ക് ധൈര്യമില്ല. അവർ തലകുനിച്ചു ഭഗവതിയെ ധ്യാനിച്ചു. സൽക്കർമം ചെയ്തു സുവർക്കം പൂകിയവന്റെ അവശിഷ്ടം മാത്രമാണ് അതെന്നും, സ്വയം ഉതിർക്കുന്ന സുഗന്ധത്താൽ അത് പരിപൂതമാവുകയാണെന്നും മൊല്ലാക്ക വിധിച്ചു. പക്ഷേ, അതിനെ ഒന്നു തൊടാനോ, അത് മുസൽമാനോ ഹിന്ദുവോ അഥവാ രണ്ടിലും പെടാത്തവനോ എന്നു നിർണയിക്കാനോ, അതിനെ മറവുചെയ്യാനോ ആരും മുന്നോട്ടുവന്നില്ല.

മൂന്നാംനാൾ തളരുന്നേരം പരവശമായൊരു മോട്ടോർ ബോട്ട് കൽ പ്പള്ളിക്കടവിലണഞ്ഞു. പൊലീസും അധികാരികളും ഇറങ്ങി. ശവം സംസ്കരിക്കാൻതന്നെ തീരുമാനിക്കപ്പെട്ടു. എതിരുള്ളവരും അനുകൂലി കളും ഉണ്ടായി. ആർക്കും ശബ്ദമില്ല.

രണ്ടാമതൊരു തീരുമാനമുണ്ടായി. കുഴിവെട്ടിമൂടാം. ദഹിപ്പിക്കാൻ വിറകു വേണ്ടെ? അക്ഷണം കുഴികുത്താൻ ആയുധങ്ങളുമായി ജനം മുന്നോട്ടു വന്നു. സുഗന്ധമാണെങ്കിലും എത്രനേരം സഹിക്കാം?

അവസാനം ഒരാശ്ചര്യചിഹ്നംപോലെ കവലയ്ക്കു സമീപം ആറടി മൺകൂന എഴുന്നുനിന്നു.

പൊലീസ് താക്കീത് ചെയ്തു. "കുഴപ്പമാക്കിയാലുണ്ടല്ലോ!"

പാവങ്ങൾ. കുഴപ്പം എന്നത് എന്താണെന്ന് കാലവും കലാപവും അവരെ തെര്യപ്പെടുത്തിക്കൊണ്ടിരിക്കയാണല്ലൊ.

ഏഴാംനാൾ ശവക്കൂനയ്ക്കു സമീപം ഒരടുക്ക് വെട്ടുകല്ല് പ്രത്യക്ഷ പ്പെട്ടു. പിന്നെ വെള്ളക്കുമ്മായത്തിന്റെ ഒരു ചാക്ക്. ബിലാത്തിക്കുമ്മായ ത്തെപ്പറ്റി അവർ കേട്ടിട്ടേ ഉണ്ടായിരുന്നില്ല. വാതംപിടിച്ചു കിടപ്പിലായി

രുന്ന ഒരു കൽപ്പണിക്കാരൻ ഒരുനാൾ കൊക്കിച്ചാടി കവലയിലെത്തി. പുറകെ കുറെ ചെറുപ്പക്കാർ. ചെകുത്താന്റെ നാളുകളിൽ ഒന്നു പുറത്തിറങ്ങാനും തുറന്ന വായുശ്വസിക്കാനും ഇടവരുത്തിയ പരേതന്റെ ആത്മാവിനോട് അവർ നന്ദി ചൊല്ലി. ഒറ്റ ദിവസംകൊണ്ടു കല്ലറ ഉയർന്നു. കുളിർമാവിൻതൊലി വലിയ കുട്ടകത്തിൽ കുതർത്തി, കൊഴുകൊഴുത്ത ദ്രവത്തിൽ കുമ്മായം ഇടിച്ചു കുഴമ്പാക്കി. കല്ലറ വെള്ള തെളിഞ്ഞു. കുന്തിരിക്കത്തിന്റെയും ചന്ദനത്തിരിയുടെയും ദിവ്യപരിമളം ഗ്രാമവായുവിൽ ഒരു വേവലാതിയായി.

പിന്നെ വന്നു, വഴിപാടുകൾ. ഹിന്ദുവും മുസൽമാനും മത്സരിച്ചു വഴിപാടുകളുമായെത്തി. കഷ്ടകാലത്തിന്റെ രക്ഷകനായെത്തിയ ദിവ്യാത്മാവിനോട് അവർ അകം നൊന്തു കേണു. ഒന്നു കരകയറ്റേണമേ.......

പള്ളിക്കോലായയിൽ ആകാശത്തിന്റെ കന്മഷമാർന്ന മുഖം നോക്കിക്കിടക്കുന്ന കാദരുണ്ണിയോടു കുഞ്ഞിപ്പക്കി ചോദിച്ചു:

“ചങ്ങാതീ നമുക്ക് പോകേണ്ടേ?”

“എങ്ങോട്ട്?”

“പാലത്തിന്റടുത്തു സഭ കൂടണ്ണ്ട്. എല്ലാരും പോണുണ്ട്.”

“ഞാനില്ല.”

“അദ്രുമാൻഹാജിയുണ്ടാകും.......”

അദ്രുമാൻഹാജി ഒരു രാജാവിനെപ്പോലെ വിളങ്ങി. മനോഹരമായ ഒരു മന്ദഹാസത്താൽ അയാൾ ഗ്രാമീണരെ ഒന്നടങ്കം കയ്യിലെടുത്തു.

“കൂട്ടരേ, ഇതാ നിങ്ങളുടെ മുമ്പിൽ നിൽക്കുന്നവർ രണ്ടു മഹാന്മാരാണ്. ഇസ്ലാമല്ല. ഹിന്ദുവല്ല. നമ്മുടെ രാജ്യം അകപ്പെട്ടിരിക്കുന്ന വിപത്തിൽ നിന്നു നമ്മെ രക്ഷിക്കാനെത്തിയവർ.” മതവും രാഷ്ട്രവും എങ്ങനെ ബന്ധപ്പെട്ടിരിക്കുന്നെന്നു വിവരിക്കാൻ അദ്രുമാൻഹാജിക്കു കഴിഞ്ഞില്ല. “നമ്മൾ ഇപ്പോൾ ഏർപ്പെട്ടിരിക്കുന്ന കലാപത്തിൽ വെള്ളക്കാരനെ തോൽപ്പിക്കുകയാണ് ലക്ഷ്യം. നമ്മുടെ ഭരണം വരണം!”

മാനു പറയുന്നു,

.......അന്നും ഇന്നും ഇതേ കബളിപ്പിക്കൽ. ഇതേ വാഗ്ജാലം. ചെറിയച്ഛന്റെ പ്രസംഗം ഞാനും കേട്ടിരുന്നു. അദ്രുമാൻഹാജി മന:സാക്ഷി ഉള്ളവനായിരുന്നു. മതമാണ് വലുതെന്ന് തുറന്നു പറയുകയെങ്കിലും ചെയ്തു..... ചെറിയച്ഛനും മാധവേട്ടനെന്നു വിളിക്കപ്പെടുന്ന കോൺഗ്രസുകാരനും പറഞ്ഞതെന്താണ്? ഖദറിനു ജനത്തെ രക്ഷിക്കാൻ കഴിയുമെന്ന്!

ഞാൻ യോഗസ്ഥലത്തുണ്ടായിരുന്നു. ചെറിയച്ഛൻ തന്ന ലഘുലേഖകൾ വിതരണം ചെയ്യാൻ പോയതാണ്. വായിക്കാനറിയുന്നവർ വിരലിലെണ്ണാൻപോലും ഉണ്ടായിരുന്നില്ല. അദ്രുമാൻഹാജി ഗംഭീരമായി വർത്തമാനം പറഞ്ഞു. അദ്ദേഹത്തിന്റെ നീട്ടിവളർത്തി വെട്ടിയൊരുക്കിയ താടി ഒരു കൊഴുവിന്റെ മൂർച്ചയോടെ നെഞ്ചുപിളർക്കാനാഞ്ഞു നിന്നു. ഹൃദയത്തിൽനിന്നു കുത്തിയൊഴുകുന്ന വാക്കുകൾ– ആത്മാർഥതയുടെ തിളക്കവും മൂർച്ചയുമുള്ള പ്രസംഗം. കാദരുണ്ണി രുഗ്മിണിക്കോവിലമ്മയുടെ

അനാഥത്വത്തെക്കുറിച്ച് ഓർത്തിരിക്കണം. അവരെ ഭ്രഷ്ടയാക്കിയത് ഇസ്ലാമായിരുന്നില്ല. അവരെ ആത്മഹത്യയ്ക്കു പ്രേരിപ്പിച്ചതും ഇസ്ലാമല്ല.....

വെള്ളക്കാരെ തുരത്തണം എന്ന മന്ത്രത്തിലാണ് ഓരോ വാക്യവും അവസാനിച്ചത്.

കാദരുണ്ണി ഉറച്ചിട്ടുണ്ടാവും, വെള്ളക്കാരനെ മാത്രമല്ല, പെണ്ണൊരുത്തിയെ പടിക്കുപുറത്താക്കി പിണ്ഡംവച്ച ദുഷ്ടനാടുവാഴിയെയും മറിച്ചിടണം. അവന്റെ കുടിലിനു തീകൊടുത്ത കോന്തൻനായരെ വകവരുത്തണം. മണ്ണിൽ വേലചെയ്യുന്നവനെ കുടിയിറക്കുന്ന, ഭൂമിമേൽ ചാർത്തു മാറ്റുന്ന എല്ലാ ദുഷ്ടജന്മിമാരെയും വകവരുത്തണം. കലാപത്തിന്റെ ഇരുട്ടിൽ ദുഷ്ടനെയും ശിഷ്ടനെയും തിരിച്ചറിയാൻ കഴിയുന്നതെങ്ങനെ?

കാദരുണ്ണിയുടെ ചുവന്നുതുടുത്ത മുഖം നോക്കിയിരുന്ന കായക്കച്ചവടക്കാരൻ പരീതും കടത്തുകാരൻ കുഞ്ഞിപ്പക്കിയും പേടിച്ചു വിറച്ചു. കാദരുണ്ണി ഒരു കരാളരൂപം കൈക്കൊള്ളുന്നു. അവനെ യോഗസ്ഥലത്തുനിന്നു പിടിച്ചു കൊണ്ടുപോയി ഗ്രാമത്തിലെത്തിക്കുകയാണ് തങ്ങളുടെ പ്രധാന കർത്തവ്യം എന്നു നാട്ടുകാർക്കു തോന്നി. വെള്ളക്കാരൻ; അങ്ങ് പട്ടണത്തിലെ ആപ്പീസിലോ ഭരണതലസ്ഥാനത്തോ ഇരിപ്പാണ്. കാദരുണ്ണി പല്ലുകൾ കടിച്ചരച്ചു. അവന്റെ ശരീരത്തിലൊരു വിറ ആവേശിച്ചു. കുന്നത്തുപള്ളിയുടെ നേർക്ക് അവൻ ചുവന്നുരുണ്ട മിഴികൾ ചുഴറ്റി. പള്ളീലെത്തീട്ട് നിസ്ക്കരിക്കേണ്ടേ? നോമ്പു തുറക്കേണ്ടേ?......

അവരുടെ കൂടെ വഞ്ചിയിൽ വന്നിറങ്ങിയ മാനു മുത്തച്ഛനോടു പറഞ്ഞു:

"ഇനി ഇക്കൊല്ലം സ്കൂളിൽ പോകേണ്ട!"

"നീയ് അച്ഛനോടും അമ്മയോടും പറഞ്ഞിട്ടാണോ പോന്നത്?"

"ഇങ്ങോട്ടല്ലാതെ മറ്റെവിടെയാണ് അവൻ പോവുക?" മുത്തശ്ശി ചോദിച്ചു.

പന്തിയില്ലാത്ത ഒരു കാറ്റ് വരണ്ട പൂഴിപ്പരപ്പ് മണത്തു മണത്തു നടന്നു. എത്ര നേതാക്കന്മാരാണ് തങ്ങളെ രക്ഷിക്കാൻ തങ്ങളുടെ ആത്മാക്കളെ വീര്യവത്താക്കാൻ, തങ്ങളുടെ രാജ്യത്തിന്റെ മാനം കാക്കാൻ കടവണഞ്ഞിരിക്കുന്നത്! കണ്ണിൽ കാണുന്നത് വിശ്വസിക്കാതിരിക്കുന്നതെങ്ങനെ? അദ്രുമാൻഹാജിയുടെ സ്നേഹഭാഷണം അവരെ ആകർഷിച്ചു. ആ വാക്കുകൾക്ക് ഊടുംപാവുമായി വർത്തിക്കുന്ന ആവേശം കാറൊഴിഞ്ഞ മാനത്തൂടെ വീശിയടിക്കുന്ന സമാശ്വാസകമായ കാറ്റായി. ഗംഗന്റെ ഖദർകുപ്പായത്തിന്റെ വെണ്മയിൽ അവർക്കു വിശ്വാസമായി. മാധവേട്ടന്റെ കുറിയ ശരീരവും മൃദുവായ പുഞ്ചിരിയും എല്ലാം കാണുന്ന തിളങ്ങുന്ന മിഴികളും അവരുടെ ഗ്രാമ്യധാരണകൾക്കു വഴങ്ങുന്നതായിരുന്നു, വിശ്വാസ്യമായിരുന്നു. അദ്ദേഹത്തിന്റെ മധുരശീതളമായ വാക്കുകൾ തീപിടിച്ച അവരുടെ ആത്മാക്കളെ തണുപ്പിച്ചു.

രാത്രി ഇരുളാൻ തുടങ്ങിയപ്പോഴും യോഗം അവസാനിക്കരുതേ എന്ന് അവർ പ്രാർഥിച്ചു. രാവിന്റെ ഇരുട്ടിൽ, ഗ്രാമത്തിന്റെ ഏകാന്തത

യുടെ ആഴത്തിൽ പട്ടാളബൂട്ടുകളുടെ ടക്, ടക് ശബ്ദം പതിയിരിപ്പുണ്ട്. ഒരു നിശ്ചിതമുഹൂർത്തത്തിൽ, തീർത്തും അപ്രതീക്ഷിതമായി അവ ഇരുട്ടിന്റെ ചതുപ്പുകൾ താണ്ടി പാഞ്ഞെത്തുമെന്നും മണൽപ്പരപ്പും വയലുകളും തോപ്പുകളും കുടികളും വീടുകളും ചവിട്ടിയരയ്ക്കപ്പെടുമെന്നും അവർ ഭയന്നു. ജീവിതത്തിലൊരിക്കലും ഇങ്ങനെ കച്ചകെട്ടി സമൂഹത്തെ രക്ഷിക്കാൻ ഒരുങ്ങിപ്പുറപ്പെട്ട നേതാക്കന്മാരെ അവർ കണ്ടിരുന്നില്ല. ഇതുവരെയും തുറന്ന ജയിലിനകത്തെ അത്യന്തം വിരസമായ ജീവിതം തള്ളിനീക്കുകയായിരുന്നു അവർ. ഇവർ തങ്ങളുടെ ജീവിതമാകെ പൊളിച്ചെഴുതാൻ വന്നിരിക്കുന്നവരാണ്. മേൽച്ചാർത്തുകളിൽ പുതുനാമ്പുകൾ വിടരും. സ്വപ്നങ്ങൾ പൂക്കും. ഇക്കാലമത്രയും തങ്ങൾ പരാങ്മുഖരും ഭീരുക്കളും വയറിനുവേണ്ടിമാത്രം ജീവിച്ചുപോന്ന കീടങ്ങളുമായിരുന്നെന്ന് അവർ ലജ്ജയോടെ ഓർത്തു.

ഇരുപത്

ക്ഷയപക്ഷത്തിലെ നിലാവിനെ നോക്കി രുഗ്മിണിക്കോവിലമ്മ മണൽത്തിട്ടയിലിരുന്നു. ജീവിതംപോലെ ആദ്യാവസാനമില്ലാതെ പരന്നുകിടക്കുന്ന പുഴയോരം ശൂന്യം. നിലാത്തരികൾ കുഴഞ്ഞ പൂഴിപ്പരപ്പ് അർധമയക്കത്തിൽ പിറുപിറുക്കുന്നു. മുളങ്കാടുകളിൽനിന്നു വരണ്ട തൂവലുകൾ കൊഴിഞ്ഞുവീണ് പുഴയുടെ കറുത്ത ഒഴുക്കിൽ ലയിക്കുന്നു. കാളിയാറിന്റെ നാഭിച്ചുഴിയിൽ ആസക്തമായ രാവ് മെല്ലെ മെല്ലെ ആകാശങ്ങളിൽനിന്ന് ഇറങ്ങി വരുന്നു.

കടവ് ശൂന്യം. മനുഷ്യരെന്നല്ല കാലികൾപോലും പോക്കുവരവ് അവസാനിപ്പിച്ച് നിഴലുകളുടെ രഹസ്യസങ്കേതത്തിലൊതുങ്ങി. ജലരാശിയുടെ ഹൃദയത്തിൽനിന്ന് അടക്കിപ്പിടിച്ച ഒരു തേങ്ങൽ ഉയരുന്നുണ്ടെന്ന് രുഗ്മിണിക്കോവിലമ്മയ്ക്കു തോന്നി. അത് തന്റെ ശബ്ദമാണ്. എല്ലാം അവസാനിപ്പിക്കാൻ ഇറങ്ങിത്തിരിച്ച ഒരു സ്ത്രീയുടെ ശബ്ദം. ജലോപരിസ്പർശിച്ചപ്പോൾ സ്വാതന്ത്ര്യത്തിന്റെ മാദകമായ അനുഭൂതിയിൽ അവൾ സ്വയം മറന്നിരുന്നു. ജീവിതത്തിനും മരണത്തിനുമിടയിലുള്ള ഈ കറുത്ത പ്രതലം ആത്മാവിനെ, ശരീരത്തിന്റെ ക്ഷുദ്രകാമനകളിൽനിന്നു മുക്തമാക്കുമെന്ന് അവൾ വ്യാമോഹിച്ചു. കാളിയാറിന്റെ അഗാധഹ്രദങ്ങളിലേക്കുള്ള പ്രയാണത്തിൽ ശരീരത്തെ വിലക്കാൻ ഒരു പായൽവള്ളിപോലും ഉണ്ടാവില്ലെന്നു നിനച്ചു. ഒരു മനുഷ്യന്റെ കരങ്ങൾക്ക് ഇത്ര ബലമോ? തമ്പുരാന്റെ ചുക്കിച്ചുളിഞ്ഞ കൈയുകൾ പടരാനാഗ്രഹിച്ചു തളർന്നുവീണത് അവൾക്ക് മറക്കാനാവാത്ത അനുഭവമായിരുന്നു. സ്പർശനശേഷി നഷ്ടപ്പെട്ട കരങ്ങൾ മാത്രം അറിഞ്ഞിരുന്ന അവളുടെ ഉടൽ ജലസ്പർശമേറ്റു ത്രസിച്ചു. കാദരുണ്ണിയുടെ പുരുഷഹസ്തങ്ങളിൽ വിലയംപ്രാപിച്ച നൈമിഷികാനുഭവം ഈ കയത്തിൽ ഒളിഞ്ഞുകിടക്കുന്നു. കയം അവളെ എന്നും ആകർഷിച്ചു. കാദരുണ്ണിയുടെ ഇച്ഛാ

ശക്തിയാൽ തോറ്റുപിന്മാറിയ ചുഴികളിൽനിന്ന് അവൾ പുനർജനിച്ചു. ആരെയും ഒന്നിനെയും കാലത്തെപ്പോലും ഭയപ്പെടാത്ത ഒരു സ്ത്രീ. കരയിൽ നിന്ന് വ്യസനത്തോടെ പിൻവാങ്ങുന്ന കാളിന്ദിയുടെ കൈയുകൾ പിന്നീട് അവളുടെ നേർക്ക് ഉയർന്നതേയില്ല.

അവൾ കാളിന്ദിയുടെ ഇരുണ്ട മുഖത്തു നോക്കി മന്ത്രിച്ചു:

"ക്ഷമിക്കുക! ഇനിയുമുണ്ടല്ലോ കാലം. വീണ്ടും വീണ്ടും മലരികളും ചുഴികളും ഉണ്ടാവും. നീയും ഞാനും തമ്മിലുള്ള ബന്ധം ജന്മാന്തരങ്ങളുടെ തുടർച്ചയാണ്. നിന്നെ തീർത്തും വെടിഞ്ഞുപോകാൻ എനിക്കു സാധിക്കയില്ല." കാളിയാർ ഗൗരവം വിടാതെ തന്റെ അനന്തയാത്ര തുടരുന്നു. നിഷ്കാമയായ രുഗ്മിണി തണുപ്പ് ഉറഞ്ഞുകൂടിയ പുഴക്കരയിലിരുന്ന് ആഴങ്ങളിലേക്കു സൂക്ഷിച്ചുനോക്കുന്നു. കണ്ണുകൾ വേദനിക്കുന്നു. ഒന്നും കാഴ്ചയിൽ തടയുന്നില്ല. അക്കരെ, തെങ്ങിൻതോപ്പുകളുടെ ഇരുണ്ട ചക്രവാളരേഖയിൽ രോഹിണിനക്ഷത്രം കയ്യെത്തി പിടിക്കാനരുതാത്തൊരു സത്യംപോലെ തിളങ്ങി നിൽക്കുന്നു.

പൊടുന്നനെ കടത്തുതോണി പിടഞ്ഞുണർന്നു. അക്കരെ നിഴലുകൾ ഇളകി. കടത്തുകാരൻ ശബ്ദിക്കുന്നില്ല. പങ്കായം ഓളക്കൂട്ടങ്ങളെ ആട്ടിയകറ്റി ഇക്കരയ്ക്കു വരുന്നു. തോണിയും കടത്തുകടക്കുന്നവരും ഘനീഭവിച്ച ഒരൊറ്റ നിഴലായി പുഴ മുറിക്കുന്നത് മുളങ്കാടിന്റെ നിഴലിൽ നിന്ന രുഗ്മിണി കണ്ടു.

കാറ്റു തുളച്ചു വരുന്നു. ഒരു പുരുഷഗന്ധം. അവളുടെ ചുണ്ടിൽ ഒരു ചെറുമന്ദഹാസം രാപ്പൂവ്പോലെ വിരിഞ്ഞു. അവൾ വിറകൊണ്ടു.

"കാദരുണ്ണി പള്ളിക്കലേക്കു പോ. ഞങ്ങള് കുടീലിക്ക് പോകട്ടെ........"

"ഊം...."

തോണിക്കറുപ്പിന്റെ മടക്കയാത്രയിൽ നിദ്രാഭംഗം വന്ന ഓളങ്ങൾ പിറുപിറുത്തു. പൂഴിപ്പരപ്പ് ഞരങ്ങി.

കടത്തുപുരയുടെ നിശ്വാസങ്ങൾക്കിടയിൽനിന്നു കാദരുണ്ണി, ഒരു കടുത്ത ഓർമക്കുറിപ്പുപോലെ.

നനവിന്റെ ഓരത്തുനിന്ന് കാദരുണ്ണി ചോദിക്കുന്നു, "കോവിലമ്മ ഉറങ്ങിയില്ലേ?"

"ഉറങ്ങാറായില്ല."

"നാളെയാകട്ടെ, കടത്തുപുര ഒരിക്കൽക്കൂടി കെട്ടിമേഞ്ഞു തരുന്നുണ്ട്."

"വേണ്ട."

"അതെന്തേ? കിടക്കാനിടം വേറെ കിട്ടിയോ?"

"കുറെ ദിവസമായിട്ട്, ഞാൻ കാവിലാണ് കിടപ്പ്. ആരും തിരിഞ്ഞു നോക്കാത്ത ദേവിയുടെ മണ്ടകത്തിൽ. ദേവി ഒന്നും ചോദിച്ച് ഉപദ്രവിക്കില്ല. സൽക്കാരംകൊണ്ടു ബുദ്ധിമുട്ടിക്കില്ല."

"സർപ്പങ്ങളുണ്ടാകും!"

"സർപ്പങ്ങളെ എനിക്കിഷ്ടമാണ്. മനുഷ്യരെക്കാൾ ഭേദം. പാവ

ങ്ങൾ.....ഇരതേടിപ്പോവുമ്പോൾ തിരിഞ്ഞുനിൽക്കില്ല. വേണ്ടാത്ത വർത്തമാനം പറയില്ല. ഞാൻ കുട്ടിക്കാലത്ത് കോവിലകത്തെ സർപ്പക്കാവിൽ പാലും നൂറും നേദിക്കാറുണ്ടായിരുന്നു. കാവു നിറയെ സർപ്പങ്ങളായിരുന്നു. പൊൻനാഗങ്ങൾ, കരിമൂർഖന്മാർ, വെള്ളിക്കെട്ടൻ, അണലി........ കാവിനുമുകളിൽ സദാ കറങ്ങുന്ന പരുന്തുകൾ. മരക്കൊമ്പുകളിൽ കണ്ണിലെ ഉറുമി ചുഴറ്റുന്ന കൂമന്മാർ. താഴെ ഇറങ്ങി വരാൻ അവ രാത്രികാലമാവാൻ കാത്തിരുന്നു. മനുഷ്യർക്കിപ്പോൾ രാവും പകലുമില്ല."

"എന്റെ ഈ കൈകൾകൊണ്ട് എത്രയോ പാമ്പുകളെ ഞാൻ വകവരുത്തീട്ടുണ്ട്. തീയിട്ടു ചുട്ടിട്ടുണ്ട്......"

വെറുപ്പും ഭയവും ഗ്രസിച്ച മിഴികളിൽ കോവിലമ്മ കാദരുണ്ണിയെ തുറിച്ചു നോക്കി.

"പാമ്പുകളെ കൊല്ലരുതെന്നു തമ്പുരാട്ടി പറഞ്ഞപ്പോഴേ ഞാനറിയുന്നുള്ളൂ. ഞാൻ വിവരമില്ലാത്തവനായി വളർന്നു......."

അസ്വസ്ഥമായൊരു നിശ്ശബ്ദത അവർക്കിടയിൽ ഒരു കുരുടിപ്പാമ്പിനെപ്പോലെ കിടന്നു പിടഞ്ഞു.

ചെരിഞ്ഞ നിലാവ് അവരുടെ നിഴലുകളെ മണൽത്തിട്ടയിൽ പരസ്പരം വിലയിപ്പിച്ചു.

ഒരു ചെറുനടുക്കത്തോടെ ഒട്ടുമാറിയിരുന്നിട്ട് രുഗ്മിണി ചോദിച്ചു:

"ഹാലിളകുമ്പഴ് കാദരുണ്ണി എല്ലാം മറക്കുമോ?"

"മറക്കും."

സർപ്പക്കാവില് ഉറഞ്ഞുതുള്ളുമ്പഴ് പെൺകുട്ടികളെ നാഗങ്ങൾ ആവേശിക്കുന്നു. കൈയിൽ പിടിക്കുന്ന കമുകിൻപൂക്കുല ഫണം വിടർത്തിയാടുന്നു.

"തമ്പുരാട്ടിക്ക്, ഉപേക്ഷിച്ചുപോന്ന ജീവിതത്തിലേക്ക് തിരിച്ചുപോകാൻ കൊതിയുണ്ടോ?"

"എനിക്ക് മോഹല്യ. നരകത്തിലേക്കു തിരിച്ചുപോകാൻ ആരാ മോഹിക്കുക!"

എല്ലാ ജീവിതങ്ങളും നരകമാണ്; കാദരുണ്ണി ആലോചനയോടെ മുരണ്ടു, കടത്തുകാരന് കടത്ത് നരകം, ആമിനയ്ക്ക് അദ്രുമാൻഹാജി നരകം, വൈദ്യർക്ക് നടക്കാൻ വയ്യായ്ക നരകം. എനിക്ക്.......

"ഉണ്ണിക്ക്?"

"ഈ ജീവിതം നരകം. തമ്പുരാട്ടിക്കോ?"

"തമ്പുരാൻ!" പറഞ്ഞ നിമിഷം തിരിച്ചെടുക്കണമെന്ന് രുഗ്മിണിക്കു തോന്നി.

പാവം തമ്പുരാൻ! വാർധക്യം ഒരു കുറ്റമല്ല. വാർധക്യത്തിൽ, നിനച്ചിരിയാതൊരു സന്ദർഭത്തിൽ വാലായ്മപോലൊരു ഭരണഭാരം തലയിൽവന്നു വീഴുന്നതും കുറ്റകരമല്ല. ഭരണത്തിനും മരണത്തിനുമിടയ്ക്കുള്ള നൂൽപ്പാലത്തിനു ബലം കൂട്ടാൻ അദ്ദേഹം അമ്പലങ്ങൾതോറും കുളിച്ചു തൊഴുതു നടക്കുന്നു. സാന്ത്വനം കണ്ടെത്താൻ ശ്രമിക്കുന്നു.

തമ്പുരാട്ടിക്ക് മൊഴിചൊല്ലാർന്ന്ല്യേ?"

രുഗ്മിണി അറിയാതെ ചിരിച്ചു. മുളങ്കൂട്ടത്തിൽ കാറ്റ് പരിഹാസം നിറച്ചു.

ഒരു വൃദ്ധനുമായുള്ള വിവാഹബന്ധം വേർപെടുത്തിയെന്നുവച്ച് ആത്മാവിനേറ്റ കളങ്കം കഴുകിക്കളയാനൊക്കുമോ? എവിടെ മുങ്ങിക്കുളിച്ചാലാണ് എന്റെ ഉൾക്കാമ്പിനേറ്റ കളങ്കം കഴുകിപ്പോവുക? ഒരു വൃദ്ധബീജം എന്നിൽ മുളച്ചു കരുത്താർജിക്കുകയില്ല. മറ്റൊന്നും എനിക്കു വേണ്ടായിരുന്നു. ഒരു കുഞ്ഞ്. എന്റെ ഒരു കുഞ്ഞ്! കോവിലകത്തെ അറകളിലെ അനപത്യദുഃഖത്തെക്കാൾ നല്ലത്, ഗ്രാമവീഥികളിലെ ഈ ജീവിതം. കാവുകളിലെ അന്തിയുറക്കം.

"തമ്പുരാട്ട്യെ ഇനി ഹിന്ദുക്കള് കൈക്കൊള്ളുമോ?"

"ഇല്യ."

"ഞാനല്ലേ ഇങ്ങളെ അശുദ്ധമാക്കിയത്! മരണത്തിന്റെ കൈയീന്ന് വലിച്ചെടുക്കുമ്പഴ് ഒന്നും ആലോചിച്ചില്ല. മരണത്തിനു ജാതിയും മതവും ഇല്ലല്ലോ! രക്ഷപ്പെട്ടപ്പഴാണ് പ്രശ്നമായത് ഇല്ലേ?"

"അതിനെപ്പറ്റി പറയേണ്ട? തലേലെഴുത്ത് മായ്ച്ചാൽ മായില്ല. മായ്ക്കാമെന്നു നിനച്ച ഞാനൊരു വിഡ്ഢി!"

പെട്ടെന്ന് രുഗ്മിണി സംസാരം നിർത്തി. രാവിന്റെ സാന്ദ്രമായ അന്ധകാരത്തിലേക്ക് അവർ ആണ്ടുപോയി. നിശ്ശബ്ദതയുടെ കയം അവരെ വിഴുങ്ങി. നിലാവ് വീണുകിടക്കുന്ന മണപ്പുറത്ത് ഒരനാഥയായി, ദീനയും ദുഃഖിതയുമായി, മുട്ടുകളിൽ മുഖം താങ്ങി അനക്കമറ്റിരിക്കുന്ന യുവതിയുടെ രൂപം കാദരുണ്ണിയുടെ കരളിൽ കനിവിനെക്കാൾ തീവ്രമായ കാമം ഉളവാക്കി. താനൊരു യുവാവാണെന്ന ബോധം അവന്റെ ഉള്ളിൽ സട കുടഞ്ഞെണീറ്റു. മണ്ണും വിയർപ്പും വിശപ്പും മാത്രമല്ല, കാദരുണ്ണി. അവന്റെ സിരകളിൽ പൗർണമിയുടെ വേലിയേറ്റം ഉണ്ടായി.

തന്നെ വലയം ചെയ്യുന്നത് അഗ്നിതരംഗങ്ങളാണെന്ന് രുഗ്മിണി അറിഞ്ഞു. അഗ്നിയെ അടിച്ചുകൊല്ലാൻ അവൾ ആഗ്രഹിച്ചു. സ്വയമൊരുതീയായി അവൾ തന്നെ പൂണ്ടിരിക്കുന്ന പുരുഷനെ ആക്രമിച്ചു. ഏതോ ഒരു നിമിഷത്തിൽ അഗ്നിയിൽനിന്നു കൊളുത്തിയ അഗ്നി ആളിപ്പടർന്നു. ജീവന്റെ പ്രാചീന ആകർഷണം ഒരൊറ്റ യാഗാഗ്നിയായി ജ്വലിച്ചു.

കാമത്തിന്റെ യാഗശാലയിൽ കുഴഞ്ഞുവീണ രുഗ്മിണിയെ വാരിയെടുത്ത് കാദരുണ്ണി മണൽപ്പരപ്പ് താണ്ടി. ഇരുപത്തേഴു നീണ്ടവർഷങ്ങൾ ഈ ഭൂമിയിലെ മണ്ണിലിഴഞ്ഞും വീണും കിളച്ചും നട്ടുനനച്ചും കൊയ്തും താൻ ജീവിച്ചത് ഈയൊരു രാത്രിയിലെ അനുഭവത്തിനു വേണ്ടിയായിരുന്നെന്ന് അവനു തോന്നി. പള്ളിയിലെ നഗാറയുടെ രോദനം അന്നാദ്യമായി അവന്റെ അന്തരംഗത്തിൽ എത്തിച്ചേർന്നില്ല............

പുലർകാലം. ഒരു നിയോഗത്തിൽ വിശ്വാസമർപ്പിച്ച് ഗ്രാമത്തിലെ പുരുഷന്മാർ, വിശ്വാസികൾ, കടത്തുവഞ്ചിയിൽ തള്ളിക്കയറി. എല്ലാവർക്കും ഇടംനൽകുന്ന ഒരു വലിയതോണി. നോഹയുടെ പെട്ടകം

പോലെ അത് ഒരു രക്ഷാമാർഗവും വാഗ്ദാനം ചെയ്തില്ല. പെണ്ണുങ്ങളും കുട്ടികളും നടക്കാനരുതാത്ത വൃദ്ധന്മാരും പുരയ്ക്കുള്ളിൽ കാത്തിരുന്നു. കാത്തിരിപ്പ് ഗ്രാമജീവിതത്തിന്റെ നിയോഗമായിരുന്നു. കിളച്ച മണ്ണിൽ വിത്തിട്ടാൽ മുളച്ചുയർന്നു, പൂത്തു, കായ്ച്ചു വിളയുംവരെ. ഗർഭംധരിച്ച ബീജം ശിശുവായി, ആണായി, തൊഴിൽ ചെയ്യാൻ കരുത്തുള്ളവനായി മാറുംവരെ.... അവരുടെ ജീവിതം നിരന്തരമായ കാത്തിരിപ്പുകളുടെ ഒരു മൗനഘോഷയാത്രയായിരുന്നു. എന്താണ് മരിച്ചുകൊണ്ടിരിക്കുന്നതെന്ന് ആരായാൻപോലും അവർക്കറിഞ്ഞുകൂടാ. തിരിച്ചറിവിന്റെ വേവലാതികളില്ലാതെ പുറത്തുകേട്ട ശബ്ദത്തിനു പുറകെ അവർ യാത്രയാരംഭിച്ചു. യാത്രകൾ കുന്നത്തുപള്ളിയുടെ അങ്കണത്തിൽ അവസാനിച്ചു. ദുഃഖാനുഭവങ്ങളുടെ പരുക്കൻ തഴമ്പുവീണ മനസ്സല്ലാതെ മറ്റൊരായുധവും അപ്പോൾ അവരുടെ പക്കലില്ല. പക്ഷേ, അകത്ത് വേണ്ടുവോളം ആയുധങ്ങളുണ്ടായിരുന്നു—ഇരുതലമൂർച്ചയുള്ള കഠാരകൾ, നീണ്ടവാളുകൾ, അലകിനുവീതികൂടിയ മലബാർ കത്തികൾ, ഗദകൾ, വടികൾ, വിശ്വാസത്തിന്റെ അമിതദാർഢ്യം.

മുഹമ്മദ് മുസ്ല്യാർ കൈകൾ പുറകിൽ പിണച്ചു പള്ളിമുറ്റത്തുകൂടി നടന്നു. ഉടുമുണ്ടിന്റെ തലപ്പ് ശുഷ്കിച്ച വിരലുകൾക്കിടയിൽ ഞെരിഞ്ഞു. കവിളൊട്ടി, മൂക്കുയർന്ന്, മിഴികൾതാണ്—മുസ്ല്യാർ ഒരു ദീർഘനിശ്വാസംപോലെ നേർത്തിരുന്നു. വരണ്ടുണങ്ങിയ ചുണ്ടിൽ പ്രാർഥനയുടെ ദൈന്യം വിറകൊണ്ടു.

കുറെ ദിനങ്ങളായി, അങ്ങാടികളിൽ തെഴുത്ത് ഇലവിരിയുന്ന വിവരങ്ങൾ അവരുടെ മനസുകളിൽ മോഹത്തീ പടർത്തുന്നു. കിഴക്കൻ മലന്തോട്ടങ്ങളിൽ വേലക്കുപോയവർ വെള്ളക്കാർക്കെതിരെ കലാപക്കൊടി ഉയർത്തിയ കഥകൾ. രാവിന്റെ മറവിൽ എസ്റ്റേറ്റുകൾ വെടിഞ്ഞു പട്ടണം നോക്കി പലായനം ചെയ്യുന്ന വെളുത്ത ഉടമകൾ കാടിന്റെ കൊടുംചതുപ്പുകളിൽ തലയറ്റു വീണവർ. എവിടെല്ലാമോ വെടിമുഴങ്ങുന്നു. ഭൂമി ചുവന്നു പൂക്കുന്നു. വെട്ടേറ്റു നിലംപൊത്തിയ ശിരസുകൾ ഭൂമിയുടെ നെഞ്ചിൽ വീണുരുളുന്നു. മനുഷ്യമനസുകളിൽ കലാപത്തിന്റെ ചോര ചീറ്റിപ്പടരുന്നു.

പള്ളിക്കു ശ്വാസംമുട്ടി. മുഹമ്മദ് മുസ്ല്യാരുടെ വിളർത്ത മുഖം ഒരു നിമിഷം ജനക്കൂട്ടത്തിനുമീതെ മഴക്കാറുപുരണ്ട ചന്ദ്രനെപ്പോലെ ഉദിച്ചു.

കാദരുണ്ണി തീർത്തും മൂകനായിരുന്നു. ആരുടെയോ ആജ്ഞയ്ക്കു ചെവിയോർത്ത്, കണ്ണിറുക്കി, മൂക്കുവിറപ്പിച്ച്—ഇടവും വലവും മനുഷ്യരാണെന്ന് അവനറിയുന്നില്ല. പെരുവെള്ളപ്പാച്ചിലിനു അണകെട്ടി വീർപ്പുമുട്ടുന്നവർ—ഒഴുകാൻ ഒരുമ്പെട്ടുനിൽക്കുന്ന ഒരു ജനപ്രളയം. ഒരു ചെറുസുഷിരം, നന്നെ നേർത്തൊരു വിള്ളൽ, രോഷത്തിലമർന്ന ചുഴികൾ ചുരുൾ വിടർത്തുന്നു.

"പട്ടാളം പള്ളി പൊളിച്ചു!"

ഇടിത്തീപോലൊരു വാർത്ത. കാട്ടുതീപോലെ പടർന്നു കയറിയ

ഒരു ദുരന്തവാർത്ത. വാർത്ത വന്നത് ഭൂമിയിലൂടെയോ ആകാശത്തിലൂടെയോ എന്നറിയുന്നില്ല.

മുഹമ്മദ് മുസ്ല്യാരുടെ കണ്ഠം ഒരാക്രന്ദനത്താൽ പിളർന്നു.

യാ......അള്ളാ......അദ്ദേഹം എന്തോ പറയാനാഞ്ഞു. അണക്കെട്ടു തകർന്നു. അഹിംസയുടെ അണക്കെട്ട്. കോംപ്രമൈസിന്റെ നിരപ്പാക്കൽ. ഇല്ല, ആരും ഒന്നും കേൾക്കുന്നില്ല. വിശ്വാസത്തിന്റെ മഹാവൃക്ഷത്തിന്റെ കട പുഴങ്ങുമ്പോൾ, ഒരു തക്ലിയുടെ നേർത്ത വിലാപം ആരുണ്ട് കേൾക്കാൻ? മുഹമ്മദ് മുസല്യാർ കൂട്ടത്തിലൊഴുകി. പിടിച്ചിരുന്ന വൈക്കോൽ തുരുമ്പ് കൈവിട്ടുപോയി. ഒഴുക്കിനൊപ്പം നിന്നുകൊടുക്കാതെ ഗതിയില്ല. സഹസ്രാബ്ദങ്ങളായി മെരുക്കി കൂട്ടിലടയ്ക്കപ്പെട്ടിരുന്ന മൃഗങ്ങൾ കൂടു തകർത്ത് പുറത്തേക്ക്. അവിടെ മനുഷ്യനെന്ന നിസ്സാരജീവി—

പെരുവഴിയോരത്തെ കൊങ്കിണിക്കാട്ടിലേക്ക് ബോധരഹിതനായി നിലംപതിക്കുന്ന മുസ്ല്യാർ. അയാളുടെ ഇനിയും മരിച്ചിട്ടില്ലാത്ത ദേഹത്തിൽ ചവിട്ടിയും ചവിട്ടാതെയും കൊടിയ ആരവത്താൽ മൂർച്ഛിതമായ ജനക്കൂട്ടം മുമ്പോട്ടു കുതിച്ചു.

ഇരുപത്തി ഒന്ന്

ഹിംസ ഒരു വേവാത്ത കിഴങ്ങുപോലെ അവരുടെ മനസിന്റെ കനലിൽ കിടന്നു. മുഹമ്മദ് മുസ്ല്യാർ അത് തിരിച്ചും മറിച്ചും ഇട്ടു. ചിന്തകൾ പുകയുകയും കനലുകൾ പുറം കറുത്തും അകം അപകടകരമാം വണ്ണം അപക്വവും തീക്ഷ്ണവും ആണെന്നറിയുകയും ചെയ്തു. ജീവിതത്തിലിന്നുവരെ ഇത്തരമൊരു നിസ്സഹായവസ്ഥ മുസ്ല്യാരെ തീണ്ടിയിട്ടില്ല. അയാളുടെ മനസ്സ് പ്രാർഥനാനിരതമായി. ഒരു വഴി, പുറത്തേക്കുള്ള ഒരു വഴി കാണിച്ചു തരിക! ആർജ്ജിതബോധത്തിൽനിന്ന് ഒരു മന്ദ്രസ്വനം കേൾക്കായി. "ഒരുത്തനെ അവന്റെ ശത്രു വന്ന് ഉപദ്രവിക്കുകയും അതിനാൽ അവൻ മരണപ്പെട്ടുപോകുമോ എന്ന ശങ്ക തോന്നുകയും ചെയ്താൽ കഴിയുംപ്രകാരം ഒഴിഞ്ഞുപോകാൻ നോക്കുക. ഒരു പ്രകാരവും രക്ഷപ്പെടാൻ കഴിയാതെ വന്നാൽ ആത്മരക്ഷയ്ക്ക് ആയുധമെടുക്കുക."

ഹിംസ മനുഷ്യമൃഗാദികളുടെ ചരിത്രത്തിലുള്ളതാണെന്നും, രക്തത്തിലലിഞ്ഞു കിടപ്പുള്ള ഒരു പാരമ്പര്യജന്യരോഗമാണെന്നും കാലാകാലം അതിനുള്ള മരുന്നു കണ്ടെത്താനുള്ള ഗവേഷണത്തിലായിരുന്നു. ഉയർന്നു ചിന്തിച്ചവരെല്ലാമെന്നും മുസ്ല്യാർക്കറിയാമായിരുന്നു. സുഭിക്ഷതയുടെ വസന്തത്തിൽ മനുഷ്യർ അഹിംസയുടെയും ആദർശത്തിന്റെയും മുഖംമൂടിയണിഞ്ഞു ജീവിതത്തിന്റെ ഉത്സവം ആഘോഷിക്കുന്നു, ഈ മുഖംമൂടി ക്ഷണികായുസാണെന്ന് അനുഭവം മുസ്ല്യാരെ പഠിപ്പിക്കുന്നു. ഇപ്പോൾ വറുതിയുടെ കാലം. മുഖംമൂടികൾ പിച്ചിച്ചീന്തി

പ്പോകുന്നു. ഉത്സവവുമില്ല. എത്രയോ കാലമായി എന്റെ ഗ്രാമത്തിലെ കൃഷിപ്പണിക്കാർ നരകിക്കുന്നു. നിത്യാധ്വാനത്തിന്റെ ഭാരത്താൽ അവരുടെ ആത്മാക്കൾ ചതഞ്ഞുപോയിരിക്കുന്നു. ദൈവത്തെ തേടാൻപോലും അവർക്കു സമയം കിട്ടുന്നില്ലല്ലോ. പള്ളിയിൽ മുട്ടുകുത്തുമ്പോഴും അവരുടെ മനസിൽ നാളത്തെ അന്നവും, വീട്ടിൽ കരഞ്ഞു തീരുന്ന ജീവിതങ്ങളുമാണല്ലോ. പ്രാതലിന്റെ പേരിൽ കരഞ്ഞു നിലവിളിച്ചു, കവിൾത്തടങ്ങളിൽ കണ്ണീർപ്പാടുകളുമായി വരുന്ന കുഞ്ഞുങ്ങളുടെ മുഖത്തുനോക്കുമ്പോൾ, ഓതുമ്പോൾ, അവരുടെ ശ്രദ്ധയില്ലായ്മയെക്കുറിച്ച് അസ്വസ്ഥനാകുമ്പോൾ, ഗതികെട്ട അവസരങ്ങളിൽ അവരെ ശിക്ഷിക്കേണ്ടി വരുമ്പോൾ, ശരീരവും ദൈവവിചാരവും തമ്മിലുള്ള സംഘർഷത്തെപ്പറ്റി മുസല്യാർ ആലോചനയിലാണ്ടു. അതീതകാലമായി മനസിൽ പുകഞ്ഞുകൊണ്ടിരിക്കുന്ന അരുതായ്കകൾ ഇപ്പോൾ തരംകിട്ടിയ പഴുതിലൂടെ ചീറ്റുകയാണ്. സർവസംഹാരകമായ കാലത്തീയിനെ ചെറുത്തു നിൽക്കാൻ തനിക്കെന്നല്ല, മഹാത്മാവിനും അനുയായികൾക്കും കഴിയാതെ വരികയാണ്. തോക്കിനും അധികാരത്തിനും മുമ്പിൽ സർവസ്വവും നിഷ്പ്രഭമാവുന്ന ക്ഷുദ്രമായ നിലനിൽപ്പിനെക്കുറിച്ച് മുസ്ല്യാരുടെ ഹൃദയം പിളർന്നു.........

മാളുണ്ണി ഉൽകണ്ഠയോടെ ജനലിലൂടെ നോക്കി. ഇപ്പോൾ തുറന്നു കിട്ടുന്ന അപരിചിതലോകത്തിന്റെ വിസ്മയങ്ങൾ, ഉൽകണ്ഠകൾ, ദുഃഖങ്ങൾ, സംഘർഷങ്ങൾ, ക്രൂരതകൾ ഉൾക്കൊള്ളാൻ അവളുടെ ചെറുമനസിനു കഴിവില്ല. ബൂട്ടിട്ടകാലുകൾ പുൽത്തകിടിയെ ചവിട്ടി മെതിക്കുന്ന കാഴ്ച അവളെ വ്യസനിപ്പിച്ചു. യൂണിഫോറം ധരിച്ച പട്ടാളവും ഖദറിന്റെ മറ പറ്റുന്ന ഏതാനും നേതാക്കന്മാരും ഗാഢമായ കൂടിയാലോചനകളിലാണ്. ലോൺ ഇപ്പോൾ മറ്റൊരു ലോകമാണ്. ഇതരന്റെ ആധിപത്യത്തിലാണ്. പൂമുഖവാതിൽ അതിനെതിരെ സദാ അടഞ്ഞുകിടക്കുന്നു.

മൂർച്ചയുള്ള ഒരു ശബ്ദം, അധികാരത്തിന്റെ അഹങ്കാരം, "നാളെ പള്ളി വളഞ്ഞ് അവരെ പിടിക്കാതെ വയ്യ. ചവിട്ടുമ്പോൾ മർമത്തുതന്നെ ചവിട്ടണം."

"ഒരു പള്ളിയും തൊടാതിരുന്നപ്പോൾ ഇന്നലെയുണ്ടായ പുകില് കണ്ടതാണല്ലോ!"

"വക്കീലിനു വാദിക്കാം. പിടിച്ചാൽ കിട്ടാത്ത ഒരവസ്ഥയിലേക്കാണ് കാര്യങ്ങൾ നീങ്ങിക്കൊണ്ടിരിക്കുന്നത്!" ഇത് ഗംഗമ്മാവന്റെ ശബ്ദമാണല്ലോ. ഗംഗമ്മാവനെ മുഖാമുഖം കണ്ടിട്ട് എത്രയോ നാളുകളായി. ജാനുഅമ്മ വാത്സല്യത്തോടെ വിളമ്പിവയ്ക്കുന്ന ചോറുണ്ണാൻ ഈയിടെ അമ്മാവൻ വരുന്നേയില്ല. മാധവേട്ടൻ ദുഃഖിതനായി തല കുമ്പിട്ട് ഇറങ്ങിപ്പോകുന്നു.

ബഹളം കുറെനേരം നീണ്ടു. അമ്മാവൻ അന്നും അത്താഴം കഴിക്കാൻ അകത്തേക്കു വന്നില്ല. ലോണിൽ അവശേഷിക്കുന്നത് വലിയമ്മാവനും പട്ടാളയൂണിഫോറവും തോക്കും ധരിച്ച ഏതാനും അപരിചി

തരുമാണ്. മുറ്റത്തെത്തിയ അമ്മാവന്റെ മുഖം മാളുണ്ണി വ്യക്തമായിക്കണ്ടു. എന്തോ ആലോചിച്ചുറച്ച ചാരിതാർഥ്യം. ഒരു ഇരുത്തിമൂളൽ. അശ്രദ്ധയോടെ മെതിയടി തട്ടിമാറ്റി ഉമ്മറത്തു കയറുന്നു. പൂമുഖവാതിൽ തുറക്കുന്ന ശബ്ദം. അമ്മായിയുടെ പതിഞ്ഞ ഒച്ച.

മാളുണ്ണി മേശയിലും കസേരയിലും തട്ടാതെ, മുട്ടാതെ അവളുടെ മുറിതേടി. ദിക്കുകളറിയാൻ പാടില്ലാത്ത ഒരു കാടിനു നടുക്കാണ് താൻ അകപ്പെട്ടിരിക്കുന്നതെന്ന് അവൾക്കു തോന്നി. ജാനുഅമ്മ അവളുടെ മെത്ത ഭംഗിയായി വിരിച്ചിട്ടിരിക്കുന്നു. പടിഞ്ഞാറു ചാഞ്ഞ നിലാവിന്റെ മുഖത്ത് മങ്ങൽ. ദൂരെ ഏതോ പുകക്കുഴലിൽനിന്ന് ഇരുണ്ടുരുണ്ട പുകക്കൂട്ടം ആകാശത്തേക്കുയരുന്നു. അവൾക്കും നിലാവുനിറഞ്ഞ ആകാശത്തിനും ഇടയ്ക്ക് ഒരു പുകമറ. നിലാവുകൾ എന്നേക്കും അസ്തമിച്ചുവെന്നും, പട്ടണത്തിലെ ഈ ചെറിയ വീട്ടിനകത്ത് ജീവിതം പഴയപടി സുരക്ഷിതമല്ലെന്നും ഒരു ജന്തുവാസന അവളിൽ ഉണരുന്നു. പുറം ലോകത്തെ അരുതായ്മകളൊന്നും കടന്നുവന്ന് അലോസരപ്പെടുത്താത്ത നാലകത്തെ തറവാട്ടുവീടിന്റെ സുരക്ഷിത്വം വേദനിപ്പിക്കുന്ന ഒരോർമയായി. ജോലികളെല്ലാം തീർത്തു പാതിരാത്രിയിൽ അടുത്തുവന്നു കിടക്കാറുള്ള മുത്തശ്ശിയുടെ മാറിടത്തിന്റെ ചൂടും രക്ഷയും അവളെ കരച്ചിലിന്റെ വക്കിലെത്തിച്ചു. അവിടെ രാവുകൾ നേരത്തേ കിടന്നുറങ്ങാനും, പുലർകാലത്തിന്റെ പ്രാകാശത്തിലേക്കും കിളികളുടെ പാട്ടിലേക്കും ഉണരാനുമുള്ളതായിരുന്നു.

ഒറ്റപ്പെട്ട കാക്കകൾ ക്രാ......ക്രാ എന്നു കരയാൻ തുടങ്ങി.

"ജനലടച്ചു കുറ്റിയിട്ടോളുട്ട്യോ!" ജാനുഅമ്മ ഓർമിപ്പിച്ചു......

ഗ്രാമത്തിന്റെ സ്വകാര്യതയിൽ കൊല്ലന്റെ ആലകൾ ഉണർന്നിരുന്നു. ദണ്ഡുകളും ഗദകളും കഠാരകളും വീണ്ടും രൂപംകൊള്ളുകയായിരുന്നു. ഇത്രനാളും അവഗണിക്കപ്പെട്ട കൃഷി കൊല്ലനു നൽകിയിരുന്നത് പട്ടിണിയാണ്. പണിയാനായാലും കൊല്ലാനായാലും ആയുധം ആയുധം തന്നെ. കൊല്ലന്റെ ഇരുമ്പിനു വ്യത്യാസമില്ല. പട്ടിണിക്കാരനായ കൊല്ലന് ഒരു വൈമനസ്യവും ഉണ്ടായില്ല. രാപ്പകൽ അവൻ ഉലയൂതി. കാളിയാറിന്റെ കരയിൽ പാറക്കെട്ടുകളുടെ മറവിൽ സൗകര്യത്തിനു പുതിയൊരാലയും പുഴയിൽ പുതിയൊരു കടവും ഉണ്ടായി. അവിടേക്ക് അനേകം ഒറ്റയടിപ്പാതകൾ തെളിഞ്ഞു. ശുദ്ധി നഷ്ടമായ മകരമഞ്ഞിന്റെ ഈർപ്പത്തിൽ പകയുടെ വിഷബീജങ്ങൾ മുളച്ചുയർന്നു. രാവുകളുടെ ശാന്തി നഷ്ടമായി. കുടപ്പനതോറും തോപ്പുകൾതോറും ചോലമരങ്ങൾതോറും ഓടിനടക്കുന്ന ജിന്നുകളും പിശാചുകളും പുലർകാലത്ത് മയങ്ങിക്കിടന്നു. ഗ്രാമം മുഴുക്കെ മയക്കത്തിലാണ്ടു.

കുമ്മായം തേക്കാനുള്ള ഭേദപ്പെട്ട വീടുകൾ തേടി, ഒരു കലം ചിരിയുമായി ഇറങ്ങിവന്ന കുറുപ്പത്തിഅമ്മാളു കണ്ടതെന്താണ്? കടത്തുതോണി നിറയെ മാപ്പിളമാർ. ഉയർത്തിപ്പിടിച്ച കൈയുകളിൽ പുകമണം മാറാത്ത വെട്ടുകത്തികൾ.

നീറ്റുകക്ക നിറച്ച മൺകലത്തെ മുറുകെപ്പിടിക്കാനാഗ്രഹിച്ചു അവൾ. അതവളുടെ ജീവിതമാണ്. കള്ളുഷാപ്പിൽ കത്തലടക്കുന്ന കുറുപ്പച്ചൻ അവൾക്കു നൽകുന്നത് വാകീറിയ മക്കളെ മാത്രം.

മുമ്പിൽ കണ്ട ഒരു മാപ്പിള ഗദകൊണ്ട് കുറുപ്പത്തിയുടെ കലം തൂക്കിയെടുത്തു പാടവരമ്പത്തു നിക്ഷേപിച്ചു, ഓരഭ്യാസിയെപ്പോലെ. കുടം ഉടഞ്ഞില്ല. മഞ്ഞുസ്പർശത്തിൽ ഞെട്ടിയുണർന്ന കക്കകൾ മണ്ണിൽ വീണ് അഴിഞ്ഞു.

“പോയ്ക്കോ പുരയിലേക്ക്!” അവൻ അട്ടഹസിച്ചു.

“കലമെടുത്തിട്ടു പോ!”

കുറുപ്പത്തിക്ക് വരമ്പുകൾ നഷ്ടമായി. കട്ട വിണ്ട പാടം അനന്തമായൊരു നരകവഴിയായി. ആമിനയുടെ മുറ്റത്തേക്ക് കുതിച്ചു ചെന്ന അവൾ നിർജ്ജനതയിൽ കമഴ്ന്നടിച്ചു വീണു.

കദീശു മുൻവാതിൽ ശകലം തുറന്ന് എത്തിനോക്കി. വാതിൽ മലർക്കെ തുറന്ന് ആമിന മുറ്റത്തേക്കോടി.

“കുറുപ്പത്ത്യാരേ കുറുക്കൻ കടിച്ചോ? നേരം വെളുക്കുന്നേനു മുമ്പ് എറങ്ങിട്ടല്ലേ?” ആമിന പറഞ്ഞു.

“ഇന്നലെ രാവു മുഴുവനും ഓലിയിട്ട് അവററ മനുഷ്യരെ ഉറങ്ങാൻ സമ്മതിച്ചിറ്റ്ല്യ.”

അവൾ കുറുപ്പത്തിയെ പിടിച്ചെഴുന്നേൽപ്പിച്ചു. കണ്ണുമിഴിച്ചു ചുറ്റും നോക്കിയ കുറുപ്പത്തി പകപ്പോടെ കുതറിമാറി.

“ഭഗവതീ, ഇവിടെയാണോ ഞാനെത്തിപ്പെട്ടത്?”

“എന്താണ് കുറുപ്പത്ത്യാരേ ഇബ്ടെ ബന്നത് ഹലാക്കായോ?”

നീണ്ടൊരു നിലവിളിയോടെ കുറുപ്പത്ത്യാർ പടിയിറങ്ങി ഇടവഴിയിൽ മറഞ്ഞു......

കാദരുണ്ണി തോണിപ്പുരയുടെ നിഴലിൽനിന്ന് അതിവേഗം കടവിലേക്കു നടന്നു. തോണി ഇടതിങ്ങി നിറഞ്ഞു. തോണിക്കാരന്റെ വിലക്കുകൾ ആരും വകവച്ചില്ല. അയാൾ മൗനം പാലിച്ചു. രാവിന്റെ വിലാപം പോലെ തക്ബീർധ്വനി മുഴങ്ങി. കരയടുക്കുംമുമ്പേ തോണിയിൽനിന്നു ചാടിയിറങ്ങിയവർ വയൽവരമ്പുകളിലൂടെ ചെത്തുവഴിയിലൂടെ ഒരേയൊരു ലക്ഷ്യംവച്ചു നീങ്ങി. ഒത്തുചേരലിന്റെ ആവേശത്തിൽ വിശപ്പും ദാഹവും മറന്നിരുന്നവർ അന്തിയണയുന്ന നേരമായപ്പോൾ തളർന്നു. എപ്പോഴും തോൽപ്പിക്കുന്ന ശരീരം. തോൽപ്പിക്കപ്പെടുന്ന മനസ്സ്. ജന്മിഗൃഹങ്ങളിൽ നിറഞ്ഞ പത്തായങ്ങളുണ്ട്. മറ്റെങ്ങും ഒരു മണി അരിയോ നെല്ലോ കിട്ടാനില്ല. കടകളെല്ലാം അടഞ്ഞുകിടക്കുന്നു. തുറപ്പിച്ചാലും അരിയില്ല. വഴിവക്കിലുള്ള വീടുകളിൽനിന്നു സ്ത്രീകളുടെയും കുട്ടികളുടെയും നിലവിളി ഉയർന്നു. ഒരു വീട്ടിലും പുരുഷനില്ല. പുരുഷനില്ലാത്ത വീടുകളെ നീരസത്തോടെ വിട്ടുപോയി. നീണ്ടുനീണ്ട കരച്ചിലുകൾ അവരെ അസ്വസ്ഥരാക്കുകയും അരിശം കൊള്ളിക്കുകയും ചെയ്തു. ജാതിയോ മതമോ ഇല്ലാത്ത കരച്ചിൽ ഗ്രാമാന്തരീക്ഷത്തെ കിടിലംകൊ

ള്ളിച്ചു. പട്ടിണികിടന്ന് അവശനായവന്റെയും അസംതൃപ്തിയാൽ അസ്വസ്ഥനായവന്റെയും വായിലേക്ക് ഖിലാഫത്തിന്റെയും കോൺഗ്രസിന്റെയും തേങ്ങാപ്പൂളുകൾ ഇട്ടുകൊടുക്കാൻ തുനിഞ്ഞവർ പരാജിതരായി.

കവർന്നുകിട്ടിയ അരികൊണ്ടു പട്ടിണിക്കഞ്ഞി കല്ലുപ്പ് ചേർത്ത് കുടിച്ചുതീർത്ത അവർ അർധരാത്രിയാവാൻ കാത്തിരുന്നു. അസ്വസ്ഥനായ അദ്രുമാൻഹാജി ഒരു മിന്നാമിനുങ്ങിന്റെ വെളിച്ചത്തിൽ ഏകനായി പുറത്തിറങ്ങി. സർക്കാർ അടച്ചുപൂട്ടിയ ഖിലാഫത്ത് ആപ്പീസിന്റെ പുറകിലെ കമുകിൻതോപ്പിൽ നാലകത്തെ ഗംഗാധരനുണ്ടായിരുന്നു. മാധവേട്ടനുണ്ടായിരുന്നു, പേരറിയാൻ പാടില്ലാത്തവരെങ്കിലും മുഖപരിചയമുള്ള അഞ്ചാറുപേരുണ്ടായിരുന്നു. രാവെളിച്ചത്തിൽ അവരുടെ ഖദർക്കുപ്പായങ്ങളിൽ കമുകോലകൾ കലകൾ തീർത്തു.

"ഇനി ഞങ്ങൾ എന്താണ് വേണ്ടത്? നാട്ടുകാരായ ഇസ്ലാമികളെ പറഞ്ഞു നിർത്താൻ എനക്കോ മുസ്ല്യാർക്കോ കഴിയാതായി!" ഹാജിയുടെ സ്വരത്തിൽ നേരിയ നിരാശയ്ക്കു പകരം അസ്വസ്ഥതയായിരുന്നു.

"നിങ്ങൾ ആയുധങ്ങൾ ഉപേക്ഷിക്കുക! എത്ര പേരെ അവർ വെടിവച്ചുകൊന്നു. ശേഷിച്ചവരെയെങ്കിലും ജീവിക്കാനനുവദിക്കുക!"

"ഇനി ഞമ്മക്കു പിന്തിരിഞ്ഞൂടാ. നാടെളകുമ്പഴ് മുണ്ടാണ്ടിരിക്കാൻ ഞമ്മള് പടിച്ചിറ്റ്ല്യ!"

"തോക്കിനോട് എതിരിടാൻ നമുക്ക് തൽക്കാലം മാർഗമൊന്നും ഇല്ല. ഏതായാലും നമ്മൾ അഹിംസ വരിച്ചു."

"അഹിംസ!" അദ്രുമാൻഹാജി മനസിന്റെ കടിഞ്ഞാണുകൾ വിട്ടു. "പട്ടാളം നമ്മുടെ കിലാഫത്ത് ആപ്പീസുകൾ അടിച്ചുപൊളിച്ചു. കൊടികൾ ചുട്ടു. തൊപ്പിയിട്ടവരെ തല്ലിച്ചതച്ചു. ഇപ്പോഴവർ ഒരു പള്ളിയേ പൊളിച്ചിട്ടുള്ളു. താമസിയാതെ എല്ലാം തകർക്കും. വിശ്വാസികളതു കണ്ടു നിൽക്കുമോ ഗംഗൻവക്കീലേ-"

പിൻവാക്കുകൾക്കു ചെവികൊടുക്കാതെ ഒറ്റക്കുതിപ്പിന് അദ്രുമാൻഹാജി ഇരുട്ടുതാണ്ടി പള്ളിയിലെത്തി. കൂട്ടജിഹാദിന്റെ ആരവത്തിൽ ദിക്കുകൾ അന്തംവിട്ടുനിന്നു.

അന്നു രാത്രി ഗംഗൻ തറവാട്ടിലേക്കു മടങ്ങി. പങ്കായം തെറിപ്പിച്ച പുഴവെള്ളത്തിന്റെ ഉപ്പിൽ ഗംഗന്റെ കുപ്പായം കുതിർന്നിരുന്നു. നാലകത്തുവീട്ടിലെ സുരക്ഷിതത്വത്തിലേക്കു തിരിച്ചെത്തിയ മാളുണ്ണി മരുന്നുപുരയിലെ, എണ്ണയുരുളി തിളയ്ക്കുന്നതു നോക്കിയിരിക്കുകയായിരുന്നു. വെട്ടുകൾക്കും ചതവുകൾക്കുമാണ് ഇപ്പോൾ മുത്തച്ഛൻ ചികിത്സിക്കുന്നത്. നാട്ടിൽനിന്നു മറ്റു ചില്ലറ രോഗങ്ങളെല്ലാം പേടിച്ചോടിയിരുന്നു.

മുകളിൽച്ചെന്നു കുപ്പായം ഊരിയിട്ട് ഗംഗമ്മാവൻ കിണറ്റുകരയിലേക്കു നടന്നു. കുളിപ്പുരയിൽ ഏറെനേരം വെള്ളം വീണു. മുണ്ടു മാറിവന്ന മകന്റെ നേർക്കു നോക്കുന്ന മുത്തശ്ശിയുടെ മുഖത്ത് പറയപ്പെടാത്ത ഒരു ചോദ്യം: ഇപ്പോഴെന്തായി?

ചോറുകിണ്ണത്തിൽ കൈവച്ച് അമ്മാവൻ അനങ്ങാതിരുന്നു.

"പപ്പടം കാച്ചിത്തരട്ടേ?"

"ഊം...ഊം...."

"മോരു കാച്ചിയതുകൂട്ടി രണ്ടുപിടി......"

"വേണ്ട...." കുഴച്ചചോറ് കിണ്ണത്തിലിട്ട് അമ്മാവൻ കൈ കഴുകി.

ഗ്രാമത്തിലോ പട്ടണത്തിലോ രക്ഷയെന്നു നിരൂപിക്കാനാവാതെ വലിയമ്മാവൻ കുഴങ്ങിയ കാലം. ഗ്രാമത്തിൽ വന്നു പാർക്കാൻ വലിയമ്മാവനു ധൈര്യമില്ല. കലാപക്കാർ വെള്ളക്കാരന്റെ ഉദ്യോഗസ്ഥനെ സഹിക്കില്ല. മുത്തച്ഛന്റെ ജനസ്വാധീനത്തിൽ വല്യമ്മാവനു വിശ്വാസമുണ്ടായിരുന്നിരിക്കാം. പിറ്റേന്നു പുലർച്ചേ ഗംഗമ്മാവൻ പറഞ്ഞു, മാളുണ്ണി ഏതായാലും ഇവിടെ നിൽക്കേണ്ട. അവിടെ അമ്മായിയുമുണ്ടല്ലോ!

വീണ്ടും യാത്ര. ഇക്കുറി വഞ്ചിയിൽ ചരക്കുകേറ്റാൻ അയ്യപ്പനെത്തീട്ടില്ല. മാനുവും മൗനം പാലിച്ചു. കടവുകൾ വിജനം. എങ്ങും കരതൊടാതെ വഞ്ചി അഭയംതേടി പടിഞ്ഞാറോട്ടു കുതിച്ചു. വഴിനീളെ ഗ്രാമങ്ങളിൽ ഇരുട്ട് വെറുങ്ങലിച്ചുകിടന്നു.

അർധരാത്രി, ചെറിയമ്മാവൻ തോണിയുടെ തുറന്ന തട്ടിൽ വൈക്കോലിനു മീതെ വിരിച്ച പായിൽ ഉറങ്ങിവീണു. അടുത്തുവന്ന് മാനു മൗനം മുറിച്ചു.

"അദ്രുമാനാജിയും ഗംഗചെറിയച്ഛനും തമ്മിൽ തെറ്റി!"

"എന്തിന്? അവർ ഖിലാഫത്തും കോൺഗ്രസുമല്ലേ?"

"ഇപ്പോ രണ്ടും രണ്ടു കൊമ്പത്താ! മാപ്ലാര് ആയുധമെടുത്ത് അക്രമം കാണിക്കുമ്പഴ് കോൺഗ്രസിന് സഹിക്ക്ണ്യല്യ. അക്രമം തടയാൻ അദ്രുമാനാജിയും കൂട്ടരും സഹായിക്കുന്നില്ലെന്നാ അമ്മാവനും ആൾക്കാരും പറയ്ണത്!"

"എന്തിനാ വെള്ളക്കാര് പള്ളി പൊളിച്ചത്? അമ്പലങ്ങളെ അവർക്കിഷ്ടാണൊ?"

"ഹിന്ദുക്കളെ പാട്ടിലാക്കാനുള്ള തന്ത്രം!" മാനുവിന്റെ വിജ്ഞാനം അവളെ വിസ്മയിപ്പിച്ചു.

"പള്ളീം അമ്പലോം പൊളിക്കാണെങ്കിലോ?"

"ഇരുകൂട്ടരേം ഒന്നിച്ചു ചെറുത്തുനിൽക്കാൻ വെള്ളക്കാരന്റെ തോക്കിനുപോലും ആവ്ല്യ."

"ഗാന്ധിജി വന്നു പറഞ്ഞാപ്പോലും മാപ്ലാര് കേൾക്കില്ലെന്നാ മുത്തശ്ശി പറയ്ണത്! ഹാലിളകിയാ അവരെ പിടിച്ചാ കിട്ടില്യാത്രെ! വെളിച്ചപ്പാടന്മാരേക്കാൾ കഷ്ടാത്രേ!......."

"വെള്ളക്കാരന്റെ ഭരണം അവസാനിപ്പിച്ചു മാപ്പിളഭരണം നടപ്പിലാക്കണംന്നാത്രെ, അദ്രുമാനാജീടെ കൂട്ടര് പറയ്ണത്!"

"മാനു എങ്ങനെ അറിഞ്ഞു!"

"അയ്യപ്പൻ പറഞ്ഞു."

"എവിടെ അയ്യപ്പൻ?"

"പട്ടാളക്കേമ്പില്. കേമ്പില് ചോറുവയ്പാ ഇപ്പൊ അയ്യപ്പന്റെ

തൊഴില്. ആദ്യം അയാളെ പള്ളീക്കാര് പിടിച്ചുകൊണ്ടുപോയി. ജന്മ്യോൾടെ വീടും പത്തായവും കണ്ടുപിടിക്കാൻ. ഇപ്പൊ പട്ടാളക്കാര്. അവിടേയും അവർ കോഴ്യേ പിടിക്കാനും വാഴക്കുല വെട്ടാനും അരിപ്പ ത്തായം കുത്തിത്തുറക്കാനും വഴികാട്ടിയായി അയ്യപ്പനെയാണ് കൊണ്ടു പോകുന്നത്! അതിനിടയ്ക്ക് അയാൾ മുത്തച്ഛൻ്റടുത്തു രാത്രി ഒളിച്ചും പതുങ്ങീം വരും. മുത്തശ്ശീടെ കയ്യീന്നു കഞ്ഞി വാങ്ങിക്കുടിക്കും......"

"പൊള്ള്! അയ്യപ്പനെ അവർ വിട്ടിട്ടു വേണ്ടെ?"

"അയ്യപ്പൻ അരപ്പിരി ലൂസായ മട്ടാ കാണിക്കണ്. നേരൊ കളവോ! അതോണ്ട് അയ്യപ്പൻ്റടുത്ത് വല്യ നിയമോം നിയന്ത്രണോം ല്യാത്രെ!"

കേട്ടുകേൾവികളുടെ വിഭ്രമാത്മകമായ ലോകത്തിൽ രണ്ടു കൗമാ രക്കാർ അവരുടെ ലോകത്തെ വ്യാഖ്യാനിക്കാൻ ശ്രമിക്കുന്നത് പാതിയു റക്കംവിട്ട ഗംഗമ്മാവൻ കേട്ടിരിക്കണം.

"ഉറങ്ങിക്കോളാ മാളുണ്ണീ, മാനൂ....."

യാത്രയിൽ കലാപത്തിലേർപ്പെട്ട ഒരു സംഘം മാപ്ലാരെയെങ്കിലും കാണാമെന്ന് മാളുണ്ണിയുടെ അന്തഃകരണം മോഹിച്ചിരുന്നു. അവൾക്ക് നിരാശത തോന്നി. മൂടൽമഞ്ഞിൽ ആണ്ടുകിടക്കുന്ന കുന്നുകൾ, താഴ്‌വര കൾ, ഇടയ്ക്ക് തലപൊക്കിനോക്കുന്ന വലിയ കുന്നുകൾ. അവയുടെ മുകളിലെ പള്ളിയങ്കണങ്ങളിൽനിന്ന് നേർത്ത ആരവം കേൾക്കുന്നു ണ്ടെന്ന് അവൾ സങ്കൽപ്പിച്ചു. യുദ്ധത്തെപ്പറ്റി അവൾ ചരിത്രപുസ്തക ങ്ങളിൽ വായിച്ചിട്ടുണ്ട്. ജയിച്ചവരുടെ ഘോഷയാത്രകളുടെ പൈശാചി കതയെപ്പറ്റിയും അറിയാം. മുത്തശ്ശി പറയാറുള്ള കുരുക്ഷേത്രവർണ്ണന കൾ അവശേഷിച്ച ചിത്രങ്ങൾ മനസിൽ യോജിപ്പിച്ചുവച്ചു, അവൾ. യുദ്ധാ നുഭവം അനേകവർഷങ്ങൾക്കുശേഷം കേട്ടറിഞ്ഞു, വായിച്ചറിഞ്ഞു ആസ്വദിക്കാനുള്ളതെന്നായിരുന്നു ധാരണ. ഇപ്പോൾ അതിനു ദൃക്സാ ക്ഷിയാവേണ്ടി വരിക! കോഴിക്കോട്ടങ്ങാടിയിലോ ചെറുവായൂരംശ ത്തിലോ ഒരു യുദ്ധം നടക്കുക! എന്താ തമാശ! യുദ്ധം പടയാളികളെ മാത്രം ബാധിക്കുന്ന ഒരു കാര്യമാണെന്നും പടയാളികൾ സാധാരണ മനുഷ്യരല്ലെന്നും, ചിരിയും കരച്ചിലുമടങ്ങുന്ന സാധാരണക്കാരന്റെ ജീവിതം അവർക്കന്യമാണെന്നും ഉള്ള ധാരണകൾക്ക് ഇളക്കം സംഭവി ക്കുന്നു. അനേകം സാധ്യതകളുള്ള പട്ടണത്തിലേക്കു തിരിച്ചുപോവുന്ന തുതന്നെ നല്ലത്!

നേരം പുലർന്നിട്ടില്ല. ഒരു പക്ഷേ, അർധരാത്രി കഴിഞ്ഞിട്ടുണ്ടാവും. ഇടത്തുകരയിലെ കുന്നിനു മുകളിലെ പള്ളിയിൽനിന്നു അസാധാരണ വെളിച്ചവും ഒച്ചയും പ്രസരിക്കുന്നതുകണ്ട് ഗംഗമ്മാവൻ ഞെട്ടിയു ണർന്നു. ഓളങ്ങൾ ശബ്ദമടക്കി. വായുവിലുയർന്ന പങ്കായം പറക്കൽ നിർത്തി.

വെടിയൊച്ച ഗംഭീരമായ തക്ബീർധ്വനി. വീണ്ടുമൊരു വെടി. രണ്ടു തരം ശക്തികൾ മത്സരിക്കുന്നു. മാളുണ്ണിയെ അടക്കിപ്പിടിച്ച് അമ്മാവൻ പറഞ്ഞു:

"അങ്ങോട്ടു നോക്കണ്ട! പേടിക്കാനൊന്നുമില്ല."

അവൾക്കു പേടി തോന്നിയില്ല. തോണിക്കാരനോടു വഞ്ചിയടുപ്പിക്കാൻ പറയാനുള്ള കരുത്ത് തനിക്കുണ്ടായിരുന്നെങ്കിൽ എന്നു അവളാശിച്ചു.

ഒന്നുമറിയാതെ, എല്ലാമറിയുന്ന നദീപ്രവാഹത്തിൽ കാഴ്ചകളെ കാണുന്നില്ലെന്നു നടിച്ച് അവർ രക്ഷാകേന്ദ്രംതേടി തുഴഞ്ഞുപോയി.

ഇരുപത്തി രണ്ട്

പതിന്നാലാം നമ്പ്ര് വിളക്കിന്റെ വെളിച്ചത്തിൽ അദ്രുമാൻഹാജി ഒരു പുതിയ അവതാരമായി. പാതി തുറന്ന കതകു പിടിച്ചുനിന്ന ആമിനയുടെ നെഞ്ച് പിളർന്ന് ഒരാക്രന്ദനം പുറത്തേക്കു ചിറകടിച്ചു.

"ബദരീങ്ങളെ....."

ബോധത്തിന്റെ അതിരുകളിൽ കടപുഴങ്ങി വീഴുന്ന കെട്ടിയവളെ ഇരുകൈകളാൽ താങ്ങി അയാൾ ഒരുകാൽ ഇടനാഴിയിലും മറുകാൽ ഉമ്മറത്തുമായി ഒരു നിമിഷം നിന്നു.

ബാഹ്യലോകത്തിന്റെ കരാളതയുടെ മുഖത്ത് കതകുകൾ ചേർത്തടച്ച് അവൾ ദൈവത്തെത്തേടി. മിഴി തുറന്നാൽ പ്രാർഥനകൾ പക്ഷം വിടർത്തി പറന്നകലും. താൻ തീർത്തും അനാഥയും അശരണയുമായിത്തീരുമെന്ന് അവൾ ഭയന്നു. ദാമ്പത്യത്തിന്റെ മെത്തയിൽ പുയ്യാപ്ല അവൾക്കന്യനായിരുന്നു. അവൾ ചകിതമനസ്കയായി. ഏഴുകടലിനക്കരെനിന്ന് പഴയവേരുകൾ തേടി പറന്നെത്തിയ ഒരു സ്വാർഥി. വേരുകളിൽ പുരണ്ടിരിക്കുന്നത് ചോര. എന്തിനു നിങ്ങൾ തിരിച്ചുവന്നു? കെട്ടിയവന്റെ പരുക്കൻ പെരുമാറ്റത്തിന്റെ കോട്ടിനകത്ത് കനിവുള്ള ഒരു ഖൽബുണ്ടെന്ന് അവൾക്കറിയാം. അതിനെക്കാൾ കരുത്തുള്ള മറ്റൊരു വികാരമാണ് എപ്പോഴും മുന്നിട്ടുനിൽക്കുന്നത്. പ്രതികാരവാഞ്ഛയാണ് അയാളെ ഭരിക്കുന്നത്. തന്റെ ബാപ്പയുടെ അതിലോലവും സാത്വികവുമായ മനസിന്റെ നേരെതിർ ദിശയിലാണ് കെട്ടിയവന്റെ ഉള്ള്. പഴയവേരുകൾ മാന്തിയെടുത്ത് അതിന്റെ ജീവൻ വാർന്നുപോകുന്നതു നോക്കി രസിക്കുക. അല്ലെങ്കിൽ ഈ പുതിയ വേഷമെന്തിന്? ഇന്നലെവരെ നാലകത്തെ ഗംഗന്റെയും കോൺഗ്രസിന്റെയും പുറകെ നടന്നിട്ട് അഹിംസയെന്തെന്ന് അയാൾക്കറിയില്ല. മനുഷ്യനെ കൊല്ലാതെ, ഒരു പ്രാണിയെപ്പോലും ഹിംസിക്കാതെ ജീവിക്കുന്നവരെപറ്റി മാളുണ്ണി പറഞ്ഞുകേട്ടിട്ടുണ്ട്. ചരിത്രത്തിലുള്ളവർ. പ്രാർഥനയുടെ വിശുദ്ധമാസത്തിൽ അത്താഴത്തിന് ഇറച്ചി കടിച്ചു തിന്നുമ്പോൾ പുയ്യാപ്ല അഹിംസയെപ്പറ്റി പറയാറുണ്ടായിരുന്നു. മാളുണ്ണിയുടെ അമ്മാവനുമായി പുയ്യാപ്ല ബന്ധംകുറിച്ചത് അഹിംസാമന്ത്രത്തോടെയാണ്. ഒരിക്കൽ ഖിലാഫത്തുസമ്മേളനം കഴിഞ്ഞെത്തിയ രാത്രിയിൽ അത്താഴം കഴിച്ചു കൈകഴുകുന്ന ഭർത്താവിനോട് ആമിന ചോദിച്ചു:

“കൊല്ലാതെ ഇറച്ചി തിന്നാമ്പറ്റ്വൊ?”

“കൊന്നുതിന്നാനല്ലെ പടച്ചോൻ ഈ ഭൂമിയിൽ ജന്തുക്കളെ സൃഷ്ടിച്ചിരിക്കുന്നത്?”

“അങ്ങനന്യാച്ചാൽ മനുഷേനെ കൊല്ലുന്നതൊ?”

“മനുഷ്യനെ അറക്കുകയില്ല!”

“ഇല്ലെ? പിന്നെന്തിനാ കത്തീം കഠാരേം കുന്തോം ഉണ്ടാക്കിയിരിക്കണത്? മീൻ മുറിക്കാനാ?”

അദ്രുമാൻഹാജി ആമിനയെ തുറിച്ചുനോക്കി. ഈയിടെ രാവുകളിലെല്ലാം അത്താഴപ്പുറകെ ഒരു നടത്തം. കൊല്ലന്റെ ആലയിലേക്ക്.

“ആമിനാ ജ്ജ് അനക്ക് കാര്യല്യാത്തതിൽ തലയിടണ്ട!”

ഇന്നത്തെ വരവ് അവളുടെ അറിവ് നിറച്ചു. അരയിൽ നീണ്ട വാൾ. കയ്യിൽ കുന്തം. തലയിൽ തുർക്കിത്തൊപ്പി. വെളുത്ത ഖദർ ഒരരിപ്രാവായി പറന്നുപോയിരിക്കുന്നു.

ആമിനയെ മെത്തയിൽ കിടത്തി, അത്താഴം കഴിക്കാതെ അദ്രുമാൻഹാജി പുറത്തിറങ്ങി. കദീശു കതകടച്ചു. ഹൃദയത്തിനകത്ത് ഒരു വാതിൽ എന്നെന്നേക്കുമായി അടയുന്നതുകേട്ട് ആമിന ഞെട്ടി ഉണർന്നു...

മാനുവും മാളുണ്ണിയും ഒച്ചവച്ചു സംസാരിക്കാൻ ഭയന്നു. മനുഷ്യർ കൂട്ടിലടയ്ക്കപ്പെട്ട ആദ്യദിനങ്ങൾ ഉൾക്കളത്തിലുണ്ടായ കമ്പനം ഏറെക്കാലത്തേക്കു ശാന്തമായില്ല. അനന്തജീവിതത്തിലെ തരംഗശൃംഖലയ്ക്ക് ഏറ്റ പരിക്ക് അവരുടെ ജീവിതത്തിന്റെ താളം മാറ്റി.

പതിറ്റാണ്ടുകൾക്കുശേഷം ഈ സന്ധ്യ. കാളിയാറിനു കാളിമയേറിയിരിക്കുന്നു. വെള്ളം കൊഴുത്തിട്ടുണ്ട്. അസ്തമയത്തിന്റെ വാർധക്യം ബാധിച്ച മുഖം.

മാനു പറഞ്ഞു: “ആറ് പതിറ്റാണ്ടു കഴിഞ്ഞു, ഞാനിവിടംവിട്ടുപോയിട്ട്, അവസാനമായി.......”

“ഒരു നീണ്ട ജീവിതം ജീവിച്ചുതീർക്കാറായിട്ടും ഇന്നലെ ബോംബെ നഗരത്തിലെ തെരുവുകൾക്ക് തീപിടിച്ചപ്പോൾ എന്റെ ഉള്ളിൽ കാലം തിരിച്ചൊഴുകി. അഴിമുഖങ്ങളിൽ എന്നോ മണ്ണടിഞ്ഞു കഴിഞ്ഞു. കാളിയാറിന്റെ കരയിലെ വെറുങ്ങലിച്ച ഗ്രാമത്തിൽ തിരിച്ചെത്തിയപോലെയാണ് എനിക്കു തോന്നിയത്. അന്നിമിഷം പേരക്കുട്ടി നാദിയയെപ്പോലും ഞാൻ മറന്നു. ഞാനോർത്തതു നിന്നെയായിരുന്നു!”

മാനുവിന്റെ ലാളിത്യത്തിന് ഇന്നും മാറ്റമില്ല. പഴയ ചിരിക്ക് നേരിയ ഒരു മങ്ങൽ. കല ലേശമില്ലാത്ത വെളുത്തുതുടുത്ത ശരീരകാന്തിക്ക് വെഞ്ചാമരമായിപ്പരിണമിച്ച ഇടതൂർന്ന തലമുടി അറിവിന്റെ പരിവേഷം നൽകുന്നു. മാനുവിനെ ദുഃഖിതനായി കാണാൻ കഴിയുകയില്ല. വേണ്ട. എന്നും ചിരിക്കുന്ന മുഖം കാണുന്നവരെ സന്തുഷ്ടരാക്കുന്നു.

മൂന്നാമത്തെ ദിവസം. രണ്ടു ദിവസത്തെ അജ്ഞാതവാസത്തിനുശേഷം ചെറിയമ്മാവൻ കോണിയിറങ്ങി മുത്തച്ഛനിരിക്കുന്ന തളത്തിലേക്കു

ചെന്നു. അലക്കിയ ശീലകൾ വീതിയേറിയ നാടകളാക്കി ചുറ്റിയൊതുക്കി വച്ചിരിക്കുന്നത് കണ്ട് ചോദിച്ചു, "അച്ഛൻ എല്ലാം പ്രതീക്ഷിക്കുന്നുണ്ട്, ഇല്ലേ? കലാപക്കാർ ഗറില്ലകളാണെന്നാണ് വെള്ളക്കാർ പറയുന്നത്. ഒളിപ്പോരുകാർ മുറിവേറ്റാൽ അച്ഛനെത്തേടി എത്തുമോ?"

മുത്തച്ഛൻ മറുപടി പറഞ്ഞില്ല.

"അച്ഛനറിയാമൊ, കണ്ണിൽക്കണ്ട മാപ്പിളാരെയെല്ലാം തുറുങ്കിലടച്ചാൽ ലഹളയൊതുങ്ങുമെന്നായിരുന്നു സായ്പന്മാർ ആദ്യം കണക്കാക്കിയിരുന്നത്........"

"വേനലിൽ മലമുടികൾക്ക് തീപിടിച്ചാൽ അവ കത്തിയൊടുങ്ങുകയേ നിവൃത്തിയുള്ളു. കാട്ടുതീ കെടുത്താൻ എളുപ്പമല്ല. അടുത്ത മഴയ്ക്ക് കളയും കാടും പൂർവാധികം ശക്തിയോടെ വളരും. ഈ ലഹളകൾ ഇന്നും ഇന്നലെയും ആരംഭിച്ചതല്ലല്ലൊ!"

"എന്റെ കുട്ടിക്കാലം മുതൽക്ക് ഞാൻ കലാപത്തിന്റെ കഥകൾ കേൾക്കുന്നുണ്ട്. ഗ്രാമജീവിതം ശാന്തമാണ്, സുരക്ഷിതമാണ്. നടപ്പുദീനവും വസൂരിയുമാണ് ആകസ്മികമായി വന്നുചേരുന്ന വിപത്തുകൾ. പെട്ടെന്നൊരുനാൾ കേൾക്കാം ജിഹാദുവിളികൾ. ആർക്കൊക്കെയോ ഹാലിളകുന്നു. വരൾച്ചയിലേക്കു പാറിവീഴുന്ന തീപ്പൊരികളായിരുന്നു ജിഹാദുവിളികൾ. അവ ദാരിദ്ര്യത്തിന്റെയും അന്ധവിശ്വാസത്തിന്റെയും പരമോന്നതിയിലെ ചിഹ്നം വിളികളായിരുന്നു. തന്നോടും കുടുംബത്തോടും ചരിത്രത്തോടുമുള്ള വെല്ലുവിളികൾ.......ഇവിടെയിപ്പൊ ഞാൻ വിചാരിച്ചാൽ ഗ്രാമീണരുടെ ദീനങ്ങൾ ഇല്ലാതാക്കാൻ പറ്റുമൊ? ഗംഗാ നീയും കൂട്ടുകാരും വിചാരിച്ചാൽ വിശ്വാസങ്ങൾക്കു തീപിടിക്കുന്നത് അണയ്ക്കാൻ പറ്റുമൊ? ആളിക്കത്താതെ നോക്കാം, കഴിഞ്ഞാലത്ര തന്നെ....."

"സാധാരണ പട്ടാളം പോരെന്നാ ഇപ്പോൾ സായിപ്പന്മാർ കണക്കുകൂട്ടുന്നത്. കൂടുതൽ ക്രൂരത കാണിക്കാൻ പറ്റുന്നത് മഞ്ഞപ്പട്ടാളത്തിനാണത്രെ! മുഖം നോക്കാതെ കൊല്ലാനും ചുടാനും സർവവും തകർക്കാനും അന്യനാട്ടുകാർക്കേ കഴിയൂ എന്ന് ഭരണാധികാരികൾ പഠിച്ചുവച്ചിരിക്കുന്നു......"

"മഞ്ഞപ്പട്ടാളം?" ഒരു നടുക്കത്തോടെ മുത്തച്ഛൻ ചോദിച്ചു. ചുറ്റിക്കൊണ്ടിരിക്കുന്ന ബാന്റേജുചുരുൾ മുത്തച്ഛന്റെ വിരലുകൾക്കിടയിലൂടെ ഊർന്നു നിലംപതിച്ചു. ചുരുൾ അഴിഞ്ഞഴിഞ്ഞ്, ഉരുണ്ടുരുണ്ട് കുഴിമുറ്റത്തിന്റെ വക്കുവരെ എത്തി. ഒറ്റക്കാലിലൊരു ചാട്ടത്തിനു മുത്തച്ഛൻ തുണിച്ചുരുളിന്റെ അകക്കാമ്പ് കവർന്നെടുത്തു. "അപ്പടി അഴുക്കായി. വീണ്ടും അലക്കാം. ഉപേക്ഷിച്ചുകളയാൻമാത്രം തുണിശ്ശീലയില്ലല്ലൊ ഗംഗാ...."

അമ്മാവൻ മൗനം ദീക്ഷിച്ചു. ഒരു കറുത്ത മേഘം മുത്തച്ഛന്റെ വിളർത്ത കവിൾ വിലങ്ങിനീന്തി....

പ്രമേഹം ആക്രമിച്ചു, ഹൃദയം നഷ്ടപ്പെട്ടവനായി ചാരുകസേരയിൽ നിശ്ശബ്ദനായിക്കിടന്ന മുത്തച്ഛന്റെ ആദ്യദിനങ്ങളിലേക്ക് ഒരുനാൾ

മുഹമ്മദ് മുസ്ല്യാർ പടികടന്നുവന്നു. അദ്ദേഹം കലാപത്തിൽ കാലൂന്നിയതിന്റെ തൊട്ടു പുറകിലെ ഒരു ദിവസം.

വേലക്കാർ മുഹമ്മദ് മുസ്ല്യാരുടെ, അപ്രതീക്ഷിതവും അകാലികവുമായ ആഗമനത്തെ വിസ്മയത്തോടെ വീക്ഷിച്ചു. അവരുടെ മുഖങ്ങളിൽ കാളിമ പടർന്നു. അയൽക്കാരൻ, അന്യമതക്കാരൻ, ശത്രുവാണെന്നു തെറ്റിദ്ധരിക്കപ്പെട്ട കാലം.

മുത്തച്ഛൻ സ്വന്തം വേദന മറന്നു, വിടർന്നു ചിരിച്ചു. മാളുണ്ണി കസേരയുടെ ചാരത്തിരുന്നു മധുരം വന്നിട്ടില്ലാത്ത ചെനച്ച മാമ്പഴം ചെത്തി ഒരു കുഞ്ഞിക്കിണ്ണത്തിലേക്കു പൂളിയിടുകയായിരുന്നു.

"ഇന്നു വന്നില്ലെങ്കിൽ പിന്നെ കാണാൻ കഴിഞ്ഞില്ലെങ്കിലൊ? പടച്ചോന്റെ കൃപകൊണ്ട് ഇന്നു പുലർന്നു. നാളെ പുലരുന്നതു കാണും എന്നുറപ്പില്ലല്ലൊ!" മുസല്യാരുടെ പതുങ്ങിയ സ്വരം മന്ത്രാക്ഷരങ്ങൾ പോലെ മുഴങ്ങി.....

മുഖത്തോടുമുഖം നോക്കി, അവർ ഏറെനേരം മിണ്ടാതിരുന്നു. മാങ്ങാപ്പൂളുകൾ നിറച്ച കുഞ്ഞിക്കിണ്ണം പച്ചയ്ക്കും പഴുപ്പിനും മദ്ധ്യേ പരുങ്ങി......

മൂകമായ സന്ധ്യയുടെ ഹൃദയത്തിലേക്കു നോക്കി മുസ്ല്യാർ മുരണ്ടു. അന്ന് കടലുണ്ടിപ്പുഴയുടെ കരകളിൽ, മാപ്പിളമാർ കുടില്കെട്ടി, വലകെട്ടി, പള്ളിപണിത്, പാർക്കാൻ തുടങ്ങിയകാലത്ത് പുഴയിൽ എമ്പാടും മത്സ്യമുണ്ടായിരുന്നു. പിടിച്ചാലും തിന്നാലും വിറ്റാലും തീരാത്തത്ര. മറ്റൊന്നും ചിന്തിക്കാൻ നേരമുണ്ടായിരുന്നില്ല. പള്ളിയിൽ കയറുമ്പോൾ മാത്രമാണ് അവർക്ക് ദീനിനെക്കുറിച്ചു ചിന്തിക്കാനിടകിട്ടിയിരുന്നത്. കൂടുതൽ സമ്പാദിക്കാനാശിച്ചവർ, ചരക്കു നിറച്ച ഉരുക്കളിൽ കടൽ താണ്ടി. പൂർവികരുടെ വിയർപ്പും നിശ്വാസവും അലിഞ്ഞുചേർന്നിരിക്കുന്നത് ഇക്കടലിലാണെന്ന് അവർക്കറിയാൻ പാടില്ലായിരുന്നു. കടലുണ്ടിപ്പുഴയുടെ തീരം ഇവിടത്തെ മണ്ണാണെന്നും ആ മണ്ണ് തങ്ങളുടെ ശരീരമാണെന്നും അവരോടു പറഞ്ഞുകൊടുക്കാൻ ആരുമുണ്ടായിരുന്നില്ല.

"കുന്നത്തുപള്ളിയുടെ കഥകൾ വൈശ്യര് കേട്ടിട്ടില്ലെ?" മുത്തച്ഛൻ തലയാട്ടി.

കഥകൾ അവസരം പാർത്ത് മനസിന്റെ മാളത്തിൽനിന്നു പുറത്തേക്കിഴയുന്നു:

"പൂക്കോയത്തങ്ങളെ കലാപത്തിന്റെപേരിൽ വെള്ളക്കാർ നാടുകടത്തി. അടുത്ത ഊഴം എന്റേതല്ലെന്ന് ആരു കണ്ടു? ഞാൻ ഏഴ് കൊല്ലം പൊന്നാനിയിൽ ഓതാൻ പഠിച്ചു. പിന്നെ ഏഴു കൊല്ലം മക്കത്ത് പഠിച്ചു. ഒന്നും പഠിച്ചിട്ടില്ലെന്ന് ഇപ്പോൾ തോന്നുന്നു. പഠിച്ചിരുന്നെങ്കിൽ ഇപ്പോൾ പള്ളിയിൽ നടക്കുന്ന ഒരുക്കങ്ങൾ എന്തിനുവേണ്ടിയെന്നു പറയാൻ കഴിഞ്ഞേനേ. പഴയ പഠിപ്പിനെ പുതിയ അനുഭവങ്ങൾ മായ്ച്ചു കളയുന്നു...."

"അനുഭവിക്കാനുള്ളതല്ലോ മനുഷ്യജന്മം!" മുത്തച്ഛൻ.

"നാട്ടിലെ എല്ലാ മദ്രസകളും പള്ളികളും സ്ഥാപിക്കാൻ മുൻകയ്യെടുത്തവരിൽ ഗംഗനുമുണ്ടായിരുന്നു. രാഷ്ട്രീയത്തിൽ ഒരു താൽപ്പര്യമോ വിവരമോ ഇല്ലാത്ത എന്നെ അതിന്റെ നടുവിലേക്ക് തള്ളിവിട്ടതും ഗംഗൻ.... ഗംഗൻ മേടിച്ചുതന്നതാണ് ഞാനുടുത്തിരിക്കുന്ന ഈ ഖദർ മുണ്ടും കുപ്പായവും. ഇതെനിക്ക് ഇണങ്ങുന്നില്ലേ വൈശ്യരേ?"

മുസ്ല്യാരുടെ ശബ്ദം വിറയാർന്നു. മുത്തച്ഛൻ മന്ദം ചിരിച്ചു.

"ഞാനും ഗംഗനുംകൂടി അഹിംസയെക്കുറിച്ച് ഒരുപാട് പ്രസംഗിച്ചുനടന്നു. ചന്തകളിലും തെരുവുകളിലും പള്ളിക്കൂടങ്ങളും ശവമടക്കുന്നവേളകളിൽപ്പോലും....വാക്കുകൾ നമ്മെ വഞ്ചിക്കുമോ? തിരിഞ്ഞു കടിക്കുമോ?"

"ചിലപ്പോൾ!"

"എന്തുകൊണ്ട്? വൈശ്യർ പറ, എന്തുകൊണ്ട്?"

"കാലം വാക്കിന്റെ അർഥം കൽപ്പനകൾകൊണ്ട് മാറ്റുന്നതിനാലാവാം?"

"നാലുപാടും തീ പടരുകയാണെന്ന് എനിക്കുതോന്നുന്നു. തീയിൽ ചവിട്ടാതെ രക്ഷപ്പെടാനാവില്ല. പള്ളി നിറയെ ഞങ്ങൾ പലതരം ആയുധങ്ങൾ ശേഖരിച്ചിരിക്കുന്നു. എന്തെല്ലാം ആയുധങ്ങൾ! ആദികാലംതൊട്ടു മനുഷ്യൻ മനുഷ്യനെ വകവരുത്താൻ കണ്ടുപിടിച്ച എന്തെന്ത് ആയുധങ്ങൾ! കഠാരകൾ, വാളുകൾ, വടിവാളുകൾ, കുന്തങ്ങൾ, മൂർച്ചയുള്ള കൽച്ചീളുകൾ, മലബാർകത്തിയെന്ന ഒരു പുതിയ ഇനം കത്തിയും! കുട്ടൻകൊല്ലനു കൃഷിയായുധങ്ങളേക്കാൾ മിടുക്ക് കൊലക്കത്തികളുണ്ടാക്കാനാണ്! എനിക്കു മനസിലാവുന്നില്ല, എന്റെ പടച്ചോനേ...." മുത്തച്ഛന്റെ ചിരി കരച്ചിലാണെന്നു തോന്നിച്ചു.

മുത്തച്ഛൻ പറഞ്ഞു:

"മനുഷ്യചരിത്രത്തിലൊരിക്കലും അഹിംസയ്ക്ക് വിജയിക്കാൻ കഴിഞ്ഞിട്ടില്ല. അരിവാളും കൊഴുവും ഉണ്ടാക്കുംമുമ്പെ അവൻ അമ്പും വില്ലും ഉണ്ടാക്കിയിരുന്നു. അഹിംസ ഞാൻ തയാറാക്കിക്കൊടുക്കുന്ന മരുന്നുപോലെയാണ്. ശരീരവും മനസും ചുറ്റുപാടും അനുകൂലിച്ചാൽ മരുന്നു ഫലിക്കും. ഏതെങ്കിലുമൊന്നു പിഴച്ചാൽ മരുന്ന് വിഷമായിത്തീരാം. മാരകമാവാം......പഥ്യമാണ് പ്രധാനം. പഥ്യം തെറ്റിയ ഒരു കാലത്തിലൂടെയാണ് നാം കടന്നുപോകുന്നത്....."

മുസ്ല്യാർ മുത്തച്ഛന്റെ മുഖത്ത് പ്രത്യാശയോടെ ഒന്നു നോക്കി. നെടുതായ ഒരു നിശ്വാസത്താൽ അദ്ദേഹം ആശ്വാസംകൊള്ളുന്നു. ഇരുൾമൂടിയ മുഖത്ത്, മേഘാവൃതമായ ആകാശത്തിൽ അന്തിവെളിച്ചംപോലൊരു നിമിഷപ്രകാശം.

സന്ധ്യാനമസ്കാരത്തിന്റെ സമയമറിയിക്കുന്ന ബാങ്കുവിളി. തെങ്ങോലത്തുമ്പു പിടിച്ചു താഴ്വരയിൽനിന്ന് താഴ്വരയിലേക്കു പടർന്നു കയറുന്ന പ്രാർഥനാവചനങ്ങൾ. വിതുമ്പുന്ന ചുണ്ടുകളോടെ മുസ്ല്യാർ പുൽപ്പായയിൽനിന്നെണീറ്റു. താഴെക്കോലായയിൽ ഇറങ്ങിനിന്നു മുത്ത

ച്ഛന്റെ മെലിഞ്ഞ കരതലം ഗ്രഹിച്ചു. തെല്ലിട കണ്ണടച്ചുനിന്നു. പെട്ടെന്ന് മുഖം തിരിച്ച് ഇറങ്ങിപ്പോയി. യാത്രാവചനങ്ങളില്ല.

മുഹമ്മദ് മുസ്ല്യാരുടെ അവസാനത്തെ വരവായിരുന്നു അതെന്ന് മാളുണ്ണി ഓർക്കുന്നു. ആമിനയുടെ വീട്ടിൽ കയറാതെയാവണം അദ്ദേഹം യാത്രയായിട്ടുണ്ടാവുക. പിന്നീടൊരിക്കലും അവളോടത് ചോദിക്കാൻ കഴിഞ്ഞിട്ടില്ല. തീർത്തും അനാഥനായൊരു മനുഷ്യനാണ് പെരുവഴിയിലേക്കിറങ്ങുന്നതെന്ന് അന്ന് മാളുണ്ണിയുടെ മനസ്സ് സങ്കൽപ്പിച്ചു. അല്ല, യുദ്ധക്കളത്തിന്റെ നടുവിലേക്കായിരുന്നു.

മുസ്ല്യാർ പോയത് ആമിനയുടെ അടുത്തേക്കുതന്നെ. മനസിന്റെ പാതികീറിയെടുത്തു ബാപ്പ പടിയിറങ്ങിപ്പോവുന്നു. ആമിന മുള ചീന്തുമ്പോലെ കരഞ്ഞു. അദ്രുമാൻഹാജി പള്ളിയിലായിരുന്നു. മാപ്പിളമാരാരും ഗ്രാമത്തിലില്ല. ആണുങ്ങൾ പള്ളിയിലേക്കാണ് പോയതെന്ന് അവർക്കറിയാം. ഖിയാമം നാളടുത്തിരിക്കുന്നു. അപ്രതിരോധ്യമായൊരു വിപത്ത് ആക്രമണാസക്തമായി തെങ്ങിൻതോപ്പുകളുടെയും വാഴകളുടെയും നിഴലിൽ പതുങ്ങിനിൽക്കുന്നെന്ന് അവർ ഭയന്നു.

മുസ്ല്യാർ പകൽവെളിച്ചത്തിന്റെ വിജനതയിലൂടെ മുഖമുയർത്തി നടന്നു. അദ്ദേഹത്തിന്റെ മിഴികളിൽ മലകളും കൊടുമുടികളും താഴ്വരകളും നിറഞ്ഞുനിന്നു. ആ മിഴികളിലെ ദൃഢനിശ്ചയത്തിന്റെ കാഠിന്യം ആമിന മാത്രം അറിഞ്ഞു. തിരിഞ്ഞുനിന്ന് കൊട്ടോംപടിയുടെ കഴകൾ നീക്കിയിടാതെയാണ് ബാപ്പ നടന്നുപോയത്. ബാപ്പ നടക്കുകയല്ല, ചെത്തുവഴിയിലൂടെ ഒരു തൂവൽപോലെ തെന്നിത്തെന്നി നീങ്ങുകയാണ്.

ആമിന ഉമ്മറത്തെ ചാരുപടി ചാരിനിന്നു. ദിക്കുകളുടെ നീലിച്ച നിഴലുകൾ ബാപ്പയെ അവളുടെ ജീവിതത്തിൽനിന്നു മായ്ച്ചുകളയുകയാണ് എന്ന തോന്നൽ അവളെ വ്യസനാക്രാന്തയാക്കി.

ഗർഭിണിയായ ആമിനയെ സന്ദർശിക്കാൻ ഒരു കുട്ട നിറയെ നെയ്യപ്പവുമായി വന്ന മുത്തശ്ശിയുടെ തൊട്ടുപുറകിൽ നിന്ന് മാളുണ്ണി നോക്കി. പൂർണഗർഭത്തിന്റെ ദയനീയരൂപം കണ്ട് അവൾക്ക് അലിവുതോന്നി. ഒരു കാലത്തിവൾ മതിലുകൾ പിടിച്ചുകയറി വിജനമായ പറമ്പുകളിൽനിന്നു കൊടുവണ്ണിയില ശേഖരിക്കാറുണ്ടായിരുന്നു. അടുക്കിക്കെട്ടി മീൻകച്ചവടക്കാരനു കൊടുത്താൽ കിട്ടുന്ന ഓട്ടമുക്കാലുകൾ ഒരു ചരടിൽ കോർത്ത് അരയിൽ കെട്ടുമായിരുന്നു. കാലുറുപ്പിക തികയുന്ന അവസരത്തിൽ വള മേടിക്കണം. ഇടവഴികളും വെളിമ്പറമ്പുകളും വിരിപ്പുപാടങ്ങളും തോപ്പുകളും ഇപ്പോൾ ഇവൾക്ക് അന്യമായിരിക്കുന്നു. അദ്രുമാൻഹാജിയുടെ ബീടർ വീടുവിട്ടു പുറത്തിറങ്ങുകയില്ല. അവളുടെ കണങ്കാലുകൾക്ക് നീരുവന്നു വണ്ണിച്ചു. തരിത്തളകൾ കയറുകയില്ല. നീലിച്ച ഞരമ്പുകൾ എഴുന്നു നിൽക്കുന്ന പാദങ്ങളിൽ മഞ്ഞൾവിത്തുപോലെ മനോഹരമായ വിരലുകളെ വിളർച്ച ബാധിച്ചിരുന്നു. ആമിനയുടെ മുഖത്ത് നോക്കാൻ ധൈര്യമില്ല. വഴിയോരത്തു പൂത്തുനിന്നിരുന്ന വെള്ളിലച്ചെടി അകത്ത് വാടിക്കിടക്കുന്നു. ആമിനയുടെ ദുഃഖഭാരം മാളുണ്ണി

യുടെ ഹൃദയത്തിലമർന്നു. കാൽവണ്ണയിലെ ചിരങ്ങിന്റെ കലകൾ വികസിച്ചു ഭൂതകാലത്തേക്ക് ചൂഴ്ന്നു നോക്കുന്ന കണ്ണുകളാവുന്നു. ചിരങ്ങു പിടിച്ചു ചെമ്പരത്തിപോലെ ചോന്ന കാലുകൾ മുത്തച്ഛന്റെ നേരെ നീട്ടി വയ്ക്കുമ്പോഴും ആമിന ചിരിക്കുമായിരുന്നു. ചിരിക്കുന്ന മിഴികളിൽ തൈലം വീണ് വേദന മെല്ലെ മെല്ലെ പടരും. കവിളുകൾ ചുവക്കും.

"രണ്ടാഴ്ചകൂടി കഴിഞ്ഞാൽ ഉമ്മക്കുട്ടിക്ക് ഓടിനടക്കാൻ പറ്റും. വൈകുന്നേരം കുളികഴിഞ്ഞു ചൂടുവെള്ളത്തിൽ വൃത്തിയായി കഴുകിയിരുന്നെങ്കിൽ ഈ വേദന സഹിക്കേണമായിരുന്നോ?"

"അതിന് ആമിനയ്ക്ക് ഉമ്മയില്ലല്ലോ! ചിരങ്ങു മാറിയാലും കല കറുത്തുകിടക്കുമെന്നാണ് ആമിനയ്ക്കു പേടി."

"അതൊക്കെ മാറ്റാം. വൈദ്യര് മരുന്ന് പുരട്ടാൻ തരും. പൂവമ്പഴത്തിന്മേൽ കല പാടില്ല!"

തൈലം പുരട്ടിയിട്ടും കറുത്തപാടുകൾ കൺമിഴിച്ചുതന്നെ കിടന്നു......

ആമിന മാളുണ്ണിയുടെ അടുത്തുവന്നു ചുമലിൽ കൈവെച്ചു: "ജജ്ന്നെ മറന്നു ഇല്ലേ?"

മാളുണ്ണി നിഷേധാർഥത്തിൽ തലയാട്ടി. ഇംഗ്ലീഷ് പഠിക്കാൻ പോയത് തെറ്റി എന്ന് അവൾക്കു തോന്നിയില്ല. തെറ്റ് പറ്റിയത് ഇവിടത്തെ വേരുകൾ പറിച്ചെടുത്തതിലാണ്.

"ലഹളക്കാലം കഴിഞ്ഞാ ബാപ്പ തിരിച്ചു പോരും!" മുത്തശ്ശി സമാധാനിപ്പിച്ചു.

"കരഞ്ഞും വിളിച്ചും മനസ്സ് കലക്കേണ്ട! ചിരിച്ചും കളിച്ചും കഴിയേണ്ട സമയമാണ്. ഉമ്മക്കുട്ടി ഉള്ളിലിരിക്കുന്ന കുട്ടിയെ ഓർക്കു."

മടക്കയാത്ര. ചുട്ടുപഴുത്ത ഒരു ലോഹക്കമ്പിപോലെ വെയിൽ കാളുന്ന വരമ്പത്തു തറഞ്ഞു നിൽക്കുന്നു, തമ്പുരാട്ടി! തൊട്ടടുത്തെത്തി. രുഗ്മിണിക്കോവിലമ്മ മാളുണ്ണിയെ കാണുന്നില്ല, മുത്തശ്ശിയെ കാണുന്നില്ല. അവരുടെ മിഴികളിലപ്പോൾ ഈ ലോകം തന്നെയില്ല. മാളുണ്ണി അത്ഭുതപ്പെട്ടു. ഈ ലോകത്തിൽ അവർക്കു സ്ഥാനമില്ലേ! നോക്കുന്തോറും വലുതായി വരുന്ന ഒരു സ്വരൂപം. പോക്കുവെയിലിൽ, എണ്ണമയമില്ലാത്ത പാറിപ്പറക്കുന്ന തലമുടിക്കു തീപിടിക്കുന്നു. കണ്ണുകൾ എരിയുന്ന പന്തങ്ങളാവുന്നു. കൊല്ലൻകുട്ടൻ രാവി മൂർച്ചകൂട്ടിയ വാക്കത്തി അപ്പോഴും അവരുടെ കയ്യിലുണ്ട്. കത്തി, അവരുടെ ശരീരത്തിന്റെ ഒരു ഭാഗമായി മാറിയിരിക്കുന്നു.

"ആമിനഉമ്മയ്ക്ക് കടിഞ്ഞൂലാണ്!" മുത്തശ്ശി തമ്പുരാട്ടിയോട് പറയുന്നു. സാധാരണ മനുഷ്യരുടെ ജീവിതസമസ്യകളുമായി കോവിലമ്മയ്ക്ക് യാതൊരു ബന്ധവുമില്ലെന്നാണ് മാളുണ്ണി ധരിച്ചിരുന്നത്. അവർ ഒരു സാധാരണ മനുഷ്യസ്ത്രീയല്ല. സ്വർഗത്തിൽനിന്നിറങ്ങിവന്ന ഹൂറിയാണെന്നുതന്നെ ആമിന വിശ്വസിച്ചിരുന്നു. നല്ലൊരവസരം പാർത്തിരിക്കുകയാണവർ. ഉണ്ണിമാപ്പിളയെ സ്വർഗത്തിലേക്കു കൊണ്ടുപോവാൻ.

കലാപം എല്ലാം കുഴച്ചുമറിച്ചിരിക്കുന്നു. നോക്കുന്നേടത്തൊന്നും കാണാറില്ല, അവരെ. ഇപ്പോഴിതാ മുന്നിൽ. അടുത്ത ദിവസം എവിടെയായിരിക്കും? മറ്റന്നാൾ? ഗ്രാമത്തിൽ ആരും അവരുടെ പോക്കുവരവുകളോ ദിനരാത്രങ്ങളെപ്പറ്റിയോ അന്വേഷിക്കാറില്ല. വേണ്ടതിലേറെ വേവലാതികൾ ചുമന്നു നടക്കുന്ന നാട്ടുകാർ, പ്രകൃതിയുടെ ഒരു ഭാഗമായി തമ്പുരാട്ടിയെ അംഗീകരിച്ചിരിക്കുന്നു, മറന്നിരിക്കുന്നു!

ഇടയ്ക്ക് ആകാശങ്ങളിൽ ഇടിമുഴങ്ങുമ്പോൾ, മഴ കോരിച്ചൊരിയുന്ന കർക്കിടകരാവുകളിൽ, നാട്ടിൽ നടപ്പുദീനം കൂത്താടുമ്പോൾ, മുത്തശ്ശി ഉരുട്ടിയ ഉരുള കയ്യിൽവച്ചു സ്വയം ചോദിക്കുമായിരുന്നു, പാവം ആ തമ്പുരാട്ടി എന്തുചെയ്യുകയാണാവോ!

പുളിയിലക്കര മങ്ങിയ മുണ്ടുടുത്തു രണ്ടാംമുണ്ടു ചുറ്റി, നിറമേത് എന്നു നിർണയിക്കാനരുതാത്ത ബ്ലൗസ് ധരിച്ചു, കത്തുന്ന ശിരസുമായി അവർ മാളുണ്ണിയുടെയും മുത്തശ്ശിയുടെയും മുമ്പിൽ നിന്നു.

രുഗ്മിണിത്തമ്പുരാട്ടിയുടെ കാത്തുനിൽപ്പിന്റെ രഹസ്യമറിഞ്ഞ പുഴക്കാറ്റ് മുത്തശ്ശിയുടെ പുടവത്തുമ്പുലച്ചു കടന്നുപോയി. മുത്തശ്ശി മറ്റൊരു വരമ്പിലേക്ക് തിരിഞ്ഞു. തമ്പുരാട്ടിയെ ഒന്നു തൊടണമെന്ന പഴയ മോഹം ഇപ്പോഴും നിറവേറിയില്ല. ദൂരത്തെത്തിയപ്പോൾ മാളുണ്ണി തിരിഞ്ഞു നോക്കി.

"അതാ...."

"ആരാ?....."

"തമ്പുരാട്ടി അവിടെത്തന്നെ അനങ്ങാതെ...."

"നിന്നോട്ടെ, നീയിങ്ങു വേഗം പോരെ....." മുത്തശ്ശി നടത്തത്തിനു വേഗത കൂട്ടി.....

ഇരുപത്തി മൂന്ന്

കലാപം ഉത്സവമായി മാറുന്നതുകണ്ടു കാലം കിടിലംകൊണ്ടു. കൂട്ടായ ദുഃഖങ്ങളിൽ രമിക്കുന്ന പ്രാകൃതവാസനകൾ ജനത്തെ ഭരിച്ചു. പുലരികൾ ഭയജനകമായി. ആകാശത്തിൽ ചോര തളംകെട്ടിക്കിടന്നു. കാളിയാറിലെ ഓളങ്ങൾ ചോരക്കുറിയണിഞ്ഞു. കവലകൾ, കുന്തത്തിൽ നാട്ടിയ ശിരസുകളെ കണികണ്ടു. മതഭേദമില്ലാത്ത ശിരസുകൾ പൊതുവഴികളിലെ മണ്ണിനെ ചുംബിച്ചുകിടന്നു. മരണമെന്ന ഏകമതത്തിൽ മാർഗം കൂട്ടപ്പെട്ടവർ....

കിഴവൻ ബാപ്പുട്ടിഹാജിയുടെ ശിരസ്സ് കുന്തത്തിൽ കോർത്ത് അദ്രുമാൻഹാജി പൊതുനിരത്തിൽ അവതാരംകൊണ്ടു. ആശ്ചര്യം വിടാത്ത മിഴികളോടെ ബാപ്പുട്ടിഹാജി ജനക്കൂട്ടത്തിന്റെ ഘോഷയാത്രയെ വീക്ഷിച്ചു. പുറകോട്ടു നോക്കുമ്പോൾ ഒരു ജനത മുഴുവനും തന്റെ പുറകിലുണ്ടെന്നു കണ്ടു. സ്വന്തം ആൾക്കാർ.

വെള്ളക്കാരന്റെ അടിമപ്പണിയിൽനിന്നു പിരിഞ്ഞ് ഊരിവെച്ച

പൊലീസ് യൂണിഫോറത്തിന്റെ ചൂരുവിടും മുമ്പാണല്ലോ അദ്രുമാൻ ഹാജി മാളികമുറ്റത്ത് തിരുവവതാരം ചെയ്തത്. വർഷങ്ങൾക്കുമുമ്പ് തന്തയുടെ കൂടെ നാടുകടത്തപ്പെട്ട ചെക്കൻ ഒരൊത്ത പുരുഷനായി, സുജായിയായി, പ്രമാണിയുടെ കോട്ടും ബെൽറ്റും തുർക്കിത്തൊപ്പിയും ധരിച്ച് ഒരു പുയ്യാപ്ലയുടെ കേമത്തത്തോടെ ഉമ്മറമുറ്റത്തു കയറിനിന്നപ്പോൾ ബാപ്പുട്ടിഹാജി ആശ്ചര്യത്തോടെ ചോദിച്ചു:

"ആരാ?"

"ഞാനാ! അദ്രുമാൻ, മൂസാജിയുടെ മോൻ!"

"ഇരിക്കിൻ! പടാപ്പുറത്തു കേറിയിരിക്കിൻ!"

"ഇരിക്കാൻ സമയമായിട്ടില്ല."

വെട്ടുവാൾ പഴയ പൊലീസ് ഇൻസ്പെക്ടറുടെ കഴുത്തിനെ ചുംബിച്ചു. അറ്റ് വീഴുന്ന ശിരസ്സ് വീണ്, പെറ്റ മണ്ണ് കളങ്കിതയാവരുതെന്ന് രോഷത്തോടെ ചിന്തിച്ചു. നിലം തൊടുംമുമ്പെ, പണ്ടു കാരകളിച്ച അഭ്യാസത്തോടെ വിലപ്പെട്ട ശിരസ്സ് ഇരുകൈകളാലും ചാടിപ്പിടിച്ചു. കുന്തത്തിൽ കോർത്ത ശിരസ്സ് ആശ്ചര്യചകിതമായി. പഴയസുഖജീവിതത്തിന്റെ മദിയുടെ ഒരു ശകലം ചുണ്ടിൽ തങ്ങിനിന്നു.

അങ്ങാടിവിട്ടു ഗ്രാമങ്ങളിൽനിന്നു ഗ്രാമങ്ങളിലേക്ക് വിജയഘോഷയാത്ര നീങ്ങി. സ്വന്തം പടിവാതിൽക്കലെത്തിയപ്പോൾ അദ്രുമാൻഹാജി കല്പിച്ചു:

"നിൽക്ക്. ന്റെ ആമിനാക്ക് ന്നെ ഇതുവരെ ഒരു മതിപ്പായിട്ടില്ല. ഓളെ ഒന്നു കാണിച്ചിട്ടു പോകാം."

മധ്യാഹ്നത്തിന്റെ തീവ്രതയിൽ വെറുങ്ങലിച്ചു നിൽക്കുന്ന വൃക്ഷങ്ങൾ തലകുനിക്കാതെ, കീഴ്പോട്ടുനോക്കി. പടിവാതിൽ തള്ളിത്തുറന്ന് അദ്രുമാൻഹാജി മുറ്റം പൂകി. കെട്ടുകാഴ്ച കാത്തുനിന്നു.

"ആമിനാ.....ാ.....ാ.....ാ!"

അലർച്ചയിൽ പൂമുഖവാതിൽ കൺതുറന്നു ഞെട്ടി. ആമിനയുടെ തുറിച്ച മിഴികളിലേക്കു നോക്കിയിട്ടും കാണാനരുതാത്ത വിമ്മിട്ടത്തോടെ പുയ്യാപ്ല പറഞ്ഞു:

"ഞാൻ സുൽത്താനാണ്! ഈ നാടു ഭരിക്കണ സുൽത്താൻ!"

ആമിന ഒരു പ്രേതംപോലെ കട്ടിളചാരിനിന്നു.

"ഞമ്മളെപ്പറ്റി ഇജ്ജെന്താ ബിജാരിച്ചത്! അദ്രുമാനാജി ദീനിന്റെ രാജ്യത്തിലെ രാജാവാണ്! വെള്ളക്കാരെയൊക്കെ നാട്ടീന്ന് പായിച്ചില്ലേ! നിസ്സഹകരണോം അഹിംസയും രണ്ടു ബല്ലാത്ത കൊട്ടോംപടികളായിരുന്നു ആമിനാ. കയറിമറിയുകതന്നെ. പടി പൊളിച്ചു കളയാൻ വേറെ ആൾക്കാര് ബന്നോട്ടെ! ഞമ്മടെ ബഴി ഇതാണ്! നേർക്കുനേരെ നോക്കിയാൽ കാണ്ണ ബഴി. ബേലികെട്ട്ണോര്ക്ക് നേർവഴിയിൽ നോട്ടമില്ല!"

ആമിനയുടെ ഇമ ചലിച്ചില്ല.

"കുറെ, ചെറുബാല്യക്കാര് കള്ളുഷാപ്പ് പിക്കറ്റ് ചെയ്ത് നാട്ടാരുടെ തല്ല് ബാങ്ങുക! കുറെ പഴയ കുപ്പായങ്ങൾ കത്തിക്കുക.....കള്ളു

കുടിക്കാത്തോനും കുപ്പായം മേങ്ങാൻ കായില്ലാത്തോനും എന്തു ശെയ്യും!.....ഖിലാഫത്ത് ഇത്തരം ഒരു കുട്ടിക്കളിയാണോ! വാള്ളോണ്ട ല്ലാതെ ഒരു യുദ്ധം ആണായൊരുത്തൻ ഇന്നുവരെ ജയിച്ചിറ്റ്ണ്ടോ!"

ആമിന അനങ്ങിയില്ല. അവളുടെ പൂർണഗർഭത്തിന്റെ പടിവാതിൽ തുറക്കാൻ അക്ഷമനായ ശിശു തടവുകാലം കഴിഞ്ഞെന്ന് ഓർമപ്പെ ടുത്തി.

"ഞമ്മള് വെള്ളക്കാരന്റെ ഖജാന കുത്തിപ്പൊളിച്ചു. ഞമ്മക്ക് സുഖി ക്കാനല്ല നാട് ഭരിക്കാൻ. ഗതിയില്ലാത്തോർക്ക് സക്കാത്ത് കൊടുക്കാൻ. ഞമ്മക്ക് അവന്റെ കഴുത്തറുക്കേണ്ടിവന്നു. നല്ല ചുവന്ന ചോര തന്നെ! മണ്ണിനു പശിമകൂട്ടുന്ന ചോര! അനീതി ശെയ്യുന്ന ഏതൊരുത്തന്റേയും കയ്യ് ബെട്ടാൻ ഞമ്മള് കൽപ്പന കൊടുക്കും. പെണ്ണിനെ പിടിക്കുന്നവന്റെ കുരലറുക്കും!....."

കിരാതമായ ഒരാവേഗത്താൽ മതിമറന്ന അദ്രുമാൻഹാജി തന്റെ രാജ്യഭരണതന്ത്രങ്ങളുടെ പട്ടിക നിരത്തി.

ആമിന ഒരു ജീവച്ഛവമായി. അവളുടെ ലോകത്തിലിപ്പോൾ കെട്ടി യവനില്ല. വെള്ളക്കാരനില്ല. പൊലീസും പട്ടാളവുമില്ല. അത്യഗാധമായ ശൂന്യത മാത്രം! ആ ശൂന്യതയിലേക്കു തെറിച്ചു വീഴുന്ന തന്റെ ശിശു വിന്റെ ദുർവിധിയോർത്ത് മരവിപ്പിന്റെ കോട്ടകൾ തകർന്നു.

ബാപ്പുട്ടിഹാജിയുടെ വിസ്മയഭരിതമായിരുന്ന നോട്ടം ശാപഗ്രസ്ത മായി മാറുന്നതും അതു തന്റെ പൂർണഗർഭത്തിനുമേൽ തറഞ്ഞു നിൽക്കു ന്നതും അറിഞ്ഞ് അവൾ മെല്ലെ കാലുകൾ പുറകോട്ടു പറിച്ചെടുത്തു.

ക്ഷമകെട്ട അനുയായികളുടെ നേർക്കു തിരിയുമ്പോൾ അദ്രു മാൻഹാജി കൽപ്പിച്ചു. കദീശു ആമിനാടെ അടുത്ത് ചെല്ല്!

ആമിന എല്ലാ കതകുകളും കൊട്ടിയടച്ചു. മിടിക്കുന്ന ഗർഭത്തോട് അവൾ ആക്രോശിച്ചു:

"ബരണ്ട! പുറത്തേക്ക് ബരണ്ട! ഈ ദുനിയാവ് നിറച്ചും പിശാചു ക്കളാണ്! അബ്ടെത്തന്നെ കെടക്ക്!"

ഗ്രാമത്തിന്റെ നെടുവരമ്പിലൂടെ അലതല്ലി, ആർത്തട്ടഹസിച്ചു നീങ്ങുന്ന പൈശാചികനൃത്തം വീക്ഷിച്ച് കദീശു കിളിവാതിൽ മറഞ്ഞു നിന്നു. കാഴ്ചകൾ വൈരസ്യങ്ങൾക്കു വഴി മാറിയപ്പോൾ അവൾ ആമി നയുടെ അറവാതിലിൽ ആഞ്ഞിടിച്ചു.

"ആമിനത്താ അറവാതില് തൊറക്കിൻ!"

"തൊറക്കൂല!"

കതകുകൾ തുറന്നു പുറത്തെത്തുമ്പോഴാണ് മനുഷ്യന്റെ ഉള്ളിൽ ഉറങ്ങിക്കിടക്കുന്ന പിശാചുക്കൾ കൂട്ടം ചേരുന്നതെന്നും അവറ്റയെ ഒറ്റ പ്പെടുത്തുകയാണ് കരണീയമെന്നും പാവം ആമിന വിചാരിച്ചു. രണ്ടു ദിവസത്തേക്ക് ആമിന കതകുകൾ തുറന്നില്ല. അന്നപാനം ചെയ്തില്ല. ശവക്കോട്ടപോലെ മൂകമായ ഗൃഹത്തിലേക്ക് മൂന്നാംനാൾ രുഗ്മിണിക്കോ വിലമ്മ കടന്നുവന്നു......

ഒടുക്കത്തെ യോഗം കേട്ടും കണ്ടും തിരിച്ചുപോരുന്ന കാദരുണ്ണി പൂഴിപ്പരപ്പിൽ നിന്നു. കലുഷമായ ആകാശത്തിന്റെ മുഖത്തുനോക്കി ചിരിച്ചു. പൊട്ടിപ്പൊട്ടി ചിരിച്ചു.

ഇരുണ്ട ചക്രവാളത്തിൽ രുഗ്മിണി ഉദിച്ചു. മേഘപാളികൾ നീക്കി അവൾ എത്തിനോക്കി. കാളിയാറിന്റെ മുറ്റത്താണ് നിൽക്കുന്നതെന്ന ചിന്താലേശം ഇല്ലാതെ കാദരുണ്ണി നാട്ടുവെളിച്ചത്തിൽ നിന്ന് ആക്രോശിച്ചു.

"പ്രസംഗിക്കുന്നവർ പ്രസംഗിച്ചോട്ടേ! അവനെ തുരത്തുകതന്നെ വേണം! അവൻ ചോര കുടിക്കുന്ന ഓന്താണ്! അവൻ വാലുള്ള വാനരനാണ്! അവൻ വിസർജിച്ചാൽ ശൗചം ചെയ്യാത്തവനാണ്! അവൻ മനുഷ്യനെന്ന നിലയിൽ എല്ലാംകൊണ്ടും നമ്മുടെ താഴെയാണ്! അവൻ പൊലീസിനെയും പട്ടാളത്തെയും തീറ്റിപ്പോറ്റുന്നത് നമ്മെ കീഴടക്കി ചവിട്ടിത്തേക്കാനാണ്. നമ്മുടെ വിശ്വാസങ്ങളെ ഉന്മൂലനം ചെയ്യാനാണ്!"

പൂഴിത്തിട്ടയുടെ മുഖത്തുനോക്കി, പടർന്നു കയറുന്ന ആക്രോശങ്ങളുടെ തിരമാലകളിൽനിന്ന് രുഗ്മിണിക്കോവിലമ്മ വായിച്ചെടുക്കുകയായിരുന്നു. കിരാതമായ പ്രതികാരാഗ്നി ജ്വലിക്കുന്ന കാദരുണ്ണിയുടെ മുഖത്ത് അവർ ഇമയനക്കാതെ നോക്കിനിന്നു. അവർ അടിവച്ച് കാദരുണ്ണിയെ സമീപിച്ചു. പുഴക്കര, ആദ്യന്തരങ്ങളില്ലാത്ത ജീവിതംപോലെ പരന്നുകിടന്നു.

ആത്മപരിവേദനത്തിൽനിന്നു മുഖം തിരിച്ച് കാദരുണ്ണി തമ്പുരാട്ടിയുടെ മിഴികളിൽ നോക്കി. സർവംസഹയായ ഭൂമീദേവിയുടെ ചിരസ്ഥായിയായ ഒരു ചെറുമന്ദഹാസം അവരുടെ മുഖത്തു മിന്നിനിന്നു.

കാദരുണ്ണിയുടെ ആത്മാവ് ആ നോട്ടത്താൽ അനാവൃതമായി.....

മണിക്കൂറുകളോളം അഹിംസയുടെ വേദംകേട്ട് കാദരുണ്ണി മാത്രമല്ല, കൂട്ടുകാരിൽ പലരും തിരിച്ച് പോന്നത് അമർഷത്തിന്റെ തീപ്പൊരി ചുമന്നാണ്. വഹ്നിയുടെ തീക്ഷ്ണകണിക അവരുടെ ഉപബോധത്തിന്റെ പൊന്തകളിൽ കിടന്നു പുളഞ്ഞു. ഏതു നിമിഷവും ഒരു ബഡവാഗ്നി ജ്വലിച്ചുയരാമെന്ന് രുഗ്മിണിക്കു തോന്നി. അവരുടെ മനസുകൾ നിറയെ ജീവിതത്തിന്റെ മരച്ചൂടിൽ വരണ്ടു കൊഴിഞ്ഞ മോഹപത്രങ്ങൾ കുമിഞ്ഞു കിടപ്പുണ്ട്. ചന്ദനച്ചാറുപോലൊരു ചിരിതൂകി കാദരുണ്ണിയെ ശാന്തനാക്കാമെന്ന് രുഗ്മിണി വ്യാമോഹിച്ചില്ല. അവൾ തന്നെ സഞ്ചരിക്കുന്ന ഒരഗ്നിപർവതമാണ്. അപമാനത്തിന്റെ കയത്തിൽനിന്ന് ചുഴികളും മലരികളും വകഞ്ഞുമാറ്റി ഉയിർത്തെഴുന്നേറ്റ ഒരു തീമല. പരസ്പരം അറിഞ്ഞ രണ്ടെതിർധ്രുവങ്ങളെപ്പോലെ അവർ ആകർഷിക്കുകയും വികർഷിക്കുകയും ചെയ്തു. കത്തിവാളുപോലെ നിലാവിന്റെ ഒരലക് അവരെ മുറിച്ചുമാറ്റി. മുഖത്തോടുമുഖം നോക്കിനിന്നു. പിന്നെ കാറ്റിന്റെ ചിറകിൽ വന്ന ഒരു രാപ്പാടിയുടെ ശബ്ദത്തിൽ അവർ ചോദിച്ചു:

"കാദരുണ്ണി ഉറച്ചുതന്നെയോ?"

"ഉം!" പുരുഷശബ്ദത്തിന്റെ ദാർഢ്യം അവളറിഞ്ഞു.

"ഇതൊരു കാട്ടുതീപോലെ ഉഗ്രമായിരിക്കും!"

"അത്താഴം ഉണ്ണാനുള്ള ആർത്തികൊണ്ടല്ല, ഞാൻ നോമ്പെടുത്തത്!"

"തീയിൽ എല്ലാം വെന്തു ചാമ്പലാവും!"

"ആവട്ടെ! ചുടലനൃത്തം ചെയ്യുന്ന ഒരു ദൈവം നിങ്ങൾക്കും ഉണ്ടല്ലോ. മുടിയേണ്ടതെല്ലാം മുടിഞ്ഞുതന്നെ തീരണം!"

രുഗ്മിണി ദീർഘമായി നിശ്വസിച്ചു. അവരുടെ മുഖം വിളറി. ഒരു ചുടുകാടായി മാറിയ ജീവിതത്തിന്റെ അവസാനത്തെ പൊട്ടലും ചീറ്റലുമാണ് കേൾക്കുന്നത്.

ഒരിക്കൽ ഇവരെ പ്രാപിക്കാനുള്ള ഭ്രാന്തുമായി ഈ വയൽവരമ്പുകളിലൂടെ, പുഴക്കരയിലൂടെ, ആഹാരം വെടിഞ്ഞു, നിദ്ര വെടിഞ്ഞു താൻ നടന്നിരുന്നുവെന്ന് കാദരുണ്ണി ഓർത്തു. രുഗ്മിണിക്കോവിലമ്മ ജീവിതത്തിന്റെ തികവാണ്. അവരെ കുപ്പായമിടീച്ചു വീടരാക്കാൻ അവന്റെ കൂട്ടുകാർ പലകുറി പറഞ്ഞു. കുപ്പായവും തട്ടനുമിട്ട്, മൺതറമെഴുകി, പുരമേച്ചിലിന്റെ ചോർച്ചകൾ അടച്ച്, ആടിനെപ്പോറ്റി, അടുപ്പിലൂതി, കഞ്ഞിയും കൂട്ടാനും വെച്ചു കുടുംബനാഥനെക്കാത്തിരിക്കുന്ന ഒരു പെണ്ണായി രുഗ്മിണിക്കോവിലമ്മയെ കാണാൻ കാദരുണ്ണി ആഗ്രഹിച്ചില്ല. അവരെ പഴയ അച്ചിലിട്ടു വാർക്കാൻ കൂട്ടുകാർ പറഞ്ഞു. പഴകിപ്പൊളിഞ്ഞ അച്ചുകളും സമുദായത്തിന്റെ വിഴുപ്പായകുപ്പായങ്ങളും കോവിലമ്മയ്ക്ക് ചേരുകില്ലെന്ന് കാദരുണ്ണി അറിഞ്ഞു. രുഗ്മണി, രുഗ്മിണിയാണ്. അവരുടെ സ്പർശം അവന്റെ ഉൾക്കാമ്പ് പൊള്ളിച്ചു. ഞരമ്പുകളിൽ തീപ്പുഴ ഒഴുകി.

രണ്ടടി മുന്നോട്ടു വച്ച് രുഗ്മിണി, തന്റെ മെലിഞ്ഞു നേർത്ത കൈ കാദരുണ്ണിയുടെ ചുമലിൽ ചേർത്തു. അവന്റെ കരളിൽ ഒരു പൂക്കുറ്റി ചീറ്റി. സർവവർണങ്ങളും ഒന്നായി. ഒരു അഗ്നിയായി. ആ കയ്യെടുത്തു മാറ്റാനോ അതിനെ ചുംബിക്കാനോ അവനു ധൈര്യം പോര. നാലടി പുറകോട്ടു വച്ച് അവൻ പറഞ്ഞു:

"ഞാൻ എല്ലാം അറുത്തെറിഞ്ഞു ജിഹാദിന്നിറങ്ങീതാണ്! വെള്ളക്കാർ പണ്ടുതുടങ്ങി കൊയ്തൊടുക്കിയ സൈദാക്കൾ എന്നെ വിളിക്കുന്നു."

അവന്റെ ജ്വലിക്കുന്ന മിഴികളെ കുളുർത്ത ഒരുമ്മകൊണ്ടു തണുപ്പിക്കാൻ അവൾ ആഗ്രഹിച്ചു. ഏഴാം രാവിന്റെ നിലാവിൽ ഒരു തൂവെള്ള തൂവൽപോലെ അവൾ വരമ്പിൽ നിന്നു. മാർദവമേറിയ ഒരു ചുംബനത്തിൽ ദഹിച്ച് ഉറഞ്ഞുതുള്ളി അവൻ കുന്നത്തുപള്ളിയെ ലാക്കാക്കി പാഞ്ഞുപോയി......

പുഴ പിന്തിരിഞ്ഞൊഴുകുന്നു. കിതയ്ക്കുന്ന ഓളങ്ങളിൽ കണ്ണീരുപ്പ് കലർന്നിരിക്കുന്നു. കാറ്റിലും ഉപ്പ്. കറുത്ത ജലത്തിൽ മീനുകൾ മിന്നി ഉയരുന്നു. രുഗ്മിണി രോമാഞ്ചംകൊണ്ടു.

കരയ്ക്കു വീണ ഒരു വെള്ളിമീനായിരുന്നു അവൾ. നദി അവളിലൂടെ ഒഴുകി നദിയിൽത്തന്നെ വിലയം പ്രാപിച്ച രാത്രി. അതൊരു കാളരാത്രി ആയിരുന്നില്ല. പിന്നീടു വന്നവ പലതും കാളരാത്രികളായിരുന്നില്ല. ദുഃഖത്തിന്റെയും അപമാനത്തിന്റെയും കാളിമയ്ക്ക് ഉപരി ഒരു കാളരാത്രി ഉണ്ടാവാനില്ല. തനിക്ക് ഒരുണ്ണിയെത്തരാൻ കഴിവില്ലാത്ത വൃദ്ധ ഭർത്താവ് അവളുടെ മുഖത്തു നോക്കിയിരുന്നേ ഇല്ല. നാടായ നാടു മുഴുവനും അമ്പലങ്ങളിൽ കുളിച്ചുതൊഴും കാലം, കാക്കപ്പുരീഷംപോലൊരു രാജപദവി തലയിൽവന്നു പതിച്ചു. പിന്നീട് തമ്പുരാൻ അലച്ചിൽ നിർത്തി. പല്ലക്കിനു വിശ്രമമായി. ദുർബലമായ പുരുഷത്വം അവളുടെ മുമ്പിൽ കുഴഞ്ഞുവീണു. ഒരു ചെളിക്കുളത്തിൽ വീണപോലായി, രുഗ്മിണി. തോർത്തിക്കളയാൻ കാളിയാറിനെക്കാൾ ചെറുതായി ഒന്നും കണ്ടില്ല. പിറക്കാത്ത ഉണ്ണിയെ സ്വപ്നം കണ്ട് അവൾ കയത്തിലേക്കു കൂപ്പുകുത്തി......

കാദരുണ്ണി പാഞ്ഞുപോകുന്നതുനോക്കി രുഗ്മിണിക്കോവിലമ്മ നെടുവീർപ്പിട്ടു. അവന്റെ മിഴിച്ചൂട് അവരുടെ ചുണ്ടിൽ തങ്ങിനിന്നു.......

പൂഴിത്തിട്ടയിലൂടെ ആരോ പാഞ്ഞുപോകുന്നു. നനഞ്ഞ പൂഴി വേദനയാൽ വിമ്മിട്ടപ്പെടുന്നു.

"ആരാണത്?"

"ഞാനാ! കദീശു."

"എങ്ങോട്ടാ?"

"പതിച്ചിയുടെ അടുത്തേക്ക്!"

"ആമിനയ്ക്ക്?"

"തന്നെ!"

"പതിച്ചി എവിടെയുണ്ട്?"

"അക്കരെ!"

"കടവത്ത് പട്ടാളം. തിരിച്ചു നടക്കൂ."

കദീശു തിരിച്ചു നടന്നു. രുഗ്മിണി അനുഗമിച്ചു.

ദൂരെ അദ്രുമാൻഹാജിയുടെ ഉമ്മറത്ത് ഹരിക്കെയ്ൻ ലാമ്പ് ജ്വലിക്കുന്നു. വാഴക്കൂട്ടം പ്രേതനൃത്തം ചെയ്യുന്നു.

"ആ കാലന്റെ തല കണ്ടേനുശേഷം താത്തയ്ക്കു ബോധം തെളിഞ്ഞിറ്റ്ല്യാ."

രുഗ്മിണിക്കുതോന്നി, നൃശംസതയുടെ കൊടുമയിൽ മനുഷ്യൻ ചിരിക്കുന്നു. അവൻ അവന്റെ മൃഗഗോത്രത്തിലേക്കു പിൻതിരിഞ്ഞു നടക്കുന്നു. അദ്രുമാൻഹാജി തിരിച്ചുപോക്കിന് എത്ര കുറച്ചു സമയമേ എടുത്തിട്ടുള്ളൂ! ഇന്നലെയാണല്ലോ അയാൾ അഹിംസയുടെ കൊടി ഉയർത്തിയത്! കൊടി ഉയരുന്നത് എപ്പോഴും ചോരയുടെ ചതുപ്പിലാണെന്ന സത്യം രുഗ്മിണിയെ ഞെട്ടിച്ചു. കൊടിപ്പടങ്ങൾ ഒരിക്കലും വിജയപതാകകളല്ല. വരാനിരിക്കുന്ന പതനത്തിന്റെ വഴിയിലെ ചൂണ്ടുപലകകൾ മാത്രം. യുദ്ധഭൂമിയിലുയരുന്ന പതാക അധികാരത്തിന്റെ ഉന്നതപീഠത്തിലവസാനിക്കുന്നു. അധികാരക്കൊടി വീണ്ടും രണഭൂമിയിൽ. മുമ്പോട്ടും പിമ്പോട്ടും

ഉള്ള നീക്കങ്ങളെ പുരോഗതിയെന്നു വിശ്വസിക്കുന്ന പാവം മനുഷ്യന്റെ അഹന്തയോർത്ത് കോവിലമ്മ അസ്വസ്ഥയായി.

"ആമിനയെന്തു ചെയ്യുന്നു?"

"ഞരങ്ങുന്നു. അക്കുട്ടിയുടെ ശരീരത്തിൽ ഒരു തുള്ളി ചോരയില്ല. പേടിച്ചിട്ടാ അവർക്ക് പേറ്റുനോവ് തുടങ്ങിയത്! സമയമായിറ്റ്ല്യ!"

പൂർത്തിയാവാത്ത ഗർഭം ഒഴിയുമ്പോൾ ചോരപോക്ക് തടുക്കാനൊക്കുമോ? രുഗ്മിണിക്കോവിലമ്മ ഒരിക്കലും ഗർഭവതി ആയിട്ടില്ല. പ്രസവമെടുത്തിട്ടും ഇല്ല. അതൊരു തടസ്സമായി അവർ കരുതിയില്ല. ഒരു പിറവിയുടെ ആശ്വാസവും ആനന്ദവും തേടി താൻ കദീശുവിന്റെ പുറകെ പോവുകയാണ്. പാപപങ്കിലമായ ഈ ഭൂമിയിലേക്ക് ആർത്തു കരഞ്ഞു കൊണ്ട് ഒരു ശിശുകൂടി......

ചാരി വാതിലിനപ്പുറം ആമിന. ഒരു ഞരക്കം. മുറ്റത്ത് ഇലപൊഴിയുന്ന ശബ്ദം.

ആമിനയുടെ കുഞ്ഞ് ഭൂമിയിലേക്ക് വരാനറച്ചു. പാതിയടഞ്ഞുകിടന്ന കതകുകൾ അത് ചവിട്ടിത്തുറക്കുന്നില്ല.

"ആമിനാ?" പിറക്കാത്ത സഹോദരിയെ മനസ്സ് വിളിച്ചു.

ഞരക്കം. താൻ ജീവിക്കുന്ന ഈ ലോകത്തോടു പിണങ്ങി അവൾ മുഖം തിരിച്ചു കിടപ്പാണ്.

കദീശു തിളയ്ക്കുന്ന ചക്കരക്കാപ്പി കൊണ്ടുവന്നു.

ആമിനയുടെ അകവും പുറവും തണുത്തു. കോട്ടിയ പച്ചപ്പിലാവിലകൊണ്ട് രുഗ്മിണിക്കോവിലമ്മ ആമിനയുടെ ചുണ്ടിലേക്ക് സ്നേഹം പകർന്നു.

തുറക്കൂ....തുറക്കൂ.....തുറക്കൂ.....ഈ ഭൂമിയിലേക്കു ഞാനും വരട്ടെ! കുഞ്ഞ് ദുർബലമായ തന്റെ ശിരസുകൊണ്ടു കതകുകളിൽ ഇടിച്ചു.

തുറക്കില്ല! ആമിനയുടെ അബോധമനസ്സ് പറഞ്ഞു, ദുഷ്ട് നിറഞ്ഞ ഈ ലോകത്തേക്ക് നീ വരേണ്ട!

"ആമിനാ, ശാഠ്യം കളയൂ." രുഗ്മിണി ആജ്ഞാപിച്ചു.

ആമിന കണ്ണു തുറന്നു:

"ഞാൻ മരിച്ചോട്ടേ, എന്റെ കുഞ്ഞും!"

"പാടില്ല."

കനത്ത നിശ്ശബ്ദതയിലൂടെ വാശിയുടെ നിമിഷങ്ങൾ ഒന്നൊന്നായി ചുവടുവെച്ചുപോയി.

രുഗ്മിണിക്കോവിലമ്മ തന്റെ വാക്കത്തി പുറത്തെടുത്തു. അകളങ്കിതമായ അതിന്റെ വായ്ത്തലയുടെ ചിരിയിൽ കഠിനമായൊരു വാഗ്ദാനം നിറഞ്ഞുനിന്നു. ഹരിക്കെയ്ൻ ലാമ്പ് പുളഞ്ഞു മിന്നി.

തകർക്കപ്പെട്ട കതകിലൂടെ ഒരു പുതുജീവൻ ഇരച്ചിറങ്ങി. തണുത്ത മുറിക്കകം ശിശുവിന്റെ ഉഗ്രനാദത്താൽ തപിച്ചു.

വേദനയും വിസ്മയവും ആശ്വാസവും വിങ്ങിയ വീർപ്പിൽ ആമിന നിലവിളിച്ചു: "ന്റ...ള്ളോ...ാ...ാ..."

വാക്കത്തിയുടെ ചുണ്ട് കഴുകിത്തുടച്ച് രുഗ്മിണി പുഞ്ചിരിച്ചു. ആമിനയുടെ വിളർത്ത കവിളിലേക്ക് പ്രത്യാശയുടെ ശോണിമ ഇരമ്പിക്കയറി.

അപ്പോൾ മരച്ചില്ലകൾ ഞെട്ടിയുണർന്ന് മാടപ്രാവുകൾ കുറുകി. ശാന്തസുന്ദരമായ ഒരു പുലരിയുടെ സംഗീതം കേട്ട് രുഗ്മിണി മന്ത്രിച്ചു, എല്ലാം ദൈവം കാണുന്നുണ്ട്!

വാക്കത്തി ഭദ്രമായി പുടവയിൽ ചേർത്തുപിടിച്ച് രുഗ്മിണി ഇരുട്ടും പ്രകാശവും കുഴഞ്ഞ ഇടവഴിയിലിറങ്ങി. രാവ് പൂർണമായും അസ്തമിച്ചില്ല. കിഴക്ക് ഒരിത്തിരി ചുവപ്പ്.

ഇറക്കമോ? ഏറ്റമോ? രുഗ്മിണി തന്നോടുതന്നെ ചോദിച്ചു. ഉത്തരം കണ്ടെത്താനാവാത്ത അസ്വസ്ഥമായൊരു മനസിന്റെ ഭാരം ചുമന്ന് ജന്മാന്തരങ്ങളുടെ ദുഃഖഭാരം ഏറ്റുവാങ്ങിയ സൈകതഭൂവിലൂടെ അവർ നടന്നു.

ഇരുപത്തി നാല്

ചോര പരിശോധിപ്പിക്കാൻവേണ്ടി മുത്തച്ഛൻ ബംഗ്ലാവിലെത്തിയതായിരിന്നു. തന്റെ രക്തത്തിനു ചുവപ്പുനിറംതന്നെ, സംശയമില്ല. ഇത്തിരി മധുരം കൂടിയിരിക്കും. അതൊരു ദോഷംതന്നെ. ജീവിതം അലട്ടില്ലാതെ ആസ്വദിച്ചതിനാലാണ്. നിത്യവും ദാരിദ്ര്യത്തിന്റെ കയ്പ് കുടിക്കുന്നവരാരും മധുമേഹവുമായി തന്നെ സമീപിക്കാറില്ല. ഒരു കുറ്റവാളിയുടെ മുഖഭാവത്തോടെയാണ് മുത്തച്ഛനിതു പറഞ്ഞത്.

ഡോക്ടർ സ്ഥലംവിട്ടപ്പോൾ, തന്റെ മകനെ എടുത്ത് അമ്മായി മുത്തച്ഛന്റെ അടുത്തെത്തി.

"മോനെ, ഉണ്ണിട്രീ....."

"എന്ത്?"

"അച്ഛാ ഞാനിവന് ഉണ്ണിട്രി എന്നു പേരിട്ടു. പഴയ ഉണ്ണിത്തിരി എന്നും മറ്റും കേട്ടാൽ അവന്റെ അച്ഛന്റെ ആപ്പീസിലെ പരിഷ്കാരികൾ ചിരിക്കില്ലേ? ബെർത്ത്ഡെ പാർട്ടിക്കു സമ്മാനവുമായി വന്ന കോളിൻ സായിപ് അവനെ വിളിച്ചതെന്തായിരുന്നെന്നോ! ബേബി ഉണ്ണിട്രി. അതങ്ങു സ്ഥിരപ്പേരാക്കി. ഇനി സ്കൂളിൽ ചേർക്കുമ്പോഴും അതുതന്നെ!"

മുത്തച്ഛൻ ഒരു ചെറുചിരിയോടെ വിളിച്ചു:

"മോനെ, ഉണ്ണിത്തിരിക്കുട്ടാ! എന്റച്ഛൻ ഉണ്ണിത്തിരിയെന്ന ആളുമായി ഇവനൊരു സാമ്യവുമില്ലല്ലോ മോളെ......"

അമ്മായി ചിരിച്ചു. ഉറക്കം വരുന്നു, കുഞ്ഞിനെന്നു പറഞ്ഞ് അവർ കുട്ടിയെ കിടക്കറയിലേക്കു കൊണ്ടുപോയി.

"അവന് കുടിക്കാൻ പാല് തെകയ്ണ്ല്യേ?"

"വയസൊന്നു കഴിഞ്ഞില്ലേ! മുക്കറ്റം കുടിക്കുന്നതെങ്ങനെ? വേറെ വല്ലതും കൊടുത്തു നോക്കുകയാണ്!"

"രണ്ടു വയസുവരെയെങ്കിലും കുടിക്കാത്ത കുട്ടിയുടെ തടിയും മനസും ഉറയ്ക്കില്ല."

അകത്തിരുന്ന് അമ്മായി വേലക്കാരിയോട് പറയുന്നു, "കുട്ടനുറങ്ങാറായി ആഹാരം കൊടുക്കണം, നാലു സ്പൂണിന്, എട്ടു സ്പൂൺ തിളച്ച വെള്ളം, ഓർമയുണ്ടല്ലോ!"

"എന്നും നാലുനേരം ഇതു കലക്കി കൊടുക്ക്ണത് ഞാനല്ലാണ്ടാരാ?" മുത്തച്ഛന്റെ മുമ്പിൽ കൊച്ചാവാൻ അവൾ ആഗ്രഹിക്കുന്നില്ല.

"അച്ഛന്റടുത്തിരുത്തി വിഷമിപ്പിക്കരുത്!"

"അല്ലെങ്കിലും മൂപ്പർക്ക് ഈ തകരപ്പൊടി കണ്ണുകീറി കണ്ടൂട. വാഴയ്ക്കാപ്പൊടി അപ്പടി പൂത്തു നശിച്ചില്ലേ!"

അമ്മായി വാതിലടച്ചു. അവർ ഉടുത്തൊരുങ്ങി വന്നു. പൂക്കളുള്ള ചീനപ്പട്ടിന്റെ ചേല. സൂര്യപട റൗക്ക. പൂത്താലിമാല, ഒടിവളകൾ, വൈരമിന്നി, ബ്രൂച്ച്, മുടിക്കെട്ടിൽ സ്വർണപ്പൂവ്.

മുത്തച്ഛൻ അമ്മായിയോടു പറഞ്ഞു:

"ഞാൻ നാളെ രാവിലെ പോകും!"

"പോകുന്നതിനെപ്പറ്റി ആലോചിക്കാറായിട്ടില്ല, അച്ഛാ...."

ഗേറ്റ് ചേർന്നു നിൽക്കുന്ന ജട്ക്കവണ്ടിയിൽ, ആയിടെ ബിലാത്തിയിൽ പോയി വന്ന ലേഡി കുഞ്ഞുലക്ഷ്മി എന്ന സുന്ദരി കാത്തിരിപ്പുണ്ടായിരുന്നു.

അടുത്ത നിമിഷം കനാൽക്കരയിൽ ഒരു വെടി മുഴങ്ങി. തുടർന്ന് ബ്യൂഗിളിന്റെ ശബ്ദം!

"പുറത്തു പോകണ്ട!" മുത്തച്ഛൻ ആജ്ഞാപിച്ചു.

ലേഡി കുഞ്ഞുലക്ഷ്മി കാത്തിരിപ്പുണ്ടല്ലോ! ക്ലബ്ബിൽ അവരുടെ വക പാർട്ടിയാണ്!

പോകേണ്ട! പാർട്ടിക്കു പോകേണ്ട അവസരമല്ല! മുത്തച്ഛനെ നിഷേധിക്കാൻ നാക്കു പൊങ്ങാതെ, അമ്മായി, ഗെയ്റ്റിനടുത്തുചെന്നു ലേഡിയെ യാത്രയാക്കി. തിരിച്ചുവന്ന് അവർ മുറിയിൽക്കയറി വാതിലടച്ചു.

മാളുണ്ണി ജാനുഅമ്മയെത്തേടി അടുക്കളപ്പുരയുടെ നേർക്കോടി.

"ഈ ലേഡി കുഞ്ഞുലക്ഷ്മി ആരാണ്?"

"വക്കീലിന്റെ ഇപ്പോഴത്തെ ഭാര്യ. ആദ്യഭാര്യയെ പഠിപ്പില്ലെന്നു പറഞ്ഞുപേക്ഷിച്ചു."

"ഏതു വക്കീലിന്റെ?"

"വെള്ളക്കാരന്റെ ഭാഗം പിടിക്കുന്ന, ആ വക്കീലില്ലേ? ഇവിടെ ഗംഗമ്മാവനുമായി തർക്കിക്കുന്ന ആൾ?"

അവർക്ക് ഒരുപാടു കാര്യങ്ങൾ പറഞ്ഞുതീർക്കാനുണ്ടായിരുന്നു. കേൾക്കാനൊരാളെ കാത്തിരിക്കുകയാണ്. മുലപ്പാലു വറ്റിക്കാൻ അമ്മായിക്ക് മുല്ലപ്പൂ മേടിച്ചു കൊണ്ടുവന്നത്. മുലയിൽ കെട്ടിവച്ചാൽ പാല് വറ്റും. ലേഡി കുഞ്ഞുലക്ഷ്മിയുടെ മുല കുഞ്ഞ് തൊട്ടിട്ടില്ലത്രേ! ഞാനിതൊന്നും കണ്ടിട്ടും കേട്ടിട്ടും ഇല്ലപ്പാ-

മാളുണ്ണി ചോദിച്ചു:

"ചെറിയമ്മാവനെവിടെപ്പോയി?"

"എവിടെ പോയിട്ടെന്താ! എത്ര പ്രസംഗിച്ചിട്ടെന്താ! മാപ്ലാര്ടെ മനസ്സ് മറ്റാമ്പറ്റ്വോ? മതത്തിന്റെ കാര്യം വരുമ്പഴ് എന്ത് കോങ്ക്‌റസ്! എന്ത് സ്വരാജ്യം! അല്ലെങ്കിലും കുട്ട്യേ, ആലോചിച്ച് നോക്ക്, നമ്മള് ജനിച്ചു വീഴുന്നത് നമ്മുടെ മതത്തിലേക്കല്ലേ! എനിക്കിതു വേണ്ടാ എന്ന് ഏതെങ്കിലും കുട്ടി പറഞ്ഞു കേട്ടിട്ട്ണ്ടോ? പറഞ്ഞിട്ട്ണ്ടോ! വലുതാവുമ്പോ കേക്കണത്, നിയ്യ് ഹിന്തു, നീയ്യ് മാപ്ല, നീയ്യ് നസ്രാണി എന്നൊക്കെയല്ലെ? ഏതു പഠിപ്പില്ലാത്തോനും അതു മനസിലാവും. എന്നാ കോങ്ക്‌റസ് ഖിലാഫത്ത് എന്നൊക്കെ കേക്കുമ്പഴ് ആർക്കാ എന്താ മനസിലാവ്വാ? എനിക്കൊന്നും അറിഞ്ഞൂടപ്പാ- വെളുത്ത ഖദറിട്ടു നടന്നമ്പോാണ്ട് ഒരു പുതിയ വിശ്വാസം ചോരേലലിഞ്ഞു ചേര്വോ? കുപ്പായം ഊരിക്കളഞ്ഞാ തീർന്നില്ലേ? കുട്ടീടെ മുത്തച്ഛനെ നോക്ക്. ദീനം വന്നാ ആരും തുല്യർ. ദീനത്തിന് ജാതീംല്യ. മതോംല്യ. മര്ന്ന്നൂംല്യ. ആള്വോൾക്ക് സമാധാനായി കെടന്നൊറങ്ങാൻ അത്തരം മര്ന്നാ വേണ്ടത്."

ജാനുഅമ്മയുടെ വാക്കുകൾ കേട്ട് മാളുണ്ണി ചെറുതായി. അടുക്കളയിലും കിടക്കറയിലുമായി കാലം കഴിക്കുന്ന ജാനുഅമ്മ ഇതെല്ലാം എവിടന്നു പഠിച്ചു എന്ന് അവൾ വിസ്മയിച്ചു......

മാനുവിനെ ഇംഗ്ലീഷ് പഠിപ്പെന്ന പിഴിച്ചിൽ ചികിത്സയ്ക്ക് വിധേയമാക്കി, കൃതകൃത്യതയോടെ പഠനമുറിയുടെ കതകുതുറന്ന് ഗ്ലാഡിസ് മിസ്സി പുറത്തുകടന്നു. വേനലവധിക്ക് താൻ പുസ്തകങ്ങളിൽ ചിലതൊന്നും തൊട്ടില്ല എന്നു കുറ്റബോധത്തോടെ മാളുണ്ണി ഓർത്തു.

"ഞാൻ തന്ന പുസ്തകം വായിച്ചുവോ?"

"തീർന്നില്ല. മിസ്സിയെന്നാ നാട്ടിൽ പോകുന്നത്?"

"ആയിട്ടില്ല. നിങ്ങളെ രണ്ടുപേരേയും എഴുതാനും വായിക്കാനും, ഇംഗ്ലീഷിൽ സംസാരിക്കാനും പഠിപ്പിച്ചു കഴിഞ്ഞിട്ടേ ഞാൻ പോകുന്നുള്ളു! അഗ്രീഡ്?"

"യെസ് മാഡം!"

അകത്ത് ചെരിപ്പിടരുതെന്ന അലിഖിതനിയമം ഗ്ലാഡിസ് മിസ്സിക്കു മാത്രമേ ബാധകമല്ലാതുള്ളൂ. തൂവെള്ളയിൽ കറുത്ത ബോ പിടിപ്പിച്ച ഒരു ഷൂവാണ് അവരിപ്പോൾ ധരിച്ചിരിക്കുന്നത്. നിറയെ ഞൊറികളുള്ള, ഇറക്കം കുറഞ്ഞ വെള്ളയുടുപ്പ്. മാഡത്തെ അങ്ങനെ നോക്കിനിൽക്കുക ഒരാനന്ദമാണ്. അവർ ഒരു ദേശാടനക്കിളിയെ ഓർമിപ്പിക്കുന്നു. കാലമായാൽ തിരിച്ചുപറക്കും. പുൽത്തകിടിപ്പാതയിലൂടെ നടക്കുമ്പോൾ അവർ മുഖമുയർത്തി നാലുപാടും നോക്കുന്നുണ്ടായിരുന്നു. അടച്ച ഗേറ്റ് തുറക്കുംമുമ്പ് അവർ രണ്ടുനിമിഷം അകത്തുനിന്നു. ഇരുട്ടിയില്ല. മതിൽക്കെട്ടിനപ്പുറം മുളയേണി താങ്ങി മുനിസിപ്പൽ ജീവനക്കാരൻ വഴിവിളക്കുകൾക്കു വെളിച്ചവുമായി നീങ്ങുന്നു. നടന്നുപോകുന്ന ഏണിയുടെ മുകളറ്റം കാണാം. വരാനിരിക്കുന്ന ഇരുട്ടിനെ ആട്ടിയകറ്റാൻ കച്ചകെട്ടി ഇറങ്ങുന്ന ആ മനുഷ്യനെ മാളുണ്ണി സ്നേഹിച്ചിരുന്നു.

ആൽമരച്ചോട്ടിലെ വിളക്കു കത്തി. മീഞ്ചന്തയുടെ അപ്പുറവും തെളി

ഞ്ഞു. അടുത്തത് നെയ്ത്തുകമ്പനിയുടെ അപ്പുറമാണ്......

ഒരു ഇടിയൊച്ച. വിളക്കുകൾകെട്ടു. മുളയേണി പറന്നുപോയി. ആയിരം കുളമ്പൊച്ചകൾ. വാതിലുകൾ അടയുന്ന ശബ്ദം. ഭൂമിയുടെ നെഞ്ചിടിപ്പായി നിരന്തരം ബൂട്ടുകൾ ശബ്ദിക്കുന്നു. നിരവധി ശബ്ദങ്ങളുടെ ബഹളത്തിനിടയിൽ ഒരു വണ്ടിയുടെയും ഒരു ബ്യൂഗിളിന്റെയും ശബ്ദം സന്ധ്യയെ വലിച്ചുകീറി.

മാളുണ്ണിയെ ചുറ്റിപ്പിടിച്ചു ജാനുഅമ്മ ആശ്വസിപ്പിച്ചു: "പേടിക്കേണ്ടാട്ട്വോ. ആരും ഇങ്ങോട്ടു കയറിവരില്ല."

ജാനുവിന്റെ തുറിച്ച കണ്ണുകളിൽ അരുതാത്ത ഏതോ കാഴ്ച തങ്ങിനിന്നു. അവരുടെ മാറ് മദ്ദളംപോലെ മിടിക്കുന്നു.....

"എന്താണ്, ജാനമ്മേ, കേൾക്ക്ണതെന്താണ്?"

ജാനു ചൂണ്ടുവിരൽ ചുണ്ടത്തുവച്ചു.

വിരൽ തട്ടിമാറ്റി അവൾ ചോദിച്ചു, "എന്താണ് മതിലിനപ്പുറം. എനിക്കൊന്നും കാണാൻ കഴിയുന്നില്ലല്ലോ!"

"കാണാതിരിക്കയാണ് നല്ലത്. കൊല! അറുകൊല!"

"ആരെ? എന്തിന്?"

അവർ മാളുണ്ണിയെ ഉറുപ്പടക്കം പിടിച്ച് അകത്തെ മുറിയിലേക്കു നയിച്ചു. മരണത്തിന്റെയും ജീവന്റെയും ശബ്ദങ്ങൾ വേർതിരിച്ചെടുക്കാനാവുന്നില്ല.

"ഇരുട്ടായി. നമ്മൾ ഗേറ്റിന്റെ പിന്നിൽ ചെന്നുനിന്നു നോക്ക്വോ?"

ഏതാനും മിനിട്ടുകൾക്കുള്ളിൽ മരണതുല്യമായ നിശ്ശബ്ദത എല്ലാറ്റിനെയും ശവക്കച്ചയണിയിച്ചു. അർധരാത്രിയിലെപ്പോഴോ പടിവാതിൽ തള്ളിത്തുറന്നുവന്ന അമ്മാവൻ വാതിലും ജനലും അടച്ചിട്ട് അമ്മായിയോടു പറഞ്ഞു.

"അവർ നമ്മുടെ ഗ്ലാഡിസിനെ കൊന്നു."

"എന്തിന്?"

"കൊല്ലാൻവേണ്ടി. വെളുത്ത തൊലിയോടുള്ള പക തീർക്കാൻ വേണ്ടി!" അമ്മാവന്റെ ശബ്ദത്തിൽ ദുഃഖവും രോഷവും നുരയിട്ടു.

തീൻമേശപ്പുറത്തു തിരിതാഴ്ത്തിവച്ച ഓട്ടുവിളക്കിന്റെ കൊച്ചുവെട്ടത്തിൽ അമ്മാവന്റെ മിഴികൾക്കു മൂർച്ചകൂടി. "അനുഭവിക്കും, അവർ. വെള്ളക്കാരെ അവരിനിയും മനസിലാക്കീട്ടില്ല....."

അനുഭവങ്ങൾ തിരിച്ചു കടിക്കാൻ തുടങ്ങിയത് വളരെ പെട്ടെന്നാണ്.

നഗരത്തിലും ഗ്രാമങ്ങളിലും, പിന്നീട് നായാട്ടുകാലം. വേണ്ടപ്പെട്ടവരുടെ പടിവാതിലുകളിൽ കാവൽക്കാരുണ്ടായി. കടപ്പുറത്തും ക്ലബ്ബിലും ഹോട്ടലുകളിലും ആളൊഴിഞ്ഞു. പട്ടണം ഒരു ചാവുവീടായി മരവിച്ച ഞരമ്പുകളിൽ ചിലപ്പോൾ മാത്രം പൊട്ടലും ചീറ്റലും തുടർന്നു. കനാൽക്കരയിൽ ചരക്കിറക്കാതെ വഞ്ചികൾ കാത്തുകിടന്നു. അങ്ങാടികൾക്കുമീതെ കരഞ്ഞു കരഞ്ഞു കാക്കകൾ തളർന്നു. തിരമാലകളുടെ പുറത്തേറിയ കടൽക്കാക്കകളുടെ ശബ്ദം പട്ടണശാന്തതയിലേക്കു സൂചി

കൾപോലെ തറഞ്ഞിറങ്ങി.

മുസൽമാനായി പിറന്നവരെയെല്ലാം ഉന്മൂലനം ചെയ്യാതെ വെള്ളക്കാരന്റെ കലിയടങ്ങുകയില്ലെന്ന് അമ്മാവൻ പറഞ്ഞു. തോക്കിന്റെ വീര്യം അവരറിഞ്ഞിട്ടില്ല. വെളുത്ത തൊലി പൊട്ടി ചോര വന്നാലുള്ള വിപത്ത് അവർ മനസിലാക്കിയില്ല. വരുംതലമുറകൾക്കു ശഹീദുകളാവാൻ അനേകം പേർ ബലികൊടുത്തു. കൂട്ടബലികളിൽ ഗ്രാമവും പട്ടണവും നടുങ്ങി. കൂട്ടബാങ്കുകളുടെ സ്വരം നേർത്തു......

ചരിത്രത്തിനു സാക്ഷ്യം വഹിക്കാൻ വിധിക്കപ്പെട്ടവരിലൊരാളായി മാളുണ്ണി ജനലഴികൾ പിടിച്ചുനിന്നു. ആരോ ചവിട്ടിത്തുറന്ന ഗേറ്റുപാളികൾക്കു കൊടുംയാതനയുടെ ചിത്രവുമായി പകൽനേരത്തെ റോഡ് മുറിഞ്ഞുകിടന്നു. മനുഷ്യരെ അട്ടിയിട്ട പട്ടാളവണ്ടികൾ. വണ്ടിയുടെ പിന്നഴികളിൽ തെരുവിലേക്കു നീളുന്ന കയർതുമ്പത്ത് മനുഷ്യർ. പച്ചമനുഷ്യർ പൊതുറോഡിലൂടെ, അരയിലും കയ്യിലും കാലിലും കയറിട്ടു വലിക്കപ്പെടുന്നു. മഹാമാരി പിടിപെട്ട കാലിച്ചന്തയിൽനിന്നു മൃഗങ്ങളെയെന്നോണം വലിച്ചിഴച്ചു കൊണ്ടുപോകുന്ന പ്രാകൃതവിദ്യ. അവർ പാതിമരിച്ചു കഴിഞ്ഞു. ആർക്കും കരയാൻ കരുത്തില്ല. നിവർന്നുനിൽക്കാൻ കാലില്ല. നട്ടെല്ലു വളയ്ക്കപ്പെട്ടു ബന്ധനസ്ഥരായ പടയാളികൾ തങ്ങളുടെ തന്നെ ചോരവാർന്നു നനഞ്ഞു കുതിർന്ന മണ്ണിലൂടെ ഇഴഞ്ഞിഴഞ്ഞു നീങ്ങുന്നു. ആരും നീങ്ങുകയല്ല. വലിച്ചിഴയ്ക്കപ്പെടുകയാണ്. ഊർന്നുവീഴുന്ന മൃഗീയ സ്വരങ്ങൾ. മനുഷ്യൻ മനുഷ്യനാൽ അനുഭവിക്കുന്ന നരകയാതനയുടെ ആ ചിത്രം മാളുണ്ണിയുടെ മനസിൽ ഒരിക്കലും മായാത്ത കൽവരകളായി. അവൾ കണ്ണുപൊത്തി, ജനലിനുപിന്നിൽ ഊർന്നു വീണു. മുട്ടിൽ മുഖമമർത്തിയിരുന്നു. അവൾ നിലവിളിക്കാനാഗ്രഹിച്ചു. എല്ലാ ശബ്ദങ്ങളും വിലക്കപ്പെട്ട വീട്ടിൽ വീർപ്പടക്കി അവൾ കണ്ണുകൾ ഇറുക്കിയടച്ചു. അവളെ കോരിയെടുത്തു കിടക്കയിൽ കിടത്തി ജാനു പറഞ്ഞു:

“നോക്കി നിൽക്കേണ്ടെന്നു പറഞ്ഞിട്ട് കേട്ടോ കുട്ടി?”

നോക്കാതിരിക്കാൻ പറ്റുമായിരുന്നില്ല. താൻ ജീവിക്കുന്ന ഈ ലോകത്തിന്റെ കണ്ണുകൾ കുത്തിപ്പൊട്ടിച്ചു കളയാനൊക്കുമോ? യുദ്ധകഥകൾ വായിച്ചു, യുദ്ധം കാണാൻ കൊതിച്ച പെൺകുട്ടിയുടെ മനസിൽ ഒരു മഹായുദ്ധത്തിന്റെ അലകൾ ഉറവുപൊട്ടി.

അടച്ചിട്ട വീട്ടിനകത്ത് വല്ലപ്പോഴും കിണ്ണങ്ങൾ തേങ്ങലമർത്തി. സ്പൂണുകൾ ഉരുണ്ടുപിരണ്ടു നിലംപൊത്തി. പിന്നെ ശ്മശാന നിശ്ശബ്ദത. ആ നിശ്ശബ്ദതയിൽ ഒരു ചേതനയറ്റ ദിനംകൂടി കൊഴിഞ്ഞുവീഴുന്നു.

അത്താഴം കഴിച്ചുകൊണ്ടിരിക്കെ വല്യമ്മാവൻ ചോദിക്കുന്നു, “എവിടെ അവൻ?”

“ആര്?”

“ഗംഗൻ!” അമ്മായി ചുണ്ടുകൾ ഇറുക്കിയടച്ചു.

“കുത്താൻ വരുന്ന പോത്തിനോടു വേദമോതിയിട്ടെന്താ കാര്യം! കോൺഗ്രസിന്റെയും ഖിലാഫത്തിന്റെയും പേരിൽ അവർ ആയുധ

ങ്ങൾക്ക് മൂർച്ച കൂട്ടുകയായിരുന്നു. ഗംഗനെപ്പോലുള്ള വിഡ്ഢികൾക്ക് അത് മനസിലാവുമോ?" കിണ്ണങ്ങൾ മുന്നിൽനിന്നു തട്ടിമാറ്റി അമ്മാവൻ തുടർന്നു.

"ഇപ്പോൾ ഹിന്ദുക്കളെ ആരാണ് രക്ഷിക്കുക? കോൺഗ്രസിനു കഴിയുമോ? ഖിലാഫത്തിനു കഴിയുമോ? ഇവൻ പുച്ഛിക്കുന്ന വെള്ളക്കാരൻ തന്നെ വേണ്ടിവരില്ലേ?"

അമ്മായി അനങ്ങാതെ നിന്നു. വെള്ളക്കാരന്റെ ശമ്പളം മേടിച്ചാണ് തന്റെ കുടുംബം നഗരത്തിലെ കൊച്ചുബംഗ്ലാവിൽ അന്തസായി കഴിയുന്നതെന്ന ഓരൊറ്റ അറിവേ അവർക്കുണ്ടായിരുന്നുള്ളൂ. അമ്മായിയുടെ ജീവിതം ലേസ് പിടിപ്പിച്ച ഒരു വെൽവെറ്റ് ബ്ലൗസും അതിനിണങ്ങുന്ന ഒരു ചീനപ്പട്ടുസാരിയുമാണ്. പൊൻപണ്ടങ്ങളും വിനോളിയ വാസന സോപ്പും കുട്ടിക്കൂറാപൗഡറും പൊൻനിറമാർന്ന ചായയും കുതിരവണ്ടിയിലെ സവാരിയും അതിനു മാറ്റുകൂട്ടുന്നു. വീട്ടുമുറ്റത്തെ പുൽത്തകിടിയിൽപ്പോലും തന്റെ ജീവിതത്തെ അപകടപ്പെടുത്താവുന്ന എന്തെങ്കിലും സംഭവിക്കാമെന്ന് ഒരിട അവർ ചിന്തിച്ചു. ലോണിനു നേർക്കുള്ള വലിയ ജാലകങ്ങൾ അവർ ഒരിക്കലും തുറന്നില്ല. ചില്ലുകളെ മറച്ച് പുള്ളിത്തിരശീല വിടർത്തി. നാലകത്തെ ഗതകാലജീവിതത്തിൽനിന്നും തീർത്തും വ്യത്യസ്തമായ, വെള്ളക്കാരന്റെ പരിഷ്കാരങ്ങൾ അലുക്ക് പിടിപ്പിച്ച ഒരു ജീവിതമാണ് തന്റേതെന്ന് അവർ ധരിച്ചുവച്ചിരുന്നു. അതിനപ്പുറമെന്തെന്ന് അന്വേഷിക്കേണ്ടതില്ല. ഗംഗൻ തുറന്നിടുന്ന ജനവാതിലുകൾ പുതിയ വെളിച്ചവും കാഴ്ചയും സമ്മാനിക്കാം. അമ്മായി ആ വാതായനങ്ങൾക്കു നേരെ ഒരിക്കലും തിരിഞ്ഞു നോക്കിയില്ല. ഇപ്പോൾ ഭർത്താവിന്റെ ക്ഷോഭത്തെ എങ്ങനെ വ്യാഖ്യാനിക്കാൻ കഴിയും!

"അച്ഛനെയും അമ്മയെയും ഇങ്ങോട്ടു കൊണ്ടുവരുന്നതല്ലേ നല്ലത്?" അവർ പതുക്കെ ആരാഞ്ഞു.

"അച്ഛനൊരിക്കലും ഗ്രാമംവിട്ട് ഇവിടെ വരില്ല. അമ്മയ്ക്ക് ഇവിടത്തെ രീതികൾ മനസിലാവില്ല!"

ഭരണാധികാരികളോടു ചേർന്നു നിൽക്കാനുള്ള തന്ത്രം അമ്മാവന്റെ പക്കലുണ്ടായിരുന്നു. ഗ്രാമത്തിൽ തിരിച്ചുചെന്ന് സ്വന്തം കൃഷിക്കാര്യങ്ങൾ ഏറ്റെടുക്കാൻ ഒരിക്കൽ മുത്തച്ഛൻ അമ്മാവനെ ഉപദേശിച്ചു. പട്ടണത്തിനും ഗ്രാമത്തിനുമിടയിൽ ഒരുപാട് അകൽച്ചകൾ. വെള്ളത്തിനും വെളിച്ചത്തിനും വർണങ്ങൾക്കും വ്യത്യാസം. നികത്താനാവാത്ത വിടവുകളെച്ചൊല്ലി മുത്തച്ഛൻ പരിതപിച്ചില്ല.

ഗംഗമ്മാവന്റെ കാര്യം വളരെ വിചിത്രം. സ്വയം വിശ്വാസം നഷ്ടപ്പെട്ട ഒന്നിനുവേണ്ടി ആയുസുകളയുന്നവൻ എന്ന പരാതി വല്യമ്മാവൻ വെളിപ്പെടുത്താൻ തുടങ്ങി. "മനുഷ്യനും മൃഗത്തിനുമിടയിലുള്ള അതിരുകൾ നഷ്ടമാവാൻ അധികമൊന്നും ആവശ്യമില്ല, ഗംഗാ. നൂറ്റാണ്ടുകളായി നൂത്തെടുത്തതായാലും ഒരു പട്ടുനൂലിന്റെ ബലമേയുള്ളൂ മനുഷ്യസംസ്കാരത്തിന്. രണ്ടു പുറങ്ങളുള്ള ഒരു നാണ്യമാണ് നമ്മുടെ പക്ക

ലുള്ളത്. നാം ഇച്ഛിക്കുന്ന തരത്തിൽ വീഴണം എന്നാശിക്കുന്നത് മടയത്തരമല്ലേ?"

"ഏട്ടന് അഹിംസയിൽ വിശ്വാസമില്ലാതായോ?"

"ദൈവത്തിൽ വിശ്വാസമില്ലാതായോ എന്ന ചോദ്യത്തിനു സമമാണത്! തിന്മയെ ജയിക്കാനും ഹിംസ വേണ്ടിവന്ന ചരിത്രമല്ലേ മനുഷ്യരാശിക്കുള്ളത്!"

അനന്തജലരാശിയിൽ ആശ്വാസത്തിന്റെ തുരുത്തുകളാണ് മനുഷ്യന്റെ വിശ്വാസങ്ങൾ. എല്ലാ തുരുത്തുകളും പവിഴത്തുരുത്തുകളല്ല. പാമ്പ് പുളയുന്ന ചതുപ്പുണ്ടാവും. സർപ്പം എപ്പോഴും കടിക്കില്ല. കടിച്ചു എന്നാലും വിഷമേൽക്കണമെന്നില്ല. ഏറെ ചവിട്ടിയാൽ ചേരയും കടിക്കില്ലേ?

ഗംഗമ്മാവൻ ആകണ്ഠം പരിഭ്രമത്തിൽ മുങ്ങി. "മുസല്യാരെയും അദ്രുമാൻഹാജിയെയും ഒന്നുകൊണ്ടും അടക്കിനിർത്താനാവില്ലെന്നു പഠിച്ചു വരികയായിരുന്നു. അവർക്ക് വേണ്ടത് അഹിംസയെപ്പോലൊരു അലങ്കാരവസ്തു ആയിരുന്നില്ല. നൂറ്റാണ്ടുകളായി അനുഭവിച്ചുപോരുന്ന ദാരിദ്ര്യമോ വിശപ്പോ ആയിരുന്നില്ല പ്രശ്നം. ആത്മാവ് നഷ്ടപ്പെട്ടവന്റെ മോചനമായിരുന്നു അവർ ആഗ്രഹിച്ചിരുന്നത്. ജീവിച്ചിരിക്കുന്നു എന്ന തോന്നൽ ഊട്ടിയുറപ്പിക്കാൻ വാളെങ്കിൽ വാള്. അതിന് ഇരുതലമൂർച്ചയുണ്ടോ എന്ന് ചിന്തിക്കാനിടയില്ല. വിശന്നിരിക്കുന്ന മൃഗത്തെ തീറ്റ കാണിച്ചു വശീകരിക്കുകയും പിന്നെയതു പിൻവലിക്കപ്പെടുകയും ചെയ്താലുള്ള അവസ്ഥ. ഭരണാധികാരികളാണു വിനാശകാരികളെങ്കിൽ അന്നിമിഷം അവരെ ഉന്മൂലനം ചെയ്യുകയെന്ന അതീവലളജുവും സത്യസന്ധവുമായ ഒരു ചിന്തയിൽ മുസ്ലിങ്ങൾ മുറുകെപ്പിടിക്കുന്നു. അവരുടെ ലക്ഷ്യബോധത്തെയും കർമനിഷ്ഠയെയും ചോദ്യം ചെയ്യാനുള്ള അധികാരം നിനക്കാരാണ് തന്നത് ഗംഗാ?....."

ഉണ്ണാതെ, കിണ്ണം മാറ്റിവച്ച് ഏട്ടന്റെ വാക്കുകൾ മുഴുവനും അനുജൻ കേട്ടു. പിന്നെ തല താഴ്ത്തി പുറത്തിറങ്ങിപ്പോയി.

കലാപത്തിന്റെ തെരുവുകളിൽ ഹിംസയുടെ ജൈത്രയാത്ര തുടർന്നു. തെരുവുകളിൽ തുർക്കിത്തൊപ്പികളും കബന്ധത്തിൽനിന്നു വേറിട്ട ശരീരാവയവങ്ങളും അഴിഞ്ഞുപോയ ഉടുതുണികളും ചോരപുരണ്ട പല്ലുകളും ചിതറി. പഴകിയ കുടിപ്പകകളും വ്യക്തിവിദ്വേഷങ്ങളും ശത്രുവിന്റെ കുന്തങ്ങളിലുയർന്നു! ബന്ധമറ്റ ശിരസുകളായി. പട്ടണത്തിന്റെയും ഗ്രാമങ്ങളുടെയും ചക്രവാളങ്ങളിൽ മനുഷ്യശിരസുകൾ ചൈതന്യമറ്റ ഉൽക്കകളായി, പറന്നുവീണു. കിരാതമായ ആഹ്ലാദത്തിമിർപ്പിൽ മനുഷ്യന്റെ കരച്ചിൽ അമർന്നു നിശ്ശബ്ദമായി.

ഇരുപത്തി അഞ്ച്

അർധരാത്രി. അരിഷ്ടഭരണികളുടെ വാ മൂടിക്കെട്ടി മാവ് കുഴച്ച പശ ചേർത്തടച്ച് മരുന്നുമുറിയുടെ നിലവറയിലേക്ക് താഴ്ത്തിവയ്ക്കു

മ്പോൾ വേലക്കാരൻ ചോദിച്ചു:

"ഇവിടെ അവറ്റ വര്വൊ?"

"ആര്?"

"ലഹളക്കാർ. ഇവിടെ മാത്രമേ അവർ കൊള്ളയടിക്കാതുള്ളൂ. നിലവറകളിലെല്ലാം നിധിയിരിക്കുന്നെന്ന് അവർ വിചാരിക്കുന്നുണ്ടാവും."

"പേടിത്തൊണ്ടാ, നാലകത്തെ നിലവറയിൽ നിധിയുണ്ടാവില്ലെന്ന് ആർക്കാണറിയാത്തത്! ചികിത്സിച്ചിട്ട് ഞാൻ പൊന്നും വെള്ളിയും വാങ്ങീട്ടില്ല. എന്റെ കാരണവന്മാരാണെങ്കിൽ നാലുകണ്ടം വയലീന്നാ ജീവിതം കൊയ്തെടുത്തത്...."

പൊടുന്നനെ പടിപ്പുരവാതിൽ തകർന്നുവീണു. അകലങ്ങളിൽ മാത്രം കേട്ടിരുന്ന ഇടിമുഴക്കം മുറ്റത്ത്! അശനിപാതത്തിന്റെ ഭീഷണിയിൽ വേലക്കാരൻ നിന്നു വിറച്ചു. തെക്കിനിയിൽ നിന്ന് ഓടിയെത്തിയ മുത്തശ്ശിയുടെ പുറകെ മാളുണ്ണി. വേലക്കാരന്റെ കയ്യിലെ അരിഷ്ടഭരണി ഇപ്പോൾ വീഴും, താഴെ! മാളുണ്ണി ഓടിയടുത്തു. പ്രതീക്ഷയെ മറികടക്കുന്ന ഭാരം. ഒറ്റക്കാലിൽ മുത്തച്ഛൻ നിലവറക്കോണിമേലെത്തി. എത്രയോ നാളുകളുടെ കഠിനാധ്വാനവും വിലയും ഒരുനിമിഷം തെറ്റിയിരുന്നെങ്കിൽ, ഭരണി തറയിൽ വീണു തകർന്നേനെ. വേലക്കാരൻ ചുമർ ചാരി നിന്ന് ആശ്വസിച്ചു. പിന്നെ മാളുണ്ണിയും മുത്തശ്ശിയും ചെറുഭരണികൾ യഥാസ്ഥാനങ്ങളിൽ വയ്ക്കാൻ തുടങ്ങവേ, ഉമ്മറവാതിലിനു മുറ്റി പെരുവെള്ളപ്പാച്ചിലിന്റെ ആരവം. അവരുടെ വിരൽത്തുമ്പിൽ അയ്യപ്പൻ. മാസങ്ങൾക്കുശേഷം. അവനെ അവർ കൊന്നോ? മരിച്ചോ എന്നെല്ലാം ആലോചിച്ചിരിക്കുമ്പോൾ—

"അയ്യപ്പനെ അവർ ഒന്നും ചെയ്യില്ല. അവനെപ്പോലൊരു നിരുപദ്രവിയെ വകവരുത്തീട്ട് അവർക്കു എന്തു കിട്ടാനാണ്!....."

മുത്തശ്ശിയുടെ തണുത്ത വിരലുകൾ മാളുണ്ണിയുടെ ചുണ്ടുകൾ പൊത്തിപ്പിടിച്ചു;

"കരയല്ലേ കുട്ടീ മിണ്ടല്ലേ...."

വാതിൽ പുറകെ ചാരി മുത്തച്ഛൻ ക്രച്ചുകളിൽ ഉമ്മറത്തിറങ്ങി.

നിന്നുപോയ നാഴികമണിയുടെ പെൻഡുലംപോലെ വിളറിവെളുത്ത ചന്ദ്രൻ മുറ്റത്തിനുമീതെ വിഷണ്ണനായി തൂങ്ങിനിന്നു.

"വൈശ്യരേ എന്നെ കൊന്നോളൂ. ഇരുമ്പുലക്കയെടുത്തു തലയിലടിച്ചോളൂ. ഇനിയും എനിക്കിത് സഹിക്കാൻ വയ്യ...."

അയ്യപ്പനെ തൂക്കിപ്പിടിച്ച കയ്യിന്റെ ഉടമസ്ഥൻ അലറി:

"കാണിച്ചുതാടാ നിലവറ! പൂത്ത പൊന്നും പണവും നിറച്ചകുടങ്ങൾ ഇരിക്കുന്നിടം കാണിച്ചുതാ സുവറേ....."

അയ്യപ്പൻ നിലവിളി നിർത്തിയില്ല. കൂട്ടത്തിലൊരാൾ ആക്രോശിച്ചു:

"ഹമുക്കേ മിണ്ടണ്ട! പറഞ്ഞതു ശെയ്താൽ മതി."

ലഹളക്കാരിൽ ഒരുവന്റെ കുന്തം അയ്യപ്പന്റെ പിൻകഴുത്ത് സ്പർശിച്ചു.

"നടക്കെടാ അവുത്തേക്ക്!"

പൊളിഞ്ഞുവീണ പടിപ്പുരയിലൂടെ അക്രമികൾ ഇരച്ചുകയറി. വിശാലമായ മുറ്റം നിറഞ്ഞു. വാളുകൾ പരസ്പരം കലമ്പി.

ഉമ്മറവാതിലിൽ കാലൂന്നിനിന്ന ലഹളത്തലവൻ അലറി: "ആരും തടുക്കേണ്ടാ. മാറിനിന്നാ ഉയിരു കിട്ടും. ഒറ്റക്കാലനെന്നു കരുതില്ലാ—"

മുറ്റത്ത് വാളുകളും കുന്തങ്ങളും നിശാന്തരീക്ഷത്തിൽ പുളഞ്ഞു കയറി. നിറനിലാവിൽ ഫണം വിടർത്തി ഫൂൽക്കാരം ചെയ്യുന്ന എണ്ണമറ്റ സർപ്പങ്ങളുടേതുപോലെ സംഭീതമായിരുന്നു അക്കാഴ്ച. ഓർക്കുമ്പോൾ ശരീരം ഇന്നും വിറകൊള്ളുന്നു. മാളുണ്ണിയെ ഇടനാഴിയിൽനിന്ന് അറയിലേക്ക് വലിച്ചിഴച്ച് മുത്തശ്ശി വാതിൽ കൊട്ടിയടച്ചു. ഉടുപ്പിന്റെ തല ചുരുട്ടി വായിൽ തിരുകി മാളുണ്ണി കരച്ചിലിനെ നേരിട്ടു.

അറയുടെ രഹസ്യമായ കിളിവാതിലിലൂടെ അവൾ നടുമുറ്റത്തേക്കു നോക്കി.

ഭരദേവതയുടെ മണ്ഡപത്തിനുനേരെ മുമ്പിൽ ജിഹാദുവിളി മുഴങ്ങി. മാപ്പിളമാർ മണ്ഡപത്തറയിലും തുളസിച്ചെടികളിലും കളിമെഴുകിയ മുറ്റത്തും അച്ചാലും മുച്ചാലും തുപ്പുന്നതുനോക്കി, മുത്തശ്ശി അഴിക്കൂടിനു പിന്നിൽ നിന്നുരുകി.

"വെള്ളക്കാരന്റെ കായി മേടിച്ചു തിന്നുന്ന നിന്റെ മകനെയായിരുന്നു, ഞങ്ങൾക്ക് വേണ്ടത്!" ഒരുത്തൻ അലറി: "ഇസ്ലാമിന്റെ കടയ്ക്കൽ കത്തി വയ്ക്കുന്നവന്റെ ശമ്പളം വാങ്ങി തിന്നും ഇല്ലേ?" മുത്തശ്ശി ബോധം വിട്ടു വീഴുമെന്ന് മാളുണ്ണി ഭയന്നു.

"എവിടാ കാഫിറേ നെല്ലറ?" അയ്യപ്പനെ അവർ മുമ്പോട്ടു തള്ളി.

മുത്തച്ഛൻ പറഞ്ഞു:

"അയ്യപ്പാ എനിക്കു നടക്കാൻ വയ്യല്ലോ! കാണിച്ചുകൊടുക്കൂ നെല്ലറ! നിലവറക്കോണിയും കാട്ടികൊടുക്കൂ."

ഒരു വലിയ സംഘം ആളുകൾ അകത്തേക്കിരച്ചു കയറി. അകത്തുകടക്കാനരുതാത്തവർ മുറ്റത്തുനിന്നു ജിഹാദ് വിളിച്ചു. തകർന്ന പടിപ്പുരയും നിറഞ്ഞ് അവർ വയൽവരമ്പിനെ കീഴടക്കി.

ഒഴിഞ്ഞുകിടക്കുന്ന നിലവറ കണ്ട് അവർ കുപിതരായിരിക്കണം.

"പറ, ഹമ്ക്കെ എവിടാ നെല്ല് ഒളിപ്പിച്ചുവച്ചിരിക്കുന്നത്?"

"കൃഷി എടുത്തിട്ടില്ലെന്നു പറ വൈശ്യരേ!" അയ്യപ്പൻ കേണു.

തുറന്നിട്ട പൂമുഖവാതിലിലൂടെ വീശിയടിച്ച കാറ്റിൽ ഓട്ടുവിളക്ക് അണഞ്ഞുപോയി. ആരുടെയോ കാലുകൾ അത് തട്ടിമറിച്ചിട്ടു. നിലത്തു വീണ തിരിക്കു തീകൊളുത്തി അവർ അലറി:

"നാലുകെട്ടിന് ഇപ്പോ വയ്ക്കും തീയ്യ്! വളരിൽ ഞാത്തിയിട്ട കതിർക്കുലകളുടെ നേർക്ക് പന്തങ്ങളുയരുന്നു. പഴകിയ കതിരുകൾ ഉള്ളുനുറുങ്ങി വീഴുന്നു.

തിരക്കുകൾ വകഞ്ഞുമാറ്റി, നാട്ടുവെളിച്ചത്തിലൂടെ ഒരാൾ പൂമുഖവാതിലിലേക്ക് ഇരമ്പിക്കയറി.

"ആരെടാ അത്? കടക്കൂ പുറത്ത്. ഇതേതു വീടാണെന്നുവച്ചു നിങ്ങൾ?" ആഗതൻ പിടലിക്കു പിടിച്ച് ഇടനാഴിയിൽ ഞെരുങ്ങി നിന്ന വരെ ഓരോരുത്തരായി മുറ്റത്തേക്കു തള്ളി.

"നിർത്ത്! നിർത്താനാ പറഞ്ഞത്!" അയാൾ അലറി. പടങ്ങൾ ചാഞ്ഞു. അറ്റുവീണ കതിർക്കുലകൾ തറയിൽക്കിടന്നു കത്തിയമർന്നു. നേരിയ വെളിച്ചത്തിൽ മുത്തച്ഛൻ ചോദിച്ചു:

"കാദരുണ്ണീ, നീയോ?"

"മോനേ, നീ ജീവിച്ചിരിപ്പുണ്ടോ?"

കാദരുണ്ണി മിണ്ടിയില്ല.

പടയൊതുങ്ങി. നിരാശരായ കലാപകാരികൾ മുറുമുറുപ്പോടെ പടി കടന്നു.

ഏറ്റവും അവസാനം പടിയിറങ്ങിയത് കാദരുണ്ണിയാണ്. അവന്റെ മുഖം കുനിഞ്ഞിരുന്നു. അപ്പോഴും നിലവിളിക്കുന്ന അയ്യപ്പനോട് കാദ രുണ്ണി മുരണ്ടു.

"എരപ്പേ എന്നോടു പറഞ്ഞുകൂടായിരുന്നോ!"

അയ്യപ്പൻ കൂടുതൽ ഉച്ചത്തിൽ നിലവിളിച്ചു.

കൊടുങ്കാറ്റിനുശേഷം നടമാടിയ ശാന്തി. മുത്തശ്ശി പറഞ്ഞു:

"മോളെ പോയി കിടന്നുറങ്ങിക്കോളൂ. ഇന്നിനി ആരും വര്ല്യ."

ഗ്രാമരാവുകളുടെ ശാന്തസംഗീതം നഷ്ടമായി. മരണത്തിനു കാതോർത്തിരിക്കുന്ന ജനങ്ങളുടെ ഇടയിലേക്ക് ഭീകരകഥകൾ കടന്നു വന്നു. വിനാശകാലത്തിന്റെ അപസ്വരങ്ങൾക്കു മീതെ കഥകൾ ഭീഷ ണാകാരം പൂണ്ടു. മനുഷ്യക്കുരുതിയുടെ കഥകൾ. അറുത്തു തുണ്ടമാ ക്കപ്പെട്ട അനേകം മനുഷ്യരുടെ കഥകൾ. ഉന്മൂലനംചെയ്യപ്പെട്ട തറവാടു കളുടെ കഥകൾ. വംശനാശത്തിന്റെയും അപമാനിക്കപ്പെട്ട മനുഷ്യത്വ ത്തിന്റെയും ഒടുങ്ങാത്ത വിവരങ്ങൾ.

കാളിയാർ താരാട്ടു പാടാൻ മറന്നു. മുളങ്കാടുകൾ നിശ്ചലമായി. വിഷബാധയേറ്റപോലെ മനുഷ്യർക്കു പ്രാന്തിളകിയിരിക്കുന്നു. പേപ്പട്ടി കളെപ്പോലെ അവർ അലറി വിളിക്കുന്നു........

ദൈന്യതയുടെ മൂർത്തീകരണമായിത്തീർന്ന മുത്തച്ഛൻ പറഞ്ഞു:

"ഇത്രകാലവും ഞാൻ മനുഷ്യർക്കും മൃഗങ്ങൾക്കും പ്രത്യേകം പ്രത്യേകം മരുന്നുകളുണ്ടാക്കി. മനുഷ്യശരീരവും മനസും കുറേക്കൂടി മൃദുലമെന്നു തെറ്റിദ്ധരിച്ചു. ഇനി അതു വേണ്ടിവരില്ല. വീടുകളിലും ആല കളിലും ജീവിക്കുന്നത് ഒരേ തരക്കാർ. ആലകളിൽനിന്ന് കാലികൾ കൂട്ട ത്തോടെ പേയിളകി വരുന്നത് ഞാനൊരിക്കലും കണ്ടിട്ടില്ല. ഭഗവാനേ, മനുഷ്യർക്ക് കൂട്ടപ്രാന്തിളകിയാൽ എന്തുണ്ട് ഗതി?"

"അവർ ഇനീം വര്വോ?" മാളുണ്ണി മുത്തശ്ശിയുടെ നഗ്നമായ മുല കൾക്കിടയിൽ മുഖം പൂഴ്ത്തി വിറയലോടെ ചോദിച്ചു. കലാപക്കാരുടെ നടപടികൾ ഭീകരമായിരുന്നെങ്കിലും, വിരസമായ ഗ്രാമ്യജീവിതത്തിന്റെ രാപ്പകലുകൾക്ക് നിറവും തിറവും ചേർത്ത ആ സംഭവത്തെ മാളുണ്ണിക്കു

മറക്കാനാഗ്രഹമില്ല. ആയിരം വെളിച്ചപ്പാടന്മാർ ഒന്നിച്ചുറഞ്ഞു തുള്ളു ബോലെ ഭഗവതിയുടെ മച്ചകത്തിനു മുൻമുറ്റത്താണല്ലോ അവർ നിന്നത്. മാളുണ്ണി മെത്തയിൽ എണീറ്റിരുന്ന് ഒരിക്കൽക്കൂടി ഇരുട്ടലിയുന്ന മുറ്റത്തേക്കു നോക്കി.

"അവർ ഇനീം വന്നാലോ?"

"വരാം. മനുഷ്യന് അധികാരഭ്രാന്ത് മൂത്താൽ മതത്തിന്റെ പേരുപറഞ്ഞ് ആളുകൾ പരസ്പരം ആക്രമിക്കും. അടഞ്ഞു കിടക്കുന്ന അറകൾ തല്ലിപ്പൊളിക്കും. കലവറകൾ കുത്തിത്തുറക്കും. പുരകൾക്ക് തീ കൊളുത്തും. അതോണ്ടൊന്നും കുട്ടി പേടിക്കേണ്ട. ഒരു ജന്മത്തിലേക്കുള്ളത് കുട്ടി അനുഭവിച്ചുകഴിഞ്ഞല്ലോ!"

"മുത്തശ്ശിക്ക് പേടിണ്ടോ?"

"പേടിച്ചിട്ടെന്താ കാര്യം?" ഈ വീടുവിട്ട് ഓടിപ്പോകാൻ ഇജ്ജന്മത്ത് ഞാനില്ല."

"ഞാനൂല്യ."

മുത്തശ്ശി അവളെ അണച്ചുപൂട്ടി മൂർധാവിൽ ചുംബിച്ചു.

"ന്റെ കുട്ടി ഉറങ്ങിക്കോളൂ. മുത്തശ്ശനും മുത്തശ്ശീയും ജീവനോടെ ഇരിക്കണ കാലം കുട്ടിയെ ആരും ഉപദ്രവിക്കില്ല."

മാളുണ്ണിയുടെ ബാല്യത്തിൽ നിറഞ്ഞുനിന്ന സുരക്ഷിതത്വത്തിന്റെ പ്രണവം, ജീവിതകാലം മുഴുവൻ അവളെ തുണച്ചു. അടുത്തൊരുദിവസം അവധികഴിഞ്ഞു സ്കൂൾതുറക്കുമെന്നും കാളിയാറിന്റെ നെഞ്ചിലൂടെ കലാപം കണ്ട ഗ്രാമങ്ങളെ നേരിൽ അറിഞ്ഞുകൊണ്ടു യാത്ര ചെയ്യാമെന്നും അവൾ പ്രതീക്ഷിച്ചു.

മാനു നരഗത്തിലായിരുന്നു. അവന്റെ അച്ഛന്റെ വീട്ടുതടങ്കലിൽ. ചെറിയച്ഛന്റെ അനുചരനായി നടക്കുന്നതിൽനിന്ന് അവൻ കർശനമായി വിലക്കപ്പെട്ടിരുന്നു. അമ്മാവൻ പറഞ്ഞു:

"ആദ്യം പഠിപ്പ്. പിന്നെ നാടുനന്നാക്കൽ!"

മാനുവിന്റെ ഇംഗ്ലീഷ് മെച്ചപ്പെടുത്താൻ അമ്മാവൻ പുതിയ പുസ്തകങ്ങൾ മേടിച്ചുകൊണ്ടു വന്നു. അവ ആദ്യം വായിച്ചുതീർത്തിരുന്നത് മാളുണ്ണിയാണ്......

നിശ്ചലമെന്നു തോന്നിച്ച നദി അനേകം രഹസ്യങ്ങളെ സൂക്ഷിച്ചുവച്ചിരിക്കുന്നു. കൃത്രിമമായ ഒരു നിസ്സംഗത. നെഞ്ചിൽ മിടിപ്പുളവാക്കുന്ന പങ്കായം നിലാവിൽനിന്നു നദിയിലേക്കും തിരിച്ചും തുള്ളുന്ന തുഴയുടെ ചിറകൊച്ചയല്ലാതെ മറ്റൊരു ശബ്ദവുമില്ല. കളിയില്ല. പാട്ടില്ല. വർത്തമാനമില്ല. തോണിത്തട്ടിൽ പൂഴി നിരത്തി അടുപ്പുകൂട്ടാനും കാപ്പി തിളപ്പിക്കാനും അയ്യപ്പൻകൂടെയില്ല. അയ്യപ്പനില്ലാത്ത, നിർജീവമായ ആദ്യയാത്ര. കൂട്ടിനുള്ളത് വല്യമ്മാവന്റെ ആപ്പീസിലെ ഒരു പ്യൂണും ആശുപത്രിക്കു പോകുന്ന രോഗിണിയായ അമ്മയും കമ്പനിവക ഒരു ബോഡിഗാർഡുമാണ്. വല്യമ്മാവന് ഈയിടെ ശരീരരക്ഷയ്ക്കു ലഭിച്ച ഒരാൾ. നല്ല എകരവും തടിയുമുള്ള ഒരു സാധു. പിരിച്ചുവിടപ്പെട്ട ഒരു ഭടനായിരുന്നു

അയാൾ. യുദ്ധരംഗത്തെ തന്റെ പരാക്രമങ്ങളെക്കുറിച്ചു പറയാൻ പഴുതു നോക്കിയിരിക്കുന്ന ഒരു മനുഷ്യൻ. പിരിച്ചുവിടപ്പെട്ടതിന്റെ പരിഭവം ഒടുങ്ങിയിട്ടില്ലാത്ത അയാൾ തോണിക്കാരനോടു പറഞ്ഞു:

"എന്റെ കൂടെ പട്ടാളത്തിൻനിന്നു പിരിഞ്ഞുവന്നവരെല്ലാം ലഹളക്കാരുടെ കൂടെച്ചേർന്നു. തോക്കുകൊണ്ടു വെടിവയ്ക്കാൻ എനിക്കും അറിഞ്ഞുകൂടാഞ്ഞിട്ടല്ല!"

ആരും മറുപടി പറഞ്ഞില്ല:

ഉത്സവത്തിന് ഉറക്കമൊഴിഞ്ഞതുപോലെ ക്ഷീണിച്ചു കോട്ടുവായിടുന്ന പട്ടണത്തിലേക്ക് അവർ കയറിച്ചെന്നു പതിവുപോലെ പെട്ടിയും വട്ടിയും ചരക്കുമായി അയ്യപ്പൻ അനുഗമിക്കുന്നില്ല.

അമ്മാവൻ ഗാർഡിനോടു ചോദിച്ചു.

"വഴിക്കു വിഷമമൊന്നും ഉണ്ടായില്ലല്ലോ?"

"ഇല്ല."

അമ്മായി അടുക്കളയിൽ വേലക്കാർക്കൊപ്പം. ഇന്നൊരു പാർട്ടിയുണ്ടാവും. ബട്‌ലർ അമ്മായിയുടെ പക്കൽനിന്നു നിർദേശങ്ങൾ സ്വീകരിച്ചു തലകുലുക്കുന്നു. ജാനുഅമ്മ പിഞ്ഞാണപ്പാത്രങ്ങൾ സോപ്പിട്ടുകഴുകി ഒരു പരന്ന കുട്ടയിൽ അടുക്കി കമഴ്ത്തുകയാണ്.

കറുത്തകോട്ടുകൾ ഊരിവച്ചു വക്കീലന്മാർ പുൽത്തകിടിയിലെ കസേരകൾ നിറച്ചു. വക്കീലന്മാരല്ലാത്തവരും ഉണ്ട്. അമ്മാവന്റെ ആപ്പീസിലെ സൂപ്രണ്ട്, ആശുപത്രി നടത്തുന്ന ഡോക്ടർ.

പതിവിനു വിപരീതമായി ചെറിയമ്മാവൻ അവരുടെ കൂട്ടത്തിലുണ്ട്.

തടിച്ചുകുറുകി കഴുത്തു നഷ്ടമായ ഒരു വക്കീൽ പറഞ്ഞു:

"എന്തായാലും ശരി, ഞാൻ നാളെ പ്രാക്ടീസ് പുനരാരംഭിക്കും. ഞാനെന്നല്ല നാരായണൻനായരും സുബ്രഹ്മണ്യയ്യരും വക്കാലത്തെടുക്കും. സർക്കാരിനെ തുരത്തണമെന്നു പറഞ്ഞു കോടതി ബഹിഷ്കരിച്ചതുകൊണ്ടെന്താ? മാപ്ലാര് റെയില് മുറിക്കുന്നതും പുരകൾക്കു തീയിടുന്നതും കൊലയും കൊള്ളയുമെല്ലാം എങ്ങനെ സ്വരാജ്യത്തിനു വേണ്ടിയുള്ള സമരമാകും? കുത്താൻ വര്ണ പോത്തിനോടു വേദമോതിയിട്ട് കാര്യമൊന്നും ഇല്ല. സഹനസമരം ശക്തിയില്ലാത്തവന്റെ ഒളിച്ചോട്ടമാണ്. ഇസ്ലാമിൽ അഹിംസ പറഞ്ഞിട്ടില്ലെന്ന് ഏതു ഖിലാഫത്തുകാരനാ അറിഞ്ഞുകൂടാത്തത്!"

വല്യമ്മാവൻ കയ്യടിച്ചു വക്കീലിനെ പ്രോത്സാഹിപ്പിക്കുകയും അയാൾക്ക് ഒരു ലമനേഡ് നീണ്ട ഗ്ലാസിൽ ഒഴിച്ചുകൊടുക്കുകയും ചെയ്തു.

"അപ്പോ മേനോൻസാറ് സർക്കാരിനൊപ്പം ചേർന്ന് നാട്ടുകാരെ മർദിച്ചൊതുക്കുന്നതിൽ ഭാഗഭാക്കാവുംന്നർഥം. കള്ളക്കേസ് വാദിക്കാൻ സർക്കാരിനു കുറെ വക്കീലന്മാരെ വേണ്ടിവരും, തീർച്ച!"

ചെറിയമ്മാവൻ പതുക്കെയാണ് സംസാരിച്ചത്. ഒരില അടർന്നു

വീഴുന്ന സ്വരം കേൾക്കാം. അത്ര പതുക്കെ. ഒരു ഗ്ലാസിന്റെ കിലുക്കം പോലും ഇല്ല.

"യൂ ഷട്ടപ്പ്!" എല്ലാവരേയും ഞെട്ടിച്ചുകൊണ്ടു വല്യമ്മാവൻ അലറി. വേനലിലെ ഇടിമുഴക്കംപോലെ തികച്ചും അപ്രതീക്ഷിതമായിരുന്നു, അത്. അവസരവാദത്തിന്റെ കള്ളറ തുറന്നു പുറത്തു ചാടിയ പൂച്ചയെക്കണ്ട് മറുപക്ഷം അമ്പരന്നു. വെറും രണ്ടു പേർ.

ഹരിക്കെയ്ൻലാമ്പ് പുൽത്തകിടിയിൽ പരിഹാസം പടർത്തി.

ബട്ട്ളർ അടുക്കളയിൽനിന്നു ലോണിലേക്കും അവിടന്നു വീണ്ടും അടുക്കളയിലേക്കും നടക്കുന്നതിനിടയിൽ മുരണ്ടു. "ഇന്നാരും സപ്പർ കഴിക്കുകയുണ്ടാവില്ല!"

ഭക്ഷ്യങ്ങൾ നിറച്ച വലിയ ബൗളുകളുമായി തോട്ടത്തിലേക്ക് ആർ കടന്നുചെല്ലും എന്നതു പ്രശ്നമായി. വാഗ്വാദം കൊടുമ്പിരിക്കൊള്ളുകയാണ്, അതിഥികൾക്കിടയിൽ.

അമ്മായി കുട്ടിയെ ഉറക്കിക്കിടത്തി അടുക്കളയിലേക്കു വന്നു.

"മാളുണ്ണി ഊണു കഴിച്ചു കിടന്നോളൂ. ഇവിടെയിന്ന് അത്താഴവും പ്രാതലും ഒന്നിച്ചാവും. ചിലപ്പൊ രണ്ടും ഉണ്ടായില്ലെന്നും വരും!"

എന്നും സർക്കാരിന്റെ ശമ്പളം വാങ്ങി ജീവിച്ചുപോന്ന അമ്മാവന്, നാട്ടുകാർക്ക് ഭരിക്കാനറിയില്ല എന്ന വിചാരമായിരുന്നു, മുന്നിൽ. അച്ചടക്കവും നെറിയും ഇല്ലാത്തവരെങ്ങനെ ഭരിക്കും? വിദ്യാഭ്യാസമില്ലാത്തവർക്കെന്തു സ്വരാജ്യം? മണ്ണാങ്കട്ട! ഗംഗന്റെയും ബുദ്ധി ഇത്ര കെട്ടുപോയല്ലൊ!

ജ്യേഷ്ഠന്റെ ശകാരം ഒരു കുടുംബനാഥന്റെ താക്കീതായിട്ടു മാത്രമെ ഗംഗമ്മാവൻ കണക്കിലെടുത്തിരുന്നുള്ളൂ. ഏട്ടന് ഏട്ടന്റെ വഴി. തനിക്കു തന്റെ വഴി. താൻ നടന്നുനടന്ന് എപ്പോഴെങ്കിലും ലക്ഷ്യത്തിലെത്തിക്കൊള്ളാം. ഇത്തിരി വൈകിയാലെന്ത്? വഴിക്കു പിണങ്ങിപ്പിരിഞ്ഞു നിൽക്കുന്ന ഖിലാഫത്തുകാരെ നയിക്കാനുള്ള തന്ത്രത്തെപ്പറ്റിയാണ് ചെറിയമ്മാവൻ എന്നും ആലോചിച്ചുപോന്നത്.

പിന്നീട് എത്രയോ വർഷങ്ങൾക്കുശേഷം മാളുണ്ണി അറിഞ്ഞു, വർഗീയത നിലനിൽപ്പിന്റെ പ്രശ്നമാണ്. അതവസാനിക്കുന്നത് ശത്രുവിന്റെയും തന്റെയും നാശത്തിലാണ്. ഭിന്നിപ്പിച്ചു ഭരിക്കൽ മനുഷ്യനു ചരിത്രത്തിൽനിന്നു ലഭിച്ച പാഠമാണ്. പാവം ചെറിയമ്മാവൻ......ആദർശം ആത്മവഞ്ചനയായി മാറുന്നത് അദ്ദേഹം അറിയുന്നുണ്ടായിരുന്നില്ല. ആദർശത്തിന്റെ ചെങ്കോൽ ഊരി, താഴെവയ്ക്കാൻ ഭയപ്പെടുന്ന ഒരു ഭരണാധികാരിയെപ്പോലായിരുന്നു, അക്കാലത്ത് ചെറിയമ്മാവൻ. ഭരണീയർ തെറ്റിപ്പിരിഞ്ഞു ചുമ്മാ മാറിനിൽക്കുകയില്ല. സർവസംഹാരിയായ ഒരു പടയൊരുക്കം നടത്തുകയും ചെയ്യും. അപ്പോൾ പട്ടാളം ചരിത്രമുണ്ടാക്കുന്നു, തിരുത്തുന്നു. ചെറിയമ്മാവന് അന്നിതു കാണാൻ കഴിഞ്ഞില്ലല്ലൊ. നിസ്സാരകാര്യത്തിന് ഇണങ്ങുകയും പിണങ്ങുകയും ചെയ്യാറുള്ള അമ്മാവൻ ആദർശത്തിന്റെ കാര്യത്തിൽ മാത്രം പിടിവാശിയിൽ ഉറച്ചുനിന്നു.

ഇരുപത്തി ആറ്

"മാളുണ്ണി ഓർക്കുന്നുവോ? നാട്ടുപട്ടാളവും വെള്ളപ്പട്ടാളവും കാളിയാറിന്റെ തീരത്തു വേട്ടയാടി നടന്ന നാളുകൾ?"

പഴക്കം ചെന്ന ഒരു ഗദ്ഗദം മാളുണ്ണിയുടെ കണ്ഠത്തിൽ ചിറകെട്ടി.

"ഭരണം എപ്പോഴും അങ്ങനെയാണ്." മാനു തുടർന്നു: "ഇന്ന് ഈ നഗരത്തിന്റെ സിരകളിൽ അഗ്നി പടർന്നതെന്തുകൊണ്ട്? സർക്കാര് തീകൊണ്ടേ കളിക്കൂ. ഒരു ചുടല വെന്തു തണുത്താൽ ഒരുപിടി ചാരം വാരി സ്വയം തഴച്ചുവളരാനാണ് ഏതു സർക്കാരിനും താൽപ്പര്യം. ഈ പട്ടണത്തിൽ പൊലീസില്ലായിരുന്നൊ? വിളിപ്പാടകലെ പട്ടാളമില്ലായിരുന്നുവൊ? ഇന്ന് പള്ളി പൊളിച്ചവർ എന്താണോർത്തത്? നാളെ കൂടുതൽ വോട്ട് കൈപ്പറ്റി നിലവിലുള്ള സർക്കാരിനെ തറപറ്റിക്കാമെന്ന്. നിലവിലുള്ളവർ കരുതി, ഞങ്ങൾ ഒന്നും കാണുന്നില്ല. അവർ പുറമെ നടിച്ചു, അക്രമം നടക്കില്ല. ഇരുകൂട്ടരേയും മുഷിപ്പിക്കുന്ന ഒരു നയം വേണ്ട. ഇതിനു വിലകൊടുത്തതോ? സാധാരണക്കാർ. ജീവിതഭാരം എങ്ങനെ ചുമക്കേണ്ടൂ എന്നറിയാതെ ഉഴലുന്നവർ."

"ഡിസംബർ ആറ് ഒരു തുറുപ്പുചീട്ടാണ്. അത് കൈക്കലാക്കാൻ പള്ളി പൊളിച്ചവനും പള്ളി നഷ്ടപ്പെട്ടവനും ശ്രമിക്കുന്നു......"

മാളുണ്ണി ചിന്താകുലയായി. കാലം ഒഴുകിപ്പോയത് തിരിച്ചുവരാനാണൊ? ഒഴുക്ക് ചാക്രികമാണെന്നത് പ്രകൃതിനിയമം. ഇന്നു ബോംബെ നഗരത്തിന്റെ സിരകളിൽ പടരുന്ന തീ കാളിയാറിന്റെ സിരകളിലൂടെ പടർന്നുകയറിയതാണൊ?

മുഹമ്മദ് മുസ്ല്യാരുടെ തറപൊത്തിയ കുടിലിനു പട്ടാളം പന്തം കൊളുത്തിയത് ഒരശ്ലീലമായിരുന്നു. മുസ്ല്യാർ ഉപേക്ഷിച്ചുപോയത് ഒരു പുറംതോട്. ഒരു പാറ്റച്ചിറക് കത്തിക്കാൻ ഒരു ബഡവാഗ്നി.

കോട്ടൂരങ്ങാടിയിൽ ഉപരോധത്തിനുപോയ മുസ്ല്യാർ ചെറുവായൂർ ഗ്രാമത്തിന്റെ മാത്രം സന്തതി അല്ലാതായ്ക്കഴിഞ്ഞിരുന്നു. പിഞ്ചുകുഞ്ഞുങ്ങളുടെ ചുണ്ടിൽ അറിവിന്റെ മധുരം പകർന്നുകൊടുത്ത അദ്ദേഹം മുതിർന്നവരുടെ ഉള്ളിൽ കനംകൂടി വന്ന കയ്പറിഞ്ഞു. അനുഭവം അദ്ദേഹത്തെ ഒരു സംഘചേതനയാക്കി. ഉടപ്പിറപ്പുകൾക്കില്ലാത്ത അറിവിന്റെ സ്വാതന്ത്ര്യം തനിക്കുവേണ്ടെന്നുവച്ചു. ഷഹീദുകളുടെ മക്ബരയുടെ മുഖമടച്ചു കാര്യാലയം തീർത്ത സർക്കാരിന്റെ അഹങ്കാരം വിശ്വാസികളുടെ ആത്മാവ് പൊള്ളിച്ചു. വെള്ളിയാഴ്ചകളുടെ ഇടനാഴികളിലൂടെ മക്ബരയെ സമീപിക്കണെ വിശ്വാസത്തെ സംരക്ഷിക്കാൻതന്നെ അദ്ദേഹം ഉറച്ചു.

കോട്ടൂരങ്ങാടിയിൽ വെള്ളിയാഴ്ച ഒരിക്കൽക്കൂടി പിറന്നു. പുതിയൊരു കുരിശുയുദ്ധം. ആരാധകരുടെ ആത്മാവിലെ പ്രകാശം നുകർന്നു ഷഹീദുകൾ കോൾമയിർക്കൊണ്ടു. ഭരണാധികാരികളുടെ ചേവുകക്കാർ കസേരകളിലിരുന്ന് എലികളെപ്പോലെ വിറച്ചു. വെള്ളിയാഴ്ച വെയിലിന്റെ

പ്രാഭവം പെരുകി. ഒരു പുതിയ ലോജിക് സമൂഹമനസിൽ രൂപംകൊണ്ടു. അഹിംസ ഭീരുത്വമാണ്. ഹിന്ദുക്കൾ ഭീരുക്കളാണ്. അഹിംസ അവർക്കിരിക്കട്ടെ! മാപ്പിളമാർ മാനം കാക്കാൻ യുദ്ധത്തിനൊരുങ്ങണം.

മുഹമ്മദ് മുസ്ല്യാർ പുതിയ നിഗമനങ്ങളുടെ അങ്കത്തട്ടിൽ ഉറച്ചു നിൽക്കാൻ നിർബന്ധിതനാകുന്നു. പടയണിയുടെ മുമ്പിൽനിന്ന് മുസ്ല്യാർ ദൈവത്തെത്തേടി.

അനുയായികൾ കൊണ്ടുവന്ന 'മലബാർ കത്തി'യെന്ന വജ്രായുധത്തിന്റെ ഭീഷണമായ അലകിൽ കൊലച്ചിരികണ്ട് മുസല്യാർ വേദനയോടെ തലയാട്ടി. വേണ്ട. വേണ്ട. എന്റെ ജന്മനാടിന്റെ ഹൃദയത്തിന് ഈ കത്തി താങ്ങാൻ കരുത്തില്ല. അഹിംസയെ തോൽപ്പിക്കയല്ല നമ്മുടെ ഉദ്ദേശ്യം. മണലാരണ്യത്തിൽ കൂമ്പുപൊട്ടിയ വിശ്വാസത്തെ സംരക്ഷിക്കയാണ്. ഇവിടെ പൊലീസും ഉദ്യോഗസ്ഥനും വെള്ളക്കാരന്റെ സർക്കാരും ഇസ്ലാമിനെ അപമാനിക്കുന്നു. പ്രാകൃതരെന്നു പറഞ്ഞു മുദ്രകുത്തുന്നു. കണ്ടിരിക്കുന്നത് ഇസ്ലാമിനു ചേർന്നതല്ല.

ഗംഗൻ പറഞ്ഞതു ശരിയായില്ല. നമുക്ക് യുദ്ധംചെയ്യാൻ പടക്കോപ്പില്ലായിരിക്കും. ആധുനിക യുദ്ധരീതികളില്ലായിരിക്കും. വിയർപ്പറിഞ്ഞ ശരീരവും ദുഃഖമറിഞ്ഞ മനസും വിശ്വാസം വിങ്ങുന്ന ഒരാത്മാവുമുണ്ടല്ലൊ. അതുമതി. കൂടെയൊരു പാരമ്പര്യസിദ്ധമായ ആയുധവും. അതുമതി. നിലനിൽപ്പിന്റെ സമരത്തിന് ആയുധമെടുക്കാതെ വിജയമില്ല. നമുക്ക് ജയിക്കാം, അല്ലെങ്കിൽ മരിക്കാം. ഖിലാഫത്തിന്റെ കൊടികളും തൊപ്പികളും സ്വപ്നങ്ങളും യുദ്ധാഗ്നിയിൽ ശലഭങ്ങളെപ്പോലെ വീണൊടുങ്ങുന്നതു കണ്ട് അവർ കൂടുതൽ ഉച്ചത്തിൽ ജിഹാദുവിളിച്ചു.

പട്ടാളം പൊതിഞ്ഞുനിൽക്കുന്ന പള്ളിയുടെ നേർക്ക് ഉരുകിത്തിളയ്ക്കുന്ന ഒരു ലാവാപ്രവാഹംപോലെ അവർ ഒഴുകി.

ആത്മശക്തികൊണ്ട് അധികൃതരെ അനുനയിപ്പിച്ചു കൊലയൊഴിവാക്കാമെന്ന് മുസ്ല്യാർ അവസാനനിമിഷംവരെ ആഗ്രഹിച്ചു. കാറ്റ് വീർപ്പടക്കിനിന്നു. നിമിഷത്തേക്കുമാത്രം. ഒരു വെടിയൊച്ചയിൽ അനുരഞ്ജനത്തിന്റെ കിളികൾ പേടിച്ചു പറന്നുപോയി.

തോക്കുമുനകളിലേക്കു പാഞ്ഞടുക്കുന്ന വിശ്വാസികളുടെ മനോവീര്യത്തിന്റെ അഗ്നിയിൽ ദിക്കുകൾ വിറച്ചു. മുഹമ്മദ് മുസ്ല്യാർ ഇരു കൈകളും ആകാശത്തിലേക്കുപൊക്കി. യാ....അള്ളാ....അദ്ദേഹത്തിന്റെ മിഴികളിൽനിന്ന് അഗ്നിയൊഴുകി.

കാലുകൾ നഷ്ടപ്പെട്ട യോദ്ധാക്കളെ തൂക്കിയെടുത്തു സഹചാരികൾ വീണ്ടും തോക്കുകളുടെ വായിലേക്ക്. പാദം നഷ്ടമായ മുട്ടുകളിൽനിന്ന് വിശ്വാസികൾ മരണംവരെ യുദ്ധം ചെയ്തു. വീരസ്വർഗത്തിന്റെ വാതിലുകൾ തുറക്കുന്ന തക്ബീർധ്വനികൾകൊണ്ട് അന്തരീക്ഷം ഭയാനകമായി.

രക്താഭിഷിക്തനായ കാദരുണ്ണിക്ക് കാലുകളില്ലെന്ന് മുസല്യാർ കണ്ടു. യാ....അള്ളാ....കാദരുണ്ണി കൂട്ടുകാരന്റെ ചുമലിൽ പടയണികൾ

താണ്ടി കടന്നുപോകുന്നതുനോക്കിനിൽക്കെ, മുസ്ല്യാർ അന്തിമവിധിയുടെ മുമ്പിൽ. ചോരക്കളത്തിന്റെ നെടുവീർപ്പ്. കൈയിൽ ചങ്ങല. ഇടവും വലവും അതേ ചങ്ങലത്തുമ്പാൽ ബന്ധിതരായ കൂട്ടുകാർ. ശ്മശാനത്തിന്റെ ചോരനിറം ഇരുളുന്നു. ചങ്ങലകൾ കിലുങ്ങുന്നു.

അവസാനത്തെ അത്താഴം കഴിക്കാനാവാതെ മരിച്ചു വീണവരെക്കുറിച്ച് മുസ്ല്യാർ ഓർത്തു. പള്ളിക്കകത്ത് പച്ചരിക്കഞ്ഞി പാതി തിളച്ചപ്പോഴാണ് തെരുവിൽ ആദ്യത്തെ തക്ബീർധ്വനി മുഴങ്ങിയത്. കാദരുണ്ണിയുടെ മൂർച്ചയേറിയ ശബ്ദം എല്ലാ ലൗകികചിന്തകളെയും തട്ടിത്തെറിപ്പിച്ചു. യുദ്ധത്തിനു വീര്യം പകരുന്നത് പച്ചരിക്കഞ്ഞിയല്ലെന്ന് എല്ലാവരുമറിഞ്ഞു. അത്താഴം വിട്ടെറിഞ്ഞു കൂടെയിറങ്ങിയവരിൽ ഒരാളും ശേഷിച്ചിട്ടില്ലെന്ന് മുസ്ല്യാർ മനസിലാക്കി.

വെടിയൊച്ചകൾ ഗ്രാമസീമകളുടെ ഹൃദയമിടിപ്പായി മാറിയ ആ ദിവസം, മുത്തച്ഛൻ നാലകത്തെ ഉമ്മറത്ത് നിസ്സഹായനായി ചാരുകസേരയിൽ കിടന്നു. വയലോരങ്ങളിൽ ശേഷിച്ച കുടിലുകളും കത്തിയെരിയുന്നു. ധൂമപടലം ചിരന്തനദുഃഖമായി മലമുടികളെ മുകരുന്നു.

പക്ഷാഘാതം ബാധിച്ച ഒരു മധ്യവയസ്കനെ ആരോ നാലകത്തെ ഉമ്മറത്ത് ഉപേക്ഷിച്ചുപോയിരുന്നു. അയാൾ ആ ഗ്രാമക്കാരനല്ലെന്ന് ഒറ്റനോട്ടത്തിൽ വൈദ്യർ അറിഞ്ഞു. ഒരായുധാഭ്യാസിയുടെ ശരീരഘടനയുണ്ടായിരുന്നു, അയാൾക്ക്. പാതി മരിച്ച ഒരു മനുഷ്യൻ. ശേഷിച്ച പാതിയുടെ ഊർജസ്വലത കണ്ടു വൈദ്യർ സ്തംഭിച്ചു. പരിക്ക് എവിടെയെന്ന് ഒരു നിമിഷംകൊണ്ട് അദ്ദേഹം അറിഞ്ഞു. അയാളുടെ അരയിൽ കത്തി കൊഴിഞ്ഞുപോയ ഒരരപ്പട്ടയുണ്ട്.

മുത്തച്ഛൻ ചാരുകസേരയിൽനിന്നു താഴെയിറങ്ങി. ക്രച്ചുകൾ മാറ്റിവച്ചു.

"മാനു ഇങ്ങടുത്തുവരൂ."

മർമങ്ങളിൽ തൈലം പുരട്ടി. ചൂടാക്കിയ കിഴി മാനുവിന്റെ കൈയിൽ കൊടുത്തു മുത്തച്ഛൻ പറഞ്ഞു, "കലാപകാലത്ത് ഏതുവിദ്യയും ആരും അറിഞ്ഞിരിക്കണം. നിർത്താതെ ഉഴിയണം. മനസിലായോ. കൈകടയുമ്പോൾ പറയണം!" ചൂടാറുന്തോറും പുതിയ കിഴിയുമായി മുത്തശ്ശി പ്രവേശിച്ചു. നെരിപ്പോട് വിടാതെ എരിഞ്ഞു.

അടുത്തദിവസം മുത്തച്ഛൻ ചോദിച്ചു:

"പേരെന്താ?"

അയാൾ മൗനം ദീക്ഷിച്ചു. രണ്ടു ചിറകുകൾ ലഭിച്ചിരുന്നെങ്കിൽ അയാൾ അന്നിമിഷം അവിടന്നു പറന്നകലുമായിരുന്നെന്നു തോന്നി. തന്റെ നിസ്സഹായവസ്ഥയിൽ ഒരു നിശ്ശബ്ദരോഷം അയാളിൽ ഒളിഞ്ഞു കിടന്നു. പിന്നീട് മുത്തച്ഛൻ ഒന്നും ചോദിച്ചില്ല.

തന്റെ കാൽ ഇളക്കാൻ കഴിഞ്ഞദിവസം അതിപ്രാകൃതമായ ഒരു ശബ്ദം അയാളുടെ തൊണ്ടയിൽനിന്നു ചീറ്റി. മാളുണ്ണി ഓർക്കുന്നില്ലേ, അതിപ്രാകൃതമായ ഒരു ശബ്ദം. നന്ദിയുടെ കേവലശബ്ദമായിരുന്നത്.

അയാളെ അന്വേഷിച്ചു ബന്ധുക്കളാരെങ്കിലും വരുമെന്ന് മുത്തച്ഛൻ പറഞ്ഞു. ആരും വന്നില്ല. കിഴക്കൻ മലയോരത്തുനിന്നെത്തിയ ഒരു കൃഷിക്കാരനായിരുന്നു അയാളെന്ന് മുത്തച്ഛൻ പറഞ്ഞു. കലാപത്തിൽ പങ്കെടുക്കാൻ വന്ന ഒരു വിശ്വാസി. മാറത്തലച്ചു കരയുന്ന ഒരു സ്ത്രീയോ, നിലവിളിക്കുന്ന കുട്ടികളോ, കരച്ചിലടക്കാൻ പാടുപെടുന്ന ഒരു യുവാവോ ഏതു ദിവസവും അന്വേഷിച്ചെത്തിയേക്കാമെന്ന നമ്മുടെ പ്രതീക്ഷ തെറ്റി. ഒരു ദിവസം കാലത്ത് അയാൾ ഉണ്ടായിരുന്നില്ല. ചുരുട്ടിവച്ച പായും ഒഴിഞ്ഞ തണ്ണീർക്കിണ്ടിയും മാത്രം ഉമ്മറത്തുണ്ടായിരുന്നു.

ഒരു ദിവസം വല്യമ്മാവൻ പറഞ്ഞു:

"അച്ഛൻ പട്ടണത്തിലേക്കു പോരൂ. അടുത്തുവരുന്നത് മഞ്ഞപ്പട്ടാളമായിരിക്കും. അവർക്ക് വിശ്വാസിയും അവിശ്വാസിയുമെന്ന വ്യത്യാസമില്ല. മനുഷ്യനും മൃഗവുമെന്ന വ്യത്യാസമില്ല."

"ഞാൻ വരുന്നില്ല." അലക്കിച്ചുരുട്ടിയ ബാന്റേജുകളുമായി മുത്തച്ഛൻ കാത്തിരുന്നു. "വിനാശകാലത്ത് ഈ വൈദ്യരെ ഗ്രാമീണരായ നാട്ടുകാർ ഓർമിക്കാതിരിക്കുമോ? ഒരു മഹാമാരികാലത്ത് ചികിത്സയ്ക്കെത്തുന്നവരെ ഉപേക്ഷിച്ചു സ്വയം രക്ഷനോക്കുന്നവൻ ഒരു വൈദ്യരാണൊ?"

ചുരുട്ടിവച്ച പായ കഴുകാൻ എടുത്തുകൊണ്ടുപോയപ്പോൾ ഉമ്മറം നോക്കി മുത്തച്ഛൻ പറഞ്ഞു. ഇനി കലാപക്കാർ ഈ വീട്ടിൽ വന്നാലും സാരമില്ല. അദ്ദേഹം തിരിയെ തന്റെ ചാരുകസേരയിൽ കയറിക്കിടന്നു. ക്രച്ചുകൾ തൊട്ടടുത്തുവച്ചു. കൂട്ടബാങ്കുവിളികൾ ദുർബലമായിക്കഴിഞ്ഞു. അകലങ്ങളിലാണ് വെടിമുഴങ്ങുന്നത്.

വയലുകൾ നാട്ടിക്കു കാത്തുകിടക്കുകയാണ്. പണിക്കാർ ഒരോന്നായി വയൽവരമ്പുകളിൽ പ്രത്യക്ഷപ്പെടുന്നുണ്ട്. ഗ്രാമത്തിലെ പൂവൻകോഴികൾ വീണ്ടും കൂവാൻ തുടങ്ങിയിരിക്കുന്നു.

വേലിയിറങ്ങിയ വേനൽത്തീരങ്ങളിൽ കായ്കറി നട്ടും ലവണജലത്തിൽനിന്നു കക്കവാരിയും കഴിഞ്ഞുപോന്ന മാപ്പിളമാർ ഒരു ബാങ്കുവിളിക്കു കാതോർക്കുകയായിരുന്നില്ല. കക്കനിറച്ച വഞ്ചികൾ ജലപ്പരപ്പിൽ സ്തബ്ധമായി. പിന്നെ കാലിയായ തോണിക്കൊമ്പുകൾ തിരിഞ്ഞു. ജന്മസൂചിക പുറകോട്ടുതിരിഞ്ഞു തലമുറകളെ താണ്ടി. ഗ്രാമത്തിലെ യുവാക്കളത്രയും കോട്ടൂരെത്തി. മുഹമ്മദ് മുസ്ല്യാരുടെ ശാന്തിമന്ത്രത്തിന്റെ കടിഞ്ഞാൺ കടിച്ചെറിഞ്ഞ് മുമ്പോട്ടു കുതിക്കാൻ വെമ്പുന്നവർ.........

പട്ടാളക്യാമ്പിന്റെ തടവിൽ കഴിഞ്ഞുവരുന്ന അയ്യപ്പൻ ഇരുട്ടുതാണ്ടി വരുന്നതും കാത്ത് മുത്തച്ഛനിരുന്നു. പട്ടാളക്കാരുടെ ചൂണ്ടയിലെ ഇരയായിത്തീർന്ന അയ്യപ്പൻ രാത്രി അഞ്ചാംപുരയിലെ അടുക്കള വാതിൽക്കൽ എത്തിച്ചേർന്നു കരഞ്ഞു.

"ഞാൻ തൂങ്ങിച്ചാവും. എനിക്കിതു സഹിച്ചൂടാ. ആദ്യത്തെ കൂട്ടർ എന്നെ മാർക്കംകൂട്ടി. പട്ടാളം എന്നെ നന്ദികെട്ട മൃഗമാക്കി. ഒറ്റുകാരനാക്കി. ഇനി ഇവിടത്തെ കഞ്ഞി കുടിക്കാൻ അയ്യപ്പൻ വരില്ല." അയാൾ ഒച്ച

വച്ചു കരഞ്ഞു. മുത്തശ്ശി പറഞ്ഞു:

"സാരമില്ല, കരയേണ്ട! കാലം തെളിയും. നാം ഒരാൾക്കും ഒരുപദ്രവം ചെയ്തിട്ടില്ലല്ലൊ!"

"ഞാൻ വൈശ്യരെ കാണുന്നില്ല. മൂപ്പര്ടെ മുഖത്ത് നോക്കാനെനിക്ക് കഴിയൂല."

"നീ പോ! പിന്നെക്കാണാം."

"ഇബ്ട്ത്തെ ഞാറ് മൂത്ത്ട്ട്ണ്ട്. പറിച്ചുനടാൻ ഇനീം വൈകിച്ചാല്–"

"സാരല്യ. ഇക്കുറി ഞങ്ങൾ നോക്കിക്കോളാം. പണിക്കാരെ കിട്ടട്ടെ...."

അയ്യപ്പൻ ഇരുട്ടിലലിഞ്ഞുപോയി.

പിറ്റേന്നു പുലർന്നപ്പോൾ മുത്തച്ഛൻ പറഞ്ഞു. ഇന്നു ഞാറ് പറിക്കാൻ തുടങ്ങണം!" മങ്ങലേറ്റ മറ്റൊരു പ്രഭാതം. ചെളികലക്കിയ കണ്ടങ്ങൾ നെടുവീർപ്പുകളുമായി മാനം നോക്കി. തലകുമ്പിട്ടു നിൽക്കുന്ന പൊറ്റയിലെ തെങ്ങുകൾ പാടത്തിൽ ചെറിയ നിഴലുകൾ വീഴ്ത്തി.

മുത്തച്ഛൻ പറഞ്ഞു:

"കഴിക്കാൻ തരൂ, നാരായണീ, എനിക്കു നാട്ടിക്കണ്ടത്തിൽ പോകണം!"

ഉലുവക്കഞ്ഞി തേങ്ങാപ്പാലൊഴിച്ചു കിണ്ണത്തിൽ പകർന്നു മുത്തശ്ശി പറഞ്ഞു:

"നന്നായി! വയലിൽ പോകേണ്ട ഒരാള്!"

"കഞ്ഞികൊണ്ടുവായോ!" മുത്തച്ഛൻ ആജ്ഞാപിച്ചു.

"മാളുണ്ണീ കൂജനിറയെ ജീരകവെള്ളം എടുത്തോളൂ. കൃഷിപ്പണി കാണണം കാണണം എന്നു പറഞ്ഞു നീ സ്വൈര്യം കെടുത്താറില്ലെ? ഇപ്പൊ സമയമായിര്ക്ക്ണു. പോന്നോളൂ, എന്റെകൂടെ!"

മുത്തശ്ശി പരുങ്ങി. പൂമുഖച്ചുവരിൽ ചാരിവച്ച ക്രച്ചുകളിലേക്കു നോക്കി മുത്തശ്ശി കണ്ണുതുടച്ചു.

മുത്തച്ഛൻ ചാരുകസേരയിൽ കയറിയിരുന്നു. ക്രച്ചുകൾ വിലങ്ങനെ വച്ചു. പറമ്പിൽ കിളയ്ക്കുന്നവരോട് ആജ്ഞാപിച്ചു:

"അറമുട്ടിയോടു വരാമ്പറ! ഇപ്പൊ ഞാൻ നിങ്ങളുടെ കാലു പിടിക്കുന്നു. എന്നെ വയൽവരമ്പത്ത് എത്തിച്ചുതരൂ."

കലാപത്തിൽ പോകാൻ അവസരം കിട്ടാത്ത അറമുട്ടിക്കാക്കയും വേറൊരാളും ചേർന്നു മുത്തച്ഛന്റെ ശുഷ്കിച്ച ശരീരം കസേരയോടെ പൊക്കിയെടുത്തു.

കസേര വയൽവരമ്പിൽ താഴ്ത്തുമ്പോൾ അറമുട്ടിപറഞ്ഞു, "മൂപ്പരെ ഞാനും പോവ്വാണ്!"

മുത്തച്ഛൻ അറമുട്ടിയെ സൂക്ഷിച്ചുനോക്കി.

"നിനക്കു മക്കൾ ഏഴാണ്!"

"ഇത് ദീനിന്റെ കാര്യാണ്!"

"നിന്റെ ബാപ്പേം ഉമ്മേം വയ്യാണ്ടെ കിടക്ക്വാണ്!"

"എല്ലാരേം അള്ളാ കാക്കും!"

കീശയിൽനിന്ന് ഒരു നാണ്യമെടുത്ത് അറമുട്ടിക്ക് കൊടുത്തിട്ട് മുത്തച്ഛൻ പറഞ്ഞു.

"വഴിക്ക് ചായ കുടിച്ചോളൂ. അങ്ങാടീല് ചായ കിട്ടും!" ദീന് കഴിഞ്ഞാൽ അറമുട്ടിക്ക് ചായയിലായിരുന്നു, താൽപ്പര്യം. മുത്തച്ഛൻ ഒരു പൊതി ചായ പട്ടണത്തിൽ പോയിവരുമ്പോൾ അറമുട്ടിക്ക് സമ്മാനിക്കാറുണ്ടായിരുന്നു.

വലിയ വരമ്പത്തെ കസേരയിലിരുന്നു മുത്തച്ഛൻ മറ്റു പണിക്കാരോടു പറഞ്ഞു:

"നിങ്ങൾ നിൽക്കേണ്ട. മാളുണ്ണിയുണ്ട്, ഇവിടെ!"

"മുത്തച്ഛാ അറമുട്ടിക്കു യുദ്ധം ചെയ്യാനറിയ്യ്യാ?"

"അറിയാനൊന്നുമില്ല. വാളെടുത്താൽ വെട്ടുകതന്നെ!" മറ്റുപലരേയുംപോലെ അറമുട്ടി പിന്നീട് ഗ്രാമത്തിലേക്കു തിരിച്ചുവന്നില്ല.

പെണ്ണുങ്ങൾ ഞാറ്റുപാട്ടുകൾ പാടുന്നില്ലെന്നല്ല, ശ്വാസം കഴിക്കുന്നുപോലും ഇല്ല. "ഞാറ്റുകണ്ടത്തിലിറങ്ങാൻ ഉമ്മപെണ്ണുങ്ങളാരും എത്തീട്ട്ല്യ."

"അവരെല്ലാം പട്ടിണികിടക്കുകയാണ് കുട്ട്യേ!"

ഒരു മരണാനന്തരക്രിയയിലേർപ്പെട്ടവരെപ്പോലെ അവർ നിശ്ശബ്ദം നട്ടുനീങ്ങി. ഇമനനഞ്ഞ നെൽച്ചെടികൾ മൂകമായി അനങ്ങാതെ നിന്നു.

നേരം ഉച്ചയാവുകയാണ്. കൂജയിലെ ജീരകവെള്ളം കഴിഞ്ഞു. വേലക്കാരികൊണ്ടുവന്ന പാൽക്കഞ്ഞി ഒരിറക്ക് കുടിച്ചിട്ട് മുത്തച്ഛൻ പറഞ്ഞു:

"ഒന്നിനും മധുരമില്ലാതായി. എനിക്കൊരു കരണ്ടി പഞ്ചാര താ മാളുണ്ണീ."

മാളുണ്ണി ചാരുകസേരയുടെ പുറകിലേക്ക് അരിച്ചുനീങ്ങി.

പെട്ടെന്നു വിരിപ്പുപാടത്തിന്റെ ജാഡ്യം വിട്ടകന്നു. ചക്രവാളത്തിൽ അസാധരണമായ ചലനം. ആളനക്കം. അടക്കിപ്പിടിച്ച ശബ്ദങ്ങൾ. ആക്രോശങ്ങളില്ല. ജിഹാദുവിളിയില്ല. നേരിയ പ്രാർഥനാസ്വരങ്ങൾ. ഭാരം ചുമന്ന് ചെത്തുവഴിയിലൂടെ ഒരാൾക്കൂട്ടം നടന്നടുക്കുന്നു. അധികം ആൾക്കാരുമില്ല, ചുമട് ഒരു മനുഷ്യന്റേതെന്നു തിരിച്ചറിയപ്പെടുന്നു.

മുത്തച്ഛൻ ഓട്ടുഗ്ലാസ് വരമ്പിലിട്ടു.

"ഈശ്വരന്മാരേ"

മുട്ടിനുകീഴെ ചോരത്തുണി മാത്രമുള്ള ഒരു ശരീരം. മധ്യാഹ്നത്തിന്റെ ആകാശം ചുവന്നു. ഭൂമിയാകെ ചുവന്നു. മുത്തച്ഛന്റെ മുഖം ഒന്നുകൂടി വിളറി.

"ഇവിടേക്കല്ല! വീട്ടിലേക്ക്!" മുത്തച്ഛൻ ആവുന്നത്ര ഉച്ചത്തിൽ പറഞ്ഞു. ആൾക്കൂട്ടത്തിൽനിന്നു രണ്ടുപേർ പിരിഞ്ഞുവന്നു മുത്തച്ഛന്റെ കസേര പൊക്കിയെടുത്തു. ഞാറ്റുകണ്ടവും വയൽവരമ്പും ആൾക്കൂട്ടവും കീഴ്മേൽ മറിയുന്നതായി മാളുണ്ണിക്കുതോന്നി.

പടിപ്പുരയിലെത്തിയപ്പോൾ ചുമട്ടുകാർ നിന്നു. ആരോ ഒരാൾ പറഞ്ഞു:

"അകത്തേക്കെടുക്കേണ്ട. കഴിഞ്ഞു! എല്ലാം കഴിഞ്ഞു!"

ഒരു മനുഷ്യന്റെ ശരീരത്തിൽ ഇത്രയധികം ചോരയോ? ഭൂമിയും ആകാശവും ചുവന്നുതന്നെ ഇരിക്കുന്നു. ഭൂമിയിലേക്കു ചാഞ്ഞ അവളെ ആരോ താങ്ങി. ചുവന്ന മേഘങ്ങളും കുന്നുകളും താഴ്വരകളും താണ്ടി മാളുണ്ണി ഒരിരുണ്ട മുറിയിലേക്കു കണ്ണുതുറന്നു. ഒറ്റത്തിരി കത്തുന്ന ചങ്ങലവട്ട മുറിയുടെ മൂലയ്ക്ക്. മെത്തയിൽ ഒറ്റക്കാൽ താഴേക്കു തൂക്കിയിട്ടിരിക്കുന്ന മുത്തച്ഛൻ. മുത്തച്ഛൻ ഈ ലോകത്തൊന്നും അല്ല.

"മോളെ നീയുറങ്ങിപ്പോയി!" മുത്തശ്ശി മന്ത്രിച്ചു.

"മുത്തച്ഛന്റെകൂടെ കഞ്ഞികുടിക്കാൻ ഇരുന്നോളൂ. അത്താഴം വേണ്ട എന്നാണ് മുത്തച്ഛൻ പറയുന്നത്."

"വേണ്ട. എനിക്കൊന്നും വേണ്ട. മുത്തശ്ശി എങ്ങും പോകേണ്ട!"

മാളുണ്ണി കണ്ണുതിരുമ്മി കട്ടിലിൽ എണീറ്റിരുന്നു. നേരിയ വെട്ടം മുറിയുടെ ഒരു മൂലയിൽ ഒതുങ്ങി. ഇരുട്ടിലേക്കു നോക്കി മുത്തച്ഛൻ പറഞ്ഞു:

"നാരായണീ എല്ലാം കഴിഞ്ഞിരിക്കുന്നു!"

"എന്തോന്നാ ഇപ്പറയുന്നത്?"

"ഞാൻ ഗ്രന്ഥങ്ങളെല്ലാം കെട്ടിവയ്ക്കുകയാണ്. ചികിത്സിച്ചതും മതി!"

"അതുവേണോ? കസേരയിലിരുന്നു മറ്റെന്തുചെയ്യും?"

"അവനെ ബാലാരിഷ്ടകളിൽ രക്ഷിച്ചെടുത്തതായിരുന്നു ഞാൻ!"

"അതെ—"

"വസൂരിദീനം വന്നപ്പോൾ, അവനെ, അവനെ മാത്രം രക്ഷിക്കാൻ എനിക്കു കഴിഞ്ഞു. ഏഴുപേരിൽ ഒരുത്തൻമാത്രം ബാക്കിയായി!"

"വിധിയാണ്!"

"അവനെപ്പോലെ മനക്കരുത്തും ശരീരമിടുക്കും ഉള്ള ഒരു ചെറുപ്പക്കാരൻ വേറെയില്ല ഇവിടെ!"

"മികച്ചതിനെയാണ് ദൈവം ആദ്യം വിളിക്കുന്നത്!"

"മരുന്നുകൊണ്ട് ഒരു രോഗശരീരത്തെ മാറ്റിയെടുക്കാം. ചിലപ്പോൾ മനസിനെയും! പക്ഷേ, സമുദായത്തിനു രോഗം പിടിപെട്ടാൽ എങ്ങനെ ഭേദമാക്കും നാരായണീ, എനിക്കു മനസിലാവുന്നില്ല....."

"അവൻ എന്തിനാ ജിഹാദുവിളിക്കാൻ പോയത്?"

"മുഹമ്മദ് മുസ്ല്യാര് പോയില്ലേ! ഇന്നാട്ടിലെ വിശ്വാസികളെല്ലാം പോയില്ലേ? ഒറ്റക്കുടിയില് ആണൊരുത്തൻ, കരുത്തുള്ളവൻ ശേഷിച്ചിട്ടുണ്ടോ? ഇന്ന് അറമുട്ടിയും പോയില്ലേ!"

"നേടിയതുകൊണ്ടു നശിക്കാനാ മനുഷ്യന്റെ വിധി!"

അന്നു രാത്രി ആരും അത്താഴം കഴിച്ചില്ല. ആകാശവും ഭൂമിയും കരയുകയായിരുന്നു. കണ്ട ശരീരം കാദരുണ്ണിയുടേതെന്നറിഞ്ഞ നിമിഷം മാളുണ്ണി ചകിതയായി. രണ്ടാമത്തെ മരണമാണ് മുഖാമുഖം. ആദ്യം ഗ്ലാഡിസ് മിസ്സി. പിന്നെ കാദരുണ്ണി! മൂന്നാമതൊരു മരണം എന്റെ കൺമുമ്പിൽ വരുത്തല്ലേ, ദൈവമേ—

പിറ്റേന്ന്, ഉറങ്ങാതെ ഉണർന്ന ഗ്രാമം കണികണ്ടത് ഭ്രാന്തൻ അയ്യപ്പനെയാണ്. മുഴുഭ്രാന്തൻ. ഉടുമുണ്ട് കഴുത്തിൽ ചുറ്റിക്കെട്ടി ഭ്രാന്തനയ്യപ്പൻ നെടുവരമ്പിലൂടെ പാട്ടുപാടിനടന്നു. എന്തെല്ലാം പാട്ടുകൾ. ജീവിതത്തിലൊരു ഈരടിയെങ്കിലും അയ്യപ്പൻ പാടിയത് അറിവില്ല. പട്ടാളക്യാമ്പിനകത്ത് അയ്യപ്പനു പ്രവേശനം നിഷേധിക്കപ്പെട്ടു. നെല്ലറകളും കലവറകളും മുഴുവനും ഒഴിഞ്ഞു കഴിഞ്ഞതിനാൽ അവർക്ക് അയ്യപ്പനെ വേണ്ടാതായിക്കഴിഞ്ഞിരുന്നു.

മൂർധാവിൽ ഇരുകൈയും പിണച്ചുവച്ച് അയ്യപ്പൻ പടിപ്പുരകയറി വന്നു.

"മൂപ്പരേ, മൂപ്പ...േ...േ...േ...ര"

"അകത്തേക്കു വരാ."

"വരാമ്പറ്റില്ല. ഇതൊന്നു കേൾക്കൂ."

"എന്താണ്? ഇതെന്തു കോലം അയ്യപ്പാ?" മുത്തശ്ശി മുറ്റത്തെത്തി.

"ഇവ്ട്ത്തെ ഒരു ചെമ്പും ഒരു ചരക്കും നഷ്ടമായിട്ടില്ല!"

"പോയെങ്കിൽ പോട്ടെന്ന്. മരിക്കുമ്പഴ് ഒന്നും കൊണ്ടുപോവില്ലല്ലൊ!"

"പോകരുത്. എല്ലാം ഇനിയുള്ളവർക്കുവേണ്ടി സൂക്ഷിച്ചുവയ്ക്കണം!"

"അങ്ങനെയാകാം."

"ഇവിടത്തെ സാധനങ്ങളെല്ലാം നമ്മുടെ കെണറ്റില്ണ്ട്. ഞാൻ സൂക്ഷിച്ചുവച്ചതാണ്!"

അയ്യപ്പൻ ഭ്രാന്തു പറയുന്നെന്നു മുത്തശ്ശി.

"വേനല്ക്ക് വെള്ളം വറ്റുമ്പഴ് എല്ലാം എടുപ്പിക്കണം! അയ്യപ്പനിനി കെണറ്റിലെറങ്ങാൻ വയ്യല്ലോ......"

അയ്യപ്പൻ തുണിയുടെ അറ്റംപൊക്കി, കണങ്കാലിലേറ്റ വലിയ മുറിവ് മുത്തശ്ശിക്കു കാണിച്ചുകൊടുത്തു.

കടത്തുതോണിയിൽ പുതപ്പിച്ചു കിടത്തിയ ഭഗ്നശരീരത്തിനു മുമ്പിൽ രുഗ്മിണിക്കോവിലമ്മ അനക്കമറ്റു. അവർ ആവശ്യപ്പെടാതെതന്നെ ആരുടേയോ കൈകൾ നീണ്ടു. ജഡത്തിന്റെ മുഖാവരണം നീങ്ങി. വിടർന്നു വിരിഞ്ഞ രണ്ടുനക്ഷത്രങ്ങൾ. ഉൾവിളക്കണഞ്ഞു പ്രകാശം പിൻവാങ്ങിയ ഒരു മുഖം. നോക്കിനിൽക്കെ പുഴക്കര ഇരുട്ടിലാണ്ടു. പുളിനങ്ങൾ ഇരുട്ടിലൊളിച്ചു. രുഗ്മിണിയുടെ നോട്ടം പഴയ കണ്മണികൾ തേടി. അവരുടെ മിഴികളിൽനിന്നു നിലാത്തുള്ളികൾ ഞെട്ടറ്റു ഭൂമിയുടെ മാറിൽ പതിച്ചു.

"മതി!" അവർ ആക്രോശിച്ചു.

കാദരുണ്ണി വീണ്ടും വെറുമൊരു ജഡമായി. വികാരരഹിതമായ വെള്ളത്തുണി തോണിയുടെ അരികുകൾ കവിഞ്ഞു. നദി ഒരു ദീർഘനിശ്വാസം വിട്ടു.

കടത്തുതോണിക്കു ജീവൻവച്ചു. അക്കരെക്കുന്നിലെ പള്ളിയിലേക്ക് മങ്ങിത്തുടങ്ങിയ വെളിച്ചത്തിൽ ആളുകൾ ധൃതിയിൽ നടന്നുപോയി. മുറിവേറ്റ ഒരു ജീവിയെപ്പോലെ കോവിലമ്മ പുഴക്കരയിലൂടെ കുതിച്ചു. അവരുടെ ഹൃദയത്തിൽ തറഞ്ഞുകേറിയ അമ്പ് ഊരിയെടുക്കാൻ അവിടെ ആരും അവശേഷിച്ചിരുന്നില്ല.

ഇരുപത്തി ഏഴ്

മസ്തകത്തിൽ വെടിയുണ്ടയേറ്റ പള്ളിമിനാരം താഴ്വരയിലേക്ക് തുറിച്ചുനോക്കി. പുറംചുമരുകൾ തകർന്നടിഞ്ഞു മലഞ്ചെരിവിലെ പാറക്കൂട്ടങ്ങളിൽ അസ്ഥിഖണ്ഡങ്ങളായി ചിതറി. തകർന്ന ദിങ്മുഖം നോക്കി ഗ്രാമീണർ നെടുവീർപ്പയച്ചു. അവർക്കു സമയബോധം നൽകിയിരുന്ന ബാങ്കുവിളി നിലച്ചു. അതവരെ ചരിത്രരഥ്യയിൽനിന്നു ചവിട്ടിത്തെറിപ്പിച്ചു. അസ്തമയത്തിനു മുമ്പിൽ ശിരസു തകർന്നൊരു കബന്ധമായി മിനാരം.

ഉറക്കം ഞെട്ടിയ രുഗ്മിണി, സ്ഥലകാലങ്ങളിലേക്കു കടന്നു. അനാഥമായ അമ്പലച്ചുമരിനുമീതെ പ്രാവുകൾ അപസ്വരമുയർത്തി. തലയ്ക്കു മീതെ പുരാതന ശിലാതലം രാവിന്റെ തണുപ്പിൽനിന്നു രക്ഷനൽകാൻ പര്യാപ്തമല്ല. വിശ്വാസം വരാതെ അവർ ദിങ്മുഖത്ത് ഉറ്റുനോക്കിയില്ല. ഘനീഭവിച്ച ദുഃഖത്തിന്റെ പരിണാമമായ നിസ്സംഗതമാത്രം. രുഗ്മിണിയുടെ മിഴികൾ സാവധാനം കുന്നിറങ്ങി. വായിൽ ഉറന്ന ഒരരുചി ഭൂമിയുടെമേൽ തുപ്പാൻ കഴിയാതെ അവർ ചുണ്ടുകൾ ചേർത്തു. താളംതെറ്റിയ ചക്രവാളത്തിൽ എവിടെ നിൽക്കുന്നു, സൂര്യൻ? ദിവസത്തിന്റെ ദളങ്ങൾക്ക് ഭാരമിത്രയൊ?

ഇരുട്ടലിയുന്ന, ചോര കിനിയുന്ന, മലമുടികൾക്കുമീതെ ശങ്കയോടെ എത്തിനോക്കുന്ന സൂര്യനെക്കണ്ട് അവർ ആശ്വസിക്കാൻ ശ്രമിച്ചു. ഒരു രാത്രികൂടി അവസാനിക്കുന്നു. ഇല്ല. രാവിനു പുറകെ വരുന്നതൊരു പകലല്ല, ഒരു രണ്ടാം രാവ്. ഒരു തുടർരാത്രി. രാത്രികളുടെ പരമ്പര.

കാളിയാറിന്റെ കറുപ്പിൽ ചങ്ങാടമിളകുന്നു. അവർക്ക് അത്ഭുതമായി. ഒന്നല്ല അനേകം ചങ്ങാടങ്ങൾ. കെട്ടഴിഞ്ഞു ചിതറിയ ഒറ്റത്തടികളും. ഓളങ്ങൾ അവയെ കൈകളിലെടുത്തു കളിക്കുന്നു. എപ്പോഴേ ചങ്ങാടത്തടികൾ ഈ കടവിലേക്കു നീന്തിയെത്തിയത്! കയത്തിനുപരി പുഴയൊഴുകുന്നതും പിന്തിരിയുന്നതും സ്തബ്ധമായി നിൽക്കുന്നതും തിരിച്ചൊഴുകുന്നതും രുഗ്മിണി കണ്ടിട്ടുണ്ട്.

പുലരിയുടെ ചുവന്നുനീണ്ട കൈവിരലുകൾ ഓളങ്ങൾ ചാഞ്ചാടുന്ന കബന്ധങ്ങളെ തൊട്ടുതടവി. പൊടുന്നനെ പിൻവലിയുന്ന വിരലുകൾ. നടുക്കത്തിന്റെ നിമിഷങ്ങൾ. ശീതക്കാറ്റ് ചാക്കാല കരയുന്നു.

കുളിക്കാനിറങ്ങിയ രുഗ്മിണിക്കോവിലമ്മ തീയിൽചവിട്ടിയാലെന്നപോലെ കാലുകൾ പിൻവലിച്ചു. ഇല്ലിക്കാടുപോലെ അവർ വിറകൊണ്ടു. ഭ.....ഗ....വാ.....നേ......നേ...ഒരു നിലവിളി. കാദരുണ്ണിയുടെ അന്ത്യയാത്ര

ബന്ധിച്ചുപോയ കരച്ചിലിന്റെ കോട്ടതകർന്നു. രണ്ടാമതും തേട്ടിയ നിലവിളിയെ സർവശക്തിയും പ്രയോഗിച്ചു ചങ്ങലയ്ക്കിട്ടു. വെളിക്കു ചാടാൻ കുതികൊള്ളുന്ന ഹൃദയത്തെ അമർത്തി. അവർ കാളിയാറിന്റെ മാറിടത്തിലേക്കു തുറിച്ചുനോക്കി. എണ്ണമറ്റ കൈയുകൾ ചേർത്ത് അനേകം കബന്ധങ്ങളെ നെഞ്ചുചേർത്തു പിടിക്കുന്ന നദി. തന്റെ പ്രവാഹത്തിലേക്ക് ആകസ്മികമായി കുതിച്ചെത്തിയ പാതി മരിച്ചതും മരിക്കാത്തതുമായ മനുഷ്യശരീരങ്ങൾ. നിലവിളിയില്ല. തേങ്ങലില്ല. ആവലാതിയില്ല. പതംപറഞ്ഞു കരയുന്നതേയില്ല. കറുത്ത ദുഃഖത്തിന്റെ കഠിനതമാത്രം. ഓളകയ്യുകൾ ചാഞ്ചാടുന്ന മൃതദേഹങ്ങളെ മുത്തമിട്ട് ഒരു കാലക്കാറ്റ് പിൻവാങ്ങുന്നു. ക്രമേണ ജലരാശി ചുവന്നു. വിളറി. കറുത്തു.

പിന്നെ നോക്കിനിൽക്കാനാവില്ല. അവരൊരു മനുഷ്യസ്ത്രീയായുണർന്നു. ഇരുകൈയും നിറുകയിൽ ചേർത്തുവച്ചു പടിഞ്ഞാറോട്ടുനടന്നു.

കാറ്റുകൾക്ക് ചോരയുടെ മണം. ഇലച്ചാർത്തിൽ തകർച്ചയുടെ കിടുക്കം. സംഘംപിരിഞ്ഞ ജനം എതിരാളിയുടെ ദൈവസങ്കേതങ്ങൾ തകർക്കാൻ തുനിഞ്ഞിറങ്ങുന്നു. മാറിനിന്ന ദൈവം മനുഷ്യന്റെ ക്ഷുദ്രതയോർത്തു ദുഃഖിക്കുന്നു. ദൈവം, കുമ്മായക്കൂട്ടുകളിലും ശിലാഖണ്ഡങ്ങളിലും മന്ത്രോച്ചാരണത്തിലും ജിഹാദുവിളിയിലും ബന്ധിതമാണെന്ന വിശ്വാസത്തിൽ അന്യോന്യം പോർവിളികളുയരുന്നു. എല്ലാം നഷ്ടപ്പെട്ടവരുടെ കരച്ചിലുയർന്നു. ദൈവത്തിനും മനുഷ്യനുമിടയിൽ അതിപ്രാകൃതമായൊരു ലോകം വികസിച്ചു. പ്രാകൃതശബ്ദങ്ങൾ, മൃഗീയരോദനം, മനുഷ്യോചിതമല്ലാത്ത മരണങ്ങൾ, മനുഷ്യർ മരിക്കുകയായിരുന്നില്ല. തുണ്ടംതുണ്ടമാക്കപ്പെടുകയായിരുന്നു. ശൂന്യതയിൽ നിഷ്ക്രമിക്കുകയായിരുന്നു. നാഗരികതയ്ക്ക് അംഗഭംഗം സംഭവിച്ചു. തെല്ലിട ശങ്കിച്ചുനിന്ന നദി വീണ്ടും അതിന്റെ പ്രയാണം തുടർന്നു; ഒഴുക്കിനെതിരെ.

ആണിന്റെയും പെണ്ണിന്റെയും ശിശുവിന്റെയും വൃദ്ധന്റെയും ജീവനറ്റ ശരീരങ്ങളും വേറിട്ട ശിരസുകളും ഏറ്റുവാങ്ങി, ചോരക്കറപുരണ്ട കൈയുകൾ ഒഴുക്കിൽ കഴുകി, സർവംസഹയായ കാളിയാർ നിത്യയാത്രയിൽ മുഴുകി. വിശ്വാസത്തിന്റെ ചിഹ്നങ്ങൾ അമ്പേ മാഞ്ഞുപോയ അസ്ഥികൂടങ്ങളും ചീഞ്ഞഴുകിയ മാംസപിണ്ഡങ്ങളും നദീജലത്തെ വീണ്ടും വീണ്ടും അശുദ്ധമാക്കി.

മലവെള്ളപ്പാച്ചിലിൽ ഒഴുകിയണഞ്ഞ വാഴത്തടകൾപോലെ മൃതദേഹങ്ങൾ കടത്തുതോണിയുടെ പള്ളയ്ക്കു വന്നുമുട്ടി. നിരാശാഭരിതരായ യാത്രികർ യാന്ത്രികമായി ചിന്തിച്ചു. ഈ ശിരസ്സ് ആരുടേ? ഈ ദ്രവിച്ച കൈ ആരുടേ? ഈ കബന്ധം ആരുടേ? ഒഴുകിവരുന്നതും പോകുന്നതും വിശ്വാസിയുടെ മൃതശരീരങ്ങളെന്നു വിശ്വാസികളും അവിശ്വാസികളുടേതെന്ന് അവിശ്വാസികളും പകയോടെ ചിന്തിച്ചു. ദുഃഖം പടം താഴ്ത്തിക്കിടന്നു. ജീവിതത്തിന്റെ ക്ഷണികതയെയും ക്ഷുദ്രതയെയും കുറിച്ച് അവർ വിനയവാന്മാരായി. ഒരായിരം നടപ്പുദീനങ്ങൾക്കും കരാ

ളമായ വസൂരിദീനങ്ങൾക്കും സാധിക്കാതെപോയത് ഒരു കലാപം അവർക്കു സാധിച്ചുകൊടുത്തു.

വിരക്തമായ ഗ്രാമവീഥികളിലേക്ക് അടുത്ത നാളുകളിൽ ഇരച്ചു കയറിയത്, വിചിത്രമായൊരു പട്ടാളം. മഞ്ഞപ്പട്ടാളം. കറുപ്പും വെളുപ്പുമല്ലാത്ത മഞ്ഞനിറംപൂണ്ട മനുഷ്യരെ ഗ്രാമീണർ ഇന്നുവരെ കണ്ടിട്ടില്ല.

വിപത്തുകൾക്കു സംഭവിക്കാനിടയുള്ള പല രൂപഭേദങ്ങളിൽ ഒന്നിതും.

മാനു സ്വകാര്യമായി പറഞ്ഞു:

"അവരുടെ മുഖം മനുഷ്യന്റേതും മൃഗത്തിന്റേതുമല്ല. അവരുടെ ഭാഷ വിചിത്രം. അവറ്റയ്ക്ക് ആഹാരം ഈ ഭൂമിയിലെ എല്ലാ ജന്തുക്കളും.

തെക്കിനിമാളികയുടെ കിളിവാതിലിലൂടെ അവർ മുളങ്കാടിനപ്പുറത്തെ പാറക്കെട്ടുകളിലേക്കു നോക്കി. മഞ്ഞപ്പട്ടാളം വേട്ട തുടരുകയായിരുന്നു. ഗ്രാമത്തിലെ കാലികളും കോഴികളും ഒടുങ്ങിയപ്പോൾ അവർ പുഴക്കരതേടി. നീർനായും ഓന്തും കുളക്കോഴിയും മുതലയും പാമ്പും പാറ്റയുമെല്ലാം ആഹാരമാക്കുന്നവർ മനുഷ്യരേ അല്ലെന്നു കുട്ടികൾക്കു തോന്നി. മാളുണ്ണി ചോദിച്ചു:

"അവർക്കെത്ര കാലുകളുണ്ട്?"

"രണ്ട്!"

"വെറും രണ്ടോ? മനുഷ്യനെപ്പോലെ? സാധാരണമനുഷ്യരെപ്പോലെ?

"അതെ! കൈയും കാലും കണ്ണും മൂക്കും ചെവിയുമെല്ലാം എണ്ണത്തിൽ മനുഷ്യർക്കുള്ളതുതന്നെ!" മാനു ഉറപ്പിച്ചു പറഞ്ഞു: "പക്ഷേ, ഹൃദയം ഉണ്ടാവില്ലായിരിക്കും!"

ഒരു കൊടിയ ശൈത്യം മാളുണ്ണിയുടെ ഉൾക്കളത്തിലൂടെ പാഞ്ഞുപോയി.

അർധരാത്രിയുടെ കതകുകൾ ശബ്ദമില്ലാതെ തുറന്ന് ഗംഗമ്മാവൻ നാലകത്ത് പ്രത്യക്ഷപ്പെട്ടു.

മുത്തച്ഛൻ തന്റെ ഇളയപുത്രനെ അടിമുടിനോക്കി. ഒരു വിഷാദമേഘം മുത്തച്ഛന്റെ മുഖത്തെ പ്രസന്നതയെ മായ്ച്ചുകളഞ്ഞു. ഇതെല്ലാം എന്തിന് എന്നൊരു ചോദ്യവും, തനിക്ക് നിശ്ചയമില്ലെന്ന ഒരു മറുപടിയും ഇരുവരിലും ഒളിഞ്ഞുകിടന്നു.

അമ്മാവന്റെ താടിരോമങ്ങൾ നീണ്ടും കണ്ണുകൾ കുഴിഞ്ഞും നെറ്റിത്തടം ഉയർന്നും നാസികയ്ക്ക് മൂർച്ചകൂടിയും ഇരുന്നു. എന്നോ അലക്കിത്തേച്ചു ധരിച്ച ഖദർക്കുപ്പായം അപ്പടി മുഷിഞ്ഞിരുന്നു. ഒട്ടിയ കവിളുകളെ ഒരു ചിരിയുടെ പ്രകാശം വെളുപ്പിക്കുകയില്ല. ആഴമേറിയ പോക്കറ്റ് ശൂന്യം. ലഘുലേഖകളില്ല, പുസ്തകമില്ല. വലംകൈയിൽ മുറുകെപ്പിടിച്ചിരുന്ന ടോർച്ച് നടുവകത്തെ മേശമേൽവച്ചു. മാനു അടുത്തുചെന്നു ഞെക്കുവിളക്ക് തെളിയിച്ചുനോക്കി. അതിനു പ്രാണനില്ല.

"എല്ലാം നിരപ്പാക്കാനാണോ സർക്കാർ മഞ്ഞപ്പട്ടാളത്തെ ഇറക്കിയിരി

ക്കുന്നത്!" മുത്തച്ഛൻ മൗനം ഭഞ്ജിച്ചു.

"മാപ്പിളാര് ഗറില്ലായുദ്ധത്തിലാണെന്ന് വെള്ളക്കാർ വിശ്വസിക്കുന്നു. അവരെ അടക്കാൻ നാട്ടുപട്ടാളത്തിനു കഴിവില്ലെന്ന്! നാട്ടുകാരെ ഒതുക്കാനും അവർക്ക് കഴിവില്ലത്രെ!"

അമ്മാവന്റെ വാക്കിനു കുപ്പിച്ചീളിന്റെ മൂർച്ച. ഓരോ വാക്കും കരുതലോടെ കടിച്ചുപറിച്ച് എയ്തുവിടുമ്പോലെ.

"സർവനാശത്തിന്റെ വിത്തുവിതച്ച് അവർ പൊയ്ക്കഴിഞ്ഞാൽ ഈ നാടെങ്ങനെയുണ്ടാവും?"

"അച്ഛനെന്തിനാ എന്നോടു ചോദിക്കുന്നത്! ഏട്ടനോടു ചോദിക്കൂ. വെള്ളക്കാരന്റെ കാര്യസ്ഥൻ ഏട്ടനല്ലെ!"

ഗംഗമ്മാവനെ രോഷാകുലനായി കാണുക വിരളം. മാനുവിന്റെ പുരികങ്ങൾ ചുളിഞ്ഞു.

"അഹിംസയുടെ തുടക്കം ഹിംസയിൽ നിന്നാണ്!" ഗംഗമ്മാവൻ ആരോടെന്നില്ലാതെ പറഞ്ഞു. പിന്നെ ആഹാരം തൊടാതെ മച്ചിന്മുകളിലേക്കു കയറിപ്പോയി. അന്നു രാത്രി മുഴുവനും അമ്മാവൻ ഉറങ്ങിയിരുന്നില്ല. അസ്വസ്ഥമായൊരു നെഞ്ചിടിപ്പുപോലെ കാലൊച്ച കേട്ടു. രാത്രി ഒരിക്കലും അവസാനിക്കില്ലെന്നും അമ്മാവൻ ഉറങ്ങില്ലെന്നും തോന്നി. രണ്ടും പുലർകാലത്തു രഞ്ജിപ്പിലാവുമെന്ന് മാളുണ്ണി ധരിച്ചു.

അന്നു രാത്രിയാണ് മാനു നാടുവിട്ടത്. എന്തിനായിരുന്നു? തനിച്ചു നാടുവിടാൻ ധൈര്യം ആർജിച്ചിരിക്കുന്ന ഒരു യുവാവായി മാനു മാറിയിട്ടുണ്ടെന്ന് മാളുണ്ണി അറിഞ്ഞിരുന്നതേയില്ല. കരിച്ച ഈർക്കിലകൊണ്ടു വരച്ചിരുന്ന മീശയുടെ സ്ഥാനത്ത് കറുത്തു കുനുകുനുത്ത രോമങ്ങൾ മുളച്ചിരുന്നു. ചെറിയമ്മാവൻ സമ്മാനിച്ച ഖദർമുണ്ടും അച്ഛന്റെ വക കാൽസറായിയും ധരിക്കാൻ തുടങ്ങിയിരുന്നു മാനു. പാഠപുസ്തകങ്ങളെ തീർത്തും കൈവെടിഞ്ഞ മട്ടായിരുന്നു. മുത്തച്ഛൻ പറഞ്ഞു, "പഠിച്ചു മയിസ്രേട്ടായില്ലെങ്കിലും, എഴുതാനും വായിക്കാനും കൂട്ടാനും കിഴിക്കാനും ആധാരങ്ങൾ വെടിപ്പായി വായിക്കാനും മാനുവിന് അസ്സലായിട്ടറിയാം. അതിൽപ്പരം ഒരു പഠിപ്പെന്തിന്? കുട്ടിയെ ശകാരിക്കേണ്ട! നിർബന്ധിക്കേണ്ട! വേണമെന്നു തോന്നുമ്പഴ് അവൻ കോളേജിലെ പഠിത്തത്തിനു നാടുവിട്ടോളും"-പക്ഷേ, മാനു നാടുവിട്ടത് കോളേജിൽ പഠിക്കാനായിരുന്നില്ല.

എന്തിന്?

നാട്ടിലിരുന്നിട്ടെന്തുകാര്യം? അച്ഛന് ആപ്പീസുമാത്രം. ചെറിയച്ഛന് കോൺഗ്രസ്. മുത്തച്ഛന് മരുന്ന്. മുത്തശ്ശിക്ക് അടുക്കള. ചെറിയമ്മയ്ക്ക് കുട്ടൻ! നിനക്ക്.......നിനക്ക്....ഒരിക്കലും എന്നോടു സ്നേഹമുണ്ടായിരുന്നില്ലല്ലോ! ഊഞ്ഞാലാട്ടിത്തരാനും നിന്റെ ചോദ്യങ്ങൾക്കു മറുപടി പറയാനുമല്ലാതെ എനിക്കെന്താണുണ്ടായിരുന്നത്? ഒരു കുറ്റിക്കു ചുറ്റും കറങ്ങുകതന്നെ!

പിറ്റേന്നു പട്ടണത്തിലേക്കു വഞ്ചികയറിയ മാനു, പട്ടണത്തിലെത്തി

യത് ആരും കണ്ടില്ല. അവിടം വിട്ടതും ആരും അറിഞ്ഞില്ല. അമ്മാവൻ നാട്ടിലേക്ക് ആളയച്ചപ്പോഴാണ് മാനുവിന്റെ അഭാവം വീട്ടുകാരെ ഞെട്ടിച്ചത്. മാളുണ്ണി കുറെ കരഞ്ഞു.

അമ്മയുടെ ശൂന്യമായ മുറിയിലെ ഇരുണ്ട നിലക്കണ്ണാടിയുടെ മുമ്പിൽനിന്ന് അവൾ അപരിചിതയായൊരു പെൺകുട്ടിയെ നോക്കി. ഒതുക്കിച്ചീകാത്ത തലമുടി. നിറംകെട്ട ഒരു റിബ്ബൺ. കണ്ണെഴുത്തില്ല. പൊട്ടില്ല. കവിളുകളുടെ എണ്ണമിനുപ്പും തുടുപ്പും കണ്ട് അവൾ അത്ഭുതപ്പെട്ടു. ഇറുകിപ്പോയ ബ്ലൗസിന്റെ കീഴറ്റം വലിച്ചുതാഴ്ത്തി. അനവസരത്തിൽ വന്നുകയറിയിരിക്കുന്ന യൗവനത്തെ അവൾ ശപിച്ചു. എനിക്കു പഠിക്കണം. പട്ടണത്തിൽ പോകണം. അവൾക്കു കരച്ചിൽവന്നു. മുത്തശ്ശി അവളെ പിടിച്ചുകൊണ്ടുപോയി തലയിൽ എണ്ണ പകർന്നു. കുളിപ്പിച്ചു.

"എന്റെ മോൾടെ കാര്യം നോക്കാൻ ഞാനുണ്ടല്ലോ, ഈ മുത്തശ്ശി." അവർ അവളെ അലക്കിയ വസ്ത്രം ഉടുപ്പിച്ചു. വെള്ളജാക്കറ്റിനു മീതെ ഇടംപിരി വലംപിരി തുടരുകളും പൂത്താലിമാലയും അണിയിച്ചു. കൈകളിൽ കാപ്പുകളണിയിച്ചു. ഒരിരുമ്പുമോതിരവും സ്വർണമോതിരവുംകൂടി വിരലിലിട്ടുകൊടുത്തു. അറയുടെ മൂലയ്ക്ക് നിലവിളക്കുകൊളുത്തിവച്ചു. പറ നിറച്ചതും അതിലൊരു തെങ്ങിൻപൂക്കിലയും കുഴിച്ചുവച്ചു. വരയൻനരി നീണ്ടുനിവർന്ന് കിടക്കുന്ന ഒരു പുൽപ്പായയിൽ കരിമ്പടം വിരിച്ചിട്ടു പറഞ്ഞു.

"മോളിവിടെ ഇരിക്കുകയോ കിടക്കുകയോ ചെയ്തോളു. മുത്തശ്ശ്യോട് പറയാതെ പുറത്തിറങ്ങരുത്. ഇരുമ്പുമോതിരം ഊരിക്കളയരുത്. നാലു ദിവസം ഊഞ്ഞാലാടാനോ കൊത്തങ്കല്ലു കളിക്കാനോ പുറത്തിറങ്ങേണ്ട." അരുതുകളുടെ ഒരു ഘോഷയാത്ര. കലാപകാലത്ത് അധികം പുറത്തിറങ്ങാൻ അനുവദിക്കപ്പെടാതെ മടുപ്പിന്റെ മൂർദ്ധന്യത്തിൽ ഇരിക്കുമ്പോഴാണ്....കരിമ്പടത്തിൽ മുഖം കമഴ്ത്തി അവൾ ഉറക്കെയുറക്കെ കരഞ്ഞു -എന്റെ സ്വാതന്ത്ര്യങ്ങളെല്ലാം കൈവിട്ടുപോകുന്നല്ലോ!

മാനു നാടുവിട്ടപ്പോൾ മാനുവിന്റെ സാന്നിധ്യം മാളുണ്ണി അറിഞ്ഞു. ഇപ്പോൾ അവൾ തീർത്തും ഏകയായി. അനാഥയാണെന്ന ഒരു തോന്നൽ അവളിൽ വേരൂന്നി. മനസറിഞ്ഞു മിണ്ടാനാളില്ല. അവൾക്കും മുതിർന്നവരുടെ ലോകത്തിനും ഇടയ്ക്കുള്ള ഒരു പാലമായിരുന്നു മാനു. പാലം ഒഴുക്കിൽ നഷ്ടമായി.

ഒരു മനുഷ്യൻ ഉറ്റവരിൽനിന്നും ഉടയവരിൽനിന്നും അങ്ങനെ അറ്റുപോവുന്നതെങ്ങനെ? നാം ജീവിച്ചിരിക്കുന്ന ഒരു ചെറിയ പരിസരത്തുനിന്ന് ഒരു കിളിപോലും അപ്രത്യക്ഷമാവുന്നില്ലല്ലൊ! പഴയതിന്റെ സ്ഥാനത്ത് മറ്റൊരു ചെറുകിളി പറന്നുവന്നിരിക്കുന്നത്, മുറ്റത്തെ പവിഴമല്ലിയുടെ കവരത്തിലിരുന്നു കൂട്ടുകാരെ വിളിക്കുന്നത്, എല്ലാം ഒരു നിരന്തര സാന്നിധ്യമാണ്. വെയിൽ കായുന്ന അരിപ്രാവുകളും മുരിങ്ങമരത്തിലിരിക്കുന്ന കാക്കകളും വൈക്കോലിൽ ചിക്കിപ്പെറുക്കി നടക്കുന്ന പലതരം കിളികളും കോഴികളും ജനലിലൂടെ അകത്തേക്കു നോക്കുന്ന

അണ്ണാനുമെല്ലാം ഒരു ദിവസം പെട്ടെന്നങ്ങു പിരിഞ്ഞുപോവുക! കൂടെ കളിച്ചുമദിച്ചു നടന്നിരുന്നവൻ, തലയിൽ ചുവന്ന പ്രാണികളെ എടുത്തിട്ടിരുന്നവൻ, അറ്റക്കഴ കടക്കുമ്പോൾ പേടിപ്പിച്ചിരുന്നവൻ, ഊഞ്ഞാലിൽ ആകാശങ്ങളുടെ വെളിച്ചത്തിലേക്ക് പറപ്പിച്ചിരുന്നവൻ, ഇംഗ്ലീഷിലെ കഠിനപദങ്ങൾക്ക് അർഥം കണ്ടെത്താൻ സഹായിച്ചിരുന്നവൻ, മനോഹരമായി ചായപ്പെൻസിലുകളും കടലാസുപെൻസിലുകളും ചെത്തിത്തന്നിരുന്നവൻ, അണ്ണാനെപ്പിടിച്ചു കൂട്ടിലാക്കിത്തന്നവൻ, എല്ലാം മാനു ആയിരുന്നു! ഒരേയൊരു മാനു! മാളുണ്ണിക്കു കരച്ചിലടക്കാനായില്ല. അവന്റെ ചുമലിൽ പിച്ചിയതിന്റെ കലയുമായി അവൻ കടന്നുകളഞ്ഞു.

മുത്തശ്ശിയുടെ മെലിഞ്ഞ കൈ, അവളുടെ അഴിഞ്ഞു കുരുങ്ങിക്കിടന്ന തലമുടിയിലൂടെ പേർത്തും പേർത്തും സഞ്ചരിച്ചു.

ഗ്ലാഡിസ് മിസ്സിയുടെ സമ്മാനമായിരുന്ന ചീട്ടുപെട്ടി, കളിക്കാൻ ആളില്ലാതെ വെറുതെ കിടന്നു. അമ്മായി അവളെ 'പേഷ്യൻസ്' കളിക്കാൻ പഠിപ്പിച്ചിരുന്നു. നീലിച്ച ആകാശത്തിലൂടെ പറന്നകലുന്ന കിളികളുടെ പുറംചിത്രമുള്ള ചീട്ടുകൾ. ആ പക്ഷികൾക്കൊപ്പം ഗ്ലാഡിസ് മിസ്സി പറന്നുപോകുമെന്നു പറയാറുണ്ടായിരുന്നു. അവൾ ചീട്ടുകെട്ടെടുത്ത് അല്ലറ ചില്ലറ സാധനങ്ങൾ നിറച്ചിട്ട അടപ്പില്ലാത്ത ഒരു പെട്ടിയിലേക്കെറിഞ്ഞു. അവൾ മാനു ഉപേക്ഷിച്ചുപോയ പുസ്തകങ്ങൾ മറിച്ചുനോക്കി. അകവും പുറവും വരികൾക്കിടയിലും കോറിയിട്ട രേഖാചിത്രങ്ങൾ. ചിറകുള്ള മനുഷ്യർ, ചിറകുള്ള പൈക്കൾ, ചിറകുള്ള പൂച്ചകൾ—മാനുവിന്റെ മനസിൽ കുരുങ്ങിക്കിടന്ന ചങ്ങലയുടെ സാന്നിധ്യം അവൾക്ക് മനസിലായി. മാനു നാടുവിട്ടതാണ്. കലാപക്കാർ പിടിച്ചുകൊന്നു എന്നു പറയുന്നത് നുണ! എന്നെങ്കിലുമൊരിക്കൽ മാനു തിരിച്ചുവരുമെന്ന് മാളുണ്ണി വിശ്വസിച്ചു.

മുത്തശ്ശി അവളുടെ പുറകിൽ വന്നുനിന്നു. ഉയരത്തിലുള്ള വായുസൂത്രത്തിലൂടെ ചെരിഞ്ഞുവീഴുന്ന ഒരാശാകിരണം അവരുടെ വെഞ്ചാമരത്തലമുടിയിൽ അനുഗ്രഹം വർഷിച്ചു. മുറിയിലെ ഇരുട്ടിനു പതംവന്നു.

"അവൻ വല്ലതും എഴുതിവച്ചിട്ടുണ്ടോ മോളെ?"

"ഇല്ല."

ഒരു ദീർഘനിശ്വാസത്തോടെ മുത്തശ്ശി മുറിവിട്ടു. പുറകെ ചെന്ന് മാളുണ്ണി പറഞ്ഞു:

"മാനു നാടുവിട്ടതാണ്!"

"എന്റെ കുട്ടിയുടെ കൈയിൽ വണ്ടിക്കൂലിക്കു പണമില്ലല്ലൊ, ദൈവമേ!"

"ചിലപ്പോൾ ഉണ്ടാകും! അല്ലെങ്കിലും പണം കീശയിൽ കരുതിവയ്ക്കാതെ എത്രപേർ സഞ്ചരിക്കുന്നു! ഇച്ഛയാണു പ്രധാനം. വല്യമുത്തച്ഛൻ പണ്ടു കാശിക്കു പോയ കഥ മുത്തശ്ശി പറയാറില്ലെ?"

"ഒരു ദിവസം വല്യേട്ടനങ്ങു പടിയിറങ്ങിപ്പോയി!"

മുത്തശ്ശി പറഞ്ഞു:

"മരങ്ങൾ കോച്ചിവിറയ്ക്കുന്ന സന്ധ്യക്ക് ഞാൻ സന്ധ്യാദീപം

കൊളുത്തുകയായിരുന്നു. വിളക്കുനോക്കി തൊഴുതു രണ്ടാംമുണ്ട് ചുമലിലിട്ട് പുതുതായി ചെത്തിമിനുക്കിയ ഒരു വടി അടുത്തുവച്ച് ഏട്ടൻ എന്നോടു പറഞ്ഞു. 'നാരായണിയുടെ കൈകൊണ്ടു നാലുനേരത്തെ കഞ്ഞിക്ക് അരി തരൂ.' ഞാൻ വിചാരിച്ചു ആരുടെ ശ്രാദ്ധമാണ് നാളെ! വാവൊരിക്കലായിട്ടില്ല. വല്യേട്ടൻ ദൂരെ ദേവസ്ഥാനങ്ങളിൽ പോകാറില്ല. ഇവിടത്തെ ഭരദേവതെയൊഴിച്ചു മറ്റൊരു ദൈവത്തെ തൊഴുതു കണ്ടിട്ടില്ല. ഏട്ടൻ പറഞ്ഞു. 'നാരായണീ, ഞാൻ പോവുകയാണ്! നിന്റെ കൈകൊണ്ട് രണ്ടു നാഴി അരി കിട്ടിയാൽ പാഥേയമായി.' ഏട്ടനെവിടെപ്പോണു? തലയിൽ തേക്കുന്ന തൈലം കാച്ചി അരിച്ചിട്ടുണ്ട്. ഊണ് കാലാവ്ണു. അതിനിടയ്ക്ക് "എണ്ണ തേച്ചുകുളിച്ചും ഉണ്ടും ഉറങ്ങിയും കഴിഞ്ഞാൽ ഒരു മനുഷ്യജീവിതം പൂർണമാകുമോ നാരായണീ?"

ഏട്ടൻ മുറ്റത്തുനിൽക്കുന്നു. ഞാൻ തൂക്കുവിളക്കിനു മുമ്പിൽ! ഏട്ടന്റെ കണ്ണുകളിൽ തിരികൾ പതിന്മടങ്ങു ശോഭയോടെ തെളിഞ്ഞു കത്തി."

മുത്തശ്ശി പൊടുന്നനെ നിശ്ശബ്ദയായി.

"എന്നിട്ടു മുത്തശ്ശി വല്യമുത്തച്ഛന് അരിക്കിഴി കൊടുത്ത്വാ?"

"കൊടുക്കാതെ! നല്ലനുറുക്കരി, പഴയരി, മൺകലത്തിൽ സൂക്ഷിച്ചുവച്ചത്. വല്യേട്ടനു മാത്രമായി–"

"വല്യമുത്തച്ഛൻ ഏടയ്ക്കാ പോയത്?"

"കാശിക്ക്! അന്നു വയസ്സ് അമ്പത്തൊന്ന്!"

അങ്ങനത്തെ ഒരു പോക്കാണോ ചെറുപ്പക്കാരൻ കുട്ടി നാടുവിടുന്നത്! ആരോടും മിണ്ടാണ്ടെ!"

"വല്യമുത്തച്ഛൻ തിരിച്ചുവന്നില്ലെ?"

"കാശിക്കു പോകുന്നതു തിരിച്ചുവരാനല്ല!"

"മാനു കാശിക്കു പോയതല്ലല്ലൊ! നാടെല്ലാം ചുറ്റിക്കണ്ട് മതിവരുമ്പഴ് തിരിച്ചുവരും. വരാതിരിക്കില്ല!"

"അപ്പോഴേക്കും ഞാനുണ്ടാവ്ല്യ. മുത്തച്ഛനും ണ്ടാവ്ല്യ."

മാളുണ്ണിയുടെ മനസിൽ ശൂന്യത കൂടുകെട്ടി. വായുവിൽ അലഞ്ഞു നടന്നൊരു അപ്പൂപ്പൻതാടിയാണ്, താനെന്ന് അവൾക്കു തോന്നി. പറ്റിപ്പിടിച്ചുനിൽക്കാൻ തുനിയുമ്പോഴേക്കും പിടിവിടുന്നു. പഠിച്ചുതീരാത്ത ഇംഗ്ലീഷും, തയ്ച്ചു കഴിയാത്ത ചിത്രത്തയ്യലും ഉരുക്കഴിച്ചു മനഃപാഠമാക്കാൻ കഴിഞ്ഞിട്ടില്ലാത്ത ശ്ലോകങ്ങളും അവൾ മൗഢ്യത്തിൽ കെട്ടിവച്ചു. അപ്പോൾ അശനിപാതം!

മുത്തച്ഛൻ പറഞ്ഞു:

"മാളുണ്ണിയെ കല്യാണം കഴിച്ചുകൊടുക്കണം! അവൾ ഒറ്റയ്ക്കായിരിക്ക്ണു! മനസ്സ് മുഷിയും!"

"ആർക്ക്?"

"അറിഞ്ഞൂടാ. അവൾടെ അച്ഛൻ നാട്ടിലെത്തീട്ട്ണ്ട്!"

"അച്ഛനോ?"

"പിന്നെ! അവൾക്കച്ഛനില്ലെ? അമ്മയല്ലെ മരിച്ചുപോയിട്ടുള്ളൂ!"

"അച്ഛൻ എവിടെനിന്നാണ്?"

"മദിരാശീന്ന് വന്ന്ട്ട്ണ്ടത്രെ! മാളുണ്ണിയെ കൊണ്ടുപോകണംന്നു പറഞ്ഞ് ആളെ വിട്ടിട്ടുണ്ട്."

"അവൾ ജീവിച്ചിരിപ്പുണ്ടോ എന്നന്വേഷിച്ചിട്ടില്ലാത്ത ഒരച്ഛനോ?" മുത്തശ്ശി ക്രുദ്ധയായി.

"അക്കാര്യത്തിൽ അവനു ശങ്കയുണ്ടായിരിക്കില്ല!"

"അവൾ പഠിക്കുകയല്ലെ?"

മുത്തച്ഛൻ മൗനംപാലിച്ചു. മാളുണ്ണിയുടെ മനസ്സ് ഇളകിമറിഞ്ഞു. ഓർമയിലുള്ള അച്ഛനെ അവൾ ചികഞ്ഞെടുക്കാൻ ശ്രമിച്ചു. കള്ളിന്റെയും ജാപ്പാണം ചുരുട്ടിന്റെയും സമ്മിശ്രഗന്ധം നാലകത്തു തെക്കിനിയിൽ തളംകെട്ടിനിന്ന ശൈശവകാലരാത്രികൾ.

"ഇനി എങ്ങും പോകേണ്ടാ—" അമ്മയുടെ ദുർബലസ്വരം കരച്ചിലിലലിയുന്നു.

"പോകാതെങ്ങനെ? നിന്റെ അച്ഛന്റെ ചോറുണ്ടു ജീവിക്കണോ ഞാൻ?"

"ഞാനും വരുന്നു കൂടെ!"

"മദിരാശിക്കോ, തമിഴരുടെ ഇടയിലേക്കോ? അവിടെ പാർക്കാൻ നാലുകെട്ടില്ല. പത്തായത്തിൽ നെല്ലില്ല. അറയിൽ അരിയും എണ്ണയുമില്ല!"

"എന്നാലും ഞാൻ വരുന്നു!"

"വരേണ്ട. സൗകര്യങ്ങളാവുമ്പൊ ഞാൻ വരും!"

അച്ഛൻ പിന്നീടൊരിക്കലും വന്നില്ല. അച്ഛന്റെ രൂപം ഒരു കട്ട ഇരുട്ടും അതിന്റെ തലപ്പത്ത് ജ്വലിക്കുന്നൊരു ജാപ്പാണം ചുരുട്ടുമാണ്. അമ്മ മരിച്ചപ്പോഴും അച്ഛൻ വന്നില്ല. മാമ്പൂവൊക്കയും കരിഞ്ഞുപോയ വേനൽക്കാലംപോലെ ശൂന്യമായിത്തീർന്ന ദിനങ്ങൾ.

മാളുണ്ണി രാവുംപകലും കരഞ്ഞു. അച്ഛനെ എനിക്കു വേണ്ട! അച്ഛനെ ഞാനറിയുകയേ ഇല്ല. ഒരു പെൺകുട്ടിയുടെ വാക്കുകൾക്കോ കണ്ണീർക്കണങ്ങൾക്കോ ഒരു വിലയുമില്ലെന്ന് അന്നവളറിഞ്ഞു. പെൺകുട്ടി കുടുംബത്തിന്റെ മനഃശാന്തി കെടുത്തുന്നു. പെൺകുട്ടി സദാ നിരവധി കണ്ണുകളുടെ തടങ്കലിലാണ്. അല്ലെങ്കിൽ രുഗ്മിണിക്കോവിലമ്മയാകണം. സ്വാതന്ത്ര്യം ഇച്ഛിക്കണം! അവർക്ക് ആരേയുമില്ല ഭയം. എന്നല്ല കലാപകാരികൾക്കുപോലും അവരെ ഭയമാണ്.

മാളുണ്ണിക്ക് രുഗ്മിണിക്കോവിലമ്മയെ ഒന്നു കാണണമെന്ന ഗാഢചിന്ത ഉളവായി. പകൽനേരത്ത് കലാപകലുഷിതമായ ഗ്രാമത്തിൽ പുറത്തിറങ്ങിക്കൂടാ. രാത്രി ഒട്ടും വയ്യ. മാനുവിന്റെ അസാന്നിധ്യം ഉളവാക്കിയ ശൂന്യതയുടെ ആഴം കണ്ട് അവൾ നടുങ്ങി.

പോകണം! എനിക്കിവിടംവിട്ടു പോകണം. നിനച്ചിരിക്കാതെ പുറകിലൂടെ വന്ന് ആരോ പാലം വലിച്ചിരിക്കുന്നു. മാളുണ്ണി ജീവിതത്തിന്റെ

കയത്തിലേക്കു കൂപ്പുകുത്താൻ മനസിനെ ഒരുക്കി. ഒരവയവം ഛേദിച്ചു കളയപ്പെട്ടപോലെ, നിറയെ മൊട്ടിട്ട പൂച്ചെടിക്കമ്പ് മുറിച്ചെറിഞ്ഞതു പോലെ—

ഇരുപത്തി എട്ട്

ഗ്രന്ഥച്ചരട് മുറുക്കി, പട്ടുതുണിയിൽ പൊതിഞ്ഞുകെട്ടി മുത്തച്ഛൻ മാളുണ്ണിയോടു പറഞ്ഞു:

"അറയിൽ കൊണ്ടുചെന്നു വയ്ക്കൂ."

മാളുണ്ണി ഗ്രന്ഥം മേടിച്ചു. അതിനകത്തുള്ള അനേകം ശ്ലോകങ്ങളിൽ ഒരു ചെറിയ അംശംപോലും തനിക്ക് ഹൃദിസ്ഥമാക്കാൻ കഴിയുകയില്ലെന്ന് അവൾക്കറിയാമായിരുന്നു. മാനുവിന് ഒട്ടും വയ്യെങ്കിൽ ഒരു കൈ നോക്കാമെന്ന ആത്മവിശ്വാസമായിരുന്നു പിൻബലം. ഒരു സമാശ്വാസം അരുളുംവിധം മുത്തച്ഛൻ പറഞ്ഞു. "ഒരു പഠിപ്പും ആർക്കും പൂർത്തിയാക്കാൻ കഴിയില്ല മകളെ!"

അവൾ പുഞ്ചിരിക്കാൻ ശ്രമിച്ചു. മുത്തച്ഛന്റെ മുഖത്തുനോക്കിയപ്പോൾ കഴിഞ്ഞില്ല. കൺകളുടെ കതകു തുറന്ന് രണ്ടുനീർത്തുള്ളികൾ എത്തിനോക്കി.

"ഭൂമി തരിശിടുന്നതും പെൺകുട്ടികളെ കല്യാണം കഴിച്ചുകൊടുക്കാതിരിക്കുന്നതും അധർമമാണെന്ന് പണ്ടുള്ളവർ പറഞ്ഞിട്ടുണ്ട്."

അതുകേട്ടപ്പോൾ മാളുണ്ണിക്ക് കലശലായ അരിശം വന്നു. തുടർന്നു കരച്ചിലും. എന്നു മുതൽക്കാണ് തറവാട്ടിൽ, താൻ അധികപ്പറ്റായതെന്ന് അവൾ ആലോചിച്ചു. ലഹളകൾ ഭയപ്പെടുത്തുന്ന ഗ്രാമജീവിതം അരക്ഷിതാവസ്ഥയിലേക്കു നീങ്ങിയപ്പോഴോ? വേനലൊഴിവിന്റെ ആരംഭത്തിലും അവസാനത്തിലും ഗ്രാമത്തിലേക്കും പട്ടണത്തിലേക്കുമുള്ള യാത്രകൾ യഥാർഥ വിനോദയാത്രകളായിരുന്നു. ഗ്രാമത്തിലേക്കു വരുമ്പോൾ ഒഴുക്കിനെതിരെ. മറിച്ചാണെങ്കിൽ ഒഴുക്കിനൊപ്പവും. പലപ്പോഴും തോന്നി ഗ്രാമത്തിലെ ശീലങ്ങളെയെല്ലാം തിരുത്തിക്കുറിക്കാനാണ് അവളെ പട്ടണത്തിലെ സ്കൂളിൽ ചേർക്കണമെന്ന് വല്യമ്മാവൻ ശഠിച്ചത്. നാട്ടിൻപുറത്തിന്റെ ഇടുങ്ങിയ വഴികൾ അദ്ദേഹത്തിനു രസിച്ചിരുന്നില്ല. ആ ഒരു കാര്യത്തിൽ വല്യമ്മാവനും ചെറിയമ്മാവനും ഒരേ അഭിപ്രായക്കാരായിരുന്നു.

ഒരിക്കൽ വേനലവധിക്കു മുത്തച്ഛൻ അവളെ കൊണ്ടുപോകാൻ വന്നു. അമ്മാവൻ പറഞ്ഞു. "അവൾക്ക് ഇംഗ്ലീഷ്ട്യൂഷനുണ്ട്, മ്യൂസിക് ക്ലാസുണ്ട്, എംബ്രോയിഡറി പഠിക്കുന്നുണ്ട്." മുത്തച്ഛൻ ചിരിച്ചു.

യാത്രയുടെ തുടക്കത്തിൽ മുത്തച്ഛൻ ചോദിച്ചു:

"പരീക്ഷയ്ക്ക് നന്നായി എഴുതീട്ടുണ്ടല്ലൊ!"

"ഓ!"

"നെണക്ക് ഞാനൊരു സമ്മാനം തരുന്നുണ്ട്!"

പുതിയ പഠിപ്പിനോടു മുത്തച്ഛന് വിരോധമില്ലെന്നു തുടക്കം മുതൽക്കേ അവൾക്കു ബോധ്യമുണ്ട്.

"വയസന്മാർക്കൊരു ഇംഗ്ലീഷ് പള്ളിക്കൂടം ഉണ്ടായിരുന്നെങ്കിൽ ഞാനും വന്നു പഠിക്കുമായിരുന്നു!" മുത്തച്ഛൻ തമാശമട്ടിൽ പറഞ്ഞു. കാലത്തിന്റെ പിന്നിലായപ്പോൾ ഏതു മുതിർന്നവനെയുംപോലെ മുത്തച്ഛനും ദുഃഖിച്ചിരുന്നു.

വേനൽക്കച്ചവടത്തിന് അയ്യപ്പനെക്കൂട്ടി ഒരു വഞ്ചിനിറയെ കൊപ്രയുമായി അങ്ങാടിയിൽ വന്നതായിരുന്നു, വല്യച്ഛൻ. ഏതാണ്ടൊഴിഞ്ഞ വഞ്ചിയുടെ പുരയ്ക്കകത്ത് ഇരിക്കാൻ നല്ല സുഖം. കൊപ്രയുടെ മണം ഉപ്പുകാറ്റിനു തീർത്തും മായ്ച്ചുകളയാൻ കഴിഞ്ഞിരുന്നില്ല.

സന്ധ്യയുടെ ദീപങ്ങൾ പുഴക്കരയിലെ കൊച്ചുകൊച്ചു വീടുകളെ അലങ്കരിച്ചു. പുഴ, വിസ്തൃതമായ മണൽത്തിട്ടയുള്ള ഒരു ഗ്രാമാതിർത്തിയുടെ സമതലത്തിലെത്തിയപ്പോൾ മുത്തച്ഛൻ പറഞ്ഞു:

"അയ്യപ്പാ കാപ്പി ഉണ്ടാക്കിക്കോളു. ചായയുണ്ടെങ്കിൽ അതാണ് നല്ലത്! നല്ല ഇലച്ചായ തന്നിട്ടുണ്ടല്ലോ ലക്ഷ്മി."

ഒന്നു നടുനീർക്കാൻ കരചേർത്ത തോണിയിൽനിന്നു മുത്തച്ഛനിറങ്ങി. മാളുണ്ണി എണീറ്റു.

"വേണ്ട മഞ്ഞ് വീഴ്ണ്ണ്ട്. അകത്തിരുന്നോളൂ." മുത്തച്ഛനെ പൂനിലാവ് കുളിപ്പിക്കുകയാണ്. മാളുണ്ണിക്ക് അസൂയതോന്നി. എത്ര വിശാലമായ പുഴക്കര! ഒരു പഞ്ചാരപ്പാടം. ചുമലിൽനിന്നൂർന്നു വീണ രണ്ടാം മുണ്ട് കുനിഞ്ഞെടുത്ത് മുത്തച്ഛൻ തലയിൽക്കെട്ടി. നിലാവിൽ ഒരു വലിയ വെള്ളക്കൊക്കുപോലെ മുത്തച്ഛൻ കിഴക്കു പടിഞ്ഞാറ് നാലുചാൽ നടന്നു.

ചായ വെന്ത മണംപൊങ്ങി. അയ്യപ്പൻ വിളിച്ചു:

"മൂപ്പ േ....േ....േ....ര........."

മുത്തച്ഛൻ തിരിഞ്ഞുനോക്കിയതല്ലാതെ നടത്തം നിറുത്തിയില്ല. പൂനിലാവിൽ കളിച്ചു രസിക്കുന്ന ഒരു കുട്ടിയായി, മുത്തച്ഛൻ!

"എനിക്കു മുത്തച്ഛന്റെകൂടെ നടക്കണം!"

"നടന്നൂടാ" അയ്യപ്പൻ പറഞ്ഞു: "നട്ടപ്പാതിരായ്ക്കു പെൺകുട്ടികൾ നിലാവത്തിറങ്ങിനടന്നൂടാ."

നടന്നു നടന്നു മുത്തച്ഛൻ പൂഴിപ്പരപ്പിന്റെ അങ്ങേത്തല തൊട്ടു. തിരിച്ചിങ്ങോട്ടും. അപ്പോൾ അയ്യപ്പൻ തോണിക്കൊമ്പിലിരുന്നു പതുക്കെ കൂക്കി.

"വര്ണു, അയ്യപ്പാ. ഈ നിലാവൊരു നല്ല മരുന്നാ! ഒരു ദിവസം അങ്ങാടീൽ കഴിഞ്ഞുകൂടിയതിന്റെ ക്ഷീണമെല്ലാം അകന്നു. മഞ്ഞ് പെയ്യ്ണ്ല്യാന്നുവരികിൽ ഞാൻ കുട്ട്യെ എന്റ്കൂടെ നടക്കാൻ വിളിക്കുമായിരുന്നു."

മുത്തച്ഛൻ തിരിച്ചെത്തുമ്പോൾ നല്ല ഉന്മേഷവാനായിരുന്നു. ഒരു

യുവാവിന്റെ ഉത്സാഹത്തോടെ തോണിയിൽ ചാടിക്കയറി, മുത്തച്ഛൻ.

"അയ്യപ്പാ ചായ!"

പുലർച്ചയ്ക്കു മുത്തശ്ശി വിളക്കുകൊളുത്തുമ്പോഴാണ് വീടെത്തിയത്.

"വൈകിയോ പുറപ്പെടാൻ?"

"ഇല്ല മുത്തശ്ശീ, വഴിക്ക് ഞങ്ങൾ വഞ്ചി നിർത്തി ചായയുണ്ടാക്കിക്കുടിച്ചു."

"വെള്ളംവേലിയായിരുന്നു. കണ്ടന് പണിയൊന്നും ഉണ്ടായില്ല. ഇന്നു വെളുത്തവാവാണല്ലോ!"

കഞ്ഞി കുടിക്കുന്നേരം മാളുണ്ണി പറഞ്ഞു:

"മുത്തച്ഛനെനിക്കു സമ്മാനം തരാമെന്നു പറഞ്ഞിട്ട്!"

"ഓ! ഞാനതു മറന്നുപോയി! ഈയെടെ എനിക്കു മറവി കുറെ കൂടുതലാ!"

"നാരായണീ, ഈ മണിമാല കുട്ടീടെ കഴുത്തിൽ കെട്ടിക്കൊടുക്കൂ."

മുത്തശ്ശി സന്തോഷത്തോടെ കൈ കഴുകി തുടച്ചുവന്നെത്തി.

"തിരക്കിനെടയില് മറന്നൂന്ന് വിചാരിച്ചു ഞാൻ!"

കുപ്പായക്കീശയിൽ കൈയിട്ട മുത്തച്ഛൻ തേളുകുത്തിയിട്ടെന്നപോലെ കൈ വലിച്ചു. മുഖം വാർന്നു വിളർത്തു. പിന്നെ ഒന്നും മിണ്ടാതെ പുൽപ്പായിൽ വന്നിരുന്നു. ഗ്രന്ഥം പകുക്കുമ്പോൾ മുത്തച്ഛൻ ഉരിയാടി.

"ഇപ്പൊ പൊന്നുപോയി. കക്കാനും കളയാനും ഇടവരുത്താത്ത ധനം ഞാനെന്റെ കുട്ടിക്കു തരുന്നതാണ്. ഒരു പെൺകുട്ടിയായതു കൊണ്ടു വൈദ്യവും സംസ്കൃതവും പഠിക്കേണ്ടെന്ന് ആരും എവിടെയും പറഞ്ഞുവച്ചിട്ടില്ല. ഇനിയിപ്പൊ ഉണ്ടെങ്കിൽതന്നെ എന്റെ കുട്ടിക്കു മോഹംണ്ടെങ്കിൽ മുത്തച്ഛൻ പഠിപ്പിച്ചു തരാതിരിക്ക്യോ? "ജീവിതത്തിൽ ആദ്യം കിട്ടാനിരുന്ന ഒരു സമ്മാനം, മുത്തച്ഛന്റെ പക്കൽനിന്ന്. മാളുണ്ണിയുടെ മനസ്സ് വ്യസനംകൊണ്ടു നിറഞ്ഞു. പഴകിയ ഒരു അരഞ്ഞാണച്ചെയിൻ അവളുടെ കഴുത്തിലുണ്ടായിരുന്നു. അമ്മ കെട്ടിത്തന്നത്, ചോറൂണിന്. കഴുത്തിറുകിയപ്പോൾ അത് പൊട്ടിച്ചെടുത്തു മുത്തശ്ശി പറഞ്ഞു, മാളുണ്ണി വലുതാവുകയാണ്!"

"എനിക്കു വലുതാകേണ്ട, എനിക്കു മാനുവിന്റൊപ്പം കളിച്ചു നടക്കണം, ആമിനയുടെ ഒപ്പം കൊത്തങ്കല്ലാടണം." സ്വർണപ്പണ്ടംകൊണ്ടു തന്നെ വീട്ടിലടച്ചിരിക്കുന്ന ഒരു പെണ്ണാക്കാനാണ് ഇവരുടെ ഭാവമെങ്കിൽ ആ സ്വർണമാല പോയത് നന്നായേള്ളൂ. മാളുണ്ണിയുടെ വ്യസനം പെട്ടന്നു മാഞ്ഞുപോയതുകണ്ടു മുത്തച്ഛൻ വിസ്മയിച്ചു. പിന്നെ സാന്ത്വനിപ്പിച്ചു.

"സമയമാവുമ്പഴ് ഇനീം പണിയിക്കാം! അതൊരു ദൈവശിക്ഷയായിരുന്നു. അർധരാത്രിക്ക് പൂഴിയിൽ നടക്കാൻ പോയതിനുള്ള ശിക്ഷ." തന്നോടുതന്നെ പറഞ്ഞുതീർത്ത വാക്കുകളുടെ പര്യവസാനത്തിൽ മുത്തച്ഛൻ ഗ്രന്ഥവരി വായിക്കാൻ തുടങ്ങി....എല്ലാ പഠിപ്പും വീട്ടിൽനിന്നും പിന്നെ സംസ്കൃതത്തിൽനിന്നും തുടങ്ങുന്നു എന്നാണ് മുത്തച്ഛൻ വിശ്വ

സിച്ചിരുന്നത്. ശ്ലോകങ്ങൾ ഉരുവിടുക എന്നതിലുപരി, പട്ടണവാർത്തകൾ മുത്തച്ഛനോടു പറയുക എന്നതിലായിരുന്നു മാളുണ്ണിക്ക് താൽപ്പര്യം. ശ്ലോകാവസാനത്തിൽ അവൾ പുതിയ കഥകളുടെ കെട്ടഴിച്ചു. ഗ്ലാഡിസ് മാഡം അഞ്ചുകൊല്ലം ജോലിചെയ്തു, പണം സമ്പാദിച്ചു. ബിലാത്തിയിൽ സ്ഥിരതാമസത്തിനു പോകുന്നത്, അമ്മായി ഇംഗ്ലീഷിൽ സംസാരിക്കാൻ പഠിച്ചത്, ചിത്രത്തയ്യലിന് പട്ടുനൂൽ മേടിച്ചുതന്നത്, സപ്പർരാവുകളിൽ പ്ലാന്ററർമാരും വക്കീലന്മാരും വല്യമ്മാവനും ഖിലാഫത്തിനെ ച്ചൊല്ലി വഴക്കടിക്കുന്നത്, ഗംഗമ്മാവന്റെ ഖദർവേഷത്തെ പുച്ഛിക്കുന്നത്, അപ്പുബട്ട്ളർ പലതരം ഇറച്ചികൾ പാകം ചെയ്യുന്നത്.

ഖിലാഫത്ത് എന്ന പദം മുത്തച്ഛൻ ആദ്യം കേൾക്കുന്നത് മാളുണ്ണിയുടെ ചുണ്ടിലാണ്.

അടുത്തതവണ ഗംഗമ്മാവൻ പട്ടണത്തിൽനിന്നു വന്ന രാത്രി മുത്തച്ഛൻ ചോദിച്ചിരുന്നു:

“എന്താണതിനർഥം, ഗംഗാ?”

“ഒറ്റക്കാളയെപൂട്ടിയ വണ്ടിയും രണ്ടുകാളകളെ പൂട്ടിയ വണ്ടിയും തമ്മിലുള്ള വ്യത്യാസം അച്ഛനറിഞ്ഞുകൂടെ! കോൺഗ്രസ് ഒരൊറ്റക്കാള വലിക്കുന്ന വണ്ടിയാണ്. ഖിലാഫത്തും ചേർന്നാലേ എളുപ്പത്തിൽ ലക്ഷ്യത്തിലെത്തൂ.”

“നേര്! പക്ഷേ, ശിക്ഷണത്തിലാണ് വിജയം! അല്ലെങ്കിൽ ഏഴുകുതിരകളെപ്പൂട്ടിയാലും വിശേഷമൊന്നും ഇല്ല.”

മാളുണ്ണിക്ക് ഒന്നും മുഴുവനും മനസിലായില്ല. ഗംഗമ്മാവന്റെ ചിന്തയ്ക്കും ചെയ്തിക്കും എതിരാണ് വല്യമ്മാവൻ എന്നു മാത്രം അറിഞ്ഞു. വല്യമ്മാവൻ അൽപ്പം ഇരുണ്ട തൊലിയും കറുത്ത തലമുടിയും കറുത്ത കണ്ണുകളുമുള്ള ഒരു വെള്ളക്കാരനാണെന്ന് മാളുണ്ണിക്കു തോന്നി. തൊലിയുടെയും തലമുടിയുടെയും നിറമൊഴികെ മറ്റെല്ലാം ഇച്ഛാശക്തിയാൽ മാറ്റിത്തീർക്കാൻ കഴിയുമെന്ന് അമ്മാവൻ പ്രവർത്തിച്ചുകാട്ടി.

ടീപാർട്ടികൾ, സപ്പറുകൾ, ലോണിലെ സൽക്കാരങ്ങൾ, വാക്കിങ് സ്റ്റിക്ക്, പൈപ്പ്, മദ്യം, കറുത്ത കണ്ണട.....നാലകത്തെ നാലതിരിനകത്ത് കടക്കാത്ത എന്തെല്ലാം കാര്യങ്ങൾ! ആഹാരത്തിന്റെ അരിയും എണ്ണയും മറ്റനേകം വിഭവങ്ങളും തറവാട്ടിൽനിന്ന്, പാചകത്തിലും വിളമ്പലിലുമായിരുന്നു പരിഷ്കാരം. പട്ടണമോടിയിൽ പൊതിഞ്ഞ ജീവിതം. ആകപ്പാടെ മാളുണ്ണിക്കു രസിച്ചു. ഇടയ്ക്ക് മുത്തശ്ശിയുടെ ഓർമിപ്പിക്കലുകളിൽ കല്ലുകടിച്ചു:

“പെൺകുട്ടികളെ ആൺകുട്ട്യോളെപ്പോലെ വളർത്തരുത്!”

“വലുതാവുമ്പഴ് അതിനെപ്പറ്റി ആലോചിക്കാം.”

“പഠിച്ചതുമതി! അവിടത്തെ പഠിപ്പൊന്നും അവൾക്ക് വേണ്ട!”

“വേണം! ഞാൻ പോകും! മുത്തശ്ശി ഇവിടെ അകത്തിരുന്നോളൂ.”

അവളുടെ പരോൾ അങ്ങനെ ഓരോ വർഷം നീട്ടിക്കിട്ടി. പട്ടണത്തിലെ സുരക്ഷിതത്വത്തിലും അമ്മായിയുടെ ശിക്ഷണത്തിലും മുത്ത

ച്ഛനു വിശ്വാസമുണ്ടായിരുന്നു. ആമിന നിക്കാഹ് കഴിഞ്ഞ് അക്കരയ്ക്ക് പോയത് അവളുടെ ദിനങ്ങളെ വർണരഹിതമാക്കിയിരുന്നു. ക്രമേണ അവൾ പലതും മറന്നു. ആമിനയുടെ ആടുകൾ മേഞ്ഞുനടന്നിരുന്ന മേടുകൾ, കാട്ടുതെച്ചികൾ, അരിപ്പൂക്കാടുകൾ, വേലിപ്പടർപ്പിലെ കോവൽപ്പഴങ്ങൾ തിന്നാനെത്തുന്ന അടയ്ക്കാക്കിളികൾ, നാലകത്തു തറവാട്ടിന്റെ മുറ്റവരമ്പിൽ അരുമയോടെ നട്ടുപിടിപ്പിച്ചിരുന്ന സുഗന്ധവാഹിയായ റോസാപ്പൂക്കൾ.....

അങ്ങനെയിരിക്കെ ഗംഗമ്മാവൻ പറയുന്നു:

"നാളെ നമുക്ക് നാട്ടിൽ പോകാം!"

"എന്തിന്? നാളെയോ!"

"സ്കൂളടച്ചില്ലെ! അതല്ലെ നമ്മുടെ വീട്!"

പട്ടണത്തിലെ സുഖസൗകര്യങ്ങൾ തികഞ്ഞ ഈ വീട് തന്റേതല്ലെ? താനൊരു വെറും വിരുന്നുകാരിയൊ? നനച്ചുകൊണ്ടിരിക്കുന്ന ഈ പുൽത്തകിടിയും ചട്ടികളിൽ വളരുന്ന പൂച്ചെടികളും ആകാശത്തെ അലങ്കരിക്കുന്ന പൂമരങ്ങളും കലപിലകൂട്ടുന്ന കാക്കകളും രാത്രി താരാട്ടുപാടുന്ന കടലും എല്ലാം അവളുടേതായിക്കഴിഞ്ഞിരുന്നു. വേരുപിടിക്കാൻ തുടങ്ങുമ്പോൾ പലതവണ പറിച്ചു നടപ്പെടുന്ന ഒരു ചെടിയായി മാറിക്കഴിഞ്ഞു അവൾ. തന്റേതും തന്റേതല്ലാത്തതുമായ ലോകങ്ങൾക്കിടയ്ക്കുള്ള അതിർവരമ്പെവിടെയാണ്? നടന്നുതുടങ്ങുമ്പോൾ പെട്ടെന്നവസാനിക്കുന്ന വഴികൾ. അവൾക്ക് സർവരോടും അരിശംവന്നു. എവിടേയും എത്താത്തൊരു പാതയിലെ അനാഥയായി അവൾ. തന്നെ അനിശ്ചിതത്വത്തിന്റെ പെരുവഴിയിലേക്കു തള്ളിവിട്ടവരോടെല്ലാം അവൾക്കു വെറുപ്പുതോന്നി. തൊട്ടുമുമ്പൊരക്ഷരം ഉരിയാടാതെ മാനു പിരിഞ്ഞുപോയതാണ് എല്ലാ കുഴപ്പത്തിനും കാരണം. ഒരു പെൺകുട്ടിയുടെ കൂട്ട് തനിക്കുപോരെന്ന് മാനുവിന് തോന്നിയിരിക്കണം. വേണ്ട. എനിക്ക് ഒരു പെൺകുട്ടിയായി ജീവിക്കേണ്ട. ആണെങ്കിൽത്തന്നെ ഗ്ലാഡിസ് മിസ്സിയെപ്പോലെ ഒറ്റയ്ക്കു സഞ്ചരിക്കാൻ കഴിയണം. നാടുകളും നഗരങ്ങളും കാണണം, നാലു മനുഷ്യരെക്കാണണം, പുതിയ ആകാശങ്ങളിലെത്തണം....ഗ്ലാഡിസ് മിസ്സി അനുഭവിച്ച ദുരന്തം കഠിനം തന്നെ! കലാപകാരികളുടെ ആദ്യകോപം വെളുത്ത തൊലിക്കെതിരെയാണെന്ന അറിവ് അവളെ നടുക്കിക്കളഞ്ഞു. നാലകത്തെ പിലാവിൻചോട്ടിൽ, ആമിന ഇംഗ്ലീഷക്ഷരങ്ങൾ പഠിക്കാൻ അവളുടെ അടുത്തെത്തിയപ്പോൾ കാദരുണ്ണി പറഞ്ഞുവത്രേ,

"ആര്യെഴ്ത്ത് ഞമ്മക്ക് വേണ്ട! വെള്ളക്കാരന്റെ വാക്കും വേണ്ട!"

അക്ഷരങ്ങളുടെ അയിത്തം എവിടെ ആരംഭിക്കുന്നു? മുത്തശ്ശിയും പറയുന്നു, മതി പഠിച്ചത്!

ലോകം മുഴുവൻ തനിക്കെതിരാണ്! അവൾ തോട്ടംനന നിർത്തി, അകത്തു വന്നിരുന്നു. തന്റെ സാധനങ്ങൾ ഇരുമ്പുപെട്ടിയിലും ചൂരൽക്കുട്ടയിലുമായി ഒതുക്കാൻ തുടങ്ങി. ബാല്യത്തിന്റെ എല്ലാ വർണചിത്രങ്ങളും

പുസ്തകങ്ങളും പട്ടുനൂലുണ്ടകളും കഥാപുസ്തകങ്ങളും ലേസുടുപ്പുകളുമെല്ലാം ഒരു വലിയ പെട്ടിയിൽ അടച്ചുപൂട്ടി അതിനുപുറത്ത് കയറിയിരുന്നു. ജാനുഅമ്മ പറഞ്ഞു:

"പോകുന്നത് നാളെ രാവിലെയല്ലെ? ഇപ്പോൾ കുട്ടി കിടന്നുറങ്ങിക്കോളൂ."

"ഞാനുറങ്ങുന്നില്ല!" ഇരുട്ടിലിരുന്ന് അവൾ തേങ്ങിക്കരഞ്ഞു. ജാനുവമ്മയുടെ തണുത്ത കയ്യുകൾ അവളെ പുണർന്നു.

പതിവുപോലെ അമ്മായി പറഞ്ഞില്ല; മോന് കളിക്കാൻ ഒരാളുണ്ടാവില്ല. ഒരാഴ്ചകഴിഞ്ഞ് ഇങ്ങോട്ടു പോന്നോളൂ.

യാത്രയിലുടനീളം ഗംഗമ്മാവൻ നിശ്ശബ്ദനായിരുന്നു. ഉലഞ്ഞഉടുപ്പ്. ഷേവ്ചെയ്തിട്ടില്ല, കുളിച്ചിട്ടില്ല. വഞ്ചിയിൽ അയ്യപ്പനില്ല. തോണിയിൽ ഒരു ശവയാത്ര. അനേകം വർഷങ്ങൾക്കുമുമ്പ് അമ്മയുടെ മൃതദേഹവുമായി പുറപ്പെട്ട തോണിയാത്ര അവൾ സ്മരിച്ചു. ഓളക്കയ്യുകളെ വലിച്ചുമാറ്റി ഒഴുക്കിനെതിരെ നീന്തുന്ന വഞ്ചി. ശാഠ്യംപിടിക്കുന്ന ഒരു ശിശുവിനെപ്പോലെ നദിയുടെ മാറിൽ തൊഴിക്കുന്ന പങ്കായം. ആഞ്ഞാഞ്ഞടിക്കുന്ന കൊച്ചുകയ്യുകളെ നിർമമതയോടെ, ഏറ്റുവാങ്ങുന്ന കാളിയാർ. വേദനകൾ സഹിച്ചു കല്ലിച്ചുപോയ ഒരു മാതൃഹൃദയം.

വഴിക്ക് ആഹാരം. കാച്ചിയമോരിനും പൊതിച്ചോറിനും കയ്പ്. ഗംഗമ്മാവൻ ചോറ്റുപൊതി അഴിച്ചതേ ഇല്ല.

ഗംഗമ്മാവനേയുംകൊണ്ട് ഒരുപാടുകാലം കടത്തുതോണി തുഴഞ്ഞ കണ്ടനച്ചൻ പറഞ്ഞു:

"ഞാൻ കടത്തുത്തോണി ഒഴിവാക്കി, ഗംഗാ—"

"ഉം."

"തോണിയുടെ വയറ്റത്ത് വന്നുമുട്ടുന്ന ശവങ്ങൾ കണ്ട് എനിക്കു മടുത്തു. പിന്നെ ഇന്നാണ് തുഴതൊടുന്നത്. വല്യൂപ്പര് പറയുമ്പം തള്ളാനൊക്കൊ!"

മാളുണ്ണി നദീതീരത്തിന്റെ ശൂന്യതയിലേക്കു നോക്കി മൗനംപാലിച്ചു.

"ഇപ്പോൾ ശവങ്ങളുള്ളത് പുഴയിലല്ല. കരയിലാണ്. മനസിലാണ്!" ഗംഗമ്മാവൻ ആരോടെന്നില്ലാതെ മുരണ്ടു.

ദൂരെയെങ്ങോ ഉള്ള സമാധാനജീവിതത്തിന്റെ കൂടുകൾ തേടി വെള്ളക്കൊക്കുകൾ പറന്നകലുന്നു. വളരെ ഉയരത്തിൽ.

മാളുണ്ണി നദിയുടെ നീലക്കണ്ണാടിയിൽ നോക്കി. കണ്ണാടി തകർന്നുപോയി. ശങ്കിച്ചുനിൽക്കുന്ന ഒഴുക്ക്. ഉറക്കത്തിലിളകുന്ന ഓളങ്ങളെ തോണി തട്ടിയുണർത്തുന്നു. ഒഴുക്കിന് ഉന്മേഷം തിരിച്ചുകിട്ടീട്ടില്ല. ഗംഗമ്മാവനും കണ്ടനച്ചനും കോട്ടൂരങ്ങാടിയിൽ നടന്ന കുരുതിയുടെ കഥ വിവരിക്കാൻ തുടങ്ങി.

യഥാർഥത്തിൽ കേൾവിക്കാരനുവേണ്ടി പറയുകയല്ല അമ്മാവൻ, മനസിന്റെ കോട്ടകൾ തുറന്നിടുകയാണ്......

കുന്നത്തുപള്ളിയുടെ മിനാരങ്ങളിൽ വെടിയുണ്ട തുളച്ചുകയറിയ

പ്പോൾ മുസ്ല്യാർ അനുയായികളോടു പറഞ്ഞു, ആദ്യം എന്റെ മരണം! ചരിത്രത്തിലെ ഏതുവീരനായകനും ഉദ്ഘോഷിച്ചിട്ടുള്ള കാര്യം. അവസാനത്തിനും ഒരു തുടക്കം ആവശ്യമാണല്ലൊ. പ്രഭാതം വിടരുംമുമ്പ് നീണ്ടുനിന്ന പട്ടിണിക്കുശേഷം ചങ്കിലൂടെ ഇറങ്ങിപ്പോയ പച്ചരിക്കഞ്ഞി നൽകിയ നവോന്മേഷത്തിൽ അനുയായികൾ അനുഷ്ഠാനം പൂർത്തീകരിച്ചു. വെള്ളക്കൊടി പുലർവെളിച്ചത്തിൽ ചുവന്നിരുണ്ടു പാറി. മുമ്പിൽ പാരാവാരംപോലെ പട്ടാളം. അഴിമുഖമടുക്കുന്ന നദീമുഖത്ത് തിങ്ങിയൊഴുകുന്ന ജലം. വാൾത്തലപ്പുകളും തോക്കുകളും അഴികൾ മുറിക്കുന്നു. മലബാർക്കത്തിയും കവണക്കല്ലും വെടിയുണ്ടകളോടേറ്റുമുട്ടുന്നു. അതിലടങ്ങിയ പരിഹാസ്യതയെക്കുറിച്ചു ചിന്തിക്കാനുള്ള സമയമായിരുന്നില്ല, അത്. കൊല്ലന്റെ നെരിപ്പോടിന്റെ ചൂടകന്നിട്ടില്ലാത്ത കത്തി കയ്യിലേന്തിയവർക്ക് കവചം അവനവന്റെ ഇച്ഛാശക്തി മാത്രം; വിശ്വാസവും.

മുഹമ്മദ് മുസ്ല്യാരുടെയും കൂട്ടുകാരന്റെയും കയ്യിലോരോ വെളുത്തകൊടി. ഗ്രാമീണരുടെ മഹാപ്രളയത്തിനുമുമ്പിൽ മുസ്ല്യാർ ഹതാശനായി. ആയോധനത്തിന്റെ മഹാപ്രളയത്തിൽ മരണം എത്ര ലളിതമെന്ന് മുസ്ല്യാർ അറിഞ്ഞു. വെള്ളക്കൊടി അപമാനിതമാവുന്നു.

ബന്ധനസ്ഥനായി, ഒരു വിളർത്ത പുഞ്ചിരിയുടെ അസ്തമയം മുഖത്തണിഞ്ഞ് മുസ്ല്യാർ കീഴടങ്ങുന്ന ചിത്രം ഗംഗമ്മാവന്റെ മുഖത്ത് കൽവരയായി.

"ഓർക്കാൻ വയ്യ! ഞാൻ പട്ടാളത്തിന്റെ മുമ്പിൽ ചെന്നില്ല. മരണത്തെ സ്വയം വരിച്ചുമില്ല. എന്റെ ഭീരുത്വം എന്നെ എന്നും വേട്ടയാടിക്കൊണ്ടിരിക്കും. കണ്ടനച്ചാ, ഈ കാളിന്ദിയാറിലേക്കു കൂപ്പുകുത്താൻ എനിക്കു ധൈര്യം കിട്ടുന്നില്ല!"

ഇരുകരകളിലും ഗ്രാമങ്ങളുടെ ശ്മശാനഭൂമികൾ. പാതിവെന്തു പുകയുന്ന ജന്മിഗൃഹങ്ങളുടെ ശവശരീരങ്ങൾ. ഒരു കൂന ചാരമായി പരിണമിച്ച കുടിലുകൾ. എവിടെയും ഒച്ചയും അനക്കവുമില്ല.

മാളുണ്ണിയുടെ ഹൃദയം കിടിലംകൊണ്ടു. ചക്രവാളങ്ങളുടെ ഹരിതാഭയെ തിന്നുതീർക്കുന്ന പുകക്കൂട്ടം.

വേലിയേറ്റത്തിന്റെ പുറത്ത് ഒരനാഥശവംപോലെ തോണി ഒഴുകുന്നു.

ഇല്ലിക്കൂട്ടങ്ങൾ ഇരുണ്ടു. കൊള്ളുകളിൽ അവശേഷിച്ച കുളക്കോഴികൾ കൂവി. ആകാശത്തിന്റെ കരഞ്ഞുകലങ്ങിയ കവിളുകൾ തുടച്ചു വെടിപ്പാക്കാൻ നാട്ടുവെളിച്ചത്തിന്റെ തളർന്ന കരങ്ങൾ നീണ്ടുവന്നു.

എന്തിന് മരിച്ചുകഴിഞ്ഞ ഗ്രാമത്തിലേക്ക് തിരിച്ചുപോവുന്നു. മരിക്കാതെ കാത്തിരിക്കുന്ന മുത്തശ്ശിയും മുത്തച്ഛനും ജീവിതചക്രത്തിൽ പങ്കുചേർന്ന കടവിലേക്ക് അവസാനത്തെ വരവായിരുന്നത്. അടുത്ത ഏതാനും നാളുകൾക്കകം ഈ കടവിനോടു വിടപറയുമ്പോൾ, കടവോ തോണിയോ പുഴക്കരയോ, അവൾ പേരയ്ക്ക പറിച്ചു തിന്നാറുണ്ടായിരുന്ന മരമോ ഒന്നും അവളുടെ കണ്ണിൽപ്പെട്ടില്ല. കണ്ണുകൾ എല്ലാം പൂഴ്ത്തി

വയ്ക്കുന്ന, വെയിലേശാത്ത കാട്ടുകുളങ്ങളായി.....

തോണിയിലേക്കു കൈപിടിച്ചു കയറ്റുമ്പോൾ അന്ന് ഗംഗമ്മാവൻ പറഞ്ഞു:

“ഞാൻ മദിരാശിക്കു വരുന്നുണ്ട്.”

ഗംഗമ്മാവനു മാത്രമായിരുന്നു വരാനുള്ള മനസ്സ്. പക്ഷേ, വന്നില്ല. ഇരുണ്ട മാളികമുറിയിൽ അദ്ദേഹം ചുമടിറക്കി. ഒരു ജീവിതകാലത്തിന്റെ വ്രതശുദ്ധി നഷ്ടപ്പെട്ടവനായി വീണ്ടും തന്റെ ഗ്രാമരഥ്യകളിൽക്കൂടി നടക്കാൻ, മനുഷ്യരുടെ മുഖത്തുനോക്കാൻ, തെറ്റിനും ശരിക്കുമിടയിലുള്ള അതിരിനെക്കുറിച്ചു സഹജീവികളെ ബോധവാന്മാരാക്കാൻ തനിക്കു കരുത്തു നഷ്ടമായെന്ന് അമ്മാവനറിഞ്ഞു. തിരുത്തുകയും മായ്ക്കുകയും ചെയ്യുന്ന കാലത്തിന് അദ്ദേഹം സ്വയം കീഴടങ്ങി.

“പിന്നെ, ഞാനെന്തിനുവേണ്ടി, ആരെക്കാണാൻ ഇങ്ങോട്ടു തിരിച്ചു വരണം! ഞാൻ എന്നെക്കുറിച്ചു ചിന്തിക്കാൻ തുടങ്ങുമ്പോഴേക്കും കാലം ഏറെകഴിഞ്ഞുപോയി.” മുത്തച്ഛനും മുത്തശ്ശിയും തപാൽക്കവറുകളിലെ ഒരു തുണ്ടു കടലാസിൽ ഒതുങ്ങി.

മാളുണ്ണി പഴയ വഴിമരങ്ങളിൽ അവശേഷിച്ച ഒരേയൊരു മരത്തിന്റെ ഒരു വേടിന്മേൽ ചാരിനിന്നു. വവ്വാലുകളും ഉപേക്ഷിച്ചുപോയ പുരാതന വൃക്ഷം.

ഇരുപത്തി ഒൻപത്

പൊടിയരിക്കഞ്ഞിയിൽ, ഉരുക്ക്നെയ്യ് ചേർത്ത്, പപ്പടം ചുട്ട്, ചുട്ട മുളകുചേർത്ത് ചമ്മന്തിയരച്ചു നാലകത്തെ മുത്തശ്ശി കാത്തിരുന്നു. പുലരുംമുമ്പ് ഒരിടത്ത് പോകാനുണ്ടെന്നു പറഞ്ഞാണ്, തലേന്നു രാത്രി മകൻ കോണികയറിപ്പോയിരിക്കുന്നത്. കാലടികളെ പടികളറിഞ്ഞില്ല. ഓരോ ചുവടും പെറ്റമ്മയുടെ നെഞ്ചിലിടിച്ചു. താഴെ ഇടനാഴിയിൽ അമ്മ നോക്കിനിന്നു. അവസാനത്തെ പടികയറി മുണ്ടിന്റെ തുമ്പ് മാഞ്ഞപ്പോൾ മുത്തശ്ശി ഒരു നെടുവീർപ്പോടെ അകത്തു വന്നു കിടന്നു. മച്ചിന്മുകളിൽ ഉണർന്ന കാലടികൾ ഒരു നീണ്ട രാവിനെ അളന്നു തീർക്കുന്നത് അവരറിഞ്ഞു.

കുട്ടികളില്ലാത്ത വീടിന്റെ ശൂന്യത മുത്തശ്ശി അറിഞ്ഞു. മാനുവില്ല. മാളുണ്ണിയില്ല. മാളുണ്ണി തലയിൽ തേക്കുന്ന കഞ്ഞുണ്ണ്യാദി എണ്ണയുടെ ഹരിതഗന്ധം തങ്ങിനിൽക്കുന്ന തലയണയിൽ മുഖംചേർത്ത് മുത്തശ്ശി മന്ത്രിച്ചു. ഇനി സൈ്വര്യമായി മരിക്കാം. മാളുണ്ണിയുടെ ഒരുകെട്ട് പുസ്തകങ്ങളുണ്ട് മേശമേൽ. അഴയിൽ കല്യാണത്തലേന്ന് അവൾ അഴിച്ചിട്ട പുള്ളിപ്പാവാട. അവർ അതു മടക്കിയെടുത്ത് അലമാരയിൽ വച്ചു പൂട്ടി. കുട്ടിയിപ്പോൾ മുത്തശ്ശിയെ ഓർക്കുന്നുണ്ടാവുമൊ? ഇല്ല. ഭർത്താവൊപ്പം ഒരു പുതിയ ജീവിതത്തിലേക്കു കടന്നുപോയ കുട്ടി ഇപ്പോഴും തെക്കേമുറ്റത്ത് ആമിനയ്ക്കൊപ്പം കക്ക് കളിക്കുന്നുണ്ടെന്നു മുത്തശ്ശിക്കു തോന്നി.

കാലടികൾ കളങ്ങളിൽ ചാടിച്ചാടി ഒരു വിജയച്ചിരിയിൽ അവസാനിക്കുന്നു.....

മുകളിൽ ഗംഗന്റെയാണ് കാലൊച്ച. മാളുണ്ണി കളങ്ങൾ ചാടിക്കടന്ന് അമ്പലക്കളത്തിലെത്തിയിരിക്കുന്നു. അവിടന്ന് ഇനിയും ചുവടുകൾ മാറ്റേണ്ടതില്ല—തന്റെ രണ്ടാമത്തെ പുത്രന് ഒരിടത്തും ഉറച്ചുനിൽക്കാനാവില്ലെന്നു മുത്തശ്ശി അറിയുന്നു. പഠിപ്പ് പൂർത്തിയാക്കാറായ നാളുകളിലൊന്നിൽ അവൻ പള്ളിക്കൂടത്തിന്റെ പടിയിറങ്ങിപ്പോന്നു. പുസ്തകക്കെട്ടിന്റെ സ്ഥാനം ഖദറുടുപ്പുകളുടെ കെട്ട് ഏറ്റെടുത്തു. പുതുപുസ്തകങ്ങളാൽ മാളികമുറിയിലെ മേശയുടെ അകവുംപുറവും നിറഞ്ഞു. ഖദറിന്റെ പുസ്തകങ്ങൾ എന്നാണ് അവയെക്കുറിച്ച് മാളുണ്ണി പറയുക. മകന്റെ മുറി അടിച്ചുവാരി വൃത്തിയാക്കാൻ പോകുമ്പോൾ അവർ പുസ്തകങ്ങൾ മറിച്ചുനോക്കി. ഇംഗ്ലീഷിലും മലയാളത്തിലും ഉള്ളവ. അവൻ വായിക്കുന്നതെന്തെന്നറിയാൻ അവർ ആഗ്രഹിച്ചു. അക്ഷരച്ചെപ്പ് തുറന്നില്ല. പുസ്തകങ്ങൾ അടുക്കിവച്ചു, വാതിൽ ചാരി, കോണികയറുമ്പോൾ മുത്തശ്ശി ഉറപ്പിച്ചു, ഗംഗൻ ഇവിടെയുറയ്ക്കില്ല. അപ്രതീക്ഷിതമായി ഒരു ദിവസം കോണിയിറങ്ങിവന്ന് അവൻ പറഞ്ഞു, "അമ്മേ ഞാൻ പോണു."

"എങ്ങോട്ട്?"

"ഏട്ടന്റടുത്തേക്ക്." അമ്മ മന്ദസ്മിതം തൂകി. പട്ടണത്തിലേക്ക് എന്നു പറഞ്ഞില്ലല്ലോ. രണ്ടും ഒന്നുതന്നെ! നാലകത്തുനിന്ന് അവൻ താമസം മാറ്റുന്ന ഒരു ദിവസം ഉണ്ടാകരുതെന്നു മാത്രം അവർ പ്രാർഥിച്ചു. എല്ലാ അമ്മമാരുടെയും ആശയാണിതെന്നു ദൈവത്തോടു പറഞ്ഞു. അനർഹമായതൊന്നും ആഗ്രഹിക്കുന്നില്ല, ദൈവമേ! അവനു ഗ്രന്ഥങ്ങളോടും വൈദ്യത്തോടും താൽപ്പര്യമില്ലെന്നറിഞ്ഞ നിമിഷം അമ്മയെ നേരിയ അസ്വാസ്ഥ്യം ബാധിച്ചു. അതു പെരുകിപ്പെരുകി, മാളുണ്ണിയുടെ യാത്രയോടെ വേദനാജനകമായി. നാലകത്തുതറവാട് കൂടൊഴിയുകയാണ്. ഓരോ വരവിലും മുത്തശ്ശി വിനീതയായി. മകനു വേണ്ടതെന്തെന്നറിയാനുള്ള വ്യഗ്രതയിൽ ഓട്ടുകിണ്ണങ്ങൾ താഴെ വീണു ചിലമ്പി, അലക്കിയ ഖദർ ഉടുപ്പുകൾ തെന്നി മണ്ണിൽ വീണു.

"അമ്മ ധൃതിപ്പെടേണ്ട! പതുക്കെ മതി! ഞാൻ പറന്നുപോവുകയൊന്നും ഇല്ല!"

കഞ്ഞി തണുക്കുന്നു. പപ്പടം ശീലയാവുന്നു. തളികകൊണ്ടു കിണ്ണം അടച്ചു, ഇലച്ചീന്താൽ ചമ്മന്തിമൂടിവച്ച് അമ്മ കാത്തുനിൽക്കുന്നു. അപ്പോൾ രാമൻവൈദ്യർ വിളിക്കുന്നു,

"നാരായണീ!"

മുറ്റത്ത് വെയിൽ ഇടറുന്നു. അവർ ധൃതിയിൽ ഭർത്താവ് കിടക്കുന്ന മുറിയിലേക്കു ചെന്നു. കയ്യിൽ ഉലുവക്കാപ്പി.

"മധുരം ഉണ്ടോ?"

അമ്മ മറുപടി പറഞ്ഞില്ല. പതിവുചോദ്യത്തിനു പതിവുത്തരം തൊണ്ടയിൽ കുരുങ്ങിക്കിടപ്പുണ്ട്.

വൈദ്യർ പറഞ്ഞു:

"ഒരു കഷണം ചക്കരയിട്ട കാപ്പി വേണം എനിക്ക്."

അമ്മ ഒരാന്തലോടെ അച്ഛന്റെ മുഖത്തു സൂക്ഷിച്ചുനോക്കി.

"കൊണ്ടുവരൂ."

അവർ തിരിച്ച് അടുക്കളയിലേക്കു നടന്നു.

വാതിൽപ്പടിയിൽ കാലിടറി. മധുരമില്ലാത്ത കാപ്പി തുളുമ്പി. അപ്പോഴും അവർ ചെവിയോർത്തു.

ഇല്ല ഗംഗൻ ഉണർന്നിട്ടില്ല. രാവിനെ അവൻ നടന്നു തോൽപ്പിച്ചു. ഇപ്പോൾ ഉറങ്ങുകയാണ്. രാവിലെ ഉറക്കം പതിവില്ല. ഈയിടെ അവന്റെ ദിനചര്യകളെല്ലാം തെറ്റിയിരിക്കുന്നു......

മാളുണ്ണി മാനുവിനോടു പറഞ്ഞു:

"ഞാൻ ഭർത്താവിന്റെകൂടെ അമ്മാവന്റെ ബംഗ്ലാവിൽ വന്നപ്പോൾ മുത്തശ്ശി അവിടെ ഉണ്ടായിരുന്നു. മുത്തശ്ശിയെ എങ്ങനെ നേരിടും എന്നായിരുന്നു, എന്റെ ഭയം. വളർത്തിയ കാതുകൾ നിറയെ മണിക്കാതില അണിഞ്ഞ്, കയ്യിൽ കട്ടിക്കാപ്പും വിരലുകളിൽ കൊട്ടിയൂരമ്പലത്തിലെ ഇരുമ്പുമോതിരവും തടയായി സ്വർണമോതിരവും ധരിച്ചു നിൽക്കുന്ന മുത്തശ്ശി എന്റെ മനസിലെ മായാത്ത വിഗ്രഹമായിരുന്നു. അവരെ അതേ രൂപത്തിൽ അതേ ഭാവത്തിൽ കണ്ടു ഞാനമ്പരന്നു. മുഖരേഖകൾ കൽവരകളായി, ചിരസ്ഥായിയായി നിലകൊണ്ടു. ചലനങ്ങളിൽ മാത്രം എന്തോ ഒരു മാറ്റം. ഒരു യന്ത്രം തിരിച്ചതുപോലെ—

അമ്മാവന്റെ പുൽത്തകിടി ചിതലരിച്ചു, പച്ച നശിച്ചു. വൃത്തി കേടായി. വിശറിപ്പനകൾ മഞ്ഞച്ചു. സപ്പറുകളുടെ വെളിച്ചവും ഗന്ധവുമില്ലാത്ത അടുക്കള. അലമാരയിൽ പിഞ്ഞാണപ്പാത്രങ്ങളുടെ അടുക്കുകൾ പൊടിപിടിച്ച്......കടൽപ്പൂഴി കാറ്റിലൂടെ വന്നടിഞ്ഞു തിരശീലകൾക്കു കട്ടികൂടി.

അമ്മായി അമ്മയായി അവളെ സ്വീകരിച്ചു. പതിവില്ലാത്തവിധം അവർ നിരന്തരമായി വർത്തമാനം പറഞ്ഞു. പറഞ്ഞതുതന്നെ വീണ്ടും വീണ്ടും. ഭക്ഷണത്തിൽ അതീവശ്രദ്ധ പുലർത്തിയിരുന്ന അവരുടെ ശരീരവടിവ് പോയ്മറഞ്ഞു. വടിവൊത്ത നീണ്ട മൂക്കും അതിന്റെ തുമ്പത്തു മിന്നിനിന്ന വജ്രക്കല്ലും കണ്ടിരുന്നില്ലെങ്കിൽ എനിക്കവരെ തിരിച്ചറിയാൻ പറ്റുമായിരുന്നില്ല. മാനു മദിരാശിയിൽ വരാറുണ്ടോ എന്ന ചോദ്യത്തിൽ അന്വേഷണം അവസാനിച്ചു.

ജാനുഅമ്മ പുറകെ നടന്നു. അവൾ മാളുണ്ണിയോട് പല പല ചോദ്യങ്ങൾ ചോദിച്ചു.

"എന്താണ് കുട്ടിയുടെ ഭർത്താവ് പെട്ടെന്നു പോയ്ക്കളഞ്ഞത്?"

"ബിസിനസ്സ് കാരണം."

"കുട്ടി കുറച്ചുനാൾ ഇവിടെ താമസിച്ചിട്ടുപോയാൽ മതി. അമ്മാവനും അമ്മായിയും ഒന്നു നേരെയാവട്ടെ!"

മാളുണ്ണി ചിരിച്ചു. അറുക്കപ്പെട്ട വേരുകളിൽ ചോര കിനിഞ്ഞു. ഇത്

മാളുണ്ണിയുടെ ലോകമല്ല. ഈ ബംഗ്ലാവിൽ അവളൊരു വെറും വിരുന്നുകാരി. ജനലഴികളിൽപ്പിടിച്ച് അവൾ ഏറെനേരം മരിച്ചുപോയ പുൽത്തകിടിയുടെ ജഡത്തിൽ നോക്കിനിന്നു. കടൽച്ചെളിയുടെ മണമുള്ള കാറ്റിൽ പഴയ ഗ്രാമത്തിന്റെയും കാളിയാറിന്റെയും ഗന്ധങ്ങൾ കണ്ടെത്താൻ അവൾ വൃഥാ ശ്രമം നടത്തി. മുത്തച്ഛൻ മരിച്ചപ്പോൾപോലും അവൾക്കു വന്നെത്താൻ കഴിഞ്ഞില്ല. മുത്തച്ഛന്റെ ചാരുകസേരയും ഗ്രന്ഥങ്ങളും മരുന്നുപെട്ടിയും അറയുമെല്ലാം ചിതലരിച്ചു പോയിട്ടുണ്ടാവുമോ? ഗതകാലത്തിന്റെ കൊളുത്തുപൊട്ടി അടർന്നുവീണ ഒരു ചങ്ങലയുടെ കിലുക്കം മനസിന്റെ ഉള്ളറകളിൽ.

മെല്ലെ മെല്ലെ കാക്കകൾ പറന്നണയുകയും തെങ്ങോലകളുടെ സന്ധ്യാജപത്തെ അസ്വസ്ഥമാക്കുകയും ചെയ്തു.

അമ്മായി ഉമ്മറത്തെ ശരറാന്തലിന്റെ തിരികൾ കൊളുത്തി. ചിമ്മിനി തുടച്ചുമിനുക്കിയ മണ്ണെണ്ണവിളക്കുകൾ ഓരോ മുറിയിലും കൊണ്ടുപോയി വെച്ചു ഒരുകാലത്ത് ഇതെല്ലാം മാളുണ്ണി ചെയ്തിരുന്നല്ലൊ.! വിളക്കുകൾ അമ്മയില്ലാത്ത കുട്ടികളെപ്പോലെ എങ്ങോ നോക്കിയിരുന്നു.

ഒരു തണുത്ത കൈത്തലം ചുമലിൽ പതിച്ചപ്പോൾ മാളുണ്ണി ഞെട്ടിത്തിരിഞ്ഞു.

മുത്തശ്ശി!

തിരിച്ചറിവിന്റെ ഒരു മിന്നായം.

“മാളുണ്ണി എപ്പോൾ വന്നു.”

കുതിച്ചുയർന്ന കരച്ചിലിനെ ഞെരിച്ചമർത്തി മാളുണ്ണി മുത്തശ്ശിയെ തളത്തിലേക്കു നയിച്ചു.

തറയിൽ വിരിച്ച പുൽപ്പായിൽ അവളും മുത്തശ്ശിയും മുഖത്തോടു മുഖം നോക്കിയിരുന്നു. ഭൂഗോളത്തിന്റെ രണ്ടറ്റത്തെന്നപോലെ ഒന്നും കാണാൻ വയ്യ. തിരിച്ചറിവ് മങ്ങുകയാണോ!

മുത്തശ്ശിയുടെ ചുമലിൽ കൈവച്ച് അവൾ പതുക്കെ കുലുക്കി.

“മുത്തശ്ശീ ഉറക്കം വരുന്നൊ, സന്ധ്യ ആയതല്ലെ ഉള്ളൂ.”

ഗാഢനിദ്രയിൽനിന്നു ഞെട്ടി അവർ പറഞ്ഞു:

“ഉറക്കമോ? ഞാനുറങ്ങീട്ട് എത്ര നാളായി എന്റെ മാൾണ്ണീ! നിയ്യ് ഗംഗമ്മാവനെ ചെന്നു കണ്ടോ?”

മാളുണ്ണി മുത്തശ്ശി കാണാതെ മിഴി തുടച്ചു.

“എന്തൊരു നിൽപ്പ്! ഒരിടത്ത് അനങ്ങാതെ രണ്ടു നിമിഷം അടങ്ങി നിന്നിട്ട് ഞാനവനെ കണ്ടിട്ടില്ല. വയറ്റിലായന്നു തുടങ്ങിയതാണ്, അവന്റെ സ്വസ്ഥതയില്ലായ്മ!”

മാളുണ്ണി ചുണ്ടുകൾ കടിച്ചുപൊട്ടിച്ചു.

“ഞാനവനോടു ചോദിച്ചു, എല്ലാം ചെയ്തുവച്ചിട്ട് നീ ഇതിനകത്തു കയറി ഒളിച്ചു നിൽക്കാണൊ? അവനുണ്ടൊ മിണ്ട്ണു! കഴുത്തൽപ്പം ചെരിച്ച്........

എന്നാൽ മാളുണ്ണിക്കു കേൾക്കണോ അവന്റെ മുഖത്ത് ഒരു തുള്ളി

ചോരയുണ്ടാർന്ന്ല്യ. ചിരിച്ചോ കരഞ്ഞോ എന്നറിഞ്ഞുകൂടാ. എന്റെ മുഖത്തൊന്നു നോക്കിയില്ല. അനങ്ങിയതുപോലുമില്ല. ഞാൻ വിചാരിച്ചു, പോട്ടെ! കഞ്ഞികുടിച്ചിട്ട് വർത്തമാനം പറയാം. കുറെ പറഞ്ഞാൽ അവൻ തണുക്കും. പിന്നെ വിശപ്പ് തുടങ്ങ്യായി. അവന് വേണ്ടാത്തതൊന്നുമില്ല, അപ്പോൾ. കുടുക്കയിൽ കയ്യിട്ട് മാങ്ങാത്തെരയെടുക്കും, കലത്തിൽ കലക്കി വച്ച മോരെടുത്തു കുടിക്കും, കാച്ചിയ പപ്പടമെടുത്തു പൊട്ടിച്ചു തിന്നും. ഒരു തകൃതിയായ തീറ്റതന്നെ. അതു കണ്ടിട്ട് നാളേറെയായല്ലൊ! ഇപ്പോഴവന്റെ തിരക്കൊഴിഞ്ഞിരിക്കും. ആദ്യം വന്നു കഞ്ഞികുടിക്കട്ടെ. നല്ല ചെറിയരിക്കഞ്ഞി! തേങ്ങാപ്പാലൊഴിച്ചതല്ല, നെയ്യിട്ടതാണ്. തണുത്താലെന്തിനു കൊള്ളാം. പപ്പടം വീണ്ടും ചുടാം. അവനൊന്നു കോണിയിറങ്ങി വന്നോട്ടെ! വേഗം വരൂ. ഉച്ചയ്ക്ക് ഊണു കഴിച്ചിട്ട് ഏട്ടന്റടുത്ത് പോണം. ഒരു കുപ്പി നെയ്യുരുക്കിവച്ചിട്ടുണ്ട്. അതും കൊണ്ടുപോണം. എടുക്കാൻ മറക്കരുതേ. ഞാൻ ചിലപ്പൊ മറന്നൂന്ന് വരും! നിനക്ക് ഓർമയുണ്ടായാൽ മതി!

മുഹമ്മദ് മുസ്ല്യാരെ തൂക്കിക്കൊന്നതിന്റെ ദുഃഖവുമായിട്ടാണ് അവൻ കോണികയറിപ്പോയതെന്ന് പിന്നീടല്ലെ മാൾണ്ണീ ഞാനറിയുന്നത്! ആമിനക്കുട്ടീടെ കാര്യം ഓർത്തു ഞാൻ കുറെ കരഞ്ഞു. മുത്തച്ഛൻ പറഞ്ഞു, നാരായണീ കരയേണ്ട. കരയാൻ തുടങ്ങ്യാൽ അറ്റംണ്ടാവ്ല്യാ...

പുയ്യാപ്ലയെ നാടുകടത്തുന്നതിനു പകരം അവർക്കു തൂക്കിക്കൊല്ലാർന്ന്ല്യെ? കടലിനക്കരെ കിടന്നു കാലിട്ടടിച്ച് അയാൾ കരഞ്ഞത് ഇന്നലെയായിരുന്നെന്നു തോന്നുന്നു. ഇന്നു വീണ്ടും! വേർല്യാതെ ഒരാൾക്ക് എത്രകാലം ജീവിക്കാൻ കഴിയും......

മുത്തശ്ശിയുടെ വാക്കുകൾ ഒഴുകിയൊഴുകി മരുഭൂമിയിലെ നീർച്ചാലായി. വിളക്ക് പുകതുപ്പി. മാളുണ്ണി തിരിതാഴ്ത്തിയശേഷം വിളക്ക് മുറിയുടെ മൂലയ്ക്കു മാറ്റിവച്ചു.....

രാത്രി പത്തുമണി കഴിഞ്ഞിട്ടും അമ്മാവൻ തിരിച്ചെത്തിയില്ല.

"അമ്മാവൻ എത്തീട്ടുണ്ണാം."

മേശമേൽ പ്ലേറ്റുകൾ നിരത്തി അമ്മായി ചിരിച്ചു. ഒരു തമാശ കേൾക്കും മട്ടിൽ.

"എന്താ അമ്മാവൻ വരാത്തത്?"

"വരും! എവിടെപ്പോയാലും ഇവിടെ തിരിച്ചെത്തും! മറ്റെങ്ങാ പോകാനുള്ളത്?"

ഉറങ്ങാൻ കിടക്കുമ്പോൾ അമ്മായി പുറംവാതിൽ കുറ്റിയിട്ടില്ല.

അമ്മാവൻ വന്നു വിളിക്കില്ല. വാതിൽ തുറന്നു കയറിക്കിടന്നോളും! ഒരു ശല്യവുമില്ല! പിന്നെ ഞാനെന്തിന് മുഖം വീർപ്പിക്കണം!

ജാനുഅമ്മ പഴയ കട്ടിലിനു കീഴെ, അതേ സ്ഥാനത്ത് പായവിരിക്കുന്നേരം പറഞ്ഞു:

"ഇവിടെ എല്ലാം മാറിപ്പോയി, കുട്ടീ. ഇതു പഴയ വീടല്ല! ഇവിടത്തെ മനുഷ്യരെല്ലാം മരിച്ചമട്ടാ. ആർക്കും ഒരിഷ്ടവും ഇഷ്ടക്കേടും ഇല്ല. ആഗ്ര

ഹങ്ങളില്ല. മുമ്പിലെത്തുന്നത്ത് എടുത്തുകഴിക്കും. ജാനുഅമ്മയുടെ പാചകത്തെപ്പറ്റി കമാന്നൊരക്ഷരമില്ല. ഞാൻ ചിലപ്പഴ് വിചാരിക്കും കൂട്ടാന്ന് കുറച്ചധികം ഉപ്പ് ചേർത്താലോന്ന്.....അപ്പോഴെങ്കിലും ഒരു പരാതി പറയാനെങ്കിലും വാ തുറക്കുമല്ലോന്ന് വച്ചിട്ട്....ഇനിയിപ്പൊ കൂട്ടാനൊന്നും ഉണ്ടാക്കാതെ വെറും ചോറുമാത്രം മേശപ്പുറത്തുവച്ചിട്ടുപോയാൽ അവർ അതും കഴിച്ച് എണീറ്റ് പൊക്കോളും!"

ജാനുഅമ്മ രാത്രിയോടും ആവലാതിപ്പെട്ടുകൊണ്ടിരുന്നു. പാതി ചുരുൾ നീർത്തിയ പായിൽ കാൽ നീട്ടിയിരുന്ന് അവർ വെറ്റിലയുടെ ഞരമ്പ് കളഞ്ഞു. ചുണ്ണാമ്പ് തേച്ചു. കളിയടയ്ക്കയെ ശപിച്ചു. നാലകത്തെ തോട്ടങ്ങളിൽ ഉണങ്ങിപ്പോയ കമുകുകളെക്കുറിച്ചു ഖേദിച്ചു.

"ബാക്കി ആയത് അയ്യപ്പൻ മാത്രം!" അവർ പറഞ്ഞു.

"പ്രാന്തായതോണ്ട് അയാൾ മരിച്ചില്ല. കടത്തുപുരയുടെ അടുത്ത് രാപ്പകൽ ആൽത്തറയിൽ കഴിയ്ണത്രെ!"

കൊടുങ്കാട്ടിലകപ്പെട്ടതുപോലെ തോന്നി മാളുണ്ണിക്ക്. അഗോചരമായ അനേകലക്ഷം ജന്തുക്കൾ ഒച്ചവെച്ചു കരയുന്നു. ഒരൊറ്റ മനുഷ്യശബ്ദമില്ല.

"മാനുവിനറിയാമോ പിന്നീടൊരിക്കലും ഞാൻ നാട്ടിൽ വന്നിട്ടില്ല... ആഗ്രഹമില്ലാഞ്ഞല്ല!"

മുപ്പത്

നാലകത്തുതറവാട്, കൂറ്റനൊരു ചിതൽപ്പുറ്റുപോലെ അവരുടെ മുമ്പിൽ നിന്നു. മുറ്റവും പറമ്പും തമ്മിൽ അതിരുകൾ മാഞ്ഞുപോയി. പകൽ വേളയിൽ മച്ചിൻപുറത്തു കടികൂടുന്ന മരപ്പട്ടികൾ അവരെ ചിന്തയിൽ നിന്നുണർത്തി.

മാനു ഒരയഞ്ഞ ജുബ്ബയും യാത്രയ്ക്കിടയിൽ മേടിച്ച ഒരു പുത്തൻ മുണ്ടുമാണ് ധരിച്ചിരിക്കുന്നത്.

പുല്ലുനിറഞ്ഞ ഉമ്മറമുറ്റത്തൂടെ നടന്ന് അവർ കോലായിൽ ഇരുപ്പുറപ്പിച്ചു. മാളുണ്ണിയുടെ മനസ്സ് കുതിർന്ന് ഒരു ചതുപ്പായി. അനേകം ഉറവകളിലൂടെ സ്മരണകൾ കിനിഞ്ഞുവരുന്നു.

മാനു പറഞ്ഞു:

"ഞാൻ മാളുണ്ണിയെ കണ്ടിട്ട് അറിഞ്ഞില്ല. എണ്ണ പുരട്ടിയ ചന്ദനവിഗ്രഹംപോലെ ആയിരുന്നു, നീ, ഞാൻ അവസാനം കാണുമ്പോൾ. നിന്റെ തലമുടിയുടെ തിളക്കം പോയി. നിന്റെ പഴയ ശാഠ്യം മാത്രമാണ് അവശേഷിക്കുന്നത്. ശഠിച്ചിരുന്നില്ലെങ്കിൽ ഈ യാത്രയ്ക്ക് ഞാൻ തുനിയുമായിരുന്നില്ല. പോറ്റി വളർത്തിയ ഈ നാലുകെട്ടല്ലാതെ നമുക്കെന്താണുള്ളതിവിടെ! ഇതു വിലയ്ക്കെടുക്കാമെന്ന് ഇബ്രാഹിം പറഞ്ഞപ്പോൾ ഇത്ര വിസ്താരമുള്ള തോട്ടം എന്റെ സങ്കൽപ്പത്തിലേ ഇല്ലായിരുന്നു. പറയുന്ന വില തരാം എന്നാണ് ഇബ്രാഹിം പറഞ്ഞത്! വിൽപ്പനയാവു

മ്പോൾ നിന്നെ തെരഞ്ഞുപിടിക്കാനുള്ള അഡ്രസ്സ് എന്റെ പക്കലുണ്ടായിരുന്നു. പക്ഷേ, നാദിയാ........."

"നാദിയ എങ്ങനെയാണ് മാനുവിന്റെ പേരക്കുട്ടി ആയത്?"

"ഞാനവളുടെ ഉമ്മയെ വളർത്തിയതുകൊണ്ട്. ഈ പകൽ മുഴുവനും നമുക്ക് കഥ പറഞ്ഞുതീർക്കാം. ഇബ്രാഹിം നോമ്പുതുറക്കാൻനേരത്തേ അങ്ങാടിയിൽനിന്നു വരൂ. അല്ലെങ്കിൽ സ്ഥിരവാസം പട്ടണത്തിൽത്തന്നെ. ഇപ്പോൾ നമ്മുടെ ആ പഴയ ഗ്രാമവും ഇല്ല. ദൂരം കുറഞ്ഞു. ഗ്രാമവും പട്ടണവും ഒന്നായി. വരുന്നവഴിക്കു നാം കണ്ട പാലം ഗ്രാമത്തെയും നഗരത്തെയും യോജിപ്പിക്കുന്നു. കാളിയാറിൽ കടത്തുവഞ്ചികളില്ല. പാടങ്ങളിൽനിന്നു കളിമണ്ണ് കുഴിച്ചെടുത്തുകൊണ്ടു പോകുന്ന വഞ്ചികളേയുള്ളൂ."

"നാദിയയുടെ കഥ പറഞ്ഞില്ല."

"കരിവണ്ടിയുടെ അവസാനത്തെ കോച്ചിൽ കയറിപ്പറ്റുമ്പോൾ എന്റെ മനസിൽ ഓടിപ്പോകണം എന്ന ഒരൊറ്റ ചിന്തയേ ഉണ്ടായിരുന്നുള്ളു. പ്ലാറ്റ്ഫോറം നിറയെ പട്ടാളം. നിലവിളികൂട്ടുന്ന മനുഷ്യർ. ചിരിക്കുന്ന ഒരു മുഖവും കണ്ടില്ല.....

കൽപ്പള്ളിക്കടവിൽ തോണികാത്തിരിക്കുമ്പോൾ കരയാതിരിക്കാൻ എന്നെ സഹായിച്ചത് പുഴയിൽ പുളയുന്ന മീനുകളാണ്. നമ്മൾ ചൂണ്ടയിട്ടു മീൻ പിടിച്ചിരുന്ന അതേ കടവ്. വെള്ളത്തിലേക്ക് ഉന്തിനിൽക്കുന്ന പാറ. പുഴയിൽ അസാധാരണമായി കൊഴുത്ത മീനുകൾ തുള്ളി മദിച്ചു. മനുഷ്യമാംസം തിന്നുകൊഴുത്ത ആ മീനുകൾ എന്റെ മനസിൽ ഒരിക്കലും കഴുകിക്കളയാൻ പറ്റാത്ത വെറുപ്പുളവാക്കി....ഗ്രാമം ചിന്നിച്ചിതറി. ഒന്നിനും ഒരുറപ്പില്ല. രാപ്പകലുകൾ മാഞ്ഞുപോയി. മുത്തച്ഛന്റെ മുമ്പിൽ ചികിത്സതേടി വരുന്ന ആളുകളുടെ എണ്ണം കുറഞ്ഞു, അവർക്കു പറയാനുള്ളത് കലാപത്തെക്കുറിച്ച്. മടുത്തു. കണ്ടും കേട്ടും മടുത്തു.....

നഗരവീഥിയിൽ ജയിൽറോഡിലൂടെ നടന്നുപോകുമ്പോൾ തടവുപുള്ളികളുടെ ദീനരോദനം കേട്ടു. പട്ടണം നടുക്കത്തിൽനിന്നുണർന്നില്ല. എനിക്കു ദാഹവും വിശപ്പും ഉണ്ടായിരുന്നില്ല. എന്റെ വീട്, എന്റെ അച്ഛൻ താമസിക്കുന്ന ബംഗ്ലാവ്, നിനക്ക് പരിഷ്കാരത്തിന്റെ മുറകൾ പഠിപ്പിച്ചുതന്ന ഇടം, ഞാൻ നടക്കുന്ന റോഡിന്റെ നേരെ അപ്പുറം, പട്ടണത്തിന്റെ എതിർഭാഗത്താണെന്ന ചിന്ത എന്നെ ആശ്വസിപ്പിച്ചു. അഥവാ അച്ഛനെയപ്പോൾ മുഖത്തോടുമുഖം കണ്ടാലും പിടിക്കപ്പെടുമെന്ന ഭയം എനിക്കുണ്ടായിരുന്നില്ല. നാലകത്തെ പടിയിറങ്ങിയപ്പോൾ മുതൽക്ക് ഞാനൊരു പയ്യനല്ലാതായി. ഞാൻ, മാനു, ഒരു പുരുഷൻ. എനിക്ക് എന്റെ വഴി. എന്നെ തടുക്കാൻ ആർക്കു കഴിയും.

"മുഹമ്മദ് മുസ്ല്യാരെയും അദ്രുമാൻഹാജിയെയും ചങ്ങലയ്ക്കിട്ട് ജയിൽറോഡിലൂടെ കൊണ്ടുപോകുന്നതു കണ്ട് ഞാൻ ഒരു പൊന്തയുടെ പുറകിലേക്കു മാറി. ചോര വാർന്നുണങ്ങിയ താടിരോമങ്ങൾക്കിടയിലൂടെ മുസ്ല്യാർ പ്രാർഥനകൾ ഉരുവിടുന്നുണ്ടായിരുന്നു. അദ്രുമാൻഹാജിയെ

അവർ കയറിൽ കുടുക്കി വലിച്ചുകൊണ്ടുപോവുകയായിരുന്നു. അയാൾ ഒരു ശിലപോലെ നിശ്ചലനായി. പാതയിലൂടെ വലിച്ചിഴയ്ക്കപ്പെട്ടു. കയർത്തുമ്പുകളിലും ചങ്ങലക്കൊളുത്തുകളിലും വലിച്ചുകൊണ്ടുപോകപ്പെട്ടത് മനുഷ്യരാണെന്നു വിശ്വസിക്കാൻ കഴിഞ്ഞില്ല. അറവുശാലയിലേക്കു കൊണ്ടുപോകുന്ന മൃഗങ്ങളോടുപോലും അൽപ്പം ദയ കാണിക്കുന്നവരുണ്ടല്ലോ!

"വളഞ്ഞുതിരിഞ്ഞ വഴികളിലൂടെ, അതുവരെ കാണാത്ത ഇടവഴികളിലൂടെ റെയിൽവേസ്റ്റേഷനിലെത്തുമ്പോൾ ഒരു ഗുഡ്സ്‌വണ്ടി ആളെക്കയറ്റി ഏന്തിവലിഞ്ഞുപോവുകയായിരുന്നു. സ്റ്റേഷനിൽനിന്ന കരിവണ്ടിയിലെ ഒരു മുറിയിൽ മദിരാശിക്കു കച്ചവടത്തിനു പോകുന്ന ചെട്ടികളുടെകൂടെ ഞാൻ കയറിപ്പറ്റി. അടുപ്പിലൊരു വിറകുകൊള്ളിപോലെ ഞാൻ എരിഞ്ഞു......"

ഉന്തുവണ്ടിയിൽ വെള്ളവുമായി പോകുന്ന ഒരു മനുഷ്യനെക്കണ്ട് ആ സ്റ്റേഷനിൽ ഇറങ്ങണം എന്ന് മാനു തീർച്ചയാക്കി.....വണ്ടി അവിടെ നിന്നില്ല. വണ്ടി വഴിക്ക് ഒരു സ്റ്റേഷനിലും നിന്നില്ലെന്ന് അപ്പോൾ അവൻ ഓർത്തു. പിന്നെ വണ്ടി നിന്നു. രാത്രിയുടെ മധ്യത്തിൽ. ഇരുട്ടിന്റെ നടുക്ക്. അതൊരു സ്റ്റേഷനായിരുന്നില്ല. മുമ്പേ നീങ്ങിയ ഗുഡ്സ് വണ്ടിയുടെ ഒരറ്റം വളഞ്ഞ റെയിൽപ്പാതയുടെ അങ്ങേയറ്റത്തു കാണാം. അനേകം പന്തങ്ങൾ ഉയർത്തിപ്പിടിച്ച കയ്യുകൾ. വണ്ടി വഴിമാറി രണ്ടാമത്തെ പാലത്തിലൂടെ കടന്നുപോകുമ്പോൾ പന്തങ്ങളുടെ വെളിച്ചത്തിൽ......

"ഞാൻ ചരിത്രത്തിന്റെ പടുകുഴിയിലാണ് നിൽക്കുന്നതെന്ന് അപ്പോൾ അറിഞ്ഞില്ല. മാളുണ്ണിക്ക് ഒരിക്കലുമത് വിശ്വസിക്കാൻ പറ്റില്ല. വിറകുമുട്ടികൾപോലെ, തുറന്നിട്ട ഗുഡ്സ്‌വണ്ടിയിൽനിന്നു ശവശരീരങ്ങൾ അടർന്നുവീണുകൊണ്ടിരുന്നു. അവ മൃതദേഹങ്ങളെന്നറിയാൻ അനേകം മണിക്കൂറുകൾ മനസ്സ് ജോലിചെയ്തു. വണ്ടി നിൽക്കാതെ ഓടുകതന്നെയാണ്. രാവിന്റെ അനന്തതയിലൊരു ശ്മശാനംപോലെ ദൂരെ തീവണ്ടിയാപ്പീസ് മങ്ങിയ വെളിച്ചത്തിൽ. എന്റെ വണ്ടി അടുത്ത ദേശത്തൊന്നും നിന്നതേയില്ല. ദാഹിച്ചുവലഞ്ഞ് ഉറക്കം ഞെട്ടിയ നിരവധി യാത്രക്കാർ. ഒരു നരകയാത്രയിലാണെന്ന് മാനുവിന് തോന്നി. എവിടെ എപ്പോൾ ഈ യാതന അവസാനിക്കുമെന്നറിയില്ല. ആളുകൾ ചുമയ്ക്കാനും വരണ്ട സ്വരത്തിൽ പിറുപിറുക്കാനും തുടങ്ങി. അരണ്ട രാവെളിച്ചത്തിൽ കുറ്റിക്കാടുകൾ പ്രേതങ്ങളെപ്പോലെ പ്രത്യക്ഷപ്പെടുമ്പോൾ വിചാരിക്കും. എത്താറായി. കുടിവെള്ളംകിട്ടുന്ന ഒരു സ്റ്റേഷനിൽ എത്താറായി..... എന്തിൽനിന്നോ ഭയന്നോടുന്ന തീവണ്ടി. ഇതെവിടെ അവസാനിക്കും. എന്നോർത്തിരിക്കുമ്പോൾ ഒരു പിഞ്ചുകുഞ്ഞിന്റെ ദീനരോദനം. മാനു അമ്പരന്നുപോയി. വണ്ടിയിൽ അട്ടിയട്ടിയായി ഇരുന്നവരും നിൽക്കുന്നവരും ഒന്നിളകി. ആരുടെ കാൽക്കീഴിലാണ് ഒരു കുഞ്ഞു കിടന്നു കരയുന്നത്. വളവിൽപ്പനക്കാരികളായ രണ്ടു ചെട്ടിച്ചികളല്ലാതൊരു സ്ത്രീയെ കൂട്ടത്തിൽ കണ്ടിരുന്നില്ല. കുഞ്ഞ് തുടർച്ചയായി

വാവിട്ടുനിലവിളിച്ചപ്പോൾ മാനുവിനു തോന്നി, കരച്ചിൽ പുറപ്പെടുന്നത് തന്റെ ഹൃദയത്തിൽനിന്നെന്ന്. തീവണ്ടിയിലെ ബെഞ്ചിനു ചുവടെ ഒരു സ്ത്രീയുടെ തേങ്ങൽ. കുഞ്ഞിനെ പുറത്തെടുക്കട്ടെ എന്ന കരച്ചിൽ. ചുട്ടു നീറീട്ടു വയ്യ. ആൾക്കൂട്ടം ഇളകി. ആ ഒരു കരച്ചിലിൽ അവർ സ്വന്തം ആവലാതികൾ മറന്നേപോയി. തിങ്ങിഞെരുങ്ങുന്നവർക്കിടയിൽനിന്ന് കുഞ്ഞിനെപ്പിടിച്ച കൈകൾ ഒരു ക്ലേശകരമായ ഗർഭത്തിൽനിന്നെന്ന പോലെ പുറത്തേക്ക്.

ആരോ ഒരാൾ അവസാനത്തെ ആശ്രയത്തിനായി കൈവശം വച്ചിരുന്ന, തൊണ്ടയിൽ മുഴയുള്ള ഒരു സോഡാക്കുപ്പി പുറത്തെടുത്തു തുറന്നു. ദാഹിച്ചിട്ടാണ്, കൊടുത്തുനോക്കുക പെണ്ണുങ്ങളെ, നിന്റെ കൂടെയുള്ള പുരുഷനേത്? പെണ്ണും ആണും മറുപടി പറഞ്ഞില്ല. ഏതാനും തുള്ളി വെള്ളം ഞെരുങ്ങിയ കുപ്പിക്കഴുത്തിലൂടെ അതിന്റെ ചുണ്ടിൽ വീണു. പിന്നെ ഇരുട്ടിൽ മുല മൊത്തുന്ന ഒച്ച കേട്ടു. കുഞ്ഞ് കരച്ചിൽ നിർത്തിയല്ലോ! ആശ്വാസം. കുറെശ്ശെ തണുപ്പുള്ള പുലർകാലത്തിന്റെ പ്ലാറ്റ്ഫോമിൽ അവസാനം വണ്ടി നിന്നു. കുറെപ്പേർ ഇറങ്ങിപ്പോയി. അമ്മയ്ക്കും കുഞ്ഞിനും ബെഞ്ചിൽ കയറിയിരിക്കാൻ ആരോ ഇടമുണ്ടാക്കി. ഇപ്പോൾ അവർ മാനുവിന്റെ മൂക്കിനു മുമ്പിലാണ്.

"മുല കുടിച്ചപ്പം ഓള് ഉറങ്ങി." മാനുവിന്റെ ഹൃദയത്തിൽ ഒരമ്പ് പാഞ്ഞുകയറി. അവൻ ഇമവെട്ടാതെ ഇരുണ്ട മൂലയിലേക്കു നോക്കി.

"ആമിനാ?"

"ഞാന്തന്നെ! ഇങ്ങള് എങ്ങട്ടാണ്ണീ?"

ചെറുവായൂരിന്റെ ചൂരുള്ള വാക്കുകൾ. നാട്ടിൽനിന്ന് എത്രയോ എത്രയോ നാഴികകൾക്കകലെ. മലമേടുകൾക്കും മരപ്പരപ്പുകൾക്കും അക്കരെ.

"എങ്ങട്ടുംല്യ."

"ഞാനുല്യ എങ്ങട്ടും. കണ്ട വണ്ടീക്കേറി കുത്തിയിരുന്നു!"

ജയിൽറോഡിൽ കണ്ട കാഴ്ച അപ്പോഴും മാനുവിന്റെ മനസിൽ കനൽക്കൊള്ളിപോലെ കിടന്നു. തന്നെപ്പോലൊരു അനാഥ. അപരിചിതഗന്ധങ്ങളുമായി കാണാപ്പുറങ്ങൾ, അന്യമനുഷ്യർ. ഉഗ്രമായ അട്ടഹാസത്തോടെ കുതിക്കുന്ന വണ്ടിയിലിരിക്കുമ്പോൾ ഇനിയെന്ത് എന്ന ചിന്ത അവരെ അലട്ടിയതേ ഇല്ല. ഓടിയോടി അകലുകയാണല്ലോ, ആശ്വാസം...!

"മാളുണ്ണിക്കറിയാമൊ, ഞാൻ ആമിനയെക്കണ്ടിട്ട് അനേകം മാസങ്ങളായിരുന്നു. അദ്രുമാൻഹാജിയുടെ ബീടരായി അക്കരയ്ക്കുപോകും മുമ്പുതന്നെ ഞാൻ പട്ടണത്തിലെത്തിയിരുന്നല്ലോ! വസന്തം അവസാനിക്കും മുമ്പ് പൂമ്പാറ്റ പറന്നുപോയതുപോലെ. നാമെല്ലാം നമ്മുടെ ബാല്യത്തോടു പെട്ടെന്നു വിടപറഞ്ഞു. ചരിത്രത്തിൽമാത്രം വായിച്ചറിഞ്ഞ അനുഭവകഥകൾ നമ്മുടെ സ്വന്തമായി. നമ്മൾ ബലിയാടുകളായി—"

ബോംബയിൽ എത്തിയപ്പോൾ എവിടെയെങ്കിലും എത്തിയതായി തോന്നിയില്ല. വെള്ളപ്പൊക്കത്തിനിടയിലൊരു തുരുത്തിലടിഞ്ഞതു

പോലെ. വേരില്ല, മണ്ണില്ല, കണ്ടവരും കേട്ടവരുമില്ല. ഭൂതവർത്തമാനങ്ങളില്ല. തുഴഞ്ഞാലും തുഴഞ്ഞാലും എങ്ങും എത്തില്ലെന്നറിയാം. തുഴയാതെ നിന്നാൽ മുങ്ങിച്ചാകും എന്നറിയാവുന്നതുകൊണ്ടും ചുറ്റും അനേകായിരങ്ങൾ ഇതേ വിധി അനുഭവിക്കുന്നു എന്നതിനാലും ഞങ്ങൾ തുഴഞ്ഞുനിന്നു.

മുഹമ്മദ് മുസ്ല്യാരും അദ്രുമാൻഹാജിയും ആരുടെയും കാരുണ്യത്തിനുവേണ്ടി കേഴുകയുണ്ടായില്ല. സ്വാതന്ത്ര്യവും തുടർന്നുള്ള ജീവിതവും ഒരു മനോഹരസ്വപ്നത്തിൽ മാത്രം അനുഭവിച്ച അവർ വാസ്തവത്തിൽ ഭാഗ്യശാലികളായിരുന്നു. രക്ഷപ്പെടുകയായിരുന്നു. സൈനികശക്തിക്കുമുമ്പിൽ ഇച്ഛാശക്തിക്കു സംഭവിച്ച വ്രതഭംഗം മനുഷ്യന്റെ ദുഃഖാനുഭവങ്ങളിൽവെച്ച് അതിതീവ്രമാണെന്ന് അവരറിഞ്ഞു. നമ്മൾ അവരുടെ മുമ്പിൽ വെറും കുഞ്ഞുങ്ങൾ.....അലയാഴിയുടെ തീരത്തടിഞ്ഞ കക്കകൾ.....

"ആമിന കരയുകയായിരുന്നുവൊ? കുട്ടിക്കാലത്തേ തൊട്ടാൽ കരയുന്നവളായിരുന്നു....."

"ഇല്ല. കരഞ്ഞതേയില്ല!"

പാറ്റാൻ ഈമ്പിയ പറങ്കിമാങ്ങപോലെ അവളുടെ കവിളുകൾ വിളറി വെളുത്തു. ചതഞ്ഞു. സൗന്ദര്യം അവളുടെ കരയുന്ന കണ്ണുകളിൽ അവശേഷിക്കുമെന്നു തോന്നി. പിന്നെ അവൾക്കു കണ്ണുകളേ ഇല്ലാതായതുപോലെ! വെറും രണ്ടു നേർത്ത വരകൾ. ഒന്നും ഇനി കാണേണ്ടെന്ന്.

"ജീവിതം, ഒരു വലിയ നഗരത്തിൽ വളരെ ക്ലേശകരമായിരുന്നു, ഇല്ലേ?" മുറ്റത്ത് അടർന്നുവീഴുന്ന ഇലകൾക്കൊപ്പം മാളുണ്ണി ചോദിച്ചു.

"നഷ്ടപ്പെടാനൊന്നുമില്ലാത്തവർക്ക് എന്തു ക്ലേശം മാളുണ്ണീ? രണ്ടുമൂന്നു വയറുകൾ നിറയണം. കുഞ്ഞ് വളർന്ന് ഒരത്ഭുതമായി ഞാനിന്നും കാണുന്നു. അവൾക്ക് മാളുണ്ണിക്കു കിട്ടിയ പാലും റസ്കും ഓവൽടിന്നും കിട്ടിയില്ലായിരിക്കാം. തകരക്ഷെണത്തിനുമേൽ ചുട്ടെടുത്ത ചപ്പാത്തി തിന്ന് അവൾ വളർന്നു. ഒരിക്കലും വറ്റാത്ത രണ്ടു മുലകളുള്ളതുകൊണ്ട് ചപ്പാത്തി കുതിർന്നു ദഹിച്ചു.

"ദഹിക്കാതെ കിടന്നതു നാട്ടിൽനിന്നു വന്ന വാർത്തകളാണ്. മുസ്ല്യാരെ സർക്കാർ തൂക്കിക്കൊന്നു. അദ്രുമാൻഹാജിയെ വീണ്ടും നാടുകടത്തി. കൊന്നവനെ വീണ്ടും കൊന്നു......എന്നെങ്കിലും ഇങ്ങനെയൊരു കലാപം നമ്മുടെ കൊച്ചു ഗ്രാമത്തിലേക്കു പടർന്നുകയറുമെന്നു നമ്മൾ വിചാരിച്ചിരുന്നുവോ?"

മാനു മാളുണ്ണിയുടെ തുടുത്ത മുഖത്തും നനവാർന്ന മിഴികളിലും നോക്കി നിശ്ശബ്ദനായി. മുറ്റം നിറയെ കരിയിലകൾ വീണുകിടക്കുന്നു. സന്ധ്യയുടെ ഇരുട്ട് ഇലകൾക്കു കീഴെ ഒളിക്കുന്നു. പറമ്പിലെ പൊന്തക്കാട്ടിൽ ഒരു പശു കരയുന്നു.

മാനു മാളുണ്ണിയുടെ മിഴികളിലൂടെ ഭൂതകാലത്തെന്നോ വിടർന്ന പൂവാടിയിലേക്കു നോക്കി. സന്ധ്യയുടെ നിഗൂഢതയിൽ വിരിയുന്ന പിച്ച

കപ്പൂക്കളുടെ ഗന്ധം ശ്വസിച്ചു.

പടിപ്പുരയും പടിവാതിലും നഷ്ടമായ അതിരുകടന്ന് മെലിഞ്ഞു നീണ്ട ഒരു പെൺകുട്ടി കരിയിലകൾ ചവിട്ടി മെല്ലെ മുറ്റത്തുവന്നു. ഒരു നിമിഷം അവരെക്കണ്ട് അന്ധാളിച്ചു. പിന്നെ ചോദിച്ചു:

"നിങ്ങളാരാ?"

"ഞങ്ങളോ?.....ഞങ്ങൾ....." മാളുണ്ണി വാക്യം പൂരിപ്പിച്ചില്ല. ഇടിഞ്ഞു തകർന്ന അഞ്ചാംപുരയുടെ മുറ്റമായിരുന്ന സ്ഥലത്ത് പുളിമരത്തിൽ ചുറ്റി ക്കെട്ടിയ പശുവിന്റെ കയറഴിച്ചു പുറത്തേക്കു പോകുന്നേരം അവൾ ഓർമിപ്പിച്ചു:

"നാഥനില്ലാത്ത വീടാ. ഇവിടെ അധികം ഇരിക്കേണ്ട! സന്ധ്യാ നേരത്ത്....."

അവർ എണീറ്റു. പടിപ്പുരയുടെ സ്ഥാനത്തേക്കു നടന്നു. മുമ്പിൽ റോഡ്. മുഖമില്ലാത്ത ഒരു പാത. ഇടത്തോട്ട് തിരിഞ്ഞാൽ കാളിയാറിലെ അഴുക്കുജലം. വലത്തോട്ട് തിരിഞ്ഞാൽ ഇബ്രാഹിമിന്റെ ബംഗ്ലാവിലേ ക്കുള്ള വഴി. അവർക്കു വലത്തോട്ട് തിരിയേണ്ടിയിരുന്നു—

ഇബ്രാഹിമിന്റെയും നബീസയുടെയും സൽക്കാരങ്ങളിൽനിന്നു രക്ഷപ്പെട്ട് അവർ വീണ്ടും പഴയകാലത്തിന്റെ പൂഴിത്തിട്ടയിൽ എത്തി. ഒരു കിഴി പണമായി കയ്യിലെത്തിച്ചേർന്ന നാലകത്തുതറവാട്ടിന്റെ ധന്യ പാരമ്പര്യത്തെച്ചൊല്ലി അവരുടെ ശിരസ്സ് കുനിഞ്ഞു. പിറന്നുവളർന്ന മണ്ണിനെ വിറ്റ മഹാപാപത്തിൽനിന്നു മോചനം നേടാൻ ഒരിക്കലും കഴി യില്ലെന്ന് മാളുണ്ണി ഖേദിച്ചു.

അർധരാത്രിക്കു നഗരം വിടുന്ന ട്രെയിനിനുവേണ്ടി അവൾ ടാക്സി കാത്തുനിന്നു.

"നാലകത്തുതറവാട് ജീവന്റെ ഒരിടത്താവളം മാത്രമായിരുന്നെന്ന് ധരിക്കാനുള്ള മനസുറപ്പുണ്ടായാൽ മാത്രം മതി..... നമ്മുടെ ദുഃഖമെല്ലാം അവിടെ തീരുന്നു. നമ്മുടെ സ്വപ്നങ്ങളെ വിലയ്ക്കുവാങ്ങാൻ ഇബ്രാ ഹിമിനെന്നല്ല, ആർക്കും കഴിയുകയില്ല....ഉവ്വൊ?"

ഒരു നീണ്ട യാത്രയുടെ അഴുക്കു പുരണ്ട കൈലേസിലേക്ക് മാളു ണ്ണിയുടെ കണ്ണീർക്കണങ്ങൾ അറ്റുവീണു.

രോഗബാധിതയായ കാളിയാറിന്റെ ഉച്ഛ്വാസവായുവെ ആട്ടിയകറ്റി ഒരു നേർത്ത കാറ്റ് അകലങ്ങളിൽനിന്നെത്തി. ദുർബ്ബലമെങ്കിലും, ദൂരെ വിടരുന്ന രാപ്പൂക്കളുടെ സുഗന്ധം.

പഴയ കടവില്ല. കണ്ടനച്ചനില്ല. കടത്തുതോണിയില്ല. പുഴതന്നെയില്ല. പരുപരുത്ത വീതികുറഞ്ഞ ഒരു പാലം. പൊട്ടിവീഴുന്ന കൈവരികൾ. തിക്കിത്തിരക്കി മനുഷ്യരും ചെറുവണ്ടികളും പാഞ്ഞുപോകുന്നു, വരുന്നു. ആരും താഴെ നദിയിലേക്കു നോക്കുന്നില്ല. മാളുണ്ണി അവസാ നമായി ഒരിക്കൽക്കൂടി താഴെ നോക്കി. നദി അനങ്ങുന്നില്ല. വെള്ളംവേ ലിക്കും ഇറക്കത്തിനും ഇടയിലുള്ള നിശ്ചലാവസ്ഥ.

www.ingramcontent.com/pod-product-compliance
Lightning Source LLC
LaVergne TN
LVHW060617051026
849519LV00002B/648